കേരളീയാധുനികതയും
അടൂരിന്റെ കാഴ്ചവഴികളും

AF741556

INSIGHT PUBLICA

Nadakkavu, Kozhikode, Kerala, 673011
www.insightpublica.com
e-mail: insightpublica@gmail.com
Title: **Keraleeyadhunikathayum Adoorinde Kazchavazhikalum**
Author: **Dr. Shamna v p**
(Malayalam)
First Edition: January 2025
Copyright © Reserved
All rights reserved.
Printed and Published by
InsightinPublica Printers & Publishers Pvt. Ltd.
ISBN: 978-93-5517-687-5
₹290

All Rights reserved. No Part of this Publication may be reproduced, stored in a retrieval system, or transmitted, in any form, or by any means, electronic, mechanical, photocopying, recording or otherwise, without the prior permission of the publisher

കേരളീയാധുനികതയും അടൂരിന്റെ കാഴ്ചവഴികളും

ഡോ. ഷംന വി.പി

INSIGHT PUBLICA®

മലയാളസാഹിത്യത്തിൽ ബിരുദാനന്തരബിരുദം. യുജിസി ഫെലോഷിപ്പോടുകൂടി കണ്ണൂർ സർവ്വകലാശാല ഗവൺമെന്റ് ബ്രണ്ണൻ കോളേജ് റിസർച്ച് സെന്ററിൽ 'കേരളീയാധികതയുടെ ദൃശ്യപ്രതിനിധാനവും പ്രത്യയശാസ്ത്രവിശകലനവും; അടൂർ സിനിമകളെ ആസ്പദമാക്കിയുള്ള പഠനം' എന്ന വിഷയത്തിൽ ഗവേഷണം നടത്തി. 2021-ൽ പി എച്ച് ഡി ലഭിച്ചു. സംസ്കാര പഠനങ്ങൾ (എഡി) രാഘവൻ പയ്യനാട്, സംസ്കാരം സർഗാത്മക വിനിമയങ്ങൾ (എഡി) ഡോ:ഷിനി മോൾ, എന്നീ ഗ്രന്ഥങ്ങളിൽ ലേഖനങ്ങൾ എഴുതിയിട്ടുണ്ട്. ആനുകാലികങ്ങളിൽ ലേഖനങ്ങൾ എഴുതാറുണ്ട്. ഇപ്പോൾ ഗവ.ഹയർ സെക്കണ്ടറി സ്കൂൾ മങ്കട, മലപ്പുറം അധ്യാപികയാണ്.

ജീവിതപങ്കാളി: പ്രവീഷ്.കെ.വി

മക്കൾ : സമര്യ, നിഹാര

Email : Shamnapriyam@gmail.com

ഷംന വി പി

ഉള്ളടക്കം

മുഖവുര

മനുഷ്യനെ എല്ലാ കാലത്തും മോഹിപ്പിക്കുന്ന ഒരു കലാരൂപമാണ് സിനിമ. സിനിമയുടെ പിറവിയുടെ ചരിത്രത്തെക്കുറിച്ചും ലോക സിനിമകളെക്കുറിച്ചും അറിഞ്ഞു തുടങ്ങുന്നത് കോളേജ് പഠനകാല ത്താണ്. ബ്രണ്ണനിലെ എൻ.പ്രഭാകരൻമാഷിന്റെയും എസ്. ജോസഫ് മാഷിന്റെയുമൊക്കെ പി.ജി ക്ലാസുകൾ ഞങ്ങൾക്ക് വിശാലലോക ത്തേക്കുള്ള വാതിലുകളായിരുന്നു. വാക്കുകൾ ചേർത്തു വെച്ചാൽ കവിതയാവാത്തതു പോലെ അനേകം ദൃശ്യങ്ങൾ അടുക്കി വെച്ചാൽ സിനിമയാവില്ലെന്നും സംവിധായകൻ/ചലച്ചിത്രകാരൻ തന്റെ ദൃശ്യ ഭാഷയിലൂടെ മറ്റൊരു ലോകത്തെ പുനസൃഷ്ടിക്കുമ്പോഴാണ് നല്ല സിനിമകൾ പിറക്കുന്നതെന്നും തിരിച്ചറിവുണ്ടായപ്പോഴാണ് കേവലം വിനോദമെന്ന നിലയിൽ നിന്നും മാറി സിനിമകളെ ആസ്വദിക്കാൻ തുട ങ്ങുന്നത്. കോളേജ് പഠനത്തിന് ശേഷം നീണ്ട ഇടവേളയ്ക്ക് ശേഷമാണ് ഗവേഷണമോഹവുമായി ബ്രണ്ണനിലെത്തുന്നത്. പിഎച്ച്ഡി യുമായി ബന്ധപ്പെട്ട അടിസ്ഥാന വിവരം പോലുമില്ലാതിരുന്ന എനിക്ക് കണ്ണൂർ യൂണിവേഴ്സിററിയും ലിനീഷ് മാഷുൾപ്പെടെയുള്ള ബ്രണ്ണനിലെ അധ്യാ പകരും ഗവേഷണ സുഹൃത്തുക്കളും നൽകിയ ആത്മവിശ്വാസം കൊണ്ടു മാത്രമാണ് പഠനം മുമ്പോട്ട് പോയത്. ആരോഗ്യ വകുപ്പിൽ നിന്നും ശൂന്യ വേതനാവധിയെടുത്ത അഞ്ചു വർഷ കാലയളവിനുള്ളിൽ തന്നെ പഠനം പൂർത്തിയാക്കാൻ കഴിഞ്ഞതിൽ പലരോടും കടപ്പെട്ടിട്ടുണ്ട്. ഡോ. രാഘവൻ പയ്യനാടിന്റെ ഗവേഷണ രീതിശാസ്ത്രവുമായി ബന്ധപ്പെട്ട ശില്പ ശാലയിൽ പങ്കെടുത്തത് പഠനകാലത്തെ മികച്ച അനുഭവമായിരുന്നു. അടൂരെന്ന മഹാനായ സംവിധായകന്റെ ചലചിത്രത്തിലെ സാങ്കേതിക മികവിനെക്കുറിച്ചുള്ള കൂടുതൽ പഠനങ്ങളിലേക്കൊന്നും കടക്കാൻ ഈ പഠനം ശ്രമിച്ചിട്ടില്ല. അദ്ദേഹത്തിന്റെ തിരഞ്ഞെടുക്കപ്പെട്ട സിനിമകൾ കേരളീയ ആധുനികതയെ പ്രതിനിധീകരിച്ചത് എങ്ങനെയെന്ന

അന്വേഷണമാണ് "കേരളീയ ആധുനികതയുടെ ദൃശ്യ പ്രതിനിധാനവും പ്രത്യയശാസ്ത്രവിശകലനവും: അടൂർ സിനിമകളെ ആസ്പദമാക്കിയുള്ള പഠനം" എന്ന ഗവേഷണ പ്രബന്ധം. ആ ഗവേഷണ പ്രബന്ധത്തിന്റെ പുസ്തകരൂപമാണ് ഈ കൃതി. ഗവേഷണ പ്രബന്ധത്തിന്റെ രീതിശാസ്ത്രത്തിൽ നിന്നും പുറത്തേക്കു കടക്കാൻ കുറച്ചൊക്കെ ശ്രമിച്ചിട്ടുണ്ടെങ്കിലും ചിലയിടങ്ങളിലെങ്കിലും അതേ രീതി നിലനിർത്തിയിട്ടുണ്ട്.

ഈ പഠനത്തിന്റെ പുസ്തകരൂപത്തിലേക്കുള്ള മാറ്റത്തിൽ ഒരുപാട് പേരുടെ സ്നേഹസഹായങ്ങൾ ഉൾച്ചേർന്നിട്ടുണ്ട്. എന്റെ മാർഗ്ഗദർശിയും ബ്രണ്ണൻ കോളേജ് അധ്യാപകനുമായ ഡോ.ലിനീഷിന്റെ സുമനസ് എന്നും കൂടെയുണ്ടായിരുന്നു. ഓരോ ഘട്ടത്തിലും ആവശ്യമായ നിർദ്ദേശങ്ങളും സഹായങ്ങളുമായി കൂടെയുണ്ടായിരുന്ന സുഹൃത്തുക്കളായ ഡോ.ശരത് വി.ചെങ്ങൽ, കാലിക്കറ്റ് യൂണിവേഴ്സിറ്റി അസിസ്റ്റന്റ് ലൈബ്രേറിയൻ ശ്രീ. ഷാജി വലിയാട്ടിൽ, ശ്രീ. എ.വി.പവിത്രൻ മാഷ്, പുസ്തകത്തിന് അവതാരിക എഴുതി സഹായിച്ച ഡോ.ഉമർ തറമേൽ, എന്റെ പ്രബന്ധം പുസ്തക രൂപത്തിൽ കാണാൻ എന്നേക്കാൾ ആഗ്രഹിച്ച സഹയാത്രികൻ.. എന്റെ പ്രിയപ്പെട്ട എല്ലാ സുഹൃത്തുക്കളോടും നന്ദി വാക്കുകളിൽ ഒതുക്കുന്നില്ല.

അവതാരിക

അടൂർ സിനിമയെക്കുറിച്ചുള്ള തുടർഭാഷ്യങ്ങൾ
ഡോ.ഉമർ തറമേൽ

മലയാളസിനിമയിൽ സാമാന്തര സിനിമാരംഗത്ത് ഒരുപക്ഷേ, കൂടുതൽ പഠനങ്ങൾ ഉണ്ടായിട്ടുള്ളത് അടൂർ ഗോപാലകൃഷ്ണന്റെ സിനിമകളെക്കുറിച്ച് തന്നെയായിരിക്കും. അതിനു കാരണം, ആ സിനിമയുണ്ടാക്കിയ വേറിട്ട ചരിത്രവും ലാവണ്യ ശാസ്ത്രവുമാണ്. ബംഗാളിയിൽ സത്യജിത്റായ്, കന്നഡയിൽ ഗിരീഷ് കാസറവള്ളി, ഹിന്ദിയിൽ മണികൗൾ... എന്നിവരെ പോലെ, മലയാള സിനിമയിൽ വേറിട്ടൊരു 'സാമാന്തര' പന്ഥാവ് വെട്ടിത്തെളിച്ചയാൾ എന്നയർത്ഥത്തിലാണ് ഇന്ത്യൻ സിനിയിൽ അടൂരിനുള്ള സ്ഥാനം.ആധുനിക യൂറോപ്യൻ സിനിമയിലെ നവറിയലിസം, നവതരംഗം തുടങ്ങിയ പരീക്ഷണങ്ങൾ ഇന്ത്യൻ ജീവിത സന്ദർഭത്തിൽ പുതിയൊരു ദൃശ്യഭാഷയിലൂടെ പകർത്തുന്നതിൽ അടൂർ സിനിമകൾക്കുള്ള പങ്ക് ചെറുതല്ല. മലയാള സിനിമയുടെ ലോക മുഖമാണ് അടൂർ സിനിമ, എന്നും വിശേഷിപ്പിക്കാറുണ്ട്.

അടൂരിന്റെ സിനിമകളെ കേരളീയ ആധുനികതയുടെ പശ്ചാത്താലത്തിൽ അവയുടെ പ്രതിനിധ്യ സ്വഭാവത്തെ മുൻനിർത്തി പഠിക്കാനെടുക്കുന്ന ഒരു പുസ്തകത്തിന് മുഖക്കുറിപ്പ് എഴുതുമ്പോൾ ഇങ്ങനെ തുടങ്ങേണ്ടതുണ്ട് എന്നുതോന്നുന്നു. കേരളീയ നവോത്ഥാനത്തിൽ പരസ്പര വൈരുദ്ധ്യത്തോടെ കിടക്കുന്ന വിളുമ്പുകളെ അടൂരിന് മുമ്പുള്ള സിനിമകൾ ഇത്ര ഗൗരവത്തോടെ സമീപിച്ചിട്ടില്ല. കുടുംബ ബന്ധങ്ങളും അവയിലെ വിള്ളലുകളും ഇടതുപക്ഷ രാഷ്ട്രീയത്തിന്റെ നേർരേഖാങ്കിതമല്ലാത്ത പൊട്ടിപ്പൊരിച്ചിലുകളും 50- കളിലും 60- കളിലും മലയാള സിനിമ

സജീവ വിഷയമാക്കിയിട്ടില്ല. അവയ്ക്കകത്ത് തന്നെ വ്യക്തിയും സമൂഹവും തമ്മിലുള്ള പിടലപ്പിണക്കങ്ങളും തദ്വാരാ സംഭവിച്ചുകൊണ്ടിരുന്ന ജീവിത വൈരുദ്ധ്യങ്ങളും അടൂർ സിനിമയിലൂടെയാണ് ആദ്യം വെളിച്ചത്താവുന്നത്. സ്വയംവരം അതിന്റെ ആദ്യ ഉദാഹരണമായിരുന്നു.

കേരളീയ നവോത്ഥാനത്തിന് രണ്ടു കൈവഴിയുണ്ട്. ഒന്ന് പശ്ചാത്യപ്രോക്തമായ ആധുനികതയുടെയും പ്രബുദ്ധതാ വാദത്തിന്റെയും നിഴലിൽ ഒരു മെക്കാളെ വിദ്യാഭ്യാസ സമ്പ്രദായത്തിലൂടെ സംഭവിച്ചത്. അവയുടെ തുടർച്ചയായിരുന്നു മിഷനറി ഗദ്യവും സാഹിത്യവും. കോളനിവൽക്കരണത്തിന്റെ സൈദ്ധാന്തികവും ദേശീയവുമായ പാരസ്പര്യ ബാധയിൽനിന്നും ആ ഘടകത്തെ മാറ്റി നിർത്താനാവില്ല.

ചരിത്രപരമായി കൂടുതൽ പഴക്കമവകാശപ്പെടാവുന്ന മറ്റൊന്ന്, തദ്ദേശീയം എന്ന് ഉറപ്പിച്ചു പറയാൻ പറ്റില്ലെങ്കിലും സമുദ്ര സഞ്ചാരങ്ങളുടെ സംസ്കാരങ്ങളിലൂടെയും ഒഴുകിവന്ന് ഉറച്ചുപോയ ഒരു ദേശസംസ്കാരം. ഒരുപക്ഷേ കേരളീയ നവോത്ഥാനത്തിന്റെ സ്വകീയമായ മുഖമാണത്. മതപരവും മതേതരവുമായ മിഷനറി -വാണിജ്യ ബന്ധങ്ങളിലൂടെയും മറ്റും രൂപപ്പെട്ടുവന്ന ബഹുല സംസ്കൃതിയും തദ്ദേശീയമായ മത ഗോത്ര സാമൂഹികതയും കൂടിക്കുഴഞ്ഞുറച്ചു പോയതാണ് ഇത്. ഈ സംസ്കൃതി കേരമെന്ന തീരപ്രദേശത്തെ യൂറോപ്യൻ കോളനിവൽക്കരണ കാലത്തിനുമുമ്പേ ആധുനികമാക്കിയെന്ന പഠനങ്ങൾ ഇന്നുണ്ട്.

എന്നാൽ സിനിമയുടെ ചരിത്രം പരിശോധിക്കുമ്പോൾ ഒരു സാങ്കേതിക -മൂലധന കല എന്നനിലക്ക് അതിന്റെ വരവ് പശ്ചാത്യ ശാസ്ത്ര സാങ്കേതിക വിദ്യയോടൊപ്പമാണ്. പശ്ചാത്യവിദ്യാഭ്യാസം, അവയിലൂടെ പ്രചരിച്ച ശാസ്ത്ര സാങ്കേതികത അവയുടെത്തന്നെ ഉൽപ്പന്നമായ ഫോട്ടോഗ്രഫി എന്നിവയാണ് ചലച്ചിത്ര കലയുടെ അടിസ്ഥാനം.

നേരിട്ട് സിനിമയിലേക്ക് കടന്നുകൊണ്ട് സിനിമയെ വിലയിരിത്തുന്ന ഒരു നിരൂപണ ഗ്രന്ഥമല്ല ഷംന വി പി യുടെ ഈ പുസ്തകം.മറിച്ച് ഒരു സർവകലാശാലയിൽ ഗവേഷണത്തിന്റെ ഭാഗമായി വന്ന പ്രബന്ധത്തിന്റെ പുസ്തക രൂപമാണിത്. ആയതിനാൽ, രീതിശാസ്ത്രത്തിൽ കണിശമായ അക്കാദമിക സ്വഭാവം അതിനുണ്ട്. പലതരം വിഷയങ്ങൾ കൈകാര്യം ചെയ്യുമ്പോൾ തന്നെ നമ്മുടെ സിനിമ കൈയാളിയ സവർണ്ണവും ജാതീയവുമായ പ്രശ്നങ്ങളെക്കൂടി അത് പരിഗണിക്കുന്നുണ്ട്. കോളനി വൽക്കരണം പ്രക്ഷേപിച്ച ഒരു നിഴൽ സംസ്കാരം

(Shadow Culture) കേരളീയ സാമൂഹ്യ-സാംസ്കാരിക സംവിധാന ത്തിനകത്ത് പ്രതിപ്രവർത്തനം നടത്തിയതിന്റെ ചില അടയാളങ്ങൾ മുഖവുരയിലും അടൂർ സിനിമകളുടെ ദൃശ്യ വിശകലനത്തിലും പുസ്തകം പ്രകാശിപ്പിക്കുന്നു. യൂറോപ്യൻ സിനിമയുടെ ഉത്ഭവവും വളർച്ചയും ഘടനാപരമായ അവയുടെ പ്രത്യേകതകളും ആയതിനാൽത്തന്നെ പരാമർശിച്ചു പോകുന്നുണ്ട്.

കേരളീയ ആധുനികതയുടെ ദൃശ്യ പ്രതിനിധാനം അടൂർ സിനിമാകളെ മുനിനിർത്തിയുള്ള സവിശേഷവിശകലനമാണ് ഈ പഠനത്തിന്റെ രണ്ടാം ഭാഗം. ജീവിത യഥാർത്ഥ്യത്തെ ദൃശ്യപ്രധാനമായ സിനിമ പകർത്തുമ്പോൾ സംഭവിക്കുന്ന നേര് മറ്റൊന്നാണ്. കാഴ്ചയുടെ പ്രതിനി ധാന വ്യവസ്ഥയാണ് അവിടെ അർത്ഥങ്ങൾ സൃഷ്ടിക്കുന്നത്. അദ്ദേഹ ത്തിന്റെ സ്വയംവരം (1972) തൊട്ടിങ്ങോളമുള്ള എല്ലാ സിനിമകളും ഈ ഗണത്തിൽ പഠിക്കപ്പെടുന്നുണ്ട്. കുടുബം, ലൈംഗികത, അധികാരവ്യവ സ്വസ്ഥയോടുള്ള കലാപം എന്നീ ഘടകങ്ങളെയാണ് വിശകലനത്തിൽ മുഖ്യമായും അവലംബിക്കുന്നത്.

സ്വയംവരം എന്ന ആദ്യ സിനിമപോലും കേരളത്തിലെ ഫ്യൂഡൽ കുടുംബങ്ങളിൽ നിന്നും ബോധപൂർവം പുറത്തുകടക്കുന്ന ഒന്നാണ്. ഈ ബോധപൂർവതയാണ് അതുവരെ നിലനിന്ന മലയാള സിനിമകളിൽനി ന്നും സമാന്തര സിനിമ എന്ന സങ്കല്പത്തിലേക്ക് വളരുന്നത്.സമൂഹവും കുടുംബവും തമ്മിലുള്ള പരസ്പര അഭിമുഖീകരണം (Interaction) മുൻസി നിമകളെപ്പോലെയല്ല അടൂർ കൈകാര്യം ചെയ്തത്. അതുവരെ മലയാള സിനിമ കൊണ്ടാടിയ ക്ഷേമരാഷ്ട്ര ഭാവനക്കുള്ളിലെ പരിചരണസ്വഭാവ ത്തെ ഈ സിനിമകൾ അഴിച്ചു പണിതു. വ്യക്തിസ്വത്വം മുൻകൂട്ടി നിശ്ചയി ക്കപ്പെടുന്നതല്ലെന്നും സ്വയം വിലയിരുത്തലിലൂടെയോ, മറ്റുള്ളവരുടെ കാഴ്പ്പാടിലൂടെയോ സ്വരൂപിക്കപ്പെടുന്ന ഒന്നാണെന്നുമുള്ള നവീന മനഃശാസ്ത്ര പരികല്പനകൾ കൂടുതൽ തെളിച്ചപ്പെട്ടു. പൊട്ടിച്ചിതറിയ ഗ്ലാസ്സിലെന്നപോലെ പലയിണർപ്പുള്ള (Broken) സ്വത്വഘടനയായി പരിവർത്തനപ്പെടുന്നതിന്റെ ദൃശ്യരൂപങ്ങൾ സിനിമ കാണിക്കാൻ തുടങ്ങി കഥാപുരുഷനും വിധേയനും എലിപ്പത്തായവും മുഖാമുഖവുമൊ ക്കെ പ്രതിപാദിക്കുന്ന സാമൂഹ്യ മനഃശാസ്ത്രം മറ്റൊന്നല്ല. പൂർണമായ ഒരു കുടുംബകഥ അടൂർ ഒരിക്കലും പറഞ്ഞിട്ടില്ല.

സ്ത്രീ പുരുഷ ബന്ധങ്ങളുടെ പുതിയ പാരായാണങ്ങളിലൂടെയാണ് ഈ സിനിമകൾ ഓരോന്നും മുന്നേറുന്നത്. ഒരു ഭോഗോപകരണം എന്ന നിലക്ക് സ്ത്രീയെ നിലനിർത്തുന്ന സമൂഹം ആൺകോയ്മയുടെ അധികാര പരിസരത്തെ കുറേക്കൂടി മറനീക്കിക്കാണിച്ചു. തന്റെ

പിൽക്കാല സിനിമകളിൽ ഈ മനോഭാവത്തിന്റെ സാമീപ്യസാന്നിദ്ധ്യമുണ്ട്.വിധേയൻ, നാല്പെണ്ണുങ്ങൾ, ഒരു പെണ്ണും രണ്ടാണും. തുടങ്ങിയവ അങ്ങനെയുള്ളവയാണ്. ഒരുതരം വിമർശനജാഗ്രത (Critical Awareness) അടൂർ സിനിമയുടെ മുഖമുദ്രയാണെന്ന് ഈ പഠനം അടിവരയിടുന്നു.

ദൃശ്യഭാഷയുടെ പ്രതിനിധാന സ്വഭാവത്തിലൂന്നിയാണ് ഈ പഠനം എന്നവകാശപ്പെട്ടുമ്പോൾത്തന്നെ സിനിമയിലെ ദൃശ്യങ്ങളെക്കാൾ തിരക്കഥയിലെ സന്ദർഭങ്ങളെ കൂടുതൽ ഉപജീവിക്കുന്നു എന്നത് ഒരു പോരായ്മയായി തോന്നി. എം ടി യെപ്പോലെയോ പത്മരാജനെപ്പോലെയോ ചിട്ടപ്പെടുത്തപ്പെട്ട തിരക്കഥക്ക് പ്രാധാന്യം കൊടുക്കുന്ന സംവിധായകനല്ല അടൂർ. ദൃശ്യബിംബഭാഷ്യം സൃഷ്ടിക്കാനുള്ള ഒരു കാരിക്കേച്ചർ മാത്രമാണ് അദ്ദേഹത്തിന് തിരക്കഥ. ഏതായാലും അടൂർ സിനിമകളെക്കുറിച്ചുള്ള ഈ പഠനത്തിലൂടെ മലയാളസിനിമയിലെ ആധുനികജീവിതത്തിന്റെ പ്രതിനിധാനപരമായ ചില വേറിട്ടുനിൽപ്പുകളെ അടയാളപ്പെടുത്താൻ ഷംനയുടെ ഈ പുസ്തകം ശ്രമിക്കുന്നുണ്ട്. ഗൗരവമുള്ള വായനക്കാരിലേക്കും കാണികളിലേക്കും 'കേരളീയാധുനികതയും അടൂരിന്റെ കാഴ്ചവഴികളും' എത്തിപ്പെടട്ടെ എന്ന ആശംസകളോടെ ചുരുക്കുന്നു.

ഡോ.ഉമർ തറമേൽ,

12/11/2024

ആമുഖം

ജനജീവിതവുമായി ഏറെ ബന്ധപ്പെട്ട് നിൽക്കുന്ന കലാരൂപമാണ് സിനിമ. ലോകത്തെ ദൃശ്യങ്ങളിലൂടെ പുനർനിർമ്മിക്കാനുള്ള കഴിവാണ് സവിശേഷമാധ്യമമെന്ന നിലയിൽ അതിന്റെ പ്രസക്തി നിലനിർത്തുന്നത്. അനുഭവങ്ങളുടെയും അവബോധങ്ങളുടെയും ഇടയിൽനിന്ന് ചിത്രങ്ങളും ബിംബങ്ങളും സൃഷ്ടിച്ചുകൊണ്ട് സംവിധായകൻ കാഴ്ചക്കാരന്റെ ധാരണകളുമായി ഇടപെടുമ്പോഴാണ് പാരായണസാധ്യതകൾ ഉള്ള സിനിമകൾ ഉണ്ടാവുന്നത്. കാലം, പ്രത്യയശാസ്ത്രം, അവബോധം എന്നിവയുടെ പരിണാമങ്ങൾക്ക് അനുസൃതമായ പുതിയ പാരായണങ്ങൾ സിനിമകൾക്ക് ഉണ്ടായിക്കൊണ്ടിരിക്കുന്നു. വിവിധ അടരുകളുള്ള സാമൂഹ്യജീവിതത്തിന്റെ പ്രതിനിധാനം എന്ന നിലയിൽ സിനിമ എന്ന കലാരൂപത്തെ പഠിക്കേണ്ടതുണ്ട്. കലയിൽ അന്തർലീനമായി കിടക്കുന്ന സാമൂഹ്യാംശത്തിന്റെ സ്വാധീനത്തെ കണ്ടെത്തുക എന്നത് സൂക്ഷ്മത ആവശ്യപ്പെടുന്ന ഒന്നാണ്. സാമൂഹ്യമാറ്റത്തിന്റെ സ്വഭാവം കലയുടെ ഇതിവൃത്തത്തെയും രചനാശിൽപത്തെയും സ്വാധീനിക്കുകയും കലാവിഷ്കാരങ്ങൾ സമൂഹമനസ്സിനെ രൂപപ്പെടുത്തുകയും ചെയ്യുന്നു. പരസ്പരം ഈ സ്വാധീനതകൾ ഏതെല്ലാം തലങ്ങളിൽ നടക്കുന്നുവെന്നത് ഗൗരവപൂർവ്വം പഠിക്കേണ്ട സംഗതിയാണ്. പൂർണ്ണമായും സാങ്കേതികതയിലൂന്നി നിർമ്മിക്കപ്പെടുന്ന ഈ കലാരൂപം ഓരോ കാഴ്ചക്കാരനിലും ആശയവ്യവസ്ഥയുടേതായ ഒരു ലോകം നിർമ്മിച്ചെടുക്കുന്നുണ്ട്. ഇതിവൃത്തം, ദൃശ്യവിന്യാസം, ശരീരഭാഷ, കഥാപാത്രങ്ങളുടെ തെരഞ്ഞെടുക്കൽ എന്നിവയെല്ലാം ചലച്ചിത്രത്തിന്റെ ആശയരൂപീകരണത്തിൽ നിർണ്ണായകമായ സ്ഥാനം വഹിക്കുന്നു.

സമകാലികസമൂഹത്തിന്റെ പ്രതിനിധാനം ഏതെങ്കിലും തരത്തിൽ സിനിമ നിർവ്വഹിക്കുന്നുണ്ടാവും. ആധുനികകേരളത്തിന്റെ പ്രതിസന്ധികളെയും വിഹ്വലതകളെയും രാഷ്ട്രീയമായി തിരിച്ചറിഞ്ഞ് അഭിമുഖീകരിക്കാനുള്ള പക്വതയും ആർജ്ജവവും വേണ്ടത്ര പ്രകടിപ്പിക്കുവാൻ മലയാളത്തിലെ സമാന്തരസിനിമാ പ്രസ്ഥാനത്തിന് കഴിഞ്ഞിട്ടുണ്ടോ എന്നത് സംസ്കാരപഠനമേഖലയിലെ ഒരു പ്രധാനപ്രശ്നമാണ്. മലയാളത്തിലെ ഏറ്റവും പ്രതിഭാശാലിയും കേരളത്തിലെ സമാന്തര സിനിമാപ്രസ്ഥാനത്തിന്റെ തുടക്കക്കാരനുമായ അടൂർഗോപാലകൃഷ്ണന്റെ സിനിമകളെ കേരളീയാധുനികതയുടെ രൂപീകരണപശ്ചാത്തലവുമായി ബന്ധപ്പെടുത്തി വിശകലനം ചെയ്യുന്നതിനുള്ള പ്രേരണയുണ്ടാവുന്നത് ഈ സന്ദർഭത്തിലാണ്.

ആസ്വാദനത്തിന്റെ ഭിന്നതലങ്ങളെ പ്രതിനിധാനം ചെയ്തുകൊണ്ടാണ് എഴുപതുകളിൽ മലയാളസിനിമ പ്രേക്ഷകരുമായി സംവദിച്ചത്. മലയാളസിനിമ പ്രമേയത്തിലും അവതരണത്തിലുമെല്ലാം ലോകസിനിമയോടടുക്കുന്നത് ഈ കാലഘട്ടത്തിൽ നിർമ്മിക്കപ്പെട്ട കലാസിനിമകളിലൂടെയാണ്. അടൂർഗോപാലകൃഷ്ണന്റെ 'സ്വയംവര(1972)ത്തോടെയാണ് സമാന്തരസിനിമ മലയാളത്തിൽ നിർമ്മിക്കപ്പെട്ടുന്നത്. എഴുപതുകളിലെ രാഷ്ട്രീയ-സാമ്പത്തിക-സാമൂഹികമാറ്റങ്ങളുടെ ഫലങ്ങളും അതിന്റെ ഭാഗമായുണ്ടായ ഫിലിംസൊസൈറ്റികളും ആർട്ട് സിനിമകളുടെ പുതിയഭാവുകത്വത്തെയും ആസ്വാദകസമൂഹത്തെയും സൃഷ്ടിച്ചു.

സാമൂഹ്യയാഥാർത്ഥത്തിൽ നിന്ന് വ്യത്യസ്തമായി അധീശവർഗ്ഗത്തിന്റെ ആശയബോധത്തെയാണ് തങ്ങളുടെ പ്രത്യയശാസ്ത്രമായി ദൃശ്യമാധ്യമങ്ങൾ വിനിമയം ചെയ്യുന്നത്. സിനിമയിലെ അടിസ്ഥാനഘടകം ദൃശ്യബിംബങ്ങളാണ്. പ്രക്ഷേപണം ചെയ്യുന്ന ദൃശ്യങ്ങൾ ചുറ്റുമുള്ള ലോകത്തെയാണ് അഭിസംബോധന ചെയ്യുന്നത്. നിശ്ചിത സംസ്കാരത്തെ പ്രതിഫലിപ്പിക്കുകയും അതിനെ പുനർനിർമ്മിക്കുകയുമാണ് സിനിമ ചെയ്യുന്നത്. നിർമ്മിക്കപ്പെടുന്ന കാലത്തിനും ദേശത്തിനും അവസ്ഥകൾക്കും അത് എപ്രകാരം വിധേയമായിരിക്കുന്നുവെന്നും അത് ഉല്പാദിപ്പിക്കുന്ന രാഷ്ട്രീയ പ്രത്യയശാസ്ത്ര സൂചനകൾ എന്തെല്ലാമാണെന്നുമുള്ള അന്വേഷണത്തിന് സംസ്കാരപഠനത്തിന്റെ മേഖലയിൽ സവിശേഷസ്ഥാനമുണ്ട്.

നാടകം, നൃത്തം, കഥകളി തുടങ്ങിയ രംഗാവതരണകലകളുടെ കൂട്ടത്തിലാണ് ദൃശ്യകല എന്ന നിലയിൽ ചലച്ചിത്രത്തെയും

പരിഗണിക്കാറുള്ളത്. രംഗകലകളിൽ യഥാർത്ഥ വസ്തുക്കളും ശരീരങ്ങളും ആവിഷ്കൃതമാവുമ്പോൾ ചലചിത്രത്തിൽ വസ്തുക്കൾക്കോ, ശരീരങ്ങൾക്കോ പകരം അവയുടെ പ്രതിരൂപങ്ങളാണ് പ്രത്യക്ഷപ്പെടുന്നത്. ഇതിനെയാണ് പ്രതിനിധാനങ്ങൾ എന്നു പറയുന്നത് (Representation). നിശ്ചിത സംസ്കാരത്തെ പ്രതിഫലിപ്പിക്കുകയും അതിനെ പുനർ നിർമ്മിക്കുകയുമാണ് സിനിമ ചെയ്യുന്നത്.

സിനിമ ദൃശ്യവൽക്കരിക്കുന്ന ഓരോ ആശയവും സാമൂഹികജീവിതത്തിന്റെ പ്രതിനിധാനങ്ങളാകുന്നു. നിയതമായ ഭാഷയിലൂടെ നിലവിലുള്ള ലോകത്തെ വ്യക്തമായി അവതരിപ്പിക്കുകയാണ് പ്രതിനിധാനംകൊണ്ട് അർത്ഥമാക്കുന്നത്. ഒരേ സാംസ്കാരികാവസ്ഥയിൽ ഉൾപ്പെടുന്ന ആളുകൾക്കിടയിൽ അർത്ഥോത്പാദനം, അതിന്റെ വിനിമയം എന്നീ പ്രക്രിയകൾ നടക്കുവാൻ അത്യാവശ്യമായ ഒന്നാണ് പ്രതിനിധാനം. സംസ്ക്കാരത്തിന്റെ നിർമ്മിതിതന്നെ പരസ്പരധാരണയോടെയുള്ള ആശയസംവേദനമാണ്. വസ്തു, സൂചകം, ആശയം എന്നീ മൂന്നിനെയും ബന്ധിപ്പിക്കുന്ന ഒരു പ്രക്രിയയാണ് പ്രതിനിധാനം. ഒരു വസ്തുവിന്റെയോ വസ്തുതയുടെയോ സാങ്കൽപ്പികമായ പ്രതിരൂപമോ ബിംബമോ ആ വസ്തുവിന്റെ അസാന്നിധ്യത്തിൽപോലും അതിന്റേതായ പ്രതീതി തോന്നിപ്പിക്കുന്നതരത്തിൽ നമ്മെ എത്തിക്കുന്നുവെങ്കിൽ അതിനെ ആ വസ്തുവിന്റെ പ്രതിനിധാനമെന്ന് വിളിക്കാം. പ്രതിനിധാനങ്ങളിൽ നിന്നുമാണ് ഭാഷ രൂപപ്പെടുന്നത്. നിശ്ചിത താൽപര്യങ്ങളോടും ഉദ്ദേശ്യങ്ങളോടും കൂടി പ്രവർത്തിക്കുന്ന സിനിമ നിലവിലുള്ള സാമൂഹ്യവ്യവസ്ഥയേയും സ്ഥാപനങ്ങളെയും അധികാരബന്ധങ്ങളെയും പുനരുൽപ്പാദിപ്പിക്കുകയാണ് ചെയ്യുന്നത്.

സമൂഹത്തിൽ ദൃശ്യമാധ്യമങ്ങൾ ഉണ്ടാക്കുന്ന വിഭിന്നതലത്തിലുള്ള സ്വാധീനതകളെക്കുറിച്ചും മൂല്യസങ്കല്പങ്ങളെക്കുറിച്ചും ബഹുമുഖമായ അന്വേഷണങ്ങൾ ലോകത്തിന്റെ വിവിധകോണുകളിൽ നടക്കുന്നുണ്ട്. സംസ്കാരപഠനത്തിന്റെ പ്രധാന അന്വേഷണമേഖലകളിലൊന്ന് മാധ്യമങ്ങളുടേതാണ്. കമ്പോളമുതലാളിത്തവുമായി ബന്ധപ്പെട്ട് മാധ്യമങ്ങൾ ഉല്പാദിപ്പിക്കുന്ന മൂല്യസങ്കല്പങ്ങൾ ചോദ്യംചെയ്യപ്പെടുന്നുണ്ട്. മാധ്യമങ്ങളുടെ ഉദ്ദേശ്യലക്ഷ്യങ്ങളെ അവ പുനർനിർണ്ണയിക്കുകയും പുനർനിർമ്മിക്കുകയും ചെയ്യുന്നു. ഏറ്റവും ജനപ്രിയ കലാമാധ്യമങ്ങളിലൊന്നായ സിനിമയും അത്തരം അന്വേഷണങ്ങൾക്ക് ഒരു പ്രധാന ഏകകമാണ്. സംസ്കാര രൂപീകരണത്തിൽ നിർണായക പങ്കുവഹിക്കുന്ന ഒന്നായി സിനിമ മാറിക്കഴിഞ്ഞു. ഏതുതരം സംസ്കാരവും

കാഴ്ചപ്പാടുമാണ് സിനിമ പ്രേക്ഷകരിൽ പ്രക്ഷേപിക്കുന്നതെന്ന് തുറന്നു കാട്ടുകയും ദേശനിർമ്മിതിയിൽ സിനിമയ്ക്ക് നിർണായക പങ്കുണ്ടെന്ന കാര്യം ഊന്നിപ്പറയുകയും ചെയ്യുന്നതിലൂടെ സിനിമയെ നിർമ്മാണാത്മകമായി ഉപയോഗിക്കുന്നതിനുള്ള സാധ്യത തെളിയും. നിഷ്കളങ്കമായ വിനോദോപാധിയാണ് സിനിമ എന്ന സാമാന്യബോധത്തെ തിരുത്തുകയും ചലച്ചിത്രത്തിന്റെ ദൃശ്യവിനിമയത്തിലൂടെ ഉൽപ്പാദിപ്പിക്കപ്പെടുന്ന വ്യവഹാരവിവക്ഷകൾ കണ്ടെത്തുകയും ചെയ്യേണ്ടതിന്റെ പ്രസക്തി വർദ്ധിച്ചുവരികയാണ്.

'അടൂർ ഗോപാലകൃഷ്ണന്റെ സ്വയംവരം (1972), കൊടിയേറ്റം (1978), എലിപ്പത്തായം (1981), മുഖാമുഖം (1984), അനന്തരം (1987), മതിലുകൾ (1990), വിധേയൻ (1993), കഥാപുരുഷൻ (1995), നിഴൽക്കുത്ത് (2002), നാലുപെണ്ണുങ്ങൾ (2007), ഒരു പെണ്ണും രണ്ടാണും (2008), പിന്നെയും (2016) എന്നീ സിനിമകളെ അടിസ്ഥാനമാക്കി ആധുനികതയുടെ കേരളീയപശ്ചാത്തലം അടൂരിന്റെ സിനിമകൾ ഏതൊക്കെ രീതിയിൽ പ്രതിനിധീകരിച്ചു എന്നും ഈ ദൃശ്യങ്ങൾ വിനിമയം ചെയ്യുന്ന പ്രത്യയശാസ്ത്ര വിവക്ഷകളെക്കുറിച്ചുമാണ് ഈ കൃതിയിൽ പഠനവിധേയമാക്കുന്നത്. പ്രസ്തുത സിനിമകളുടെ തിരക്കഥയും വീഡിയോയുമാണ് ഈ പഠനത്തിന് ആകാരമായി സ്വീകരിച്ചത്. ദൃശ്യഭാഷയുടെ ആവിഷ്കരണമായ സിനിമയുടെ സാംസ്കാരികമൂല്യം തിരിച്ചറിയുന്നതിനുള്ള ഉപാധി ദൃശ്യപ്രതിനിധാനങ്ങളെ വിശകലനം ചെയ്യുകയാണ്. സംസ്കാരപഠനത്തിന് ഒട്ടേറെ സംഭാവനകൾ നൽകിയ സ്റ്റുവർട്ട് ഹാളിന്റെ (stuart Hall) പ്രതിനിധാനമെന്ന (Representation) പരികല്പനയെ പ്രത്യയശാസ്ത്രവിശകലനത്തിന്റെ രീതിശാസ്ത്രമുപയോഗിച്ച് നിരീക്ഷിക്കുവാനാണ് ഈ കൃതിയിൽ ശ്രമിച്ചിട്ടുള്ളത്. കേരളത്തിന്റെ സാംസ്കാരിക ചരിത്രത്തിൽ അടയാളപ്പെടുത്തിയ ചലച്ചിത്രങ്ങളെ പുതിയരീതിശാസ്ത്രമുപയോഗിച്ച് പുനർവായിക്കാനുള്ള ശ്രമങ്ങൾ സാംസ്കാരികവും രാഷ്ട്രീയവുമായ പുതിയ നിർദ്ധാരണങ്ങൾക്കും വെളിപ്പെടുത്തലുകൾക്കും സാധ്യത തുറന്നിടുന്നു.

അടൂർ ഗോപാലകൃഷ്ണനും മലയാളത്തിലെ നവസിനിമയും

മലയാള സിനിമയെ ലോകസിനിമയുടെ ഭൂപടത്തിൽ അടയാളപ്പെടുത്തിയ ആദ്യത്തെ ചലച്ചിത്രക്കാരനാണ് അടൂർ ഗോപാലകൃഷ്ണൻ. ലോകസിനിമയിലെ നവപ്രസ്ഥാനങ്ങളെയും സങ്കേതങ്ങളെയും മലയാളി പരിചയപ്പെടുന്നതും അടുത്തറിയുന്നതും അടൂരിലൂടെയാണ്. ഇന്ത്യയിലെ പ്രമുഖരായ പത്ത് സംവിധായകരെ പരിഗണിക്കുമ്പോൾ മുൻനിരയിൽ അടൂരെന്ന ചലച്ചിത്രകാരനുണ്ടാകും.

കൊല്ലം ജില്ലയിലെ കുന്നത്തൂർ താലൂക്കിന്റെ ആസ്ഥാനമായ അടൂരിലെ പള്ളിക്കൽ എന്ന സ്ഥലത്താണ് ഗൗരി കുഞ്ഞമ്മയുടെയും മാധവൻ ഉണ്ണിത്താന്റെയും ആറാമത്തെ മകനായി 1941 ജൂലൈ 3 ന് അടൂർ ഗോപാലകൃഷ്ണൻ ജനിച്ചത്. കഥകളി, നാടകം, സംഗീതം, ഉപകരണസംഗീതം ഇവയിൽ താല്പര്യമുള്ളവരായിരുന്നു അടൂർ ഗോപാലകൃഷ്ണന്റെ കുടുംബം. സ്കൂളിൽ പഠിക്കുന്ന കാലത്ത് തന്നെ നാടകങ്ങളിൽ അഭിനയിക്കുകയും നാടകങ്ങൾ സംവിധാനം ചെയ്യുകയും ചെയ്ത് കഴിവ് പ്രകടിപ്പിച്ച അദ്ദേഹം 1960ൽ ഗാന്ധിഗ്രാമിൽ വച്ച് ബിരുദം നേടി. 1962-ൽ നാഷണൽ സാംപിൾ സർവ്വേയിൽ ആദ്യത്തെ ജോലിയിൽ പ്രവേശിച്ചു. സിനിമ മോഹം കലശലായപ്പോൾ ജോലി ഉപേക്ഷിച്ച് 1962ൽ പൂനെ ഫിലിം ഇൻസ്റ്റിറ്റ്യൂട്ടിൽ സിനിമ പഠനത്തിനായി ചേർന്നു. അവിടെ നിന്നും തിരക്കഥ രചനയിലും സംവിധാനത്തിലും ബിരുദം നേടി. പന്ത്രണ്ട് മലയാള സിനിമയും മുപ്പതോളം ഷോർട്ട് ഫിലിമുകളും ഡോക്യുമെന്ററികളും അദ്ദേഹത്തിന്റേതായിട്ടുണ്ട്. 1972-ൽ ആദ്യ സിനിമയായ സ്വയംവരത്തിന് മികച്ച സിനിമ, മികച്ച സംവിധായകൻ എന്നീ വിഭാഗങ്ങളിലെ പുരസ്കാരം ലഭിക്കുകയുണ്ടായി. മികച്ച നടിക്കുള്ള പുരസ്കാരത്തിനും മികച്ച ക്യാമറാമാനുള്ള പുരസ്ക്കാരത്തിനും

സിനിമ അർഹമായി. അടൂർ ഗോപാലകൃഷ്ണന്റെ സിനിമകളെല്ലാം ദേശീയതലത്തിലും അന്താരാഷ്ട്ര തലത്തിലും പുരസ്കാരത്തിന് അർഹമായി. തിരക്കഥാകൃത്ത്, സംവിധാനം, ആജീവനാന്ത സംഭാവനകൾ ഇങ്ങനെ സിനിമാമേഖലയിലെ നിരവധി അവാർഡുകൾ സ്വന്തമാക്കി ലോകത്തിലെ മികച്ച ചലച്ചിത്ര പ്രവർത്തകരിലൊരാളായി എണ്ണപ്പെട്ടു. ബ്രിട്ടീഷ് ഫിലിം ഇൻസ്റ്റിറ്റ്യൂട്ടിന്റെ 1982ലെ മികച്ച 'ഭാവാത്മക ചലച്ചിത്രത്തിനുള്ള പുരസ്കാരത്തിന് എലിപ്പത്തായം അർഹമായി.മുഖാമുഖം, അനന്തരം, മതിലുകൾ, വിധേയൻ, കഥാപുരുഷൻ എന്നീ സിനിമകൾ ഇന്റർനാഷണൽ ഫിലിം പുരസ്കാരത്തിന് ആറുതവണ അർഹമായി. ഇന്റർനാഷണൽ ഫിലിം ക്രിട്ടിക്ക് (FIPRESCI) പുരസ്കാരത്തിന് ആറ് തവണ അടൂർ അർഹനായി. ബർലിൻ,കാൻ, ടൊറന്റോ വെനീസ്, ലണ്ടൻ തുടങ്ങി നിരവധി അന്താരാഷ്ട്ര ചലച്ചിത്രമേളകളിൽ അദ്ദേഹത്തിന്റെ സിനിമകൾ പ്രദർശിപ്പിക്കപ്പെട്ടു. 1984 ൽ രാജ്യം പത്മശ്രീ നൽകി ആദരിച്ചു. 2004 ദാദാസാഹിബ് ഫാൽക്കേ പുരസ്കാരത്തിന് അർഹനായ അടൂർ അതേ വർഷം തന്നെ എംജി യൂണിവേഴ്സിറ്റിയുടെ ഡി - ലിറ്റ് ബിരുദത്തിനും അർഹനായി. 2006-ൽ പത്മവിഭൂഷൺ ബഹുമതി നേടിയ അടൂർ ഏഴ് തവണ ദേശീയ പുരസ്ക്കാരത്തിന് തെരഞ്ഞെടുക്കപ്പെട്ടു.

ഇന്ത്യയുടെ സാമൂഹികവ്യവസ്ഥിതിയിൽ കാര്യമായ വ്യതിചലനങ്ങൾ പ്രത്യക്ഷപ്പെട്ട കാലമായിരുന്ന എഴുപതുകളിലേത്. പുതിയ സാമൂഹ്യക്രമീകരണം നൽകിയ ഒറ്റപ്പെടലിന്റെ വ്യാപകമായ അനുഭവങ്ങളാണ് ആധുനികസാഹിത്യം പോലെ ചലച്ചിത്രവും അടയാളപ്പെടുത്തിയത്. സ്വതന്ത്രഭാരതം വിഭാവനം ചെയ്ത പുതുകാഴ്ചപ്പാടുകൾക്ക് ഈ കാലഘട്ടത്തിൽ വലിയ ഉലച്ചിൽതട്ടുന്നു. നവോത്ഥാനത്തിന്റെ ഫലമായി ഇന്ത്യയൊട്ടാകെയും കേരളത്തിൽ പ്രത്യേകിച്ചുമുണ്ടായ നേട്ടങ്ങളിൽ നിന്നുള്ള പിൻമടക്കവും കമ്മ്യൂണിസ്റ്റ് പ്രത്യയശാസ്ത്രത്തിനുണ്ടായ അപചയവും മുതലാളിത്ത/കമ്പോളവ്യവസ്ഥയുടെ ഉദയവും രാഷ്ട്രീയാശയങ്ങളിലുണ്ടായ വലതുസമീപനങ്ങളും ഇവിടെയുണ്ടായ കലാ/സാഹിത്യരൂപങ്ങളെ വലിയതോതിൽ സ്വാധീനിച്ചു. സിനിമയുടെ രൂപഭാവങ്ങളെ വിപ്ലവകരമായി ചോദ്യം ചെയ്തുകൊണ്ട് ലോകസിനിമാചരിത്രത്തിൽ കടന്നുവന്ന ന്യൂവേവ് (നവതരംഗം)ന്റെ സ്വാധീനം ഇന്ത്യൻ-മലയാളസിനിമയിൽ കടന്നുവരുന്നത് ഈ പശ്ചാത്തലത്തിലാണ്. പുതുമയുടെ തിരയിളക്കമായി ആദ്യം ഫ്രാൻസിലും പിന്നീട് യൂറോപ്പിലാകെയും തുടർന്ന് ഏഷ്യയിലും വ്യാപിച്ച ചലച്ചിത്രപ്രസ്ഥാനമാണ് ന്യൂവേവ്. അതുവരെ സ്റ്റുഡിയോയുടെ സുരക്ഷിതത്വത്തിൽമാത്രം

കുടുങ്ങിക്കിടന്ന ക്യാമറയും അഭിനേതാക്കളും തെരുവുകളിലേക്കും അതുവഴി ജനങ്ങളിലേക്കും ഇറങ്ങിയ ചരിത്രസന്ദർഭമാണത്. നാഗരികതയുടെയും മാനവികതയുടെയും ഹൃദയതാളം ഉൾക്കൊണ്ടുകൊണ്ട് ഒരുകൂട്ടം കലാകാരും നിരൂപകരും ചേർന്ന് നടത്തിയ കലാസപര്യയായിരുന്നു അത്. ഇന്ത്യൻ സിനിമയിൽ സത്യജിത്ത്റായ്, ഋത്വിക്ഘട്ടക്ക്, മൃണാൾസെൻ തുടങ്ങിയവർ ഈ നവസരണിയുടെ പ്രചാരകരായപ്പോൾ മലയാളത്തിൽ നവതരംഗസിനിമയുടെ ഭാവുകത്വപരിസരം കൊണ്ടുവന്നവരിൽ പ്രധാനിയാണ് അടൂർഗോപാലകൃഷ്ണൻ. ഫിലിം ഇൻസ്റ്റിറ്റ്യൂട്ടിലെ പഠനസാധ്യതകളും, നവതരംഗസിനിമകളും സിനിമാമേഖലയിൽ പുതിയ സൗന്ദര്യസമീപനങ്ങളുടെ പരീക്ഷണത്തിന് മലയാളത്തിലെ ചലച്ചിത്രപ്രവർത്തകരെ പ്രേരിപ്പിച്ചു. സിനിമാപഠനങ്ങളും ചർച്ചകളും സിനിമാസങ്കേതങ്ങളെക്കുറിച്ചുള്ള പുതിയ അറിവുകളും ലോകസിനിമയെ ഇന്ത്യൻജനത ഉൾക്കൊള്ളാൻ കാരണമായി. കേരളത്തിൽ ഫിലിം സൊസൈറ്റി പ്രസ്ഥാനം ആരംഭിക്കാനുള്ള അടൂരിന്റെ ശ്രമങ്ങളുടെ ഫലമായാണ് 1965-ൽ ചിത്രലേഖാ ഫിലിം സൊസൈറ്റി രൂപീകൃതമാവുന്നത്. സിനിമയെക്കുറിച്ച് ഗൗരവപരമായ രചനകൾ പ്രസിദ്ധീകരിക്കുന്നതിനും, കലാമൂല്യമുള്ള സിനിമകൾ നിർമ്മിക്കുന്നതിനും വിതരണം ചെയ്യുന്നതിനും പ്രദർശനങ്ങൾ സംഘടിപ്പിക്കുന്നതിലും ചിത്രലേഖ ഫിലിംസൊസൈറ്റി സഹായകമായിട്ടുണ്ട്. മലയാളസിനിമയ്ക്ക് പുതിയ ഭാവുകത്വം പ്രദാനംചെയ്യാൻ അടൂരിന്റെ ചലച്ചിത്രപ്രവർത്തനങ്ങൾക്ക് കഴിഞ്ഞു.

മലയാളസിനിമയിൽ സമാന്തരസിനിമ (ആർട്ട്സിനിമ)/ജനപ്രിയസിനിമ തുടങ്ങിയ അവാന്തരവിഭാഗങ്ങൾ ഉണ്ടാവുന്നത് എഴുപതുകളിലാണ്. ആഖ്യാനത്തിലെ ദുർഗ്രഹതയും വിരസമായ ഷോട്ടുകളും മന്ദതാളവും കലാസിനിമയെ മുഖ്യധാരസിനിമകളിൽനിന്ന് വേറിട്ട്നിർത്തി. 1970-നു ശേഷമുണ്ടായ കേരളത്തിലെ സാമൂഹിക-രാഷ്ട്രീയ അവസ്ഥകളെ ദൃശ്യവൽക്കരിക്കുന്നതിൽ സമാന്തരസിനിമകൾ വലിയ പങ്കുവഹിച്ചിട്ടുണ്ട്. അടൂർഗോപാലകൃഷ്ണന്റെ ആദ്യചിത്രമായ സ്വയംവരം (1972) മലയാളത്തിലെ നവതരംഗസിനിമയുടെ തുടക്കമായി കരുതപ്പെടുന്നു. പൊതുകൂട്ടായ്മയിൽനിന്നും ഉൾവലിഞ്ഞ് മധ്യവർഗ്ഗമായി ചുരുങ്ങിപ്പോവുന്ന കുടുംബത്തിന്റെ കഥപറഞ്ഞുകൊണ്ടാണ് സ്വയംവരം വന്നത്. താൻ ജീവിക്കുന്ന കാലഘട്ടത്തിന്റെ പരുക്കൻ യാഥാർത്ഥ്യങ്ങളെ വ്യാഖ്യാനിക്കാനും അടയാളപ്പെടുത്താനും ശ്രമിക്കുമ്പോഴാണ് നല്ലകലാകാരനും കാലത്തെ അതിജീവിക്കുന്ന സൃഷ്ടികളുമുണ്ടാവുന്നത്. താൻ ജീവിച്ചുവന്ന കാലഘട്ടത്തെ ദൃശ്യഭാഷയിൽ കലാമികവോടെ അടയാളപ്പെടുത്താൻ

അടൂരിന്റെ സിനിമകൾക്ക് കഴിഞ്ഞു. കേരളത്തിലെ മധ്യവർഗത്തിന്റെ അധോമണ്ഡലത്തിൽപ്പെട്ടവരോ, അടിസ്ഥാനവർഗ്ഗത്തിൽപ്പെട്ടവരോ ആണ് അദ്ദേഹത്തിന്റെ ചലച്ചിത്രങ്ങളിലെ കഥാപാത്രങ്ങളായത്. അറുപതുകളുടെ അവസാനം നവോത്ഥാനത്തിന്റെയും ആധുനികതയുടെയും ഫലമായി കേരളത്തിലുണ്ടായ സാമൂഹിക-രാഷ്ട്രീയ-സാംസ്കാരികമേഖലകളിലുണ്ടായ പരിവർത്തനങ്ങളാണ് അദ്ദേഹത്തിന്റെ പന്ത്രണ്ട് സിനിമകളും വ്യത്യസ്ത പ്രമേയങ്ങളിലൂടെ അവതരിപ്പിച്ചത്.

ഫിലിം സൊസൈറ്റി പ്രസ്ഥാനങ്ങൾ

കല എന്ന നിലയിൽ ചലചിത്രത്തിന്റെ സാധ്യതകൾ സാക്ഷാത്കരിക്കുന്നതിൽ ലോകമെമ്പാടുമുള്ള ഫിലിം സൊസൈറ്റികൾ വലിയ പങ്കുവഹിച്ചിട്ടുണ്ട്. കച്ചവട സാധ്യതകളോട് വിമുഖത കാട്ടുകയും കലാമികവ് പുലർത്തുകയും ചെയ്യുന്ന സിനിമകൾ ആസ്വദിക്കുന്നതിനും നിരൂപണം നടത്തുന്നതിനുമായി ഫ്രാൻസിലെ പാരീസിൽ 1902-ൽ എഡ്മണ്ട് ബെനോയ്റ്റ് ലെവിസിന്റെ നേതൃത്വത്തിൽ ഒരു ഫിലിം ക്ലബ്ബ് രൂപം കൊണ്ടു. ഫിലിം സൊസൈറ്റിയുടെ ആദ്യരൂപമായി ഇതിനെ കാണാം. വെറും വിനോദോപാധി എന്നതിലുപരിയായി ചലച്ചിത്രം എന്ന മാധ്യമത്തെ സംബന്ധിക്കുന്ന ചരിത്രരേഖകൾ ശേഖരിക്കുക, സംരക്ഷിക്കുക, പ്രദർശനങ്ങൾ സംഘടിപ്പിക്കുക, എന്നീ ലക്ഷ്യങ്ങളാണ് ഫിലിം ക്ലബ്ബിന് ഉണ്ടായിരുന്നത്. ഒന്നും രണ്ടും ലോകമഹായുദ്ധങ്ങൾക്കിടയിലുള്ള കാലത്താണ് ഫിലിം ക്ലബ്ബുകൾ ആ പേരിൽ യൂറോപ്പിൽ പലയിടത്തും വ്യാപിച്ചത്. തിയേറ്ററുകളിൽ പൊതുപ്രദർശനത്തിന് എത്താത്തതും വ്യത്യസ്തവുമായ ചിത്രങ്ങൾ കാണാനുള്ള ഒരു വേദിയും അതിനുള്ള കൂട്ടായ്മയും എന്ന നിലയ്ക്കാണ് ഫിലിം സൊസൈറ്റുകൾ എല്ലായിടത്തും വ്യാപിച്ചത്.

രണ്ടാം ലോകമഹായുദ്ധത്തിനുശേഷം ഫിലിം ക്ലബ്ബുകൾ വേഗത്തിൽ വളർച്ച പ്രാപിച്ചു. ലൂമിയർ സഹോദരന്മാർ നിർമ്മിച്ച 'അറൈവൽ ഓഫ് ട്രെയിൻ' അടക്കമുള്ള ഹ്രസ്വചലന ദൃശ്യങ്ങൾ പുതിയ തലമുറയ്ക്കായി കാത്തുസൂക്ഷിച്ചു വെച്ചത് സിനിമത്തക്കേ ഫ്രാൻസ്വാ (Cinematheque Francaise) എന്ന സ്ഥാപനമാണ്. ഇവർ സിനിമയെ അതീവ പ്രാധാന്യമുള്ള ഒരു മാധ്യമമായി തിരിച്ചറിയുകയും സിനിമയുമായി ബന്ധപ്പെട്ട എല്ലാ രേഖകളും പ്രിന്റുകളും വളരെ ശ്രദ്ധയോടെ സംരക്ഷിക്കുകയും പ്രദർശിപ്പിക്കുകയും ചെയ്തു. തുടർന്നുള്ള വർഷങ്ങളിൽ ഫിലിം സൊസൈറ്റി

പ്രസ്ഥാനത്തിന് വലിയ തോതിലുള്ള വളർച്ചയുണ്ടാവുകയും നിരവധി രാജ്യങ്ങൾ ഫിലിം സൊസൈറ്റി പ്രസ്ഥാനത്തിന്റെ അന്താരാഷ്ട്ര സംഘടനയിൽ അംഗമാവുകയും ചെയ്തു.

ഇന്ത്യൻ ഫിലിംസ് സൊസൈറ്റി പ്രസ്ഥാനം ആരംഭിക്കുന്നത് 1937 ലാണ് .ബോംബെ ആസ്ഥാനമാക്കി രൂപീകരിച്ച അമേച്വർ ഫിലിം സൊസൈറ്റി ഓഫ് ഇന്ത്യ ആയിരുന്നു അത്. .1947 -ൽസത്യജിത്ത് റായി, നെമായ് ഘോഷ്, ചിദാനന്ദദാസ് എന്നിവർ ചേർന്ന് കൊൽക്കത്ത ഫിലിം സൊസൈറ്റി രൂപീകരിച്ചു. ആദ്യ ഇന്ത്യൻ ഫിലിം സൊസൈറ്റിയായി ചലചിത്ര ലോകം കരുതി പോകുന്നത് കൊൽക്കത്ത ഫിലിം സൊസൈറ്റിയെയാണ്. 1952-ൽ ഇന്ത്യയിലെ ആദ്യത്തെ ഇന്റർനാഷണൽ ചലചിത്രമേള ഹോളിവുഡ് ഉൾപ്പെടെയുള്ള 'ഭാഷാ സിനിമകൾക്ക് ഇന്ത്യയിൽ വലിയ പ്രചാരം നൽകി.

1955- ൽപുറത്തുവന്ന സത്യജിത് റായിയുടെ പാഥേർ പാഞ്ചാലി ഫിലിം സൊസൈറ്റി പ്രസ്ഥാനത്തിനും ഇന്ത്യൻ ചലച്ചിത്ര ലോകത്തിനും പുത്തൻ ഉണർവ് നൽകി. 1956ൽ ഇന്ത്യയിൽ എത്തിയ പ്രശസ്ത ചലച്ചിത്രനിരൂപകയായ മേരി സ്റ്റേണിന്റെ ഇടപെടൽ ഇന്ത്യൻ ഫിലിം സൊസൈറ്റി പ്രസ്ഥാനത്തിനും പ്രവർത്തകർക്കും നവ്യമായ ഒരു ചലചിത്ര ലാവണ്യ ബോധം ഉണ്ടാക്കി. ദേശീയ സ്വാതന്ത്ര്യത്തോടൊപ്പം തന്നെ പുതിയ ചലച്ചിത്രാവബോധവും സ്വതന്ത്രമായ ആസ്വാദനവും രൂപപ്പെട്ടു. തുടർന്ന് ബോംബെ ഡൽഹി, മദ്രാസ്, റൂർക്കി , പാട്ന, ആഗ്ര, ഫൈസാബാദ് തുടങ്ങിയ നഗരങ്ങളിലും ഫിലിംസൊസൈറ്റികൾ രൂപം കൊണ്ടു.

കേരളത്തിലെ ഫിലിം സൊസൈറ്റികൾ

ഇരുപതാം നൂറ്റാണ്ടിന്റെ അവസാന ദശകങ്ങളിലാണ് മലയാള സിനിമയുടെ ചരിത്ര സഞ്ചാരത്തിൽ ഗുണപരമായ പല മാറ്റങ്ങളും അനുഭവപ്പെടുന്നത്. ഇക്കാലയളവിൽ കേരളത്തിലെ സാംസ്കാരിക മേഖലയിലെ സജീവസാന്നിധ്യമായിരുന്നു ഫിലിം സൊസൈറ്റികൾ. സിനിമയുടെ ബാല്യ കൗമാരങ്ങളിൽ തന്നെ ലോകമെമ്പാടും ഫിലിം സൊസൈറ്റികൾ രൂപപ്പെട്ടിരുന്നുവെങ്കിലും 1965-ൽ അടൂർ ഗോപാലകൃഷ്ണനും, കുളത്തൂർ ഭാസ്കരൻ നായരും ചേർന്ന് ചിത്രലേഖ ഫിലിം സൊസൈറ്റി തിരുവനന്തപുരത്ത് ആരംഭിച്ചതോടെയാണ് കേരളത്തിലെ ഫിലിം സൊസൈറ്റി പ്രസ്ഥാനത്തിന് തുടക്കം കുറിക്കപ്പെട്ടത്. അത് സത്യജിത് റായിയുടെ നേതൃത്വത്തിൽ 1947 -ൽ പ്രവർത്തനമാരംഭിച്ച കൊൽക്കത്ത ഫിലിം സൊസൈറ്റിയുടെ പാത പിന്തുടർന്നാണ്.

സിനിമ സംബന്ധിയായ ഒരു ആധികാരിക പ്രസിദ്ധീകരണം ആരംഭിക്കുക, തിരുവനന്തപുരത്ത് ഒരു ഫിലിം സൊസൈറ്റി സ്ഥാപിച്ചുകൊണ്ട് കേരളത്തിലെ ഫിലിം സൊസൈറ്റി പ്രസ്ഥാനം ആരംഭിക്കുക, ഗുണനിലവാരമുള്ള നല്ല സിനിമകൾ നിർമ്മിക്കുക എന്നിവ ചിത്രലേഖയുടെ പ്രധാന ലക്ഷ്യങ്ങളായിത്തീർന്നു. എഴുപതുകളുടെ അന്ത്യത്തോടെ ഒരു ജനകീയ സാംസ്കാരിക പ്രസ്ഥാനമായി ഫിലിം സൊസൈറ്റി പ്രസ്ഥാനം മാറി. ജനകീയമായ ഒരു ദൃശ്യസാക്ഷരത മലയാളി ആർജിച്ചത് ഈ പ്രസ്ഥാനത്തിലൂടെയാണ്. ആരോഗ്യകരമായ ഒരു ദൃശ്യസംസ്കാര രീതി ഉണ്ടാക്കിയെടുക്കുക എന്ന ലക്ഷ്യത്തോടെ രൂപപ്പെട്ട ഫിലിം സൊസൈറ്റികൾ മലയാളിയുടെ ചലച്ചിത്ര ആഖ്യാന വഴക്കങ്ങളെയും ആസ്വാദനത്തെയും സ്വാധീനിച്ചു. തൊണ്ണൂറുകളുടെ മധ്യത്തിൽ 'ഫെഡറേഷൻ ഓഫ് ഫിലിം സൊസൈറ്റിസ് ഓഫ് ഇന്ത്യ'യിൽ രജിസ്റ്റർ ചെയ്ത നൂറോളം ഫിലിം സൊസൈറ്റികൾ കേരളത്തിൽ പ്രവർത്തിച്ചിരുന്നു. ലോകസിനിമയെ അറിയാനും ലോകത്തെ അറിയാനുമായി ഗ്രാമ-നഗര ഭേദമില്ലാതെ യുവാക്കൾ ഫിലിം സൊസൈറ്റികളിൽ ചേർന്ന് പ്രവർത്തിച്ചു. തുടർച്ചയായ കാഴ്ചാനുഭവം ചലചിത്ര ഭാഷയും വ്യാകരണവും മനസ്സിലാക്കാൻ പ്രേക്ഷകരെ പ്രാപ്തരാക്കി. ഇത്തരത്തിൽ പ്രേക്ഷകന്റെ ചലചിത്ര ആസ്വാദനശേഷി ഉണർത്തിയെടുക്കുന്നതിൽ ഫിലിം സൊസൈറ്റികൾ വലിയ പങ്കുവഹിച്ചു.

നല്ല ചലചിത്ര നിർമ്മാണത്തിനും വിതരണം ചെയ്യുന്നതിനു മുള്ള ഒരു സഹകരണസംഘ മായിരുന്നു ചിത്രലേഖ. ചലച്ചിത്ര ആസ്വാദനം ,ചലചിത്ര സാഹിത്യ രചന, ചലച്ചിത്ര നിർമ്മാണം എന്നീ മേഖലകളെ സമ്പുഷ്ടമാക്കാനുള്ള പദ്ധതികളാണ് ചിത്രലേഖയെ മികച്ച പ്രസ്ഥാനമാക്കി മാറ്റിയത്. നല്ല സിനിമയെ സ്വീകരിക്കാനുള്ള അന്തരീക്ഷം കേരളത്തിന് കൈവന്നത് ചിത്രലേഖ തുടക്കമിട്ട ഫിലിം സൊസൈറ്റി പ്രസ്ഥാനത്തിന്റെ പരിശ്രമം മൂലമാണ്.

ചിത്രലേഖയുടെ ചുവട് പിടിച്ചു കൊണ്ട് ധാരാളം ഫിലിം സൊസൈറ്റികൾ തുടർന്നിങ്ങോട്ട് കേരളത്തിൽ രൂപം കൊണ്ടു. അശ്വിനി ഫിലിം സൊസൈറ്റി (കോഴിക്കോട്), ജനശക്തി ഫിലിംസ്, രശ്മി ഫിലിം സൊസൈറ്റി (മലപ്പുറം), ജ്വാല, ഫ്രെയിം (തിരൂർ), മൊണ്ടാഷ് (മഞ്ചേരി), കാണി (ചങ്ങരംകുളം), ചലച്ചിത്ര (തിരുവനന്തപുരം) എന്നിവ അവയിൽ പ്രധാനമാണ്.അതുവരെ രൂപംകൊണ്ട ഫിലിം സൊസൈറ്റികളുടെ മാതൃകയിൽ നിന്ന് വേറിട്ട് കൂടുതൽ പരീക്ഷണാത്മക സമീപനമായിരുന്ന ജോൺ എബ്രഹാമിന്റെ നേതൃത്വത്തിൽ കോഴിക്കോട് കേന്ദ്രമായി രൂപംകൊണ്ട 'ഒഡേസ്സ'ഫിലിം സൊസൈറ്റി. ചലച്ചിത്രം

വിനോദോപാധി എന്നതിനപ്പുറം രാഷ്ട്രീയ പ്രത്യയശാസ്ത്ര ഉപകരണം കൂടിയാണെന്ന് മലയാളിയെ ബോധ്യപ്പെടുത്താൻ ഫിലിം സൊസൈറ്റി പ്രസ്ഥാനങ്ങൾക്കായി. കലാമൂല്യമുള്ള ചലച്ചിത്രങ്ങൾ കാണുകയും കാണിക്കുകയും വഴി ദൃശ്യസംസ്ക്കാരം നവീകരിക്കപ്പെട്ടു.

ഇന്ന് കേരളത്തിലുടനീളം ധാരാളം ഫിലിം സൊസൈറ്റികൾ സിനിമാപ്രദർശനങ്ങളും സിനിമാ മേളകളും ചർച്ചകളുമായി ചലച്ചിത്രലോകത്തെ സജീവമാക്കുന്നുണ്ട്. തിരുവനന്തപുരം ഫിൽക്കെ, ഡക്കലോഗ് മണ്ണാർക്കാട്, പയ്യന്നൂർ ഓപ്പൺ ഫ്രെയിം, കോതമംഗലം സുമംഗല, വടകര ഫാൽക്കെ, വള്ളുവനാട് ഫിലിംസൊസൈറ്റി പെരിന്തൽമണ്ണ, ഇൻസൈറ്റ് പാലക്കാട്, പയ്യന്നൂർ സർഗ്ഗ, ക്യൂബ് ഫിലിം സൊസൈറ്റി എന്നിവയുടെ പ്രവർത്തനങ്ങൾ ശ്രദ്ധേയമാണ്.

പ്രതിനിധാനം: സങ്കല്പനവും പ്രയോഗവും

സംസ്കാരപഠനവുമായി (Cultural Studies) ബന്ധപ്പെട്ട് സവിശേഷമായി ഉപയോഗിച്ചുവരുന്ന പദമാണ് പ്രതിനിധാനം (Representation). സാധാരണവ്യവഹാരങ്ങളിൽ 'ഒന്നിന് പകരം നിൽക്കുന്നത്' എന്ന അർത്ഥത്തിലാണ് പ്രതിനിധാനം എന്ന വാക്ക് ഉപയോഗിക്കുന്നത്. നമ്മുടെ മനസ്സിലുള്ള സങ്കല്പങ്ങൾക്ക് ഭാഷയിലൂടെ അർത്ഥനിർമ്മിതി നടത്തുകയാണ് പ്രതിനിധാനം' വഴി നിർവ്വഹിക്കപ്പെടുന്നത്. ഒരേ സാംസ്കാരിക വ്യവസ്ഥയിൽ ഉൾപ്പെടുന്ന ആളുകൾക്കിടയിൽ അർത്ഥോൽപ്പാദനം, അതിന്റെ വിനിമയം എന്നീ പ്രക്രിയകൾ നടക്കുവാൻ അത്യാവശ്യമായ ഒന്നാണ് പ്രതിനിധാനം. ഭാഷ എന്നതുകൊണ്ട് ഇവിടെ ഉദ്ദേശിക്കുന്നത് ദൃശ്യഭാഷ ഉൾപ്പെടെയുള്ള അതിന്റെ സമഗ്രരൂപത്തെയുമാണ്. സംസ്കാരത്തിന്റെ നിർമ്മിതിതന്നെ പരസ്പരധാരണയോടെയുള്ള ആശയസംവേദനമാണ്. വസ്തു, സൂചകം, ആശയം ഇവ മൂന്നിനെയും ബന്ധിപ്പിക്കുന്ന ഒരു പ്രക്രിയയാണ് പ്രതിനിധാനം (StuartHall, 2010:15)'.

ഒരു വസ്തുവിന്റെയോ, വസ്തുതയുടെയോ സാങ്കൽപ്പികമായ പ്രതിരൂപമോ ബിംബമോ ആ വസ്തുവിന്റെ അസാന്നിധ്യത്തിൽപോലും അതിന്റേതായ പ്രതീതി തോന്നിപ്പിക്കുന്ന തരത്തിൽ നമ്മെ എത്തിക്കുന്നുവെങ്കിൽ അതിനെ ആ വസ്തുവിന്റെ പ്രതിനിധാനമെന്ന് വിളിക്കാം. രാജാരവിവർമ്മയുടെ 'ഹംസവും ദമയന്തിയും' എന്ന ചിത്രം നമ്മുടെ മുമ്പിൽ ആവർത്തിച്ചു കാണുമ്പോൾ യഥാർത്ഥ ഹംസദമയന്തിയുടെ രൂപമായിട്ടാണ് ആ ചിത്രം നമ്മുടെ മനസ്സിൽ പ്രതിഷ്ഠിതമാവുന്നത്.

പ്രതിനിധാനത്തിന് ഇവിടെ രൂപപരമായ സാദൃശ്യം കാരണമാവുമ്പോൾ ചില ചിഹ്നങ്ങൾ, കോഡുകൾ, സിഗ്നലുകൾ തുടങ്ങിയവയും

പ്രത്യേക ആശയം വിനിമയം ചെയ്യുന്നു. ക്രിസ്ത്യൻ മതവിശ്വാസികളെ സംബന്ധിച്ച് കുരിശ് (cross) യേശുവിന്റെ പീഢനത്തിന്റെയും സഹന ത്തിന്റെയും പ്രതീകമായി മാറുന്നു. രണ്ട് മരക്കഷണങ്ങൾ വിലങ്ങനെ വെച്ചുണ്ടാക്കുന്ന മരക്കുരിശിന്റെ രൂപം വിശാലമായ അർത്ഥത്തിൽ ഉൽകൃഷ്ടമായ ആശയത്തിലെത്തിച്ചേരുന്നു.

യാഥാർത്ഥ്യത്തെ കലയിലൂടെ ആവിഷ്കരിക്കുന്ന മാനുഷികശ്രമ ങ്ങളാണ് പ്രതിനിധാനം. പാശ്ചാത്യലോകത്ത് കലാനിരൂപണത്തിന്റെ കാലം മുതൽ പ്രതിനിധാനം എന്ന പദം കാണാമെങ്കിലും ഈ സങ്ക ല്പനത്തിന് സവിശേഷമാനങ്ങൾ കൈവരിച്ചത് റിയലിസത്തിന്റെയും അതിന്റെ തിരസ്കാരമെന്നവണ്ണം ഉദയം ചെയ്ത ആധുനിക-ഉത്തരാധു നിക സങ്കൽപ്പനങ്ങളുടെ പ്രഭവകാലത്തുമാണ്.

പ്രതിനിധാനവും ചിഹ്നശാസ്ത്രവും

അറുപതുകളിൽ വികാസംപ്രാപിച്ച ചിഹ്നശാസ്ത്രം (semotics) പ്രതി നിധാന പ്രക്രിയയുമായി ബന്ധപ്പെടുത്തി വ്യാഖ്യാനിക്കാവുന്നതാണ്. പുതിയകാലത്തിന്റെ ആവിഷ്കാരമാധ്യമമായ ചലച്ചിത്രത്തിന്റെ നിർമ്മാണത്തിൽ ചിഹ്നശാസ്ത്രത്തിന്റെ സ്വാധീനം വ്യാപകമായി കാണാവുന്നതാണ്. ചിഹ്നത്തിന്റെ (പ്രതിനിധാനം) ഉപയോഗം പ്രേക്ഷ കന് വികാരവും താളവും പകരുന്നു. പ്രതിനിധാനത്തിലൂടെ വിനിമയം ചെയ്യപ്പെടുന്ന ആശയം പ്രേക്ഷകമനസുമായി വേഗത്തിൽ സംവേദനം ചെയ്യുന്നു. ചിഹ്നത്തിലൂടെ ചലച്ചിത്രകാരൻ ക്രമാനുഗതമായി വിവിധ തലങ്ങളുമായി സംവദിക്കുമ്പോൾ ചിഹ്നത്തിന് അർത്ഥപരിണാമം ഉണ്ടാകുകയും ആസ്വാദനം എളുപ്പത്തിൽ നടക്കുകയും ചെയ്യുന്നു. ചലച്ചിത്രത്തിന്റെ സമഗ്രത ദൃശ്യഭാഷയെ ആശ്രയിച്ചിരിക്കുമ്പോൾ ആ ഭാഷയെ രൂപപ്പെടുത്തുന്നതിൽ പ്രതിനിധാന പ്രക്രിയകൾക്ക് സവിശേ ഷമായ പങ്കുണ്ട്. പല ഘടകങ്ങളിലൂടെയുള്ള അർത്ഥനിർമ്മിതിയാണ് പ്രതിനിധാനത്തിലൂടെ ചലച്ചിത്രം സാക്ഷാത്കരിക്കുന്നത്. അവ ചിഹ്ന ങ്ങളുടെ രൂപത്തിലും ധ്വനിവൈവിധ്യത്തിലും ശബ്ദത്തിന്റെ താളം, ഗതി തുടങ്ങിയ പ്രത്യേകതകൾകൊണ്ടും സവിശേഷമായ പശ്ചാത്തലഭൂമിക സൃഷ്ടിച്ചുകൊണ്ടും വസ്തുക്കളുടെ സ്ഥാനത്തിന്റെ പ്രത്യേകതകൊണ്ടും മറ്റുമാണ്. വസ്തുക്കൾ, ചലനം, നിറം, കഥാപാത്രങ്ങൾ, പ്രതിപാദ്യഭൂമിക, ശബ്ദം തുടങ്ങിയ ഘടകങ്ങളിലൂടെയാണ് ചലച്ചിത്രകാരൻ, 'ദൃശ്യസം രചന'യുടെ പൂർണ്ണതയിലെത്തുന്നത്.

ചലച്ചിത്രവും പ്രതിനിധാനപ്രക്രിയയും

സാംസ്കാരികാഖ്യാനം എന്ന നിലയിൽ ഇന്ന് ഏറ്റവും ജനപ്രിയമായ മാധ്യമമാണ് സിനിമ. സിനിമയെ സാംസ്കാരിക പ്രതിനിധാനം എന്ന നിലയിൽ മാത്രമല്ല പരിശോധിക്കേണ്ടത്, മറിച്ച് സാംസ്കാരികമായ ഒരു ഇടപെടൽ എന്ന നിലയിലും കൂടിയാണ്. അതിനാൽ സിനിമയെക്കുറിച്ചുള്ള പഠനം സിനിമയെക്കുറിച്ച് മാത്രമുള്ളതല്ല, സംസ്കാരത്തെക്കുറിച്ചുള്ളതുകൂടിയാണ്. മറ്റേതൊരു മാധ്യമത്തെയും പോലെ സിനിമയും ഏതെങ്കിലുംതരത്തിലുള്ള ആശയം പ്രക്ഷേപണം ചെയ്യുന്നുണ്ട്. അതുകൊണ്ടുതന്നെ സൈദ്ധാന്തികർ സിനിമയും ഭാഷയാണെന്ന് പറയുന്നു (Christian Metz, 1968:16). ഒരു മാധ്യമത്തിന്റെ സഹായത്തോടെ വക്താവിൽനിന്നും സ്വീകർത്താവിലേക്ക് ആശയങ്ങളെത്തുന്ന പ്രക്രിയയാണ് ആശയവിനിമയം എന്ന യുക്തിയിൽ നിന്നും വ്യത്യസ്തമായി, കാഴ്ചക്കാരുടെ സൗന്ദര്യാനുഭൂതിക്കനുസരിച്ച് ദൃശ്യവിനിമയത്തിൽ മാറ്റങ്ങളുണ്ടാകുമെന്ന ധാരണ ചലചിത്രസൗന്ദര്യശാസ്ത്രത്തെ പ്രസക്തമാക്കുന്നു. ഇവ നിരന്തരസാമീപ്യത്തിന്റെയും പരിചയത്തിന്റെയും അടിസ്ഥാനത്തിൽ വികസിക്കുന്നു. ദൃശ്യങ്ങളുടെ പരസ്പരപൂരകമായ വിനിമയങ്ങളെ ചേർത്തുവായിക്കുകയും വിലയിരുത്തുകയും ചെയ്യുന്നതിനുള്ള കഴിവാണിത്.

സിനിമയ്ക്കും വാക്കുകളുടെ ശേഖരവും വ്യാകരണനിയമങ്ങളുമുണ്ട്. സിനിമയിൽ ഷോട്ടുകളാണ് ഭാഷയുടെ ധർമ്മം നിർവ്വഹിക്കുന്നത്. സിനിമയുടെ സൈദ്ധാന്തികധാരണകളിൽ നിന്നുകൊണ്ട് അതിന്റെ സൃഷ്ടിവൈഭവത്തെ പ്രേക്ഷകനിലേക്കെത്തിക്കാൻ റഷ്യൻ ചലച്ചിത്ര സംവിധായകരായ സെർഗി ഐസൻസ്റ്റീൻ (Sergi Eisenstien), പുഡോവ്കിൻ (Pudovkin) മുതലായവർക്കു കഴിഞ്ഞു. സിനിമയുടെ സൗന്ദര്യാത്മകമായ അംശമായി മൊണ്ടാഷിനെ (montage) പ്രയോജനപ്പെടുത്തിക്കൊണ്ടായിരുന്നു അത്. ഒരു സീനിനെ ഷോട്ടുകളായി വിഭജിച്ച് ഇന്റർകട്ടുകളിലൂടെ സംയോജിപ്പിക്കുന്ന രീതിയാണ് മൊണ്ടാഷ് എന്നറിയപ്പെടുന്നത്. രണ്ടു ദൃശ്യങ്ങൾ തമ്മിൽ ചേരുമ്പോൾ മൂന്നാമതൊരർത്ഥം ലഭിക്കുന്ന സാങ്കേതികവിദ്യയാണിത്. ഗ്രിഫിത്ത് രൂപപ്പെടുത്തിയ ഈ ശൈലിയെ കൂടുതൽ ശക്തമായി വികസിപ്പിച്ചെടുത്തത് ഐസൻസ്റ്റീനാണ്. 'ബാറ്റിൽഷിപ്പ് പോട്ടെംകിൻ' (Battleship Pottemkin) എന്ന സിനിമ ഇതിനു മികച്ച ഉദാഹരണമാണ്. മൊണ്ടാഷിനോടൊപ്പം യാഥാർത്ഥ്യത്തോടടുത്തു നിൽക്കുന്ന സിനിമാസങ്കേതങ്ങളുമായി ആന്ദ്രേബേസിൻ രംഗത്തുവന്നു. എന്നാൽ

ദൃശ്യഭാഷയ്ക്ക് അതിന്റേതായ തനിമ നൽകിയത് ഗൊദാർദ് (Godhard) ആണ്. പിന്നീട് ഘടനാവാദികളായ സൊസ്സ്യൂറിന്റെയും (Saussure) ചിഹ്നശാസ്ത്രജ്ഞനായ ക്രിസ്ത്യൻ മെറ്റ്സിന്റെയും ഉമ്പർട്ടോ എക്കോവിന്റെയും (Umberto echo) നിഗമനങ്ങളാണ് ദൃശ്യഭാഷയെ ഭാഷയുമായി അടുപ്പിച്ചത്. സൊസ്സ്യൂറിന്റെ സൂചക/സൂചിത ബന്ധങ്ങൾ അടിസ്ഥാനമാക്കിയാണ് മെറ്റ്സ് സിനിമയെ വിശദീകരിക്കാൻ ശ്രമിച്ചത്. അദ്ദേഹം ചലച്ചിത്ര ഇമേജുകളെയും അതിനെ സംയോജിപ്പിക്കുന്ന പരമ്പരാഗ തരീതികളെയും സ്വേച്ഛാപരമായ ചിഹ്നവ്യവസ്ഥയായി കണ്ടു. കാലത്തിന്റെയും സ്ഥലത്തിന്റെയും പ്രതിനിധീകരണത്തിനു സൂചനാർത്ഥം, ലക്ഷണാർത്ഥം (denotive and connotative meaning) തുടങ്ങിയ ചില സങ്കേതങ്ങൾ ഉപയോഗിക്കുന്നതായി മെറ്റ്സ് വിശദീകരിക്കുന്നു (Christian Metz,1964:32). ഭാഷയിലെ അടിസ്ഥാനഘടകങ്ങളായ ശബ്ദങ്ങൾ ഒറ്റയ്ക്കു നിൽക്കുമ്പോൾ അത് അർത്ഥം വ്യുല്പാദിപ്പിക്കുന്നില്ല. അത് കൂടിച്ചേർന്ന് രൂപിമതലത്തിൽ എത്തുമ്പോൾ മാത്രമേ അർത്ഥഗ്രഹണം കൈവരുന്നുള്ളൂ. എന്നാൽ സിനിമയിൽ ഒരു 'ഷോട്ട്'തന്നെ ഒരുപാട് അർത്ഥതലങ്ങൾ പ്രക്ഷേപണം ചെയ്യുന്നുണ്ട്. ഇത്തരം ഷോട്ടുകളാണ് ദൃശ്യഭാഷ ചമയ്ക്കുന്നത്. തുടക്കത്തിൽ സിനിമ കൺമുന്നിലുള്ള യഥാർത്ഥ വസ്തുക്കളെ അതേപടി ആവിഷ്കരിക്കുകയായിരുന്നെങ്കിൽ പിന്നീടത് സൂചകങ്ങളിലൂടെ പലതരം അർത്ഥതലങ്ങൾ വ്യവഹരിക്കാൻ തുടങ്ങി. സൂചക/സൂചിത ബന്ധങ്ങൾ ആരോപിതവും സംസ്കാര നിഷ്ഠവുമായിരിക്കുന്നതുപോലെ തന്നെ സിനിമയിലും സംസ്കാരത്തിന് ഒഴിച്ചുകൂടാനാവാത്ത സ്ഥാനം കൽപ്പിക്കാവുന്നതാണ്.

> *സിനിമയും യഥാർത്ഥലോകവും ബന്ധപ്പെടുന്നത് പ്രതിനിധീകരണത്തിലൂടെയാണ്. പ്രതിനിധാനം വ്യവഹാരികമായ അർത്ഥനിർമ്മിതിയുമാണ്. അത്തരത്തിൽ നോക്കുമ്പോൾ സിനിമ ഭാഷയുടെ ഒരു ശ്രേണിയാണ്, ചിഹ്നങ്ങളുടെ ചരിത്രവും.*
>
> (Heath Stephen, 1981;194)

ഓരോ സിനിമയും ഓരോ പാഠങ്ങളാണ്. ഈ പാഠങ്ങൾ വായിച്ചെടുക്കുന്നതിന് അതാത് സാംസ്കാരിക വിനിമയത്തെ മനസ്സിലാക്കേണ്ടതുണ്ട് എന്നാണ് ഇതിലൂടെ അർത്ഥമാക്കുന്നത്.

ചലച്ചിത്രത്തിന്റെ സൗന്ദര്യശാസ്ത്രം

കാഴ്ചയുടെ മാധ്യമമായ സിനിമ വ്യത്യസ്ത സങ്കേതങ്ങളുടെ ഏകീകരണത്തിലൂടെ പ്രേക്ഷകരെ സ്വാധീനിക്കുന്ന പുതിയ പലകാഴ്ചപ്പാടുകളും കൊണ്ടുവരുന്നുണ്ട്. ദൃശ്യാവിഷ്കാരത്തിലെ പ്രത്യേകതകൾ,

ശബ്ദസാങ്കേതികത എന്നിവയാണ് സിനിമയെ അടയാളപ്പെടുത്തു ന്നത്. യുക്തിബദ്ധമായ നിയമങ്ങളൊന്നുമില്ലാതെ തന്നെ കാണുക' എന്ന ധർമ്മം നിർവ്വഹിക്കാൻ കഴിയും. സിനിമ ഒരു കലയും തുടർച്ച കളുടെയും സൂചകങ്ങളുടെയും ഒരു മാധ്യമവുമാണ്. ഒരു സിനിമയുടെ അർത്ഥം ജനിക്കുന്നത് നാം കാണുന്ന കാഴ്ചകളിൽ നിന്നോ കേൾക്കുന്ന ശബ്ദങ്ങളിൽ നിന്നോ മാത്രമല്ല, നമ്മൾ കാണാത്തതും കേൾക്കാ ത്തതുമായ വസ്തുതകളിൽ നിന്നുകൂടിയാണ്. ഒരു ചലച്ചിത്രത്തിന്റെ അർത്ഥവും നിലനിൽപ്പും സാധ്യമാവുന്നത് നമ്മുടെ കാഴ്ചയിലൂടെ നാം വായിച്ചെടുക്കുമ്പോഴാണ്. ലിഖിതഭാഷയിൽ സംഭവിക്കുന്നതുപോലെ നിഗൂഢാർത്ഥബിംബങ്ങൾ ശക്തമായ സൂചകങ്ങളായി സിനിമയിലും പ്രവർത്തിക്കുന്നുണ്ട്. ഇംഗ്ലീഷ്, മലയാളം, ഫ്രഞ്ച് തുടങ്ങിയ ഭാഷപോലു ള്ള ഒന്നല്ല സിനിമയും അതിന്റെ ഭാഷാവ്യാകരണങ്ങളും. സിനിമയുടെ പ്രാഥമിക മനസ്സിലാക്കൽ നേരിട്ടുള്ള കാഴ്ചയിലൂടെയാണ് നടക്കുന്നത്. എന്നാൽ ഗഹനമായ ചലചിത്രാസ്വാദനത്തിന് - ദൃശ്യബിംബങ്ങളെ കൂട്ടിവായിക്കാനും തിരിച്ചറിയാനും മനസ്സിലാക്കാനും നമ്മുടെ കണ്ണുക ൾക്കും തലച്ചോറിനും പ്രത്യേക ശിക്ഷണമാവശ്യമാണ്. ലളിതമെന്ന് തോന്നാവുന്ന ദൃശ്യങ്ങളുടെ വായനയ്ക്ക് ഒരു ഭാഷയിലെന്നോണം വ്യാക രണങ്ങളും നിയമങ്ങളും ബാധകമാവുകയും നാം അത് ശീലിക്കുകയും ചെയ്യേണ്ടിവരുന്നു. ലളിതമായ ചിഹ്നങ്ങളും ബിംബങ്ങളുംപോലും വ്യത്യസ്തമായ സാംസ്കാരിക പാരമ്പര്യത്തിലും പശ്ചാത്തലത്തിലും വ്യത്യസ്തമായാണ് ഉൾക്കൊള്ളുന്നതും വ്യാഖ്യാനിക്കപ്പെടുന്നതും.

ഇതര ദൃശ്യകലാരൂപങ്ങളെ അപേക്ഷിച്ച് നിരവധി കലകളുടെ സമ്മി ശ്രത ചലച്ചിത്രത്തിന് അവകാശപ്പെടാനാവുന്നു. കഥ, തിരക്കഥ, അഭി നേതാക്കൾ, ലൊക്കേഷൻ, എഡിറ്റിംഗ് ക്യാമറാമാൻ എന്നിവക്കൊപ്പം ചലച്ചിത്രനിർമ്മാണത്തിന്റെ സാമ്പത്തികമായ കാര്യങ്ങൾക്കായി നിർമ്മാതാവ് എന്നിങ്ങനെ ഒരു ചലച്ചിത്രത്തിന്റെ രൂപീകരണത്തിൽ വിവിധ ഘടകങ്ങളുണ്ട്. ചലച്ചിത്രത്തിൽ ദൃശ്യം എന്ന് പറയുന്നത് സംവിധായകന്റെ കാഴ്ചപ്പാടാണ്. അയാളുടെ അനുഭവവും രാഷ്ട്രീയവും അനുഭൂതികളും ദൃശ്യത്തെ സ്വാധീനിക്കുന്നു. ചലച്ചിത്ര ഭാഷയെന്നത് കൃത്യമായും ദൃശ്യങ്ങളെയും അവയുടെ സങ്കലനങ്ങളിൽ നിന്നരുത്തിരി യുന്ന അർത്ഥത്തെയും പ്രതിനിധാനം ചെയ്യുന്നു. ക്യാമറ ഉപയോഗിച്ച് ചിത്രീകരിക്കുന്ന ഷോട്ടുകളാണ് ഇവിടെ ദൃശ്യങ്ങൾ. പ്രേക്ഷകരിലേക്ക് ഫലപ്രദമായ ആശയവിനിമയം സാധ്യമാക്കുന്നത് ഇത്തരം ഷോട്ടുക ളുടെ സമാഹരങ്ങളാണ്.

ദൃശ്യ-ശബ്ദസമന്വയം എന്ന പ്രത്യേകതയാണ് സിനിമയെ ഏറ്റവുമധികം സംവേദനക്ഷമമാക്കുന്നത്. അതുകൊണ്ടാണ് സാമൂഹികാന്തരീക്ഷവുമായി ബന്ധപ്പെടുത്തി പ്രയോജനപരത എന്ന ആശയം പ്രസക്തമാവുന്നത്. കാലം, സ്ഥലം എന്നീ വിശകലനരീതികൾ സിനിമാപഠനം പ്രയോജനപ്പെടുത്തുന്ന ഏകകങ്ങളാണ്. ഇവയുടെ അടിസ്ഥാനത്തിൽ സിനിമയുടെ മാധ്യമസവിശേഷതകളെ അറിയുകയും സമൂഹം ലക്ഷ്യമാക്കുന്ന മൂല്യങ്ങളോട് ചേർത്ത് വിശകലനം ചെയ്യുകയും വേണം. ഒരു പ്രത്യേക കാലഘട്ടത്തിലെ സിനിമ എന്ന ആശയത്തിന് പ്രസക്തി ഉണ്ടാകുന്നത് ആ കാലഘട്ടം അടയാളപ്പെടുത്തുന്ന വിനിമയരീതികളും ശീലങ്ങളും സാങ്കേതിക പരിണാമങ്ങളും മറ്റും അടിസ്ഥാനമാക്കിയാണ്. സിനിമ കാലത്തെ അതിജീവിക്കുന്നത് അതിന്റെ ഭാഷ ശരിയായി ഉപയോഗിക്കുമ്പോഴാണ്. വെറുമൊരു കഥയെന്ന തലത്തിൽ നിന്ന് ദൃശ്യഭാഷയുടെ സവിശേഷതകളിലേക്ക് വികസിക്കുമ്പോഴാണ് ഇത് സാധ്യമാവുന്നത്. കഥാപാത്രങ്ങൾ, പശ്ചാത്തലം, കഥയിലെ തിരിവുകൾ, ആദിമധ്യാന്തപൊരുത്തം തുടങ്ങിയ കഥപറച്ചിലിന്റെ സവിശേഷതകൾക്കുപരിയായി നിൽക്കുന്ന ഒന്നാണ് ദൃശ്യഭാഷ.

ദൃശ്യഭാഷയുടെ ഘടകങ്ങൾ

ദൃശ്യഭാഷയ്ക്ക് അടിസ്ഥാനമായ ദൃശ്യത്തെ ഭാഷയിലെ അക്ഷരത്തോട് ഉപമിക്കാം. കുറേ അക്ഷരങ്ങൾ നിരത്തിവെച്ചാൽ അർത്ഥപൂർണ്ണമായ ഭാഷയാകാത്തതുപോലെ ഒരുകൂട്ടം ദൃശ്യങ്ങളെ നിരത്തിവെച്ചാൽ അത് ദൃശ്യഭാഷയാകുന്നില്ല. വ്യക്തമായ വ്യാകരണനിയമത്തിലൂടെ സൃഷ്ടിച്ചെടുക്കുന്ന അക്ഷരങ്ങൾ കൂട്ടിച്ചേർത്താൽ ആശയപൂർത്തിയുള്ള വാക്കുകൾ ഉണ്ടാകുന്നതുപോലെ വ്യക്തമായ പരസ്പരബന്ധത്തിലൂടെ ദൃശ്യാവബോധത്തോടെ കൂട്ടിച്ചേർക്കുന്ന ദൃശ്യങ്ങൾകൊണ്ട് മാത്രമേ ആശയസംവേദനം നടത്താനാവൂ. ഇതിനായി ദൃശ്യത്തിനകത്തെ വിവിധ ഘടകങ്ങളെ പരസ്പരം ബന്ധിപ്പിക്കേണ്ടതുണ്ട്. ഇതിനെയാണ് കോമ്പോസിഷൻ എന്നുവിളിക്കുന്നത് (അരവിന്ദൻ വല്ലച്ചിറ, 2014:105). ഇത്തരത്തിൽ കൂട്ടിച്ചേർത്ത പരസ്പരബന്ധമുള്ള ദൃശ്യങ്ങൾക്ക് വ്യക്തമായ തുടർച്ചയുണ്ടായിരിക്കണം. അതിനാണ് *കണ്ടിന്യുവിറ്റി (Continuity)* എന്നുപറയുന്നത്. കോമ്പോസിഷനിലും കണ്ടിന്യുവിറ്റിയിലും അധിഷ്ഠിതമായി ഉണ്ടാക്കിയെടുക്കുന്ന ഒരുകൂട്ടം ദൃശ്യങ്ങളാണ് ദൃശ്യഭാഷയുടെ ഘടകങ്ങൾ. അതായത് ദൃശ്യഭാഷയിലെ അടിസ്ഥാനഘടകങ്ങൾ അതിലെ ദൃശ്യങ്ങളാണ്. ഈ സ്ഥിരദൃശ്യങ്ങൾ ചലിക്കണമെങ്കിൽ സെക്കന്റിൽ 24 എണ്ണം വീതം കണ്ണിനുമുന്നിലൂടെ നീങ്ങിക്കൊണ്ടിരിക്കണം. ചലനത്തിനായി ഇങ്ങനെ സൃഷ്ടിക്കുന്ന ദൃശ്യങ്ങളിൽ ഒന്നിനെ

ഒരു ഫ്രെയിം എന്നുവിളിക്കാം. കണ്ണിനുമുന്നിലൂടെ ഓടിക്കൊണ്ടിരിക്കുന്ന ദശലക്ഷക്കണക്കിനുള്ള ഫ്രെയിമുകളാണ് ദൃശ്യഭാഷയുടെ അക്ഷരമാലകൾ. അക്ഷരങ്ങൾ കൂടിച്ചേർത്ത് വാക്കുകൾ സൃഷ്ടിക്കപ്പെട്ടുംപോലെ ഫ്രെയിമുകൾ കൂടിച്ചേർന്ന് ഷോട്ടുകൾ ഉണ്ടാവുന്നു. വാക്കുകൾ കൂടിച്ചേർന്ന് വാചകം രൂപംകൊള്ളുന്നതുപോലെ ഷോട്ടുകൾ കൂടിച്ചേർന്ന് സീനുകൾ ഉണ്ടാവുന്നു. വിവിധ സീനുകൾ കൂടിച്ചേർന്ന് സ്വീക്വൻസുകൾ ഉണ്ടാകുന്നു. സ്വീക്വൻസുകൾ കൂടിച്ചേർന്ന് സിനിമ രൂപംകൊള്ളുന്നു.

ദൃശ്യഭാഷ = ഫ്രെയിം + ഷോട്ട് + സീൻ + സ്വീക്വൻസ്

ഉദാഹരണമായി മൂന്നുസെക്കന്റ് സമയത്തിനകത്ത് ഒരാൾ കൈ ഒന്നുയർത്തുന്ന രംഗം ദൃശ്യഭാഷയിലേക്ക് പരാവർത്തനം ചെയ്യാൻ 72 ഫ്രെയിം ഉള്ള ഒരു ഷോട്ടും സീനും സ്വീക്വൻസും വേണ്ടിവരുന്നു. ദൃശ്യഭാഷയുടെ ഉപയോഗം ഒരു സർഗ്ഗസിദ്ധിയാണ്. ദൃശ്യഭാഷയെ നേരിട്ടോ പ്രതീകാത്മകമായോ പരോക്ഷമായോ ഒക്കെ ആവിഷ്കരിക്കാം. ദൃശ്യഭാഷ നല്ലരീതിയിൽ കൈകാര്യം ചെയ്യുന്നതിന് പ്രേക്ഷകന്റെ മനഃശാസ്ത്രം നല്ലപോലെ അറിഞ്ഞിരിക്കണം. ഒരു ദൃശ്യം ഒന്നായി കാണുന്നതിനേക്കാൾ വ്യത്യസ്തവലുപ്പത്തിലും വീക്ഷണകോണിലും ഉള്ള ഒരുകൂട്ടം ദൃശ്യങ്ങളായി കാണുമ്പോൾ കാഴ്ചക്കാരന്റെ താല്പര്യം വർദ്ധിക്കുന്നു. വലുപ്പം കൂടുന്നതോടെ ആകാംക്ഷയും അടുപ്പവും കൂടിക്കൊണ്ടിരിക്കും. അകലെയുള്ള മുഖം ഉടൻതന്നെ തൊട്ടടുത്ത ദൃശ്യമായി അതിന്റെ സൂക്ഷ്മതയിൽ കാണാൻ കാഴ്ചക്കാരൻ സ്വാഭാവികമായി ആഗ്രഹിക്കുന്നു. എന്നാൽ വലിയ പ്രകൃതിദൃശ്യങ്ങളും അതിന്റെ ഭംഗിയുമൊക്കെ സൂക്ഷ്മതയിൽ കാണുന്നതിനേക്കാൾ അതിന്റെ വിദൂരദൃശ്യമായി കാണാനാണ് കാഴ്ചക്കാരന് കൂടുതൽ താല്പര്യം. പുഴയിലൂടെ ഒഴുകിവരുന്ന വെള്ളത്തിന്റെ തരംഗം പച്ചപ്പിനിടയിലൂടെ ദർശിക്കാനാണ് സൂക്ഷ്മതലത്തിൽ നോക്കിക്കാണുന്നതിനേക്കാൾ കാഴ്ചക്കാരൻ ഇഷ്ടപ്പെടുന്നത്. എന്നാൽ അതിലെ മത്സ്യങ്ങളെ കാണിക്കാനാണ് ഉദ്ദേശിക്കുന്നതെങ്കിൽ അതിനെ ആവുന്നത്ര അടുത്ത് കാണിക്കുന്നതായിരിക്കും ഉചിതം. ഇത്തരത്തിൽ മനഃശാസ്ത്രാധിഷ്ഠിതമായ ദൃശ്യബോധത്തിലൂടെ വേണം ആശയത്തെ ഷോട്ടുകളും സീനുകളും സീക്വൻസുകളുമായി തരംതിരിക്കേണ്ടത്.

ദൃശ്യഭാഷയിലൂടെ പരാവർത്തനം ചെയ്യേണ്ട ആശയത്തെ ഉചിതമായ ഷോട്ടുകളും സീനുകളും സീക്വൻസുകളുമായി തരംതിരിച്ച് ആദ്യം വിശദമായ ഒരു പ്രവർത്തനപദ്ധതി (സ്ക്രിപ്റ്റ്) തയ്യാറാക്കണം. പിന്നെ ഓരോ ഷോട്ടും എത്രവലിപ്പത്തിൽ ഏതുവീക്ഷണകോണിൽ

പകർത്തണമെന്നതിന്റെ വിശദാംശങ്ങൾ അടങ്ങിയ ക്രിയാപദ്ധതി (ഷൂട്ടിംഗ് സ്ക്രിപ്റ്റ്) ഉണ്ടാക്കണം. ഈ കടലാസുപണികൾ പൂർത്തിയായിക്കഴിഞ്ഞാൽ അതിനെ ആധാരമാക്കി ക്യാമറ ഉപയോഗിച്ചുള്ള ചിത്രീകരണം നടത്താം. ഇതിനെയാണ് ദൃശ്യഭാഷയുടെ പരാവർത്തനം എന്നുവിളിക്കുന്നത്. മുൻപ്രവർത്തനങ്ങളും ക്രമീകരണവും നടത്താതെ ക്യാമറ പകർത്തിയെടുക്കുന്ന ഒരുകൂട്ടം ദൃശ്യങ്ങളിൽ നിന്നും ചിലത് തെരഞ്ഞെടുത്ത് അടുക്കിച്ചേർത്ത് ദൃശ്യവസ്തുവുണ്ടാക്കി ആശയസംവേദനം നടത്താമെങ്കിലും അത് ശക്തവും സുന്ദരവുമായ സംവേദനമാകുന്നില്ല.

ദൃശ്യപ്രതിനിധാനവും പ്രതീതിയാഥാർത്ഥ്യ നിർമ്മിതിയും

ദൃശ്യബിംബങ്ങളുടെകാലത്താണ് നാമിന്ന് ജീവിക്കുന്നത്. കാഴ്ചയാണിന്ന് വാക്കിനേക്കാൾ പ്രധാനം. കാഴ്ചകൾ പ്രത്യേക ഭാഷാപരിധിയിൽ നിൽക്കാത്തതിനാൽ ഏത് കാഴ്ചയുമായും ആർക്കും സംവദിക്കാനാവും. ആദ്യകാല നിശബ്ദസിനിമകൾ ലോകത്തിലെ എല്ലാ പ്രേക്ഷകരുമായും ആശയപരമായും രാഷ്ട്രീയപരമായും സംവദിച്ചത് ഇതിന്റെ പ്രത്യക്ഷ ദൃഷ്ടാന്തമാണ്. ദൃശ്യകേന്ദ്രീകൃതമായ ആധുനികസാങ്കേതികവിദ്യ അനുഭവലോകത്തിനു സമാന്തരമായി സാങ്കേതികസ്ഥലത്തെ നിർമ്മിച്ചിട്ടുണ്ട്. ടെലിവിഷൻ, കമ്പ്യൂട്ടർ നെറ്റ്‌വർക്ക്, സോഷ്യൽമീഡിയ തുടങ്ങിയ ദൃശ്യശൃംഖലകളുടേതായ ഇടം പ്രതീതിയാഥാർത്ഥ്യമെന്നും (virtual reality) ദൃശ്യപ്രതിനിധാനമെന്നുമൊക്കെ ഈ സാങ്കല്പിക സ്ഥലത്തെ വ്യവഹരിക്കാവുന്നതാണ്. ഇന്ദ്രിയാനുഭവമാകുന്ന യഥാർത്ഥലോകത്തെ സാങ്കേതികവിദ്യയിലൂടെ പുനഃസൃഷ്ടിക്കുമ്പോഴാണ് പ്രതീതിയാഥാർത്ഥ്യം സൃഷ്ടിക്കപ്പെടുന്നത് (Hilsken, 1999:XIV). ഈ പ്രതീത്യാത്മകലോകം യഥാർത്ഥലോകത്തെ ഗാഢമായി ബാധിക്കുന്നുണ്ട്. യഥാർത്ഥലോകവും പ്രതീതിലോകവും തമ്മിലുള്ള അതിർവരമ്പുകൾ തിരിച്ചറിയാനാവാത്തവിധം മാറിപ്പോയിരിക്കുന്നു. പ്രതീതിയാഥാർത്ഥ്യത്തിലെ ദൃശ്യപ്രതിനിധാനങ്ങളിലൂടെ രൂപപ്പെടുന്ന ബിംബാത്മകമായ സ്ഥലകാലങ്ങൾ യഥാർത്ഥസ്ഥലകാലങ്ങളുമായി കലരുന്ന അനുഭവം ദൃശ്യപരതയിൽ ഊന്നിയ ഉപഭോഗസംസ്കാരത്തിന്റെ മുഖമുദ്രയാണ്. ദൃശ്യപ്രതിനിധാനത്തിലെ പ്രധാനഘടകം ദൃശ്യബിംബങ്ങളാണ്. സത്യത്തേക്കാൾ സത്യമാണ് ഇമേജുകൾ എന്ന അവസ്ഥയാണിന്ന്. സാധുവായ ഒരു ഇമേജ്കൊണ്ട് അസാധുവായ ഒരു ഇമേജിനെ സാധൂകരിക്കാൻ ശ്രമിക്കുമ്പോൾ നാമറിയാതെ മിഥ്യയായ സത്യങ്ങൾ നമ്മെ ഭരിച്ചുതുടങ്ങുന്നു (നീലൻ, 2007 : 20).

കെട്ടുകാഴ്ചകളുടെ ലോകം ഒരുവനെ അവന്റെ കൂട്ടായ്മയിൽ നിന്നും അന്യവൽക്കരിക്കുന്നുവെന്നും ആകർമ്മണ്യതയ്ക്കും അലസതയ്ക്കും ഇടയാക്കുന്നുവെന്നും ഡീബോറിന്റെ നിരീക്ഷണം (സന്തോഷ് മാനിച്ചേരി, 2012:36) ഇവിടെ പ്രസക്തമാണ്. ദൃശ്യബിംബങ്ങളിലേക്ക് പരാവർത്തനം ചെയ്യപ്പെടുന്ന ലോകത്തിൽ യാഥാർത്ഥ്യം അപ്രത്യക്ഷമാകുന്നതിനെക്കുറിച്ചുള്ള സൂചനകൾ ഡീബോർ നൽകുന്നുണ്ട്. പ്രതിനിധാനപ്രക്രിയയുടെ അന്ത്യമാണ്, ഡീബോറിനെ പിന്തുടർന്ന് ബോദ്രിയാർ അവതരിപ്പിക്കുന്നത്. എല്ലാ അർത്ഥ-പ്രതിനിധാന പ്രക്രിയകളുടെയും അന്ത്യമാണ് പുതിയകാലമെന്ന് ബോദ്രിയാർ പറയുന്ന (Baudrillard, J, 1983:5). വ്യാജചിഹ്നങ്ങളുടെ (simulation) ഒരു ലോകമാണിത്. യാഥാർത്ഥ്യം എവിടെയാണ് അവസാനിക്കുന്നതെന്നോ, പ്രതിനിധാനം എവിടെ തുടങ്ങുന്നതെന്നോ തിരിച്ചറിയാൻ കഴിയാത്ത അവസ്ഥയാണിന്ന്. ചിഹ്നം/അർത്ഥം എന്ന ധാരണ തകർത്തുകൊണ്ട് ചിഹ്നം -- ചിഹ്നം -- ചിഹ്നം എന്നിങ്ങനെയുള്ള ഒരു ഘടനയാണ് സിമുലേഷൻ[1] മുന്നോട്ട് വെക്കുന്നത് (സന്തോഷ് മാനിച്ചേരി, 2012:36). സത്യത്തിനും നുണയ്ക്കുമിടയിൽ എന്തോ ഒന്ന് ദൃശ്യബിംബങ്ങൾ ഉല്പാദിപ്പിക്കുന്നുണ്ട്. ക്യാമറ നുണപറയില്ല എന്ന പുതിയ ചൊല്ല് നമ്മെ പവിത്രമായി തെറ്റിദ്ധരിപ്പിക്കുന്നു. ഒരേ സമയം രണ്ട് ഭാഷകൾ ദൃശ്യമാധ്യമ പ്രവർത്തകർ കൈകാര്യം ചെയ്യുന്നുണ്ട്. ദൃശ്യവും ദൃശ്യബിംബങ്ങളും രണ്ട്തരം ഭാഷകളാണ്. എല്ലാ ദൃശ്യമാധ്യമങ്ങളിലും ഈ ബഹുഭാഷത്വം ഉണ്ട്.

നിത്യജീവിതത്തിൽ നാം ഓരോരുത്തരും ഒരുപാട് ചിഹ്നങ്ങൾ അണിഞ്ഞാണ് ലോകത്തോട് നമ്മെക്കുറിച്ച് പറയുന്നത്. നിറങ്ങൾപോലും ചിഹ്നങ്ങളാണ്. ഒരു പെൺകുട്ടി സീമന്തരേഖയിൽ കുങ്കുമം പൂശിയാൽ അവൾ തന്നെക്കുറിച്ച് ലോകത്തോട് എന്തോ പറഞ്ഞുകഴിഞ്ഞു. മുണ്ട് ഇടത്തോട്ടും വലത്തോട്ടും മാറ്റിയുടുത്താൽ രണ്ടർത്ഥമായി. മടക്കിക്കുത്തിയാൽ ഒരർത്ഥം, കാരണവരെ കാണുമ്പോൾ മടക്കിക്കുത്ത് അഴിച്ചിട്ടാൽ മറ്റൊരർത്ഥം. കഴിഞ്ഞ എഴുപത് വർഷത്തിനിടയ്ക്ക് താടി എന്ന ചിഹ്നത്തിന്റെ അർത്ഥത്തിൽ ഒരുപാട് മാറ്റങ്ങളുണ്ടായെന്ന് ശ്രദ്ധിക്കാവുന്നതാണ്. എഴുപതുകളിൽ നിരാശാകാമുക ചിഹ്നം, തൊണ്ണൂറുകളിൽ ബുദ്ധിജീവിചിഹ്നം, രണ്ടായിരമാണ്ടിലും അതിനുശേഷവും ഫാഷന്റെയും ആത്മീയതയുടെയുമെല്ലാം പാരിപ്രേക്ഷ്യവും കൈവന്നു. ഖാദിയെയും മുണ്ടിനെയും ഒരു സാംസ്കാരിക പ്രതിരോധചിഹ്നമാക്കി മാറ്റുകയാണ് ഗാന്ധിജി ചെയ്തത്. ജീവിതത്തിലെന്നപോലെ ദൃശ്യമാധ്യമരംഗത്തും

1 സിമുലേഷൻ : പകർപ്പ് (അനുകരണം) പ്രതിനിധാനത്തെക്കുറിച്ച് ബോദ്രിയർ പ്രയോഗിച്ച സംജ്ഞ

പെരുപ്പംകൊണ്ടും അശ്രദ്ധകൊണ്ടും ആത്മവിശ്വാസക്കുറവുകൊണ്ടും ദൃശ്യബിംബങ്ങൾക്കും അവ അണിയുന്ന ചിഹ്നങ്ങൾക്കും അർത്ഥ ശോഷണം സംഭവിക്കുന്നു. ദൃശ്യബിംബങ്ങളെ അർത്ഥപൂർണ്ണമാക്കി തിരിച്ചെടുക്കുക എന്നതാണ് ഇന്ന് ഓരോ ദൃശ്യമാധ്യമ പ്രവർത്തകരും പ്രത്യേകിച്ച് ചലച്ചിത്രസംവിധായകർ നേരിടുന്ന വെല്ലുവിളി.

സിനിമയിലെ ദൃശ്യപ്രതിനിധാനങ്ങൾക്ക് സാഹിത്യരൂപങ്ങളിലെ ബിംബങ്ങളിൽ നിന്നും പലനിലയിലും വ്യത്യാസമുണ്ടെന്ന് കണ്ടെത്താനാവും. ഇറ്റാലിയൻ നിയോറിയലിസത്തിന്റെ ഉജ്ജ്വലമാതൃകയായ 'ബൈസിക്കിൾ തീവ്സ്' തന്റെ നഷ്ടപ്പെട്ട സൈക്കിൾ കണ്ടുപിടിക്കാനായി അന്റോണിയോ എന്നയാൾ നടത്തുന്ന വിഫലമായ ശ്രമങ്ങളുടെ ചിത്രീകരണത്തിലൂടെ യുദ്ധാനന്തരവർഷങ്ങളിൽ ഇറ്റലിയിൽ നടമാടിയ തൊഴിലില്ലായ്മയുടെയും അതിൽ നിന്നുടലെടുത്ത സംഘർഷങ്ങളുടെയും വലുപ്പം നമുക്ക് മനസ്സിലാക്കിത്തരുന്നു. അടൂർ ഗോപാലകൃഷ്ണന്റെ '*എലിപ്പത്തായം*' ദൃശ്യപ്രതിനിധാനത്തിന്റെ നാനാതലങ്ങളിലുള്ള അർത്ഥവും വിശദീകരണവും തേടുന്നുണ്ട്. ഗഹനമായ ആശയങ്ങൾ ഉൾക്കൊള്ളുന്ന പല ബിംബങ്ങളും അരവിന്ദന്റെ സിനിമകളിൽ കാണാം. '*ഉത്തരായന*'ത്തിലെ അവസാനഭാഗത്ത് കാണിക്കുന്ന അഗ്നിയുടെ ബിംബം പ്രേക്ഷകരിൽ പൗരാണിക സ്മൃതികളുണർത്തുന്നു. താൻ ഒപ്പം കൊണ്ടുനടന്ന മുഖംമൂടി ഒട്ടും സംശയിക്കാതെ നായകൻ 'തീ'ക്ക് ഇരയാക്കുന്നത് പലതരം ഇമേജുകൾ പ്രേക്ഷകന് നൽകുന്നുണ്ട്. 'കൊടിയേറ്റ'ത്തിന്റെ അന്ത്യത്തിൽ നിവരുന്ന കൊടിമരത്തെ കഥാനായകന്റെ മാനസികമായ വളർച്ചപ്രാപിക്കലുമായി ബന്ധപ്പെടുത്തിക്കൊണ്ട് പല നിരൂപകരും വ്യാഖ്യാനിച്ചിട്ടുണ്ട്. ഒരു ചലചിത്ര സംവിധായകന്റെ രചനകളിൽ കടന്നുവരുന്ന ചില പ്രമേയങ്ങളും ദൃശ്യബിംബങ്ങളും അയാളുടെ ചുറ്റുപാടുമുള്ള രാഷ്ട്രീയ കാലാവസ്ഥയോടൊപ്പം അനുഭവങ്ങളും ലയിച്ചു ചേർന്നതായിരിക്കും.

ദൃശ്യപ്രതിനിധാനവും പ്രത്യയശാസ്ത്രവും

സംസ്കാരപഠനത്തിൽ ഏറ്റവുമധികം ഉപയോഗിക്കപ്പെടുന്ന സങ്കല്പനമാണ് പ്രത്യയശാസ്ത്രം. വിശ്വാസസംഹിത എന്ന സാമാന്യ അർത്ഥത്തിലാണ് ഈ പദം വ്യവഹരിച്ചുവരുന്നത്. 1796-ൽ ഐഡിയോളജി എന്നപദം ആദ്യം ഉപയോഗിച്ചത് ഫ്രഞ്ച് തത്വചിന്തകനായ ദേസ്റ്റത്ത് ഡിട്രാസിയാണ്[1]. ആശയങ്ങളുടെ ശാസ്ത്രം എന്ന നിലയിലാണ് ഈ പദം അദ്ദേഹം ഉപയോഗിച്ചത്. ആശയങ്ങളെ ഇന്ദ്രിയാനുഭവങ്ങളുമായി ബന്ധപ്പെടുത്തിയാണ് അദ്ദേഹം വിശദീകരിച്ചത്. മതത്തിൽനിന്നും ആധ്യാത്മികതയിൽനിന്നും മുക്തമായ ആശയങ്ങളുടെ മേഖലയാണ് അദ്ദേഹത്തിന്റെ കാഴ്ചപ്പാടിൽ ഐഡിയോളജി.

പ്രത്യയശാസ്ത്രപഠനത്തിന് മൗലികമായ വികാസം ഉണ്ടായത് ഭൗതികവാദികളായ മാർക്സിന്റെയും ഏംഗൽസിന്റെയും വരവോടെയാണ്. ഒരു പ്രത്യേകവർഗ്ഗത്തിന്റെയോ സാമൂഹികവിഭാഗത്തിന്റെയോ വിശ്വാസസംഹിത, യഥാർത്ഥവിജ്ഞാനത്തിനും ശാസ്ത്രീയജ്ഞാനത്തിനും വിപരീതമായി ഒരു സമൂഹത്തിൽ നിലനിൽക്കുന്ന കപടാവബോധം, സമൂഹത്തിൽ അർത്ഥങ്ങളും ആശയങ്ങളും ഉല്പാദിപ്പിക്കപ്പെടുന്ന പ്രക്രിയ എന്നിങ്ങനെ മൂന്ന് അർത്ഥവിവക്ഷകളിൽ മാർക്സിസ്റ്റ് ചിന്താപദ്ധതിയിൽ പ്രത്യയശാസ്ത്ര സങ്കല്പം ഉപയോഗിക്കപ്പെട്ടുവരുന്നതായി 'മാർക്സിസം ഏന്റ് ലിറ്ററേച്ചർ' എന്നകൃതിയിൽ റെയ്മണ്ട് വില്യംസ് (Raymond Williams) നിരീക്ഷിക്കുന്നുണ്ട് (ടേറി ഈഗിൾടൺ, 2000:36-37). ഒരു പ്രത്യേക വർഗ്ഗങ്ങളുടെയോ വിഭാഗങ്ങളുടെയോ വിശ്വാസസംഹിതയായാണ് പ്രത്യയശാസ്ത്രം പ്രവർത്തിക്കുന്നതെങ്കിലും എല്ലാവിഭാഗങ്ങളുടെയും പൊതുവിശ്വാസമാണ് അതെന്ന പ്രതീതിവരുത്തിത്തീർക്കുവാൻ അതിന് കഴിയും. വസ്തുവിന്റെ തലതിരിഞ്ഞ പ്രതിബിംബം കണ്ണിന്റെ റെറ്റിനയിൽ പതിയുന്നത്പോലെ യാഥാർത്ഥ്യത്തിന്റെ

തലതിരിഞ്ഞരൂപമാണ് പ്രത്യയശാസ്ത്രമെന്ന് മാർക്സ് സമർത്ഥിക്കുന്നു. അതുകൊണ്ടുതന്നെ സമൂഹത്തിൽ പ്രവർത്തിക്കുന്ന പ്രത്യയശാസ്ത്രത്തെ ശരിയായി മനസ്സിലാക്കാൻ വിമർശനാത്മകയുക്തി ആവശ്യമായി വരും. ഓരോ കാലഘട്ടത്തിലും ആധിപത്യം ചെലുത്തുന്ന ആശയങ്ങൾ ഭരണവർഗ്ഗത്തിന്റെ ആശയങ്ങൾ തന്നെയാണെന്ന മാർക്സിന്റെ പ്രസ്താവന[2] (1977: 176) ശ്രദ്ധേയമാണ്. സമ്പത്തിന്റെ ഉല്പാദനവും വിതരണവും നടത്തുന്ന ശക്തിതന്നെ ആശയങ്ങളുടെ ഉല്പാദനവും നിയന്ത്രണവും നിർണ്ണയിക്കുന്നു എന്ന് അദ്ദേഹം നിരീക്ഷിക്കുന്നു. ഭരണവർഗ്ഗത്തിന്റെയോ ചൂഷിതവർഗ്ഗത്തിന്റെയോ ആശയസംഹിതകളാണ് പ്രത്യയശാസ്ത്രത്തെ നിർണയിക്കുന്നത്. ശരിയായ ശാസ്ത്രീയ അവബോധത്തിനെതിരെ നിലനിൽക്കുന്ന തെറ്റായ അറിവ് എന്ന അർത്ഥത്തിലാണ് കപടാവബോധം എന്ന പദം അദ്ദേഹം ഉപയോഗിച്ചിരിക്കുന്നത്(സി.എസ് ജയറാം, 2003:36)

പ്രത്യയശാസ്ത്രത്തെ അധീശത്വ (hegemony) സങ്കല്പനവുമായി ബന്ധിപ്പിച്ചുകൊണ്ടാണ് ഗ്രാംഷി സാംസ്കാരിക ചർച്ചകളിലേർപ്പെട്ടത്. സംസ്കാരത്തെ രാഷ്ട്രീയവൽക്കരിക്കുവാനും ചരിത്രവൽക്കരിക്കുവാനും അദ്ദേഹം ശ്രമിച്ചു. മുതലാളിത്ത പൂർവ്വസമൂഹത്തിൽ ഭരണകൂടത്തിന്റെ ബലപ്രയോഗവും അതിക്രമവുമായിരുന്നു അധികാരത്തിന്റെ മാർഗ്ഗമെങ്കിൽ മുതലാളിത്തവ്യവസ്ഥയിൽ പൗരസമൂഹത്തിന്റെ സമ്മതത്തോടെയാണ് അധികാരസ്ഥാപനം നടക്കുന്നതെന്ന് ഗ്രാംഷിയുടെ നിരീക്ഷിണത്തെ പി.പി. രവീന്ദ്രൻ വിശകലനം ചെയ്യുന്നുണ്ട് (2002:42). പൗരസമൂഹവും അധികാരപ്രയോഗവും തമ്മിലുള്ള ബന്ധമാണ് ഗ്രാംഷിയുടെ അധീശത്വസങ്കല്പനത്തിന്റെ കാതലായതത്വം. ഭരണവർഗ്ഗത്തിന്റെ മൂല്യങ്ങളും വിശ്വാസങ്ങളും എങ്ങനെയാണ് സമൂഹത്തിന്റെ വിവിധതലങ്ങളിൽ വ്യാപിക്കുന്നതെന്ന് അധീശത്വസങ്കല്പം വിവരിക്കുന്നു. ബലപ്രയോഗത്തിലൂടെയും അധികാരശക്തിയിലൂടെയുമാണ് ഭരണകൂട മേൽക്കോയ്മ സ്ഥാപിക്കുന്നതെന്ന തത്വത്തെ തിരുത്തുകയും, അധികാരശക്തിയുടെ പിൻബലത്താലല്ല, മറിച്ച് കോയ്മയുടെ സാമൂഹികമായ അംഗീകാരത്തിലൂടെയാണ് അധീശത്വം സ്ഥാപിക്കുന്നതെന്നും അദ്ദേഹം സമർത്ഥിക്കുന്നു. പരമ്പരാഗതബുദ്ധിജീവികളെന്നും ജൈവബുദ്ധിജീവികളെന്നും രണ്ട്തരത്തിലുള്ള ബുദ്ധിജീവിവർഗ്ഗത്തെക്കുറിച്ച് ഗ്രാംഷി നിരീക്ഷിക്കുന്നുണ്ട് (2002:44). ഭരണവർഗ്ഗത്തിന്റെ അധീശപ്രത്യയശാസ്ത്രത്തിന് ജനസമ്മതിനേടിക്കൊടുക്കുന്നത് ജൈവബുദ്ധിജീവികളാണെന്ന് അദ്ദേഹം സമർത്ഥിക്കുന്നു.

ഒരു പ്രത്യയശാസ്ത്രമൃഗമാണ് മനുഷ്യൻ എന്ന അൽത്തൂസറിന്റെ നിഗമനം അർത്ഥവത്താണ്. മനുഷ്യൻ ജനിച്ചുവീഴുന്നത് തന്നെ പ്രത്യയശാസ്ത്രപരമായ വിശ്വാസത്തിലേക്കാണ്. ഭാവനാത്മകമായി വ്യവസ്ഥപ്പെടുത്തിയ ആശയങ്ങളാണ് പ്രത്യയശാസ്ത്രം. നിലനിൽപ്പിനുള്ള യഥാർത്ഥ ഭൗതികാവസ്ഥയോടുള്ള വ്യക്തികൾക്കുള്ള സാങ്കൽപ്പികബന്ധത്തിന്റെ പ്രതിനിധാനമാണ് പ്രത്യയശാസ്ത്രമെന്ന് അൽത്തൂസർ പറയുന്നു (1984:36). എല്ലാ മാനുഷികവൃത്തികൾക്കും അതുകൊണ്ടുതന്നെ പ്രത്യയശാസ്ത്രപരമായ ബന്ധമുണ്ട്. അധീശവർഗത്തിന്റെ വിശ്വാസങ്ങളും താൽപര്യങ്ങളുമാണ് നിലവിലുള്ള സജീവമായ പ്രത്യയശാസ്ത്രത്തിന്റെ അടിസ്ഥാനം.

പ്രത്യയശാസ്ത്രത്തെക്കുറിച്ചുള്ള മാർക്സിസ്റ്റ് ചിന്തകളെ ഘടനാവാദവുമായി സംയോജിപ്പിച്ചതു കൊണ്ടാണ് അൽത്തൂസറിന്റെ പ്രത്യയശാസ്ത്രവ്യാഖ്യാനം പ്രസക്തമാവുന്നത്. ആധുനികശാസ്ത്രത്തെപ്പോലെ പ്രത്യയശാസ്ത്രവും പ്രതിനിധാനവ്യവസ്ഥയാണെന്ന് അദ്ദേഹം നിരീക്ഷിച്ചു. ശാസ്ത്രത്തിൽനിന്നും പ്രത്യയശാസ്ത്രത്തെ വ്യത്യസ്തമാക്കുന്നത് ഇവയ്ക്കിടയിലുള്ള ധർമ്മപരമായ അന്തരമാണ്. പ്രത്യയശാസ്ത്രത്തെ മിഥ്യാധാരണ എന്നനിലയിൽ കാണാൻ അദ്ദേഹം തയ്യാറായില്ല. യാഥാർത്ഥ്യവുമായി ജനങ്ങൾ ബന്ധപ്പെടുന്നത് പ്രത്യയശാസ്ത്രം വഴിയാണെന്നും സുദൃഢമായ സമൂഹത്തിന്റെ സൃഷ്ടിക്ക് പ്രത്യയശാസ്ത്രം ആവശ്യമാണെന്നും അൽത്തൂസർ കരുതി. ഫ്രോയിഡിയൻ പരികല്പനകളോട് താരതമ്യപ്പെടുത്തിക്കൊണ്ട്, പ്രത്യയശാസ്ത്രത്തെ വിശദീകരിക്കുവാൻ ശ്രമിക്കുകയും, ഐഡിയോളജി അനശ്വരമാണ്-അബോധമനസ്സ്[3] എന്നപോലെ (L, Althusser, Lenin and philosophy) എന്ന് അദ്ദേഹം പ്രഖ്യാപിക്കുകയും ചെയ്തു. പ്രത്യയശാസ്ത്രപരമായ അർത്ഥങ്ങൾ സാർവത്രികവും സാർവ്വകാലീനവും ശാശ്വതവുമായി ലോകത്തിനു തോന്നുന്നത് അവയുടെ ഉല്പാദനത്തിൽ പ്രവർത്തിച്ച അബോധഘടകങ്ങളാലാണ്. വ്യക്തികൾക്ക് അവരുടെ അസ്തിത്വത്തിന്റെ യഥാർത്ഥ ഉപാധികളുമായുള്ള സാങ്കല്പികബന്ധത്തിന്റെ പ്രതിനിധാനമാണ് പ്രത്യയശാസ്ത്രമെന്നും സമർത്ഥിച്ചു (1971:154). ശാസ്ത്രങ്ങളുടെ ആവിർഭാവത്തിനുശേഷം രൂപംകൊണ്ടതെന്നു വിശ്വസിക്കപ്പെടുന്ന പ്രത്യയശാസ്ത്രത്തിന്റെ അകത്താണ് ആശയങ്ങളും പ്രതിനിധാനങ്ങളും നിലനിൽക്കുന്നത്. ശാസ്ത്രങ്ങളുടെ പ്രയോക്താക്കൾ അവരുടെ നൈസർഗ്ഗിക പ്രത്യയശാസ്ത്രത്തിനകത്ത് സ്വയംപ്രതിനിധാനം ചെയ്യുന്നു. പ്രത്യയശാസ്ത്രം പ്രയോഗക്ഷമമാവുകയും അതിന്റെ ധർമ്മം നിർവഹിക്കുകയും ചെയ്യുന്നത് വ്യക്തികളെയും കർത്തൃത്വങ്ങളെയും

പ്രത്യേകരീതിയിൽ റിക്രൂട്ട ചെയ്തുകൊണ്ടാണ്. എല്ലാ വ്യക്തികളെയും അത് കർത്തൃത്വങ്ങളാക്കുന്നു, അല്ലെങ്കിൽ പരിവർത്തിപ്പിക്കുന്നുവെന്നും അൽത്തൂസർ നിരീക്ഷിക്കുന്നുണ്ട് (കെ.എം. അനിൽ, 2017:186).

നിത്യജീവിതത്തെ നേരിട്ട് ബാധിക്കുന്ന ഭൗതികശക്തിയായി പ്രത്യയശാസ്ത്രത്തെ അൽത്തൂസർ തിരിച്ചറിയുന്നു. അധീശവർഗ്ഗത്തിന്റെ ചൂഷണവും അടിയാളവർഗത്തിന്റെ കഷ്ടപ്പാടും ചോദ്യംചെയ്യാതെ സ്വീകരിക്കുന്ന വ്യക്തികളെ സൃഷ്ടിക്കുന്നത് വഴിയാണ് പ്രത്യയശാസ്ത്രം അധീശത്വം നേടുന്നത്. ഓരോ കാലത്തും ഓരോ വ്യവസ്ഥയിലും നിലനിൽക്കുന്ന സ്ഥാപനങ്ങൾ ഭരണകൂടത്തിന്റെ ആശയാഭിലാഷങ്ങൾ ജനങ്ങൾക്കുമേൽ അടിച്ചേൽപ്പിക്കുകയാണ് ചെയ്യുന്നത്. വിദ്യാലയങ്ങൾ, ആശുപത്രികൾ, കളിസ്ഥലങ്ങൾ, സംഘടനാരൂപങ്ങൾ, ദേവാലയങ്ങൾ മുതലായസ്ഥാപനങ്ങളിലൂടെയാണ് ഓരോ പൗരനും രൂപപ്പെടുന്നത്. അങ്ങനെ ജനനം മുതൽ മരണംവരെ ഓരോ പൗരനും പെണ്ണായി, ആണായി, ചൂഷിതരായി, മർദ്ദകരായി, അനുയായികളായി, നേതാക്കളായി സ്വയംമാറുകയാണ്. വ്യവസ്ഥയ്ക്ക് അനുയോജ്യമായ പൗര/പൗരൻ ആയി മാറുന്നതിന്റെ പ്രത്യയശാസ്ത്രം തിരിച്ചറിയാതെ സമൂഹത്തിൽ നിലനിൽക്കുന്ന അടിമത്തത്തെ അടയാളപ്പെടുത്താൻ കഴിയില്ല. സ്ത്രീയെ/ഭാര്യയെ തല്ലാൻ അധികാരമുള്ള ഭർത്താവായ പുരുഷനെ മുതൽ വ്യത്യസ്തമോ വിഭിന്നമോ ആയ ഭാഷ സംസാരിക്കുന്ന ജനവിഭാഗങ്ങളെ വെറുക്കുന്ന വ്യക്തികളെവരെ രൂപപ്പെടുത്തുന്നത് ഭരണകൂടപ്രത്യയശാസ്ത്രമാണ് (പി.പി. സത്യൻ, 2010:39).

വ്യക്തികളെ സമൂഹത്തിനിണങ്ങുന്ന മനുഷ്യക്കുട്ടിയാക്കുന്നത്പോലെ വ്യക്തികളെ വ്യവസ്ഥയ്ക്ക് പ്രത്യേകിച്ച് ഉല്പാദനവ്യവസ്ഥയ്ക്ക് അനുയോജ്യമാക്കുന്ന പ്രക്രിയയെ കർത്തൃത്വരൂപീകരണം (subjectivity) എന്നാണ് അൽത്തൂസർ വ്യവഹരിക്കുന്നത് (2010:43). വ്യക്തികളെ പ്രജകളാക്കിത്തീർത്തുകൊണ്ടാണ് പ്രത്യയശാസ്ത്രം പ്രവർത്തിക്കുന്നത്. ചിഹ്നങ്ങളിലേക്ക് വിലയിപ്പിച്ചുകൊണ്ട് സമൂഹത്തെയും അതിലെ ആളുകളെയും പ്രത്യയശാസ്ത്രവലക്കണ്ണികളിലൂടെ, പ്രതീകവ്യവസ്ഥയുടെ ഭാഗമാക്കി പ്രതിനിധാനം ചെയ്യുന്നതിൽ അധികാരത്തിന്റെ സൂക്ഷ്മതന്ത്രങ്ങൾ പ്രവർത്തിക്കുന്നുണ്ട്. ഒരു സമൂർത്തവ്യക്തിയെ കർത്താവിന്റെ മേൽവിലാസത്തിൽ സ്വയംതിരിച്ചറിയാൻ പ്രാപ്തമാക്കുക എന്നത് പ്രത്യയശാസ്ത്രത്തിന്റെ സ്വാഭാവികകർമ്മമാണ്. സമൂഹരൂപവൽക്കരണത്തിൽ പ്രത്യയശാസ്ത്രം വഹിക്കുന്ന പങ്കിനെ ശാസ്ത്രീയമായി വിശകലനം ചെയ്യാൻ കഴിഞ്ഞതാണ് അൽത്തൂസറിന്റെ മൗലികസംഭാവന. പ്രത്യയശാസ്ത്രം വ്യക്തിയെ കർത്താവായി

സംബോധനചെയ്യുന്നുവെന്ന പ്രസിദ്ധമായ നിരീക്ഷണത്തിലൂടെ കർതൃത്വരൂപീകരണ പ്രക്രിയയുടെ സ്വാഭാവികതയും സാർവത്രികതയും അദ്ദേഹം അനാവരണം ചെയ്തു. 1970-കളോടെ അൽത്തൂസറിന്റെ പ്രത്യയശാസ്ത്ര സബ്ജക്റ്റിവിറ്റി തിയറി സിനിമാനിരൂപണരംഗത്ത് പ്രയോഗക്ഷമമാവുന്നുണ്ട്. പ്രത്യയശാസ്ത്രപരമായ പഠനം സിനിമാനിരൂപണത്തിലെ പ്രഥമവും പ്രധാനവുമായ മേഖലയാണെന്ന കോളിൻമക്കാബെ നിരീക്ഷിക്കുന്നുണ്ട്. സിനിമ യാഥാർത്ഥ്യത്തിന്റെ നേർപ്രതിഫലനമല്ല, മറിച്ച് അത് വ്യവഹാരങ്ങളുടെ സംയോജനത്താൽ യഥാർത്ഥജീവിതാവസ്ഥകളെ ബോധപൂർവ്വം ഉണ്ടാക്കിയെടുക്കുകയാണ് ചെയ്യുന്നത് (1980:11). പ്രതീകവ്യവസ്ഥകളിലൂടെ ആളുകളെ പ്രത്യയശാസ്ത്ര വലക്കണ്ണികളുടെ ഭാഗമാക്കി പ്രതിനിധാനം ചെയ്യുന്നതിൽ അധികാരത്തിന്റെ മർദ്ദകോപകരണമായ സിനിമപോലുള്ള മാധ്യമങ്ങൾ വഹിക്കുന്ന പങ്കിനെക്കുറിച്ച് സംസ്കാരപഠനമേഖലയിൽ തിരിച്ചറിവുകളുണ്ടായിക്കൊണ്ടിരിക്കുന്നുണ്ട്.

പ്രത്യയശാസ്ത്രം എന്നത് തെറ്റായബോധം അല്ല. യാഥാർത്ഥ്യത്തിന്റെ മിഥ്യയായ പ്രതിനിധാനവുമല്ല. പ്രത്യയശാസ്ത്രമായി നാം മനസ്സിലാക്കുന്ന യാഥാർത്ഥ്യം തന്നെയാണത്. പ്രത്യയശാസ്ത്രം എന്നതുതന്നെ ഒരു സാമൂഹികയാഥാർത്ഥ്യമാണ്. അതിലെ പങ്കാളികളുടെ അജ്ഞതതന്നെയാണ് അതിന്റെ സത്ത. ഒരു ജനതയുടെ വിശ്വാസവ്യവസ്ഥ എന്നനിലയിൽ അംഗീകരിക്കപ്പെട്ടിരിക്കുന്ന പ്രത്യയശാസ്ത്രം മാനവരാശിയുടെ ജീവിതക്രമങ്ങളെ എപ്പോഴും മുന്നോട്ടുനയിച്ചുകൊണ്ടിരിക്കുന്നു. കാവ്യത്തിന്റെ ലക്ഷ്യം സത്യധർമ്മാദികളുടെ പ്രചാരണമാണ് എന്ന് വിശ്വസിച്ചിരുന്ന പൗരാണിക ഭാരതത്തിലെ മഹർഷിമാരും കവികളും ആത്യന്തികമായി പ്രത്യയശാസ്ത്രം എന്ന സങ്കല്പനത്തെയാണ് ഉൾക്കൊണ്ടിരുന്നത്.

കലയും പ്രത്യയശാസ്ത്രവും

കല അടിസ്ഥാനപരമായി സൗന്ദര്യാനുഭൂതിയുടെ ആവിഷ്കാരമാണ്. കലാകാരൻ തന്റെ സങ്കല്പത്തിൽ (concepts) നിന്നുമാണ് നൂതനമായ ആശയങ്ങൾ സൃഷ്ടിക്കുന്നത്. അതുകൊണ്ടുതന്നെ ആശയശാസ്ത്രം എന്നനിലയിൽ പ്രത്യയശാസ്ത്രവും കലയും തമ്മിൽ അടുത്തബന്ധമുണ്ടാകുന്നു. ഏതൊരു കലാകാരനും പ്രവർത്തിക്കുന്നത് നിലവിലുള്ള പ്രത്യയശാസ്ത്രമണ്ഡലത്തിലാണ് അതുകൊണ്ട്തന്നെ നിലവിലുള്ള പ്രത്യയശാസ്ത്രമണ്ഡലത്തെ പ്രത്യക്ഷമായോ പരോക്ഷമായോ പിന്തുണയ്ക്കുന്നതായിരിക്കും അയാളുടെ കലാസൃഷ്ടി.

സാമൂഹികജീവിതത്തിൽ അംഗീകരിക്കപ്പെട്ടതും സജീവമായതും നായകത്വം വഹിക്കുന്നതുമായ മൂല്യങ്ങളുടെയും മര്യാദകളുടെയും ആചാരവിശ്വാസങ്ങളുടെയും സമുച്ചയത്തെയാണ് പ്രത്യയശാസ്ത്രമെന്ന് വിവക്ഷിക്കുന്നത്. പ്രത്യയശാസ്ത്രത്തിന് വൈയക്തികവും സാമൂഹികവുമായ ഘടകങ്ങളുണ്ട്. ഒരു വ്യക്തി രൂപപ്പെട്ടുവരുന്നതിൽ പാരമ്പര്യം, അനുഭവം, അറിവ്, ബന്ധങ്ങൾ, അഭിരുചികൾ തുടങ്ങിയ ഘടകങ്ങൾക്ക് വലിയ പങ്കുണ്ട്. ഈ ഘടകങ്ങൾ പ്രസ്തുതവ്യക്തിയിൽ സവിശേഷമായ ആശയസംഹിത സൃഷ്ടിക്കുന്നുണ്ട്. ഇതിന്റെ പശ്ചാത്തലത്തിലാണ് അയാൾ ലോകത്തെ മനസ്സിലാക്കുന്നതും പുനരാവിഷ്കരിക്കുന്നതും. വൈയക്തികമായ ഈ പ്രത്യയശാസ്ത്രസംസ്കാരമാണ് കലാസൃഷ്ടികളിൽ ജീവിതദർശനമായി ലയിച്ചുകിടക്കുന്നത്. സമൂഹം അംഗീകരിക്കുന്ന പ്രത്യയശാസ്ത്രങ്ങളെ സാമാന്യപ്രത്യയശാസ്ത്രമെന്ന് വിളിക്കാം. പൊതുബോധം സൃഷ്ടിക്കുന്നതിൽ അടിസ്ഥാനധാരയായി നിലകൊള്ളുന്ന വിശ്വാസപ്രമാണങ്ങളും മൂല്യങ്ങളുമാണ് ഇതിൽ ഉള്ളടങ്ങിയിരിക്കുന്നത്. വ്യക്തിയിൽ നിന്ന് അല്ലെങ്കിൽ കൂട്ടായ്മയിൽനിന്നുണ്ടാകുന്ന വിശ്വാസസംഹിതകൾ സമൂഹത്തിന്റേതായി മാറുന്നു. അങ്ങനെയാണ് കലാ-സാഹിത്യ സൃഷ്ടികൾ സമൂഹത്തിൽ സ്വാധീനം ചെലുത്തുന്നത്. ഒരു വ്യക്തി എന്ന നിലയിൽ കലാകാരന് താൻ കാണുന്ന വിശ്വാസസംഹിതയോട് ആഭിമുഖ്യം ഉണ്ടാവാം ചിലതിനോട് വിയോജിപ്പും തോന്നിയേക്കാം. അതയാളുടെ അനുഭവത്തിന്റെ ഭാഗമാകുമ്പോൾ തന്റെ സർഗ്ഗപ്രവർത്തനത്തിൽ അതിനെ ഉൾപ്പെടുത്തുന്നു. അങ്ങനെയാണ് അത്തരം പ്രത്യയശാസ്ത്രം അയാളുടെ ചിന്തയിലും പ്രവൃത്തിയിലും കലരുന്നത്.

ഒരു നിശ്ചിതസമൂഹത്തിൽ നിലവിലിരിക്കുന്ന ഉല്പാദനവിതരണബന്ധങ്ങളെ നിർണ്ണയിക്കുന്നതും ആ ഘടനയുടെ അടിസ്ഥാനത്തിൽ അതിന്റെ താൽപര്യത്തിനനുസൃതമായി പ്രവർത്തിക്കുന്ന ഭരണകൂടത്തെ സംരക്ഷിച്ചുപോരുന്നതും ആ സമൂഹത്തിൽ നിലനിൽക്കുന്ന മൂല്യങ്ങളാണ്. ഈ മൂല്യങ്ങൾ ചോദ്യം ചെയ്യപ്പെടുമ്പോൾ പ്രത്യയശാസ്ത്രമണ്ഡലത്തിൽ പ്രശ്നങ്ങളുടലെടുക്കുന്നു. അതിന്റെ അധീശത്വം നഷ്ടമാവുന്നു. അതിന്റെ ഫലമായി ഭരണകൂടം ശിഥിലമാകുന്നു. അതുകൊണ്ടുതന്നെ സമൂഹത്തിൽ സ്വീകാര്യമായ പ്രത്യയശാസ്ത്രത്തെ നിലനിർത്തേണ്ടത് ഭരണകൂടത്തിന്റെ ആവശ്യമാകുന്നു. ഇതിന് ഭരണകൂടം ആശ്രയിക്കുന്ന സാംസ്കാരികസ്ഥാനങ്ങളാണ് സിനിമപോലുള്ള മാധ്യമങ്ങൾ.

ഏതൊരു കലാസൃഷ്ടിയും പോലെ സമൂഹത്തിൽ അംഗീകൃതമായ മൂല്യങ്ങളുടെ പുനരുല്പാദനവും സ്ഥാപനവൽക്കരണവുമാണ്

സിനിമയുടെയും വിനിമയപ്രവർത്തനം. ബഹുഭൂരിപക്ഷത്തെ അഭിസം ബോധനചെയ്യുന്ന സിനിമ, അത് നിർമ്മിച്ചെടുക്കുന്ന അയഥാർത്ഥമായ ദൃശ്യപ്രതിനിധാനങ്ങളിലൂടെ സവിശേഷമായ വിശ്വാസങ്ങളുടെയും മൂല്യങ്ങളുടെയും പ്രചാരകരായിത്തീരുന്നു. കലാകാരൻ (സംവിധായ കൻ) സാമൂഹ്യപ്രശ്നങ്ങളോടു പുലർത്തുന്ന വൈയക്തികപ്രാധാന്യം അനുസരിച്ചാണ് പ്രത്യയശാസ്ത്രങ്ങളുടെ സ്വാധീനതകൾ അയാളുടെ സൃഷ്ടികളെ ശക്തിപ്പെടുത്തുകയോ ദുർബലപ്പെടുത്തുകയോ ചെയ്യുന്നത്. സൃഷ്ടിയിലൂടെ വിനിമയം ചെയ്യുന്ന പ്രത്യയശാസ്ത്രം കലാകാരന്റെ സ്വാത ന്ത്ര്യമാണ്. ആധുനികകാലത്തിന്റെ മാധ്യമമായ സിനിമയുടെ കലാമൂല്യം നിർണയിക്കുന്നതിനുള്ള പ്രധാനഉപാദി അതിലെ പ്രത്യയശാസ്ത്രത്തെ അന്വേഷിക്കലാണ്. അതുകൊണ്ട്തന്നെ സംസ്കാരപഠനത്തിൽ ഇത്തരം പഠനങ്ങൾക്ക് സവിശേഷത കൈവരുന്നു. കേരളത്തിലെ ആധുനിക പശ്ചാത്തലങ്ങളെ അനാവരണം ചെയ്തുകൊണ്ട് ദൃശ്യവൽക്ക രിക്കപ്പെട്ട മലയാളസിനിമകൾ പ്രതിനിധാനം ചെയ്ത പാരമ്പര്യ-ആധു നിക സംഘർഷം ഫ്യൂഡൽ പ്രത്യയശാസ്ത്രതാല്പര്യങ്ങളുടെ ദുർബലമായ ചെറുത്തുനില്പിന്റെ പ്രതിഫലനങ്ങളായിരുന്നുവെന്ന് കണ്ടെത്താൻ കഴിയും. വ്യാവസായിക ഉല്പാദനവ്യവസ്ഥയെയും ആഗോളവല്ക്കരണ ത്തെയും നിഷേധിക്കുവാനോ മുതലാളിത്ത പ്രത്യയശാസ്ത്രത്തിന്റെ സ്ഥാപനവൽക്കരണത്തെ എതിർക്കുവാനോ ഇത്തരം സിനിമകൾക്ക് കഴിഞ്ഞിട്ടില്ലെന്നതിന്റെ അന്വേഷണത്തിന്റെ ഭാഗമായാണ് അടൂർ സിനിമകളെ കേരളീയാധുനികതയുടെ പശ്ചാത്തലത്തിൽ പഠനവി ധേയമാക്കുന്നത്.

കുറിപ്പുകൾ :

1. ദേസ് ട്രൂത്ത് ഡി ട്രാസി - ഐഡിയോളജി എന്ന പദം ആദ്യമായി അവതരിപ്പി ച്ചത് ജെർമ്മൻ ഫിലോസഫറായ ട്രെസിയാണ് (1154 - 1856) ആശയങ്ങളുടെ ശാസ്ത്രം എന്ന നിലയിലാണ് അദ്ദേഹം ഈ പദം ഉപയോഗിച്ചത്. എല്ലാ ശാസ്ത്ര തത്വങ്ങളും ആശയങ്ങളുമായി ബന്ധമുള്ളതുകൊണ്ടുതന്നെ ഐഡിയോളജിയെ പ്രഥമ ശാസ്ത്രം (First Science) എന്ന നിലയിൽ പരിഗണിക്കണമെന്ന് അദ്ദേഹം കരുതി. ഫ്രഞ്ച് ഭരണാധികാരിയായ നെപ്പോളിയൻ ബോണപ്പാർട്ടിന്റെ നിശിത വിമർശനത്തിനും എതിർപ്പിനും അദ്ദേഹത്തിന്റെ തത്വശാസ്ത്രം പാത്രീഭവിച്ചിട്ടുണ്ട്.
2. The Ideas of Ruling Class are in every epoch the ruling ideas (K. Marx, selected writings, edited by D Mchellah, Oxford University Press, 1977 : 176).
3. "Ideology is a representartion of the imaginary relationship of individuals to their real conditions of existence." L. Althusser, Lenin and Philosophy (New Left Books, London, 1971: p. 152)

ആധുനികതാ പ്രസ്ഥാനം

പ്രബുദ്ധതയുമായി ബന്ധപ്പെടുത്തിയാണ് ആധുനികതയെ സാമൂഹികചിന്തകർ വീക്ഷിക്കുന്നത്. പതിനെട്ടാം നൂറ്റാണ്ടിൽ യൂറോപ്പ് കേന്ദ്രീകരിച്ച് രൂപപ്പെട്ട ധൈഷണിക വ്യവഹാരത്തെയാണ് പ്രബുദ്ധത എന്ന് വിളിക്കുന്നത്. ഈ പ്രബുദ്ധതയുടെ അന്തരീക്ഷം ലോകത്തെ നിയന്ത്രിക്കാനുള്ള ശക്തി യൂറോപ്പിന് നേടിക്കൊടുത്തു. യൂറോപ്പ് ഒന്നാം ലോകമായി ലോകത്തിനു മുൻപിൽ അവരോധിക്കപ്പെട്ടു. യുക്തി, പുരോഗമനചിന്ത, ശാസ്ത്രീയത, വസ്തുനിഷ്ഠത, മാനവതാവാദം, ലിബറലിസം, യൂറോകേന്ദ്രിതത്വം തുടങ്ങി ഒട്ടനവധി സങ്കല്പനങ്ങൾ പ്രബുദ്ധമായ ആധുനികതയുടെ ആധാരമായി നിലനിൽക്കുന്നുണ്ട് (Hamilton, 1992:22). മനുഷ്യരാശിയുടെ ഭൗതികതയെയും ആന്തരികതയെയും ഒരേപോലെ സ്വാധീനിച്ച മാറ്റമായിരുന്നു ആധുനികതയുടേത്. ജീവിതാവസ്ഥയുടെ ഭൗതികവും ആന്തരികവുമായ തലങ്ങളെ മൗലികമായിത്തന്നെ ആധുനികത പരിവർത്തനവിധേയമാക്കി. ശാസ്ത്രത്തിന്റെയും സാങ്കേതികവിദ്യയുടെയും രംഗത്ത് നടന്ന കുതിച്ചുചാട്ടങ്ങളാണ് ഭൗതികമായ തലത്തെ പരിവർത്തിപ്പിച്ചതെങ്കിൽ ഇതോടൊപ്പം വന്ന വിജ്ഞാനത്തിന്റെ പുനഃസംഘടനവും പ്രത്യയശാസ്ത്രവിപുലനവുമാണ് ആന്തരികമായ നവീകരണത്തിന് നിമിത്തമായത്. യുക്തിയുടെ യുഗമായിട്ടാണ് ആധുനികത അറിയപ്പെട്ടത്. യുക്തി എന്നത് സകലതിന്റെയും മാനദണ്ഡമായി മാറി. മനുഷ്യന് അവന്റെ യുക്തിയുപയോഗിച്ച് ആരുടെയും സഹായമില്ലാതെ അജ്ഞതയും അപക്വതയും മറികടക്കാനാവുമെന്ന പ്രത്യേകതരം ചിന്താഗതിയെ ആണ് ഇമ്മാനുവൽ കാന്റ് (1724-1804) പ്രബുദ്ധത എന്ന് വിളിക്കുന്നത്. യുക്തിചിന്ത സാർവ്വത്രികമായി ഉപയോഗിക്കുന്ന ഉപകരണമായി മാറി. സാംസ്കാരിക മണ്ഡലത്തിലെ വിപ്ലവമായാണ് നവോത്ഥാനത്തിന്റെ ഭാഗമായുള്ള ഈ പ്രബുദ്ധതയെ ലോകം നോക്കിക്കണ്ടത്. ചരിത്രത്തെ പ്രാചീനകാലം, മധ്യകാലം,

ആധുനികകാലം എന്നിങ്ങനെ വിഭജിക്കുമ്പോൾ ആധുനികകാലത്തെ മധ്യകാലത്തിൽ നിന്നും വേർപെടുത്തുന്ന സാംസ്കാരിക പരിവർത്തനങ്ങളായാണ് നവോത്ഥാനവും അതുമായി ബന്ധപ്പെട്ട ആധുനികതയും വിലയിരുത്തപ്പെടുന്നത്.

പത്തൊമ്പതാം നൂറ്റാണ്ടിന്റെ തുടക്കം മുതൽ കോളനിരാജ്യങ്ങളിലേക്കും ഇവയുടെ പ്രചാരമുണ്ടായി. വിദ്യാഭ്യാസത്തിലൂടെയും നാഗരികതയിലൂടെയും വന്നുചേരുന്ന മാനസികവൈപുല്യവും സാംസ്കാരിക ഔന്നത്യവും ഹൃദയവിശാലതയും സർവ്വലൗകികവീക്ഷണവും മറ്റുമാണ് ആധുനികതയുടെ ലക്ഷണങ്ങളായി പലപ്പോഴും പറയാറുള്ളത്.

> *സങ്കുചിതമായ ലിംഗ ജാതി മത വർഗ്ഗ വർണ്ണ ദേശങ്ങളിൽ നിന്നും മനുഷ്യനെ മോചിപ്പിച്ച് ഉദാത്തമായ വിശ്വമാനവ സങ്കൽപത്തിലേക്ക് ഉയർത്തിക്കൊണ്ടുവരികയായിരുന്നു ആധുനികതയുടെ ആത്യന്തിക ലക്ഷ്യം.*
>
> (പി.പി. രവീന്ദ്രൻ, 2017:18)

പാരമ്പര്യത്തിൽ നിന്നും വേറിട്ടുനിൽക്കുന്ന പുതിയ മൂല്യങ്ങളും ബന്ധങ്ങളുമാണ് ആധുനികതയുടെ അടിസ്ഥാനമായി വർത്തിക്കുന്നത് നാഗരികചിന്ത, വ്യവസായസംസ്കാരം, ശാസ്ത്രീയബോധം എന്നിവ ഇതിൽപ്പെടുന്നു. ബന്ധങ്ങളുടെ പുനർക്രമീകരണത്തിലൂടെ വളർന്നുവന്ന പുതിയ മൂല്യവ്യവസ്ഥിതിയും സാമൂഹിക കാലാവസ്ഥയും ലോകബോധവും ചേർന്നാണ് ആധുനികതയെ സൃഷ്ടിച്ചത് എന്ന് പി.പി. രവീന്ദ്രൻ ആധുനികതയെ നിർവചിക്കുന്നുണ്ട് (2017:19). ആധുനികതയുമായി ബന്ധപ്പെട്ട് ആഗോളതലത്തിൽ വന്ന സാമൂഹികവും സാംസ്കാരികവും വിദ്യാഭ്യാസപരവുമായ പരിഷ്കാരങ്ങൾ സമൂഹങ്ങളുടെ ജീവിതനിലവാരം ഉയർത്തുന്നതിന് സഹായകമായിട്ടുണ്ട്. എന്നാൽ ജീവിതനിലവാരത്തിന്റെ കാര്യത്തിൽ ഒന്നാം ലോകസമൂഹങ്ങളുടെയും മൂന്നാംലോകസമൂഹങ്ങളുടെയും ഇടയ്ക്ക് ഭയാനകമായ അന്തരം നിലനിൽക്കുന്നുണ്ടെന്ന് കാണാനാവും.

ഇറ്റാലിയൻ നവോത്ഥാനം മാത്രമല്ല ലോകത്തെമ്പാടുമുള്ള നവോത്ഥാനങ്ങളെല്ലാം ചെയ്തത് സംസ്കാരത്തെ മാറ്റിപ്പണിയുകയാണ്. സംസ്കാരത്തെ മാറ്റിപ്പണിയുക എന്നതിനർത്ഥം മൂല്യബോധത്തെ മാറ്റിപ്പണിയുക എന്നുകൂടിയാണ്. കാരണം സംസ്കാരത്തിന്റെ ജീവനാണ് മൂല്യബോധം. പൊതുവായ മൂല്യങ്ങൾ പങ്കിടുന്ന സാമൂഹിക സംവിധാനമാണ് സംസ്കാരം. ആ സംവിധാനത്തിലെ സാമൂഹിക പ്രതീക്ഷകളെയും നല്ലത്, സുന്ദരമായത്, നിർമ്മാണാത്മകമായത്

തുടങ്ങിയവയെക്കുറിച്ചുള്ള ധാരണകളെയും സാധ്യമാക്കുന്നത് മൂല്യങ്ങളാണ്. ഒരു പ്രത്യേകവിഭാഗം പൊതുവായി സ്വീകരിക്കുന്ന ഗുണങ്ങളോ, തത്വങ്ങളോ, നിലവാരമോ, ആശയങ്ങളോ ആണ് മൂല്യങ്ങൾ. മൂല്യങ്ങളാണ് ജീവിതത്തിന് അർത്ഥം നൽകുന്നത്. വ്യക്തികൾക്ക് വിലകൽപ്പിക്കാനുള്ള മാനദണ്ഡം തന്നെയാണ് മൂല്യങ്ങൾ. സാമൂഹികമാറ്റം എന്നാൽ മൂല്യവ്യവസ്ഥയും മൂല്യബോധത്തിൽ ഉള്ള മാറ്റവും കൂടിയാണ്. ഇറ്റാലിയൻ നവോത്ഥാനവും സമാനമായി ലോകത്തിന്റെ പലഭാഗങ്ങളിൽ നടന്ന നവോത്ഥാനങ്ങളും പൊതുവായ ചില മൂല്യങ്ങളെ മനുഷ്യരാശിക്ക് സമ്മാനിക്കുകയുണ്ടായി. മാനവികത (Humanism), മതനിരപേക്ഷത (Secularism), ജനാധിപത്യം (Democracy), യുക്തിബോധം (Reasoning), വിമർശനചിന്ത (Critical thinking), സമത്വം (Equality) എന്നിവയാണവ.

> മനുഷ്യൻ എന്ന ആശയത്തെ കേന്ദ്രീകരിച്ചാണ് നവോത്ഥാനം അതിന്റെ ചിന്താപദ്ധതികൾ വികസിപ്പിച്ചെടുത്തത്. യൂറോപ്യൻ ചിത്രകലയിലും സാഹിത്യത്തിലും മനുഷ്യനെ സർവശക്തനായി കണ്ടുമുട്ടുന്ന ഘട്ടമാണിത്. തന്റെ ഭാഗധേയം സ്വയം നിർണ്ണയിക്കാൻ ശേഷിയുള്ള മനുഷ്യർ ചിത്രകലയിലും ശില്പകലയിലും ഉയർന്നുവന്നു. ദൈവകേന്ദ്രീകൃതമായ ഭാവന യൂറോപ്യൻ കലയിലും സാഹിത്യത്തിലും നിലനിന്ന അതിഭൗതിക വ്യാഖ്യാനങ്ങളെ നവോത്ഥാനം അംഗീകരിച്ചില്ലെന്നു മാത്രമല്ല നവോത്ഥാനകല ഭൗതികമായി ചുറ്റുപാടുകളെ വിലയിരുത്തി. അതോടെ മനുഷ്യൻ കലയുടെ കേന്ദ്രാശയമായി മാറി.

(കെ.എൻ. ഗണേശ്, 2002:34).

മനുഷ്യൻ പ്രമേയമായപ്പോൾ മനുഷ്യനെ സംബന്ധിച്ച എല്ലാ വ്യവഹാരങ്ങളും അവന്റെ സാമൂഹ്യജീവിതവും പരിഗണനാവിഷയമായി. അതോടൊപ്പം മനുഷ്യനെ ഒരു ധൈഷണിക ജീവിയായി നവോത്ഥാനം പരിഗണിച്ചു. മാനവികത എന്ന സങ്കൽപം ഒരു മൂല്യമായി വളർന്നുവന്നത് ആധുനികതയുടെ പശ്ചാത്തലത്തിലാണ്. നവോത്ഥാനചലനങ്ങൾക്ക് പിന്നിലെ അടിസ്ഥാന കാഴ്ചപ്പാടായിരുന്നു മാനവികത.

ആധുനികതയെ രൂപപ്പെടുത്തുന്നതിൽ ആധുനികശാസ്ത്രത്തിനും മുതലാളിത്തത്തിനും പങ്കുണ്ട്. ആധുനികശാസ്ത്രത്തിന്റെ ഭൗതികപരിസരം വ്യവസായവൽക്കരണമായിരുന്നു. പതിനഞ്ചാം നൂറ്റാണ്ടിന്റെ ആരംഭംമുതൽ യൂറോപ്യൻ നാടുകളിലുണ്ടായ ശാസ്ത്രീയപുരോഗതിയുടെ ആകെത്തുകയാണ് ആധുനികത. വിദ്യുച്ഛക്തി, ആവിയന്ത്രം തുടങ്ങിയവയുടെ കണ്ടുപിടുത്തം ഗതാഗത-വാർത്താവിനിമയ രംഗത്ത് പുത്തൻ

ഉണർവ്വുണ്ടാക്കി. ശാസ്ത്രസാങ്കേതികവിദ്യകളുടെ വികാസം, കൃഷി, വ്യവസായം, വാണിജ്യം, ആരോഗ്യം തുടങ്ങിയ രംഗങ്ങളിൽ വൻ കുതിച്ചു ചാട്ടങ്ങളുണ്ടായി. ഇതിന്റെ ഫലമായി ഉല്പാദനമേഖലയിൽ പുരോഗതിയുണ്ടായി. ശാസ്ത്രസാങ്കേതികവിദ്യയും വ്യവസായവും തമ്മിലുള്ള ബന്ധം കാർഷികാധിഷ്ഠിത വ്യവസ്ഥയിൽ നിന്ന് മനുഷ്യപ്രയാണത്തിനും മൂലധനത്തിനും പ്രാധാന്യമുള്ള വ്യാവസായികാവസ്ഥയിലേക്കുള്ള മാറ്റത്തിന് കാരണമായി. വ്യവസായത്തിൽ ഉണ്ടായ വൈവിധ്യവൽക്കരണവും സ്പെഷലൈസേഷനും പുതിയ ഊർജ്ജസ്രോതസ്സുകൾ കണ്ടെത്തുന്നതിനും യന്ത്രവൽക്കരണം വ്യാപിപ്പിക്കുന്നതിനും കാരണമായി. ആധുനികശാസ്ത്രത്തിന്റെ ഗുണഫലങ്ങൾ വ്യവസായവിപ്ലവത്തോടെ അനുഭവിച്ചുതുടങ്ങിയ സമൂഹം വ്യവസായവിപ്ലവത്തിനാധാരമായ ആധുനികശാസ്ത്രത്തിന്റെ യുക്തിബോധത്തെ അംഗീകരിച്ചു.

ആധുനികതയുടെയും മുതലാളിത്തത്തിന്റെയും വളർച്ച ആധുനികശാസ്ത്രത്തിന്റെ വളർച്ചയോടും മറ്റുരാജ്യങ്ങളുടെമേലുള്ള യൂറോപ്യൻരാജ്യങ്ങളുടെ അധിനിവേശത്തോടും ബന്ധപ്പെട്ടുനിൽക്കുന്നു. പതിനെട്ട്, പത്തൊമ്പത് നൂറ്റാണ്ടുകളിലെ സാമ്പത്തികപുരോഗതിയുടെ ഭൗതികസാഹചര്യങ്ങളായ ഖനനം, യുദ്ധം, കടൽയാത്ര എന്നിവ ശാസ്ത്രത്തിന്റെയും സാങ്കേതികവിദ്യകളുടെയും വികസനത്തിന് പ്രേരകശക്തിയായി. ജ്യോതിശാസ്ത്രം, എഞ്ചിനീയറിംഗ്, സൈന്യം, വൈദ്യുതി എന്നീ മേഖലകളിലുണ്ടായ വികാസം യൂറോപ്പിനെ സമുദ്രാന്തരയാത്രകളിലേക്കും ഭൂമിശാസ്ത്രപരമായ കണ്ടെത്തലുകളിലേക്കും നയിച്ചു. വ്യവസായവൽക്കരണത്തിന്റെ ഫലമായി നഗരങ്ങൾക്കു ഗ്രാമങ്ങളേക്കാൾ പ്രാധാന്യമേറിയതും ലാഭത്തിലധിഷ്ഠിതവുമായ വ്യവസായികോല്പാദനക്രമങ്ങൾ അമിതമായ യന്ത്രവൽക്കരണത്തിന് കാരണമായതും മനുഷ്യജീവിതത്തെ ബാധിച്ചു. ശാസ്ത്രവികാസത്തെത്തുടർന്ന് സമ്പദ്‌വ്യവസ്ഥ, സാമൂഹ്യക്രമം, രാഷ്ട്രീയാദർശങ്ങൾ, സാംസ്കാരിക വ്യവഹാരങ്ങൾ എന്നിവയിലുണ്ടായ പരിവർത്തനങ്ങളാണ് ആധുനികതയെന്ന സാമൂഹികചരിത്രാനുഭവത്തിന്റെ ചാലകശക്തിയായി വർത്തിച്ചത്.

ആധുനികതയും ചിത്രകലയും

ആധുനികത അതിന്റെ വരവറിയിച്ചത് ചിത്രകലയിലൂടെയാണെന്നാണ് നിരൂപകമതം. ആധുനികതയുടെ മൗലികസ്വഭാവങ്ങളായ പാരമ്പര്യനിഷേധം, സമകാലിക വ്യവസ്ഥയോടുള്ള എതിർപ്പ്, ലാവണ്യനിയമങ്ങളെ വെല്ലുവിളിക്കൽ, വിശ്വസങ്ങളോടുള്ള വെല്ലുവിളി, ജന്മവാസനകൾക്ക് പ്രാധാന്യം നൽകൽ, അസാധാരണതയ്ക്കുവേണ്ടിയുള്ള

അന്വേഷണം തുടങ്ങിയവയെല്ലാം ആധുനിക ചിത്രകലയിൽ സമഞ്ജസമായി സമ്മേളിച്ചു. ഇംപ്രഷണിസം, ക്യൂബിസം, ഫ്യൂച്ചറിസം, സർറിയലിസം, എക്സ്പ്രഷണിസം തുടങ്ങിയ പ്രസ്ഥാനങ്ങളിൽ ആധുനികതയുടെ മൗലിക സ്വഭാവങ്ങളും സവിശേഷതകളും ആഴ്ന്നു നിൽക്കുന്നു. 19-ാം നൂറ്റാണ്ടിന്റെ ഉത്തരാർദ്ധം മുതൽ ചിത്രകലാരംഗത്ത് പ്രത്യക്ഷപ്പെട്ട നവീന പ്രസ്ഥാനങ്ങളെയാണ് പ്രധാനമായും മോഡേണിസം എന്നത് കൊണ്ട് അർത്ഥമാക്കുന്നത്. നിരന്തരം കണ്ടുമടുത്ത ബിംബങ്ങളെ നിലവിലുള്ള രചനാ സങ്കേതങ്ങളുപയോഗിച്ച് പുനഃസൃഷ്ടിക്കുന്നതിലല്ല ആധുനിക ചിത്രകല താല്പര്യം പ്രകടിപ്പിച്ചത്. മറിച്ച് അദൃശ്യമായവയെ ആധുനിക സങ്കേതങ്ങളുപയോഗിച്ച് ദൃശ്യമാക്കുന്നതിലായിരുന്നു മോഡേണിസ്റ്റ് ചിത്രകാരൻ ലക്ഷ്യം വെച്ചത്.

പീറ്റർ ചൈൽഡ് രചിച്ച മോഡേണിസം എന്ന കൃതിയിൽ കലാലോകത്ത് സംഭവിച്ച ആധുനികതയ്ക്കു സഹായകമായി പ്രവർത്തിച്ച മൂന്ന് സാമൂഹിക സാംസ്കാരിക കാര്യങ്ങളെ പരിഗണിക്കുന്നുണ്ട്. ഫ്രഞ്ച് വിപ്ലവം, ഫോട്ടോഗ്രാഫി, രസതന്ത്രത്തിന്റെ വളർച്ച എന്നിവയാണ് ചിത്രകലയിൽ ആധുനികതയെ രൂപപ്പെടുത്താൻ സഹായിച്ച സാഹചര്യങ്ങളായി ചൈൽഡ് നിരീക്ഷിക്കുന്നത്. 1888 ൽ ജോർജ്ജ് ഈസ്റ്റ്മാൻ കൊഡാക് ക്യാമറ കണ്ടുപിടിച്ചതോടെ യഥാർത്ഥശൈലിയിലുള്ള ചിത്രരചന പ്രസക്തമല്ലാതായി. ഫോട്ടോഗ്രാഫിയുടെ വരവോടെ 'അതേപോലെ' എന്ന ആശ്ചര്യം പഴങ്കഥയായി. ഛായാചിത്രങ്ങൾ, പ്രകൃതി ദൃശ്യങ്ങൾ എന്നിവ വരച്ച ചിത്രകാരന്മാരെ ഫോട്ടോഗ്രാഫി കാലഹരണപ്പെടുത്തി. ഇത് കലാകാരന്മാർക്കു മുന്നിൽ പുതിയ വെല്ലുവിളിയുയർത്തി. ചിത്രകല കേവലം അനുകരണവും പകർത്തിയെഴുത്തുമല്ലെന്നും സൃഷ്ടിയാണെന്നും ചിത്രകാരന്മാർ വാദിച്ചു. ഇതിന്റെ പരിണിതഫലമാണ് ഇംപ്രഷണിസം (impressionism). ആധുനിക ചിത്രകാരൻ ചിന്തയുടെയും വികാരത്തിന്റെയും സമസ്തമേഖലകളെയും സമന്വയിപ്പിച്ചുകൊണ്ട് ആഭ്യന്തരലോകത്തേയും ഇന്ദ്രിയഗ്രാഹ്യമായ ബാഹ്യലോകത്തെയും ഒരേപോലെ നോക്കിക്കണ്ടു. രണ്ടാമത് ഫ്രഞ്ചു വിപ്ലവം ഉയർത്തിവിട്ട സമത്വമെന്ന ആശയം അതുവരെ സമൂഹത്തിൽ നിലനിന്ന വിവേചനങ്ങൾക്കെതിരെ പ്രതികരിച്ചു. മുൻകാലത്ത് പ്രഭുക്കൻമാർക്കും സമൂഹത്തിലെ ഉന്നതശ്രേണിയിൽ ജീവിക്കുന്നവർക്കും മാത്രം പ്രവേശനം ലഭിച്ച ആർട്ട് ഗാലറികളിലേക്കും മ്യൂസിയങ്ങളിലേക്കും പൊതുജനത്തിനും പ്രവേശനം നൽകി. ഗാലറികളും മ്യൂസിയങ്ങളും ജനകീയമായത്, ചിത്രകലയിൽ പുതിയ ഒരുർജ്ജം ജനിപ്പിച്ചു. പുതിയ പുതിയ ഗാലറികളുടെ വളർച്ചയ്ക്ക് ഇത് കാരണമായി. സ്വാഭാവികമായും

ചിത്രകലയ്ക്ക് മാർക്കറ്റ് ഉണ്ടാവുകയും ആർട്ട് വിപണി ഉണ്ടാവുകയും ചെയ്തു. മൂന്നാമത്തെ കാരണം രസതന്ത്രത്തിന്റെ വളർച്ചയാണ്. ഇത് പഴയകാലത്തേക്കാൾ പെയിന്റിംഗ് രാസവസ്തുക്കൾക്ക് വിലകുറയുകയും കലാകാരന്മാർക്ക് വാങ്ങാൻ കഴിയുന്ന രീതിയിലേക്ക് മാറുകയും ചെയ്തതായി പീറ്റർ ചൈൽഡ് രേഖപ്പെടുത്തുന്നു. ഇത്തരം പശ്ചാത്തലങ്ങളേക്കൂടി ചിത്രകലയിലെ മോഡേണിസത്തെ വിശകലനം ചെയ്യുമ്പോൾ പരിഗണിക്കേണ്ടതാണ്.

സംഗീതം, സാഹിത്യം, ഫോട്ടോഗ്രാഫി നാടകം എന്നീ കലകളെ പോലെ തന്നെ ചിത്രകലയുടെ സ്വാധീനവും സിനിമയുടെ വളർച്ചയിലേക്ക് നിർണായകമായിരുന്നു. ചിത്രകല ചലച്ചിത്രത്തിന് പല അനുപാതത്തിലും പ്രചോദനമായിട്ടുണ്ട്. സിനിമയിലെ ഒരു ദൃശ്യവും ചിത്രകലയും തമ്മിൽ ഏറെ സാദൃശ്യമുണ്ട്. ചിത്രകലയിൽ വർണ്ണത്തിനുള്ള പ്രാധാന്യം സിനിമയിലെ വർണ്ണത്തിനുമുണ്ട്.

ഈ സാമ്യങ്ങൾ രണ്ടു കലകൾ തമ്മിലുള്ള ആദാനപ്രധാനത്തിന് കാരണമായിട്ടുണ്ട്. ചിത്രങ്ങൾ സിനിമയിൽ നേരിട്ട് ഇമേജുകളായും സിനിമകൾക്ക് പ്രചോദനമായും വന്നിട്ടുണ്ട്. Fritz Lang-ന്റെ മെട്രോപോളിസിന് അസന്തുഷ്ടി നിറഞ്ഞ അന്തരീക്ഷ സൃഷ്ടി ചിത്രീകരിക്കാൻ Pieter Brugel- ന്റെ ദ ടവർ ഓഫ് ബബേൽ എന്ന ഓയിൽ പെയിന്റിംഗ് സഹായിച്ചതായി നിരൂപകർ പറയുന്നു. ചിത്രകാരന്മാരുടെ ജീവിതവും സിനിമയ്ക്ക് വിഷയമായി. മൈക്കലാഞ്ചലോ (The Agony and the Ecstasy) വാൻഗോംഗ് (Lust for life, Vincent and Theo) പിക്കാസോ (The adventure of Picasso) തുടങ്ങിയ ഒട്ടേറെ സിനിമകൾ ചിത്രകാരന്മാരെ കുറിച്ച് വന്ന സിനിമകൾക്ക് ഉദാഹരണമാണ്.

ക്യൂബിസം, സർറിയലിസം, എക്സ്പ്രഷണിസം പോലുള്ള ചിത്രകലാസങ്കേതങ്ങളാണ് സിനിമയിൽ കൂടുതൽ സ്വാധീനം ചെലുത്തിയത്. വസ്തുക്കളെ ജ്യാമിതീയ അനുമാനങ്ങളിൽ പ്രതിഷ്ഠിക്കാനുള്ള പ്രവണതയാണ് ക്യൂബിസം. പിക്കാസോയും ജോർജ്ജ് ബ്രാക്കുമാണ് ക്യൂബിസത്തിലെ പ്രധാനികൾ. സിനിമയിലെ പരമ്പരാഗത നരേഷനു പകരം നോൺ ലീനിയർ നരേഷന് കാരണമായത് ക്യൂബിസമാണ്. വ്യത്യസ്ത ആങ്കിളുകളിലൂടെ വസ്തുതകളെ അവതരിപ്പിക്കുന്ന രീതിയും ക്യൂബിസത്തിന്റേതാണ്. ഇത് പ്രേക്ഷകന് മുന്നിൽ ആസ്വാദനത്തിനും വെല്ലുവിളി ഉയർത്തി. റഷ്യൻ സംവിധായകൻ സീഗാ വെർതോവിന്റെ 'ദ മാൻ വിത്ത് എ മൂവി ക്യാമറ' ക്യൂബിസ്റ്റ് സിനിമയ്ക്ക് ഉദാഹരണമാണ്.

പുതിയ കാലത്ത് ക്രിസ്റ്റഫർ നോളന്റെ Inception-ന്റെ നരേഷൻ ശൈലി ക്യൂബിസത്തിന്റേതാണെന്ന് വിമർശകർ അഭിപ്രായപ്പെടുന്നു. വസ്തുതാപരമായ യാഥാർത്ഥ്യത്തിന് ആവിഷ്കാരം കൊടുക്കാതെ ഉപബോധ മനസ്സിന്റെ പ്രേരണകളെ മാത്രം ആശ്രയിച്ച് നടത്തിയ കലാസൃഷ്ടികളാണ് സർറിയലിസം. ഇതിന്റെ സാരഥിയായി കാണുന്ന സാൽവദോർ ദാലിയും സംവിധായകൻ ലൂയി ബനുവേലും സിനിമയിൽ സഹകരിച്ചിരുന്നു. ബനുവേലിന്റെ Un Chien Andalou എന്ന സിനിമയ്ക്ക് തിരക്കഥയെഴുതിയത് ദാലിയാണ് . മനോവിജ്ഞാനീയത്തിന്റെ അടിയൊഴുക്കുള്ള ഒരു സർറിയലിസ്റ്റ് സ്വപ്നമാണ് ഈ സിനിമ. ക്ഷൗരക്കത്തി കൊണ്ട് കണ്ണ് കീറുന്ന ക്ലോസപ്പ് ദൃശ്യം അക്കാലത്തെ പ്രേക്ഷകരെ പിടിച്ചു കുലുക്കിയ അനുഭവമായിരുന്നു. ഇരുപതാം നൂറ്റാണ്ടിന്റെ തുടക്കത്തിൽ കലാസൃഷ്ടികളിൽ പ്രകടമായ തീവ്ര വികാരാവിഷ്ക്കാര പ്രവണതയാണ് എക്സ്പ്രഷനിസം. ജർമ്മൻ എക്സ്പ്രണലിസമാണ് സിനിമയിൽ കൂടുതൽ സ്വാധീനം ചെലുത്തിയത്, പ്രത്യേകിച്ച് നിശ്ശബ്ദ സിനിമയിൽ. വെയ്മർ സിനിമകളിൽ എക്സ്പ്രഷണലിസത്തിന്റെ ബന്ധം അംഗീകരിക്കപ്പെട്ട ഒന്നാണ്.

സിനിമയും ആധുനികതയും

സാഹിത്യം സംഗീതം ചിത്രകല തുടങ്ങിയ കലാരൂപങ്ങളുടെ ചരിത്രവുമായി താരതമ്യം ചെയ്യുമ്പോൾ സിനിമയുടെ ചരിത്രം വളരെ ഹ്രസ്വമായ ഒന്നാണ്. 19-ാം നൂറ്റാണ്ടിന്റെ അവസാനത്തിലുണ്ടായ ശാസ്ത്ര സാങ്കേതിക വിദ്യകളുടെ മുന്നേറ്റത്തിന്റെ സൃഷ്ടിയാണ് സിനിമയെന്ന കലാരൂപം. സിനിമയുടെ അംഗീകൃത ചരിത്രം ആരംഭിക്കുന്നത് 1895ലെ ലൂമിയർ സഹോദരന്മാരുടെ പ്രദർശനത്തോടെ ആണല്ലോ. അതിൽ പിന്നീട് ഒരു ജനാധിപത്യ മാധ്യമമെന്ന നിലയിൽ സിനിമ വളർന്നത് വളരെ വേഗത്തിലാണ്. ഏറ്റവും ജനപ്രീതി നേടിയ കലാരൂപമെന്ന നിലയിലും ആധുനിക ലോകത്തെ രൂപപ്പെടുത്തുന്ന സുപ്രധാന സാമൂഹിക സാമ്പത്തിക ശക്തിയെന്ന നിലയിലും സിനിമാ വ്യവസായം മാറി. ആധുനിക മനുഷ്യന്റെ ആത്മാന്വേഷണത്തിന്റെ 'ഭാഗമായും വിനോദോപാധിയായും സിനിമ ജനസ്വാധീനം നേടി. സ്റ്റുഡിയോകൾ, വിതരണ സംവിധാനം, പ്രദർശന സംവിധാനം, പരസ്യങ്ങൾ, മുതൽ മുടക്ക്, ലാഭം എന്നിവയെല്ലാം സിനിമയുടെ പ്രചാരണവും വ്യാപനവുമായി ബന്ധപ്പെട്ടു കിടക്കുന്നു. ഇതിലെല്ലാം തന്നെ മുതലാളിത്ത വ്യവസ്ഥയുടെ സാധ്യതയുമായി ബന്ധപ്പെട്ടു കിടക്കുന്നത് കൊണ്ട് സിനിമ വളരെ വേഗത്തിൽ ഒരു വ്യവസായമായി വളർന്നു. അതോടൊപ്പം

തന്നെ ഇത്തരം ആഡംബരത്തിന്റെയും ലാഭചിന്തയുടേയും എതിർ ദിശയിൽ നിന്നു കൊണ്ട്, കലയുടെ മൗലിക സ്വഭാവം നിലനിർത്തി കൊണ്ടുള്ള സിനിമകളും പുറത്ത് വന്നു. രണ്ടമത്തെ പക്ഷം ചേർന്നാണ് ആധുനികത സിനിമയിൽ പ്രകടമായത്. ഫ്രഞ്ച് ഇംപ്രഷനിസം, ജർമൻ എക്സ്പ്രഷനിസം, സോവിയറ്റ് മൊണ്ടാഷ് എന്നീ ചലച്ചിത്ര പ്രസ്ഥാന ങ്ങളാണ് സിനിമയിൽ ആധുനികതയുടെ തുടക്കമായി പരിഗണിക്കു ന്നത്. ലൂയി ബനുവേൽ, ഐസൻസ്റ്റീൻ, റോബർട്ട് വെയ്ൻ തുടങ്ങിയ സംവിധായകരിലൂടെ ആധുനികത അതിന്റെ സാന്നിധ്യം സിനിമയിൽ പ്രകടിപ്പിച്ചു. ചിത്രകാരന്മാർക്കും എഴുത്തുകാർക്കും സിനിമ സംവിധാ യകന്മാരുമായുള്ള സൗഹൃദവും സഹകരണവും സാഹിത്യത്തിലും പെയിന്റിംഗിലുമുള്ള ആധുനികതാപ്രവണതകൾ സിനിമയിലെത്താൻ നിമിത്തമായി. സർറിയലിസ്റ്റ് ചിത്രകാരൻ സൽവാദോർ ദാലിയും ലൂയി ബനുവേലും സിനിമയിൽ പരസ്പരം സഹകരിച്ചിരുന്നത് സുവിദിതമാ ണല്ലോ . ചിത്രകലയിലെ ദാദായിസം, ക്യൂബിസം, സർറിയലിസം, എക്സ്പ്രഷനിസം പോലുള്ള സങ്കേതങ്ങൾ സിനിമയിലും പ്രകടമായി. Modernism and visual Arts എന്ന പഠനത്തിൽ ജെയിംസ് ജോയിസ്, എസ്റാ പൗണ്ട്, വിർജീനിയ വൂൾഫ്, ഡി എച്ച് ലോറൻസ് തുടങ്ങിയ ആധുനിക സാഹിത്യകാരന്മാരുടെ പരസ്പര സഹകരണവും സ്വാധീനവും സിനിമയേയും സാഹിത്യത്തേയും എങ്ങനെ മാറ്റിമറിച്ചു എന്ന് ലോറ മാർക്യൂസ് (Laura Marcus) നിരീക്ഷിക്കുന്നു.

ആധുനികതയെ സൃഷ്ടിച്ച സാമൂഹികവും സാംസ്കാരികവുമായ സാഹചര്യങ്ങളിൽ (context) നിർണായക സ്വാധീനം ചെലുത്തിയ രണ്ടു ഘടകങ്ങളാണ് നഗരവല്ക്കരണവും (Urbanization) സാങ്കേതിക വിദ്യയുടെ മുന്നേറ്റവും (Technological Advancements) . കാല്പനിക പ്രസ്ഥാന കാലത്ത് മാഞ്ഞു പോകുന്ന ഗ്രാമീണ ജീവിതത്തിന്റെ ആവിഷ്കാരം ഒരു പ്രധാന വിഷയമായിരുന്നു. ഗൃഹാതുരതയോടെ ഗ്രാമീണ സൗഭാഗ്യങ്ങൾ കാല്പനിക സാഹിത്യത്തിൽ ആവിഷ്കൃ തമായി. കാല്പനിക കാലഘട്ടം ആധുനികതയ്ക്ക് വഴിമാറി കൊടുക്കു മ്പോഴേക്കും ഗ്രാമങ്ങൾ നഗരവൽകരണത്തിന് വിധേയമായി. നഗര ജീവിതത്തിലെ അന്യവൽക്കരണവും, ബന്ധങ്ങളുടെ ശൈഥില്യവും ഏകാന്തതയുമെല്ലാം ആധുനിക സാഹിത്യത്തിൽ ധാരാളം ആവി ഷ്കൃതമായി. ഒറ്റപ്പെട്ട വ്യക്തിയുടെ ഭീതിയും ആകുലതകളും സാഹിത്യ ത്തിലെന്നപോലെ സിനിമയിലും പ്രധാനവിഷയമായി. 1920 കൾക്ക് ശേഷം ആധുനികതയുടെ സ്വഭാവ സവിശേഷതകൾ പ്രകടിപ്പിക്കു ന്ന ധാരാളം സിനിമകൾ പുറത്തു വന്നു. നാഗരികജീവിതത്തിന്റെ

അരക്ഷിതാവസ്ഥയും ഹിംസാത്മകതയും ലൈംഗികതയുമെല്ലാം ഈ സിനിമകളിൽ വിഷയമായി. George Wilhelm Pabst sâ Joyless Street(1925), Friedrich Wilhelm Murnau sâ The Last Laugh (1924), Fritz Lang sâ Metropolis (1927), Walter Ruttmann sâ Berlin: symphony of a great City (1927), Lang sâ M (1931) തുടങ്ങിയവയെല്ലാം അക്കാലത്തെ പ്രധാനപ്പെട്ട സിനിമകളാണ്. നഗരജീവിതത്തിന്റെ ഇരുണ്ട വശങ്ങളേയും വർഗ്ഗ സംഘർഷങ്ങളേയും (Class Struggle), ലൈംഗികതയേയും വ്യത്യസ്ഥതയോടെ ആവിഷ്ക്കരിച്ചു. ബെർലിൻ: സിംഫണി ഓഫ് എ ഗ്രയിറ്റ് സിറ്റി എന്ന സിനിമ ഏറെ ശ്രദ്ധിക്കപ്പെട്ട ഒന്നാണ്. ആധുനികതയുടേയും അവാന്റ് ഗാർഡിന്റേയും സൗന്ദര്യാത്മകമായ ആവിഷ്കാരം എന്നാണ് നിരൂപകർ ഈ സിനിമയെ പുകഴ്ത്തിയത്. ഒരു പ്രത്യേക കഥാപാത്രത്തിലേക്ക് തിരിയാതെ നഗരത്തിന്റെ ആൾക്കൂട്ട അനുഭവത്തെയാണ് സിനിമ ശ്രദ്ധിച്ചത്. One of the most remarkable achievements of the period എന്നാണ് ഫിലിം പഠിതാവായ ക്രാസർ (Kracauer) അഭിപ്രായപ്പെട്ടത്. നഗരജീവിതം ആവിഷ്കരിക്കുന്ന സിറ്റി ഫിലിം എന്നൊരു ശാഖ തന്നെ സിനിമാലോകത്ത് ഉദയം കൊണ്ടു. നഗരത്തിലെ സ്റ്റുഡിയോകളിൽ നിർമ്മിക്കുകയും, നഗരങ്ങളിൽ പ്രദർശിപ്പിക്കുകയും ചെയ്ത ഈ സിനിമകളിലെ ആധുനികതയുടെ സ്വാധീനം സിനിമാ പഠിതാക്കളെ ഇന്നും ആകർഷിക്കുന്നു. അതിൽ പ്രധാനപ്പെട്ട ഒന്നാണ് വൈമർ റിപ്പബ്ലിക്. 1918 മുതൽ 1933 വരെ ജർമനിയിലെ വൈമർ റിപ്പബ്ലിക്കിൽ സൃഷ്ടിക്കപ്പെട്ട സിനിമകളാണ് കലാ ചരിത്രത്തിൽ വൈമർ സിനിമ (Weimar cinema) എന്നറിയപ്പെടുന്നത്. ആധുനിക സിനിമയുടെ വൈവിധ്യമാർന്ന സമീപനങ്ങളും ആശയഗതികളും കഥാഗതികളുടെ ആവിഷ്കാരങ്ങളും നിർവ്വചിച്ചെടുക്കാനുള്ള കൃത്യമായ സൂചകങ്ങളായി വൈമർ സിനിമ. മനുഷ്യന്റെ ക്രിമിനൽ വാസനകളെ ചിത്രീകരിക്കാൻ വൈമർ സിനിമകൾ ശ്രമിച്ചിട്ടുണ്ട്. സിനിമയിൽ അന്നുവരെ ചിത്രീകരിക്കാത്ത ലൈംഗിക വികാരപ്രകടനവും വൈമർ സിനിമ പുറത്തുകൊണ്ടു വന്നു. കഥാഖ്യാനത്തിൽ ഭ്രമാത്മകതയ്ക്ക് തുടക്കം കുറിച്ചതും ഈ കാലത്ത് തന്നെ. റോബർട്ട് വെയ്ന്റെ (Robert Wiene) കാബിനറ്റ് ഓഫ് ഡോക്ടർ കാലിഗരി ഈ സന്ദർഭത്തിൽ പ്രത്യേകം പരാമർശിക്കേണ്ടതാണ്. നിശബ്ദ സിനിമയുടെ കാലത്തുണ്ടായ ക്ലാസിക് സിനിമയാണ് 1920 ൽ പുറത്തിറങ്ങിയ ദ കാബിനറ്റ് ഓഫ് ഡോ. കാലിഗരി. റോബർട്ട് വെയിനിന്റെ ഈ ഹൊറർ സിനിമ ജർമൻ എക്സ്പ്രഷനിസത്തിന്റ എക്കാലത്തെയും മികച്ച ചിത്രങ്ങളിൽ ഒന്നായി

വിലയിരുത്തുന്നു. ലോകസിനിമ ആദ്യ രണ്ടു ദശകങ്ങളിൽ പിന്തുടർന്ന സിനിമാറ്റിക് നാച്വറലിസത്തിന് വിപരീതമായിരുന്നു കാലിഗരി. പൂർണമായും കാലിഗരി കേവല യാഥാർഥ്യത്തെ നിരാകരിക്കുന്നു. കാഴ്ചയേയും പരിപ്രേക്ഷ്യത്തേയും കീഴ്മേൽ മറിക്കുന്നു. നിഗൂഢതയുടേയും ഹിംസയുടേയും ആൾരൂപമായ ഡോ. കാലിഗിരിയുടെ വിചിത്ര മാനസിക സ്വഭാവം ഓരോ ഫ്രെയിമിലും നിറഞ്ഞുനിൽക്കുന്നു. തുടക്കം മുതൽ ഓരോ രംഗത്തിലൂടെയും കഥാപാത്രത്തിന്റെ ചെയ്തികളിലൂടെ കാലിഗരിയെ നിർമ്മിച്ചെടുക്കുന്ന ക്രാഫ്റ്റ്, പിൽക്കാല തിരക്കഥാ രചനയുടെ സങ്കേതങ്ങളിൽ വലിയ സ്വാധീനം ചെലുത്തി. ഏങ്കോണിപ്പും വക്രീകരണവും തലങ്ങും വിലങ്ങും കോൺരൂപങ്ങളും നിറഞ്ഞ ഫ്രെയിമുകൾ എക്സ്പ്രഷനിസത്തിന്റ ഉത്തമോദാഹരണമായി മാറി. എക്സ്പ്രഷനിസ്റ്റ് ചിത്രകലയുടെ ശൈലിയിൽ കടും നിറങ്ങളും വരകളുമുപയോഗിച്ച് വരച്ച പശ്ചാത്തല ദൃശ്യങ്ങളിൽ ഇരുളും വെളിച്ചവും നിഴലുകളും വരെ ചിത്രീകരിക്കപ്പെട്ടിരിക്കുന്നു. ഈ വരകൾ തീർക്കുന്ന വിഭ്രമാന്തരീക്ഷം തിരശ്ശീലയിൽ സൃഷ്ടിക്കുന്ന വിഷ്വൽ ടെൻഷൻ അപാരമാണ്. വസ്തുക്കളുടെ ആകൃതി ഉയരം നിലകൾ യുക്തി ബോധത്തിനമപ്പുറമാണ്. ഇവയ്ക്ക് പിൽക്കാലത്ത് ഏറെ സൈദ്ധാന്തിക വ്യാഖ്യാനവുമുണ്ടായി. രണ്ടു ലോകമഹായുദ്ധങ്ങൾക്കിടയിൽ, ഹിംസാത്മകതയുടെ രാഷ്ട്രീയം രൂപപ്പെട്ട ആ കാലഘട്ടത്തിലെ പ്രധാന ചലച്ചിത്രമായി മാറി ദ് കാബിനറ്റ് ഓഫ് ഡോ. കാലിഗരി.

റഷ്യൻ ചലച്ചിത്ര സൈദ്ധാന്തികനും സംവിധായകനുമായ ഐസൻസ്റ്റിന്റെ മൊണ്ടാഷാണ് സിനിമയിലെ ആധുനികതയുടെ മറ്റൊരു മുഖം. മൊണ്ടാഷ് എന്ന ഫ്രഞ്ച് പദത്തിന് എഡിറ്റിംഗ് എന്ന അർത്ഥമേയുള്ളൂ. സിനിമയുടെ അസംസ്കൃത പദാർത്ഥം ചെറിയ ചെറിയ ദൃശ്യങ്ങൾ അടങ്ങിയ ഫിലിം കഷ്ണങ്ങളാണ് സാഹിത്യത്തിൽ വാക്ക് പോലെയോ ചിത്രകലയിൽ കളർ പോലെയുള്ള അടിസ്ഥാന യൂണിറ്റായി അതിനെ കാണാം. ഈ ഫിലിം കഷ്ണങ്ങൾ ഒട്ടിച്ച ചേർക്കലാണ് മൊണ്ടാഷ് അല്ലെങ്കിൽ എഡിറ്റിംഗ്. എന്നാൽ ഈ ഒട്ടിച്ച് ചേർക്കൽ കേവലം യാന്ത്രികമായ പ്രവൃത്തിയല്ലെന്ന് റഷ്യൻ ചലച്ചിത്രകാരന്മാർ മനസ്സിലാക്കി. സ്വതന്ത്രമായ രണ്ട് ഷോട്ടുകൾ തമ്മിൽ കൂട്ടിച്ചേർക്കുമ്പോൾ അവയുടെ ഒന്നിക്കലിൽ നിന്ന് പുതിയൊരു ആത്മഭാവം- സങ്കല്പം -ഒരു ഗുണാംശം ഉണ്ടാക്കപ്പെടുന്നത് എന്നത് മൊണ്ടാഷിനെ ഒരു കലാസങ്കേതമാക്കി മാറ്റി. റഷ്യയിലെ ഇടതുപക്ഷ ചലചിത്രകാരന്മാരെ സംബന്ധിച്ചിടത്തോളം എഡിറ്റിംഗ് ആണ് സിനിമയിലെ സർഗ്ഗക്രിയയുടെ മർമ്മം. ഗ്രിഫിത്ത് ചലച്ചിത്രങ്ങളിലെ

ചിത്രസംയോജന ശൈലിയാണ് റഷ്യൻ ചലച്ചിത്രകാരൻമാരുടെ മൊണ്ടാഷ് സാങ്കേതികതയ്ക്ക് വഴികാട്ടിയതെന്ന് പറയാം. മോസ്കോ ഫിലിം സ്കൂളിൽ ലെവ് കുളഷേവിന്റെ നേതൃത്വത്തിൽ നടന്ന മൊണ്ടാഷ് പരീക്ഷണങ്ങളും നിരന്തരമായ ചർച്ചകളുമാണ് ഈ കണ്ടെത്തലിലേക്കവരെ നയിച്ചത്. മോസ് ജോക്കിൻ എന്ന നടന്റെ മുഖത്തിന്റെ ക്ലോസപ്പ് ഷോട്ട് ഉപയോഗിച്ച് നടത്തിയ പരീക്ഷണം പ്ര സിദ്ധമാണ്. നടന്റെ മുഖത്തിന്റെ ഷോട്ടും ഒരു പാത്രം സൂപ്പിന്റെ ഷോട്ടും ചേർത്ത് കുളഷേവ് കാണികളോട് ചോദിക്കുന്നു, നടന്റെ മുഖത്തെ 'ഭാവമെന്തായിരുന്നുവെന്ന്.' വിശപ്പ് എന്ന മറുപടി ലഭിക്കുന്നു. ഇതേ നടന്റെ മുഖത്തിന്റെ ഇതേ ക്ലോസപ്പി നോട് ഒരു ശവപ്പെട്ടിയുടെ ഷോട്ട് ചേർക്കുമ്പോൾ നടന്റെ മുഖഭാവം ദുഃഖമായി മാറുന്നു.ഈ മുഖത്തോട് ഒരു കൊച്ചു കുട്ടിയുടെ ഷോട്ട് ചേർക്കുമ്പോൾ നടന്റെ മുഖഭാവം ആനന്ദമായി മാറുന്നു. മുഖത്തിന്റെ ക്ലോസപ്പും സൂപ്പിന്റെ ഷോട്ടും ഒറ്റയ്ക്കെടുത്താൽ സ്വതന്ത്രമാണ്. ഉപരിതല ദൃശ്യാർത്ഥത്തിൽ കവിഞ്ഞൊരർത്ഥത്തെയും അവ ദ്യോതിപ്പിക്കുന്നില്ല. പക്ഷേ തമ്മിൽ ചേരുമ്പോൾ സ്വതന്ത്രമായ ഉപരിതല ദൃശ്യാർത്ഥം അപ്രത്യക്ഷമാകുന്നു. കാണിയുടെ മനസിൽ പുതിയൊരാത്മഭാവത്തിന്റെ അർത്ഥതലം സൃഷ്ടിക്കപ്പെടുന്നു.

ഏതു കലയിലും കലാസൃഷ്ടിക്ക് അടിസ്ഥാനമായ പദാർത്ഥമു ണ്ട്. ഈ അസംസ്കൃത പദാർത്ഥത്തെ കലാരൂപമാക്കി മാറ്റുന്ന സർഗാത്മക കോമ്പോസിഷനുണ്ട്. കവിക്ക് വാക്കുകളെന്നപോലെ സംഗീതജ്ഞന് സ്വരങ്ങളെന്നപോലെ ചിത്രകാരന് കളർടോണു കളെന്നപോലെ ചലചിത്രകാരനു കൊച്ചു കൊച്ചു ദൃശ്യങ്ങളടങ്ങിയ ഫിലിം കഷണങ്ങളാണ് അസംസ്കൃത പദാർത്ഥം. ഇവയെ ചേർത്ത് സൃഷ്ടിക്കുന്ന ഇമേജുകളിലൂടെ ഒരു കലാരൂപത്തെ പൂർണ്ണമാക്കലാണ് ചലച്ചിത്രകല എന്ന് കുളഷേവ് സ്കൂൾ വിശ്വസിച്ചിരുന്നു. മൊണ്ടാഷി ന്റെ പ്രവർത്തനതത്വം ഇതിന്റെ അടിസ്ഥാനത്തിലാണ്. ഷോട്ടുകളുടെ ദൃശ്യസാധാരണത്തെ മറികടന്ന് ഇമേജിന്റെ അസാധാരണ തലത്തി ലെത്താൻ ചലച്ചിത്രകാരൻ അവലംബിക്കുന്ന ഈ സങ്കേതമാണ് മൊണ്ടാഷ് എന്ന് എളുപ്പത്തിൽ പറയാം.

കുളഷേവിന് ശേഷം റഷ്യയിൽ മൊണ്ടാഷ് സ്കൂൾ രണ്ടു ശാഖകളായി പിരിയുന്നു. പുദോവ്ക്കിന്റെ ശൈലിയും ഐസൻസ്റ്റിന്റേതായ മറ്റൊരു ശൈലിയും. ഒറ്റപ്പെട്ട ഒരു ദൃശ്യമാണ് ചലചിത്രത്തിന്റെ അടിസ്ഥാന ഘടകമെന്നതാണ് മൊണ്ടാഷിന്റെ അടിസ്ഥാന പാഠം. എന്നാൽ ഈ ഷോട്ടുകളെ ഒന്നിനു പിറകെ ഒന്നായി കൂട്ടിച്ചേർത്ത് ഒരു പുതിയ ആശയം സ്വീകരിക്കാൻ കാണികളെ പ്രാപ്തരാക്കുകയാണ് പുഡോവ്കിൻ

നിർവഹിച്ചതെങ്കിൽ ഇതിന്റെ എതിർധ്രുവത്തിലാണ് ഐസൻസ്റ്റിന്റെ മൊണ്ടാഷ് ചലച്ചിത്രത്തിൽ പ്രവർത്തിച്ചത്. ഓരോ ഷോട്ടിലും ഉള്ള സാധാരണ ദൃശ്യയാഥാർത്ഥത്തിനപ്പുറം ഒരു യാഥാർത്ഥ്യത്തെ ചലച്ചിത്രകാരൻ സൃഷ്ടിക്കുന്നു. ഷോട്ടുകളുടെ വിരുദ്ധസംയോജനത്തിലൂടെ ദൃശ്യ യാഥാർത്ഥ്യത്തിന് പുതിയൊരു ആത്മീയാർത്ഥം കണ്ടെത്തുകയാണ് ഐസൻസ്റ്റിന്റെ മൊണ്ടാഷ് ധർമ്മം. സിനിമ കണ്ണിന്റെ കലയല്ല മനസ്സിന്റെ കലയാണെന്ന് പറഞ്ഞത് ഐസൻസ്റ്റിനാണ്.

ഐസൻസ്റ്റിൻ ആദ്യമായി നിർമ്മിച്ച ചലച്ചിത്രമാണ് 'സ്ട്രൈക്ക്' (1924). ഐസൻസ്റ്റിന്റെ ' മൊണ്ടാഷ് ' സാങ്കേതിക വിദ്യയുടെ തുടക്കം കുറിച്ചത് ഈ സിനിമയിലൂടെ യായിരുന്നു. എന്നാൽ സിനിമയുടെ കർത്തൃത്വത്തെ ചൊല്ലിയുള്ള തർക്കത്തിനൊടുവിൽ സ്ട്രൈക്കിന്റെ പേരിലുള്ള ഉടമസ്ഥത അദ്ദേഹത്തിന് നഷ്ടപ്പെട്ടു. തുടർന്ന് 1926-ൽ ബാറ്റിൽഷിപ്പ് പൊടെംകിൻ, ഒക്ടോബർ (1928) ഓൾഡ് ആന്റ് ന്യൂ (1929) തുടങ്ങിയ ചിത്രങ്ങൾ അദ്ദേഹം പൂർത്തിയാക്കി.

ആധുനികതയുടെ സൃഷ്ടിയാണ് സിനിമ. അതിന്റെ ചരിത്രത്തിന് ഒരു നൂറ്റാണ്ട് പഴക്കമേയുള്ളൂ. സിനിമ ഒരേസമയം കലയും വിനോദവും വ്യാവസായികോല്പന്നവുമാണ്. ആധുനികകാലം അനിവാര്യമാക്കിത്തീർത്ത സാങ്കേതികതയാണ് ചലച്ചിത്രത്തിന്റെ അടിസ്ഥാനം. മറ്റുള്ള കലാരൂപങ്ങളിൽ നിന്ന് വ്യത്യസ്തമായി എല്ലാതരത്തിലുള്ള ആസ്വാദകരെ സൃഷ്ടിക്കാനും സിനിമയ്ക്ക് കഴിയുന്നുണ്ട്. ആധുനികകാലത്തിന്റെ സൃഷ്ടിയെന്ന നിലയിൽത്തന്നെ കാലഘട്ടത്തോട് ഏറ്റവും സത്യസന്ധമായി പ്രതികരിക്കാനും സമൂഹത്തിന്റെ കണ്ണാടിയായി മാറാനും ഈ കലാരൂപത്തിന് കഴിയുന്നു. വിവിധ സങ്കേതങ്ങളുടെ കൂടിച്ചേരലായ സിനിമ ആധുനിക മനുഷ്യന്റെ എല്ലാ ജീവിതവ്യവഹാരങ്ങളെയും പ്രതിഫലിപ്പിച്ച് ജനപ്രിയ മാധ്യമമായി നിലകൊള്ളുന്നു. തിരക്കഥ, ക്യാമറ, ചിത്രീകരണം, സങ്കേതങ്ങൾ, സംഗീതം, ദൃശ്യവിന്യാസരീതി തുടങ്ങിയ പലതിന്റെയും ഒത്തുചേരലാണ് സിനിമയെ നിർമ്മിക്കുന്നത്. ആധുനികയുഗത്തിന്റെ സഞ്ചാരവേഗങ്ങളെയും ആസ്വാദനശേഷികളെയും സമുചിതമായി ഉൾക്കൊള്ളുവാൻ സാധിക്കുന്ന ചലച്ചിത്രത്തിന്റെ മുഖ്യധർമ്മം അവതരണത്തിന്റെ സമഗ്രതയാണ്. ആധുനിക ജനതയെ ഏറെ ആകർഷിച്ച പ്രസ്തുത കല/മാധ്യമരൂപം അതിന്റെ സവിശേഷതയിൽത്തന്നെ ചുറ്റും ഒരു വ്യവഹാരമണ്ഡലം തീർക്കുന്നു.

കാഴ്ച സാമൂഹ്യബന്ധങ്ങളുടെ കൊടുക്കൽ വാങ്ങലുകൾക്കുള്ള ഇടമായാണ് ഇന്ന് പരിഗണിക്കപ്പെടുന്നത്. കാഴ്ചയും യാഥാർത്ഥ്യവും തമ്മിലുള്ള ബന്ധം ഔപചാരികമായ ഒന്നല്ല. അത് സാമൂഹ്യമായതും

സോപാധികവുമാണെന്ന് വിശ്വപ്രസിദ്ധ എഴുത്തുകാരനും നിരൂപക നുമായ ക്രിസ്ജങ്ക്സ് പ്രസ്താവിച്ചിട്ടുണ്ട്. സിനിമ, പരസ്യകല തുടങ്ങി യവയിലൂടെയുള്ള കാഴ്ചയുടെ/ദൃശ്യത്തിന്റെ നിർമ്മിതി, പുനർനിർമ്മിതി അതിന്റെ സാമൂഹ്യവൽക്കരണം, വിപണനം തുടങ്ങിയവ ഇന്ന് ദൃശ്യമാധ്യമങ്ങളെക്കുറിച്ചുള്ള സാംസ്കാരിക വിമർശനപാഠങ്ങളിൽ പ്രധാനമാണ്. കാഴ്ചയുടെ അധീശത്വം അഭിരുചികളെയും ശീലങ്ങളെയും മാറ്റിമറിക്കുകയും താൽപര്യത്തിനനുസരിച്ച് പുതിയവ സൃഷ്ടിക്കുകയും ചെയ്യുന്നതിനെ സാംസ്കാരിക വിമർശകനായ ടി.കെ. രാമചന്ദ്രൻ നിരീക്ഷിക്കുന്നത് ഇങ്ങനെയാണ്.

> കാഴ്ചയുടെ കോയ്മ ഇന്ദ്രിയങ്ങളുടെ ഒരു ശ്രേണിയെ സൃഷ്ടിക്കു ന്നു. എന്നുമാത്രമല്ല മറ്റെല്ലാ ഇന്ദ്രിയങ്ങളുടെയും മേൽ കാഴ്ചയുടെ ആധിപത്യം സ്ഥാപിക്കുകയും ചെയ്യുന്നു. ഇന്ദ്രിയങ്ങൾക്കുമേൽ കാഴ്ചയ്ക്ക് കൈവന്നിട്ടുള്ള പ്രാമുഖ്യം ഐന്ദ്രിയശീലങ്ങളെയും രുചികളെയും ആഴത്തിൽ സ്വാധീനിക്കാനും നിർണയിക്കാനും തുടങ്ങിയിരിക്കുന്നു
>
> (2006:45)

സംസ്കാരം ദൃശ്യനിഷ്ഠമായിരിക്കുന്നു എന്ന ചിന്തയിൽ നിന്നാണ് ദൃശ്യസംസ്കാരം എന്ന ഒരു പരികല്പന രൂപമെടുത്തത്. അർത്ഥസൃ ഷ്ടിയുടെയും ആശയവിനിമയത്തിന്റേയും പ്രതിനിധാനങ്ങൾ എന്ന നിലയിൽ ദൃശ്യബിംബങ്ങൾ കൊണ്ട് ഇന്ന് മനുഷ്യലോകം പൂരിത മായിരിക്കുന്നു. ദൃശ്യബിംബങ്ങൾ, ചിത്രീകരണങ്ങൾ എന്ന നിലയ്ക്കല്ല വായിക്കപ്പെടുന്നത്, മറിച്ച് ഗൗരവമുള്ള ഉള്ളടക്കം അവ ഉൾക്കൊള്ളുന്നു എന്ന നിലയ്ക്കാണ്. സുന്ദരകല മുതൽ പരസ്യം, ടെലിവിഷൻ, ചലച്ചിത്രം, ശാസ്ത്രം തുടങ്ങി വിവിധ വിജ്ഞാനമേഖലകളിലെ ദൃശ്യാധിഷ്ഠിതമായ വിവരങ്ങൾ വരെ 'ദൃശ്യം' എന്ന വിവക്ഷയിൽപ്പെടുന്നു. ദൃശ്യരൂപത്തിൽ വെളിപ്പെടുന്ന ചിത്രങ്ങൾ, ഫോട്ടോഗ്രാഫുകൾ, സിനിമ, ടെലിവിഷൻ, വീഡിയോ, പരസ്യം, വാർത്ത, ദൃശ്യങ്ങൾ, ശാസ്ത്രബിംബങ്ങൾ എന്നി ങ്ങനെ വിവിധങ്ങളായ ഘടകങ്ങൾ ദൃശ്യസംസ്കാരത്തിൽ ഉൾപ്പെടുന്നു.

അദൃശ്യ ലോകങ്ങളിലേക്കും പുത്തൻ അനുഭവങ്ങളിലേക്കും മനുഷ്യനെ കൂട്ടിക്കൊണ്ടുപോകുന്ന സൂക്ഷ്മദർശിനികളും ദൂരദർശിനികളും പോലെ മൂവിക്യാമറയും 'യഥാർത്ഥ' നേത്രങ്ങളുടെ വിപുലീകരണമാണ്. കേവലം പ്രതിനിധാനങ്ങൾ എന്ന തലത്തിൽ നിന്നും യാഥാർത്ഥ്യ ത്തിന്റെ വ്യാപനങ്ങൾ തന്നെയായി ഇത്തരത്തിൽ സൃഷ്ടിക്കപ്പെടുന്ന ചലച്ചിത്രങ്ങൾ മാറിത്തീരുന്നു. മനുഷ്യകേന്ദ്രിതമായ ഒരു ലഘുലോക ത്തിന്റെ അതീതങ്ങളിലേക്ക് യാഥാർത്ഥ്യത്തെ വികസിപ്പിക്കുകയാണ്

ശാസ്ത്രത്തിന്റെ കണ്ടുപിടുത്തങ്ങൾ ചെയ്യുന്നത്. പ്രതിനിധാനമോ, പ്രതിഫലനമോ അല്ല, പുതുനിർമ്മിതിയാണ് (Invention) കല എന്ന് ഷീൽദെല്യൂസ് പറയുന്നത് അതുകൊണ്ടായിരിക്കണം. കലയിലും ശാസ്ത്രത്തിലുമുണ്ടാകുന്ന പുതുനിർമ്മിതികൾ, വിച്ഛേദങ്ങൾ, ദർശനത്തെ പുതിയ ചിന്തകളിലേക്ക് പ്രവേശിപ്പിക്കുകയാണ് ചെയ്യുന്നത്. നിരന്തരം പരിവർത്തിച്ചുകൊണ്ടിരിക്കുന്ന ചിന്തയുടെ, പരസ്പരം പ്രകോപിപ്പിക്കുന്ന-പ്രചോദിപ്പിക്കുന്ന വ്യത്യസ്തതലങ്ങളാണ് കലയും ശാസ്ത്രവും തത്വചിന്തയും എന്ന് മനസ്സിലാക്കാവുന്നതാണ്.

ആധുനികതയുടെ അനിവാര്യതയായെത്തിയ യന്ത്രവൽക്കരണവും രണ്ടു ലോകമഹായുദ്ധങ്ങൾ ഉളവാക്കിത്തീർത്ത കഷ്ടനഷ്ടങ്ങളും തുടർന്നുണ്ടായ ധർമ്മസങ്കടങ്ങളും ആസുരമായ നാഗരികത സമ്മാനിച്ച അന്യവൽക്കരണ പ്രവണതകൾ കൂടിയും ചേർന്ന് സിനിമയുടെ രൂപഭാവഘടനകളിൽ വരുത്തിയ മാറ്റങ്ങൾ ഏറെയായിരുന്നു. എന്നാൽ സിനിമകളിൽ നടത്തിയിട്ടുള്ള വേറിട്ട വിചാരങ്ങളും വ്യക്തിവ്യഥകളും മാത്രമല്ല, സമൂഹമനസാക്ഷിയെ അലോസരപ്പെടുത്തുന്ന കാതലായ അസ്വാസ്ഥ്യങ്ങളൊക്കെയും പ്രദർശനശാലയ്ക്കുള്ളിലെ ഇരുട്ടിൽ മറഞ്ഞുനിന്നു. സിനിമയിലെ സ്ഥലകാലങ്ങളും അവയ്ക്ക് ഒറ്റയ്ക്കും തമ്മിൽ തമ്മിലുമുള്ള ബന്ധങ്ങളും മറ്റൊരു കലാസാഹിത്യമാധ്യമത്തിനും ഇല്ലാത്തവിധം സ്വതന്ത്രവും വ്യത്യസ്തവുമാണ്. ചലച്ചിത്രത്തിന് എന്തിനോടെങ്കിലും അടുപ്പമുണ്ടെങ്കിൽ അതു കവിതയോടാണെന്ന് കവിയും ചലച്ചിത്രകാരനുമായ പിയപൗലോപസോലിനി പറഞ്ഞതും സിനിമയുടെ ഈ സിദ്ധി കണക്കിലെടുത്താവണം. അദ്ദേഹം വിശദീകരിച്ചിട്ടുണ്ട്. സിനിമയുടെ പ്രയോഗരീതിയുടെ അടിസ്ഥാനം തന്നെ യുക്ത്യതീതമാണ്. സ്വപ്നങ്ങൾപോലെ, സ്മരണകൾ പോലെയാണത് വ്യാപരിക്കുന്നത്. ഇത് പ്രധാനമായും സിനിമ ദൃശ്യാധിഷ്ഠിതമാണ് എന്നതുകൊണ്ടായിരിക്കണം. ഉത്തമസിനിമ തിരശ്ശീലയിൽ തെളിഞ്ഞുമായുന്ന കാഴ്ചകളും ഉയർന്നുകേൾക്കുന്ന ശബ്ദങ്ങളും മാത്രമല്ല, അത് പ്രേക്ഷകമനസ്സിലാണ് ജീവിക്കേണ്ടതും വളരേണ്ടതും. കാണിക്കുന്നതിനും പറയുന്നതിനുമപ്പുറം കാട്ടാത്തതും പറയാത്തതും അത് പ്രേക്ഷകനെ അനുഭവിപ്പിക്കുന്നു. നല്ല കവിതപോലെ, നല്ലതായ ഏതു കലാസൃഷ്ടിയും പോലെ അത് പ്രേക്ഷകന് ബുദ്ധിപരമായ വ്യായാമത്തിന് ഇടനൽകുന്നു.

കേരളീയാധുനികത

പാശ്ചാത്യവിദ്യാഭ്യാസം, സാക്ഷരത, അച്ചടിവിദ്യ, പത്രപ്രവർത്തനം, നോവലിന്റെ ഉത്ഭവം ഇവയെല്ലാം കേരളീയമനസ്സിന്റെ രൂപത്തെയും ഭാവത്തെയും സ്വാധീനിച്ചു. ആധുനികതയുടെ ഫലമായി കേരളത്തിൽ നിലവിലിരുന്ന ജാതി-ഫ്യൂഡൽ സാമൂഹിക വ്യവസ്ഥയ്ക്ക് ഉലച്ചിൽ തട്ടി. വ്യവസായവൽക്കരണത്തിന്റെയും നഗരവൽക്കരണത്തിന്റെയും ഫലമായി ഉയർന്നുവന്ന പൗരബോധവും സോഷ്യലിസ്റ്റ് - കമ്മ്യൂണിസ്റ്റ് ആശയങ്ങൾ സൃഷ്ടിച്ച നവീനമായ നീതിബോധവും കേരളീയ ആധുനികതയുടെ വികാസത്തിന് വഴി തെളിച്ചു. യൂറോപ്യൻ നവോത്ഥാനവുമായി പ്രത്യക്ഷബന്ധമൊന്നും കേരളീയ നവോത്ഥാനത്തിനില്ലെങ്കിലും ബ്രിട്ടീഷ് ഭരണം, മിഷനറിമാരുടെ വിദ്യാഭ്യാസപ്രവർത്തനം തുടങ്ങിയവവഴി ഇവിടെ വ്യാപിച്ച യൂറോപ്യൻ നവോത്ഥാനത്തിന്റെ മൂല്യങ്ങളും കാഴ്ചപ്പാടുകളും പരോക്ഷമായി അതിനെ സ്വാധീനിച്ചിട്ടുണ്ട്. കേരളീയ നവോത്ഥാനത്തിന്റെ ഒരു പരിമിതി അത് ജാതിയിലധിഷ്ഠിതമായിരുന്നു എന്നതാണ്.

ജാതിസമൂഹങ്ങളുടെ ആന്തരികപരിഷ്കാരം ലക്ഷ്യമാക്കുന്ന സമുദായമുന്നേറ്റങ്ങളായിരുന്നു കേരളീയനവോത്ഥാനത്തിന്റെ ആണിക്കല്ല്. എങ്കിലും ഈ മുന്നേറ്റങ്ങൾ ഒന്നുംതന്നെ ദൗത്യമായിക്കണ്ടത് ഇന്നത്തെ പല സമുദായസംഘടനകളും കാണുന്നതുപോലെ സ്വസമുദായങ്ങളുടെ മഹത്വപ്രഖ്യാപനങ്ങൾ ആയിരുന്നില്ല. അംബേദ്കർ പ്രത്യക്ഷമായ ജാതി ഉന്മൂലനത്തെയാണ് ലക്ഷ്യമായി അവതരിപ്പിച്ചതെങ്കിൽ ജാതിയുടെ ഘടനാപരമായ നവീകരണത്തിലൂടെ ജാതിയെ അതിലംഘിക്കാമെന്നും ജാതീയതയെ ഉന്മൂലനം ചെയ്യാമെന്നുമാണ് കേരളത്തിലെ സാമൂഹിക പരിഷ്കരണ പ്രസ്ഥാനങ്ങൾ കരുതിയത്. ഈ അർത്ഥത്തിൽ ജാതിനിവാരണത്തെ സംബന്ധിച്ച് പിന്നീടുവരുന്ന

അംബേദ്കറുടെയും ഇടതുപക്ഷത്തിന്റെയും ആശയങ്ങൾ പരിമിതമായ തോതിലാണെങ്കിലും ഉപയോഗത്തിൽ കൊണ്ടുവരുവാൻ ശ്രമിച്ചത് നവോത്ഥാനസംഘടനകളാണെന്ന് പറയാം. മാതൃഭാഷയോടുള്ള സ്നേഹവും കേരളീയത, മലയാളിത്തം തുടങ്ങിയ അവബോധങ്ങളും ഉണ്ടായത് നവോത്ഥാനകാലത്താണ്.

കേരളത്തിൽ പരിഷ്കരണ പ്രസ്ഥാനങ്ങൾ താഴെത്തട്ടിൽ നിന്നാണ് ഉയർന്നുവന്നത്. അയ്യങ്കാളിയും ശ്രീനാരായണഗുരുവും മറ്റുമായിരുന്നു ഇതിന്റെ ചാലകശക്തികൾ. കേരളത്തിൽ സമുദായങ്ങളുടെ മുകൾത്തട്ടിലുള്ള മാറ്റങ്ങൾക്കുപകരം സമൂലസാമൂഹിക മാറ്റങ്ങൾക്കാണ് ഇത് വഴിവെച്ചത്. ബംഗാളിൽ പത്തൊൻപതാം നൂറ്റാണ്ടിന്റെ ആദ്യപകുതിയിൽ രാജാറാം മോഹൻ റോയിയുടെ നേതൃത്വത്തിൽ സതിക്കെതിരെ പ്രചാരണം നടക്കുമ്പോൾതന്നെ കേരളത്തിൽ ചാന്നാർ സ്ത്രീകൾ മാറുമറയ്ക്കാനുള്ള അവകാശത്തിനുവേണ്ടി പൊരുതുന്നുണ്ടായിരുന്നു. 1859 ലാണ് നാല്പതോളം വർഷങ്ങളുടെ സമരങ്ങൾക്കുശേഷം ഉത്രാടംതിരുനാൾ മാർത്താണ്ഡവർമ്മ ചാന്നാർ സ്ത്രീകൾക്ക് മാറുമറയ്ക്കാം എന്ന് ഉത്തരവിറക്കുന്നത്. ചാന്നാർലഹള കേരള നവോത്ഥാനമുന്നേറ്റങ്ങളുടെ ആരംഭഘട്ടമാണെന്നു പറയാം. ഇതേസമയത്തുതന്നെയാണ് വൈകുണ്ഠസ്വാമി സമത്വസമാജം രൂപീകരിക്കുന്നത്. ജാതീയത കൊടികുത്തിവാണിരുന്ന സമയത്താണ് മനുഷ്യരെല്ലാം സമൻമാരാണെന്ന ബോധം സമത്വസമാജം പകർന്നുനൽകുന്നത്. കണ്ണാടിവച്ച് അതിൽ നോക്കി വണങ്ങാനാണു സ്വാമി ആളുകളോടാവശ്യപ്പെട്ടത്. ഉയർന്ന ജാതിക്കാരെപ്പോലെ തലപ്പാവുകെട്ടാനും ആവശ്യപ്പെട്ടു. ഈ മുന്നേറ്റങ്ങളുണ്ടാക്കിയ ബൗദ്ധികവും സാമൂഹികവുമായ ഉണർവിനെ പിൻപറ്റിയാണ് ശ്രീനാരായണഗുരുവും അനുയായികളും മുന്നോട്ടുപോവുന്നത്.

കേരളീയാധുനികത എന്നുപറയുന്നത് അടിസ്ഥാനപരമായി ബ്രാഹ്മണിക്കൽ അധികാരവ്യവസ്ഥയോടുള്ള കലാപമായിരുന്നു. അതു പലരീതിയിലാണ് സംഘടിപ്പിക്കപ്പെട്ടത്. ചാന്നാർ ലഹള, സമത്വസമാജം, അയ്യങ്കാളിയുടെ നേതൃത്വത്തിലുള്ള സമരങ്ങൾ, ശ്രീനാരായണ ഗുരുവിന്റെ നേതൃത്വത്തിലുള്ള മുന്നേറ്റങ്ങൾ, ആശാനെ പോലുള്ളവർ മുന്നോട്ടുവെച്ച ബൗദ്ധിക ഉണർവുകൾ തുടങ്ങിയവയെല്ലാം അതിലെ ചില ഘടകങ്ങൾ മാത്രമാണ്. വൈകുണ്ഠസ്വാമികൾ മനുഷ്യരെല്ലാം സമൻമാരാണ് എന്ന് ആഹ്വാനം ചെയ്തുകൊണ്ട് സമത്വസമാജം സ്ഥാപിക്കുന്നത് പത്തൊൻപതാം നൂറ്റാണ്ടിലാണ്. ആ സമയത്തും അമേരിക്കയിൽ അടിമത്തം നിലനിന്നിരുന്നു, പിന്നീട് ഏഴു പതിറ്റാണ്ട് കഴിഞ്ഞിട്ടാണ് ബ്രിട്ടനിൽ സ്ത്രീകൾക്ക് വോട്ടവകാശം നിലവിൽ

വരുന്നത്. കൊളോണിയൽ ആധുനികതയുടെ സ്വാധീനം കേരളത്തിൽ വരുന്നതിന് മുമ്പേതന്നെ കേരളത്തിൽ ആധുനികതയുടെ വിത്തുകൾ മുളയ്ക്കാൻ തുടങ്ങിയിരുന്നു എന്നുള്ളതിന്റെ തെളിവുകളാണിത്.

കേരളം പോലെ ജാതിയിലധിഷ്ഠിതമായി ശ്രേണീകൃതമായി വിന്യസിക്കപ്പെട്ടിരിക്കുന്ന സാമൂഹികഘടനയ്ക്കുള്ളിൽ കൊളോണിയലിസം നടപ്പിലാക്കിയ ആധുനികതയെന്നത് ജാതിയെ തകർക്കുന്ന ഇടപെടലായിരുന്നു. അതിന്റെ പ്രധാനഘടകം പുസ്തകങ്ങളായിരുന്നു. പത്തൊമ്പതാം നൂറ്റാണ്ടിന്റെ അവസാനദശകത്തിലും ഇരുപതാം നൂറ്റാണ്ടിന്റെ ആദ്യപകുതിയിലുമായി മലയാളപത്രങ്ങൾ നിർവ്വഹിച്ച സാമൂഹ്യഇടപെടലുകളും മാധ്യമധർമ്മങ്ങളും കേരളീയ നവോത്ഥാനത്തിന്റെയും ആധുനീകരണത്തിന്റെയും ചരിത്രത്തെ പൂരിപ്പിക്കുന്ന ഏറ്റവും പ്രമുഖമായ ഘടകങ്ങളായിരുന്നു. സാക്ഷരത, വായന, പത്രപ്രചാരണം എന്നിവയിൽ കേരളം കൈവരിച്ച മുന്നേറ്റങ്ങളും അവയെ സാധ്യമാക്കിയ സാമൂഹ്യ, സാംസ്കാരികസ്ഥാപനങ്ങളുമാണ് കേരളീയാവസ്ഥയിൽ ആധുനികതയ്ക്ക് വഴിത്തിരിവായത്.

കേരളീയത, മലയാളി തുടങ്ങിയ സ്വത്വബോധം നിർമ്മിക്കപ്പെടുന്നത് നവോത്ഥാനവുമായി ബന്ധപ്പെട്ടാണ്. നാടുവാഴി ദുഷ്പ്രഭുത്വത്തിനെതിരെയും ഇവിടുത്തെ വ്യവസ്ഥകൾക്കെതിരായും കർഷകരുടെയും ബഹുജനങ്ങളുടെയും നേതൃത്വത്തിൽ നടന്നിട്ടുള്ള സമരത്തിന്റെ ഭാഗമായിട്ടാണ് മലയാളി എന്ന ഐഡന്റിറ്റി അഥവാ ആധുനിക മലയാളി കർതൃത്വം രൂപപ്പെടുന്നത്. അതായത് ആധുനികമലയാളിയുടെ സ്വത്വരൂപീകരണത്തിന്റെ ചരിത്രം കീഴാളസമൂഹങ്ങൾ നടത്തിയ ഇടപെടലുകളുടെ കൂടി ചരിത്രമാണ്. എന്നാൽ ഇന്ന് കേരളീയത എന്നത് വരേണ്യവിഭാഗത്തിന്റെ പ്രതിനിധാനം മാത്രമായി ചുരുങ്ങിപ്പോവുന്നുണ്ടെന്ന് കാണാം. യഥാർത്ഥ കേരളീയന്റെ വേഷമായിരുന്ന മേൽമുണ്ടിന്റെയും കുപ്പായത്തിന്റെയും സ്ഥാനത്ത് സെറ്റുമുണ്ടും കസവും നേര്യതും കേരളീയതയുടെ ചിഹ്നങ്ങളായി ഇന്ന് അടയാളപ്പെടുന്നു. വസ്ത്രത്തിന്റെ കാര്യത്തിൽ മാത്രമല്ല ഭക്ഷണത്തിന്റെയും ആചാരവിശ്വാസങ്ങളുടെയും കാര്യമെടുത്താലും സവർണ്ണ-നായർ കമ്മ്യൂണിറ്റിയുടെ ഭക്ഷണ-ജീവിത സംസ്കാരമാണ് നമ്മുടെ മാധ്യമങ്ങളിലൂടെയെല്ലാം വിനിമയം ചെയ്യപ്പെടുന്നത്. കേരളം എന്ന ദേശീയതയുടെ രൂപവൽക്കരണഘട്ടത്തിൽ സവർണ്ണമേൽജാതിവിഭാഗങ്ങൾ അവരുടെ സാംസ്കാരിക പാരമ്പര്യങ്ങളെ ഉദാത്തമായി കല്പിക്കുകയും അതിനെ ദേശീയവൽക്കരിക്കാൻ ശ്രമിക്കുകയും ചെയ്തു. അധഃസ്ഥിതരുടെ പാരമ്പര്യത്തെയും ജീവിത മൂല്യങ്ങളെയും ദേശീയവൽക്കരണ പ്രക്രിയ പുറന്തള്ളുകയും ചെയ്തു.

ഇക്കാരണത്താലാണ് കഥകളി, മോഹിനിയാട്ടം പോലുള്ള ക്ലാസിക്ക് കലകൾ കേരളത്തിന്റെ തനതുകലയായി ചിഹ്നവൽക്കരിക്കുന്നതും നാടൻ കലാരൂപങ്ങൾ പലതും അണിയറയിൽ മാത്രം ഒതുക്കപ്പെടുകയും ചെയ്യുന്നത്. വ്യവസ്ഥാപിത ചരിത്രവും സമകാലീന മാധ്യമങ്ങളും നിർമ്മിച്ച കേരളീയത, മലയാളിസ്വത്വം ഉൾകൊണ്ടുകൊണ്ടാണ് ആധുനിക മലയാളി എന്നവകാശപ്പെടുന്ന നാം ഓരോരുത്തരും വ്യവസ്ഥകളെ നിലനിർത്താൻ സഹായിക്കുന്നത്. കേരളത്തിനകത്തു വെച്ചല്ല കേരളീയത നിർമ്മിക്കപ്പെടുന്നത്, മറുനാടാണ് കേരളത്തിന് പേരിടുന്നതും കേരളീയത സൃഷ്ടിക്കുന്നതും എന്ന കെ.സി.നാരായണന്റെ കാഴ്ചപ്പാട് ഇവിടെ സാർത്ഥകമാകുന്നുണ്ട്.

ആധുനിക ദേശരാഷ്ട്ര രൂപീകരണത്തിന്റെ അടിത്തറ ഭാഷയാണ്. ഒരേ ഭാഷ സംസാരിക്കുന്ന ജനത, ഒരേ സാംസ്കാരിക മൂല്യം അംഗീകരിക്കുന്ന ജനത എന്നിവയുടെ അടിസ്ഥാനത്തിലാണ് മലയാളം-മലയാളി തുടങ്ങിയ ദേശസൂചകപദങ്ങൾ വരുന്നത്. ഒരേഭാഷ സംസാരിക്കുന്നവർക്കിടയിൽ നിരവധി വൈരുധ്യങ്ങളുണ്ടെങ്കിലും മറ്റൊരു മാനദണ്ഡത്തിന്റെ പേരിലും ഒരു ജനതയെ ഒന്നിപ്പിക്കാൻ ആവില്ല. ഭാഷാപരമായ ദേശീയത നിലനിൽക്കുമ്പോഴും അതിനകത്ത് സാമുദായികവും ലിംഗപരവുമായ ഒട്ടനവധി വൈവിധ്യങ്ങൾ നിലനിൽക്കുന്നുണ്ട്. അതുകൊണ്ട്തന്നെ കേരളീയത എന്ന സങ്കല്പത്തിൽ എല്ലാ വിഭാഗമാളുകളുടെയും സംസ്കാരം അടയാളപ്പെടുത്തേണ്ടിയിരിക്കുന്നു.

ശാസ്ത്രസാങ്കേതികവിദ്യയുടെ ഫലമായുണ്ടായ നാഗരികബോധവും അതിനോടുള്ള പ്രതികരണങ്ങളുമാണ് കേരളത്തിലെ ആധുനികത. പാശ്ചാത്യ സംസ്കാരവും ജീവിതമൂല്യങ്ങളും അനുവർത്തിക്കാൻ ഇംഗ്ലീഷ് വിദ്യാഭ്യാസം നേടിയ കേരളീയർ പ്രേരിതരായി. മാനവികത, വ്യക്തിവാദം, യുക്തിചിന്ത തുടങ്ങിയവയെല്ലാം ഇതിന്റെ ഫലമായുണ്ടായി. ആധുനികത ശക്തിപ്രാപിക്കുന്നതോടെ കേരളത്തിലെ സ്ത്രീപുരുഷബന്ധത്തിന്റെയും കുടുംബബന്ധത്തിന്റെയും രൂപഭാവങ്ങളിൽ മാറ്റമുണ്ടായി. കാർഷികസമൂഹത്തിന്റെ അടിത്തറയിൽ കെട്ടിപ്പെടുത്ത കേരളത്തിൽ കോളനിവൽക്കരണവും യൂറോപ്യൻമൂല്യങ്ങളുടെ പ്രചരണവും ഇവിടെ നിലനിന്നിരുന്ന സാമൂഹ്യസ്ഥാപനങ്ങളെ പൊളിച്ചെഴുതുന്നതിനും നവലോകം കെട്ടിപ്പെടുക്കുന്നതിനും കാരണമായി. നഗരകേന്ദ്രീകൃത ജീവിതം വ്യക്തികൾക്ക് ചടുലപരിണാമങ്ങൾ ഉണ്ടാക്കി. അതോടൊപ്പം ഗ്രാമീണതയുടെ നിഷ്കളങ്കത ഗൃഹാതുരത്വത്തോടെ ആളുകളെ വേട്ടയാടി. നഗരത്തിന്റെ പുതുമകളും വ്യത്യസ്തകളും പുതിയ മേച്ചിൽപ്പുറങ്ങളിലേക്ക് ചേക്കേറാൻ പ്രേരിപ്പിച്ചു. ആധുനികസംസ്കാരത്തിന്റെ

കാഴ്ചബംഗ്ലാവ് എന്ന നിലയിലും മെച്ചപ്പെട്ട ഭൗതികപരിസരം എന്ന നിലയിലും ആധുനിക നഗരജീവിതം കേരളീയജീവിതത്തിൽ നിർണായകമായിട്ടുണ്ട്. പ്രത്യാശയുടെയും നിരാശയുടെയും സമ്മിശ്രമായ അനുഭവത്തോടെയാണ് ഇരുപതാംനൂറ്റാണ്ടിന്റെ ഉത്തരാർദ്ധം കേരളീയജീവിതത്തിൽ ഉദയം ചെയ്തത്. രണ്ട് ലോകയുദ്ധങ്ങൾ വിതച്ച വിനാശങ്ങളും കെടുതികളും പങ്കിടേണ്ട ദുർവിധി ബ്രിട്ടീഷ് ഭരണംമൂലം നമുക്കുണ്ടായി. കേരളത്തിൽ സ്വാതന്ത്ര്യലബ്ധിയെത്തുടർന്ന് പാശ്ചാത്യലോകത്തിന്റെ സംഭാവനയായ കമ്മ്യൂണിസ്റ്റ് ആശയങ്ങളുടെ പേരിലുള്ള ഒരു ഭരണകൂടമാണ് നിലവിൽ വന്നത്. 1959-ലെ വിമോചനസമരത്തിന്റെ ഭാഗമായി കേരളനിയമസഭ ജനാധിപത്യവിരുദ്ധമായി പിരിച്ചുവിടപ്പെട്ടു. ശക്തമായ ചേരിതിരിവും മത്സരവും പകയും കൊണ്ട് കേരളത്തിലെ രാഷ്ട്രീയരംഗമാകെ കലുഷിതമായി. അതിനെത്തുടർന്ന് സാമ്പത്തികമേഖലയിലും വലിയ പരിവർത്തനങ്ങൾ ഉണ്ടായി. പുതുതായി ഏർപ്പെടുത്തിയ ഭൂനിയമം നൂറ്റാണ്ടുകളായി നിലനിന്നിരുന്ന ജന്മിത്വവ്യവസ്ഥിതിയെയും അതുമായി ബന്ധപ്പെട്ട സാമൂഹ്യഘടനയെയും പിഴുതെറിഞ്ഞു. ജന്മിയോ തൊഴിലാളിയോ അല്ലാതിരുന്ന ജനവിഭാഗങ്ങൾ ഇതിന്റെ ഫലമായി ഭൂസ്വത്തുക്കളുടെയും സമ്പത്തിന്റെയും അധികാരികളായിത്തീർന്നു. കമ്മ്യൂണിസ്റ്റ് സിദ്ധാന്തങ്ങളും ആശയങ്ങളും പ്രായോഗികതലത്തിൽ കൊണ്ടുവരുന്നതിൽ കമ്മ്യൂണിസ്റ്റ് പ്രസ്ഥാനങ്ങളിൽതന്നെ വ്യത്യസ്ത അഭിപ്രായങ്ങൾ ഉയർന്നുവന്നു. എന്നിരുന്നാലും ഒരു നവലോകസൃഷ്ടിക്ക് ഉതകുന്ന ഒരു പ്രസ്ഥാനമാണ് കമ്മ്യൂണിസം എന്ന് വലിയൊരു വിഭാഗം ജനത വിശ്വസിക്കുകയുണ്ടായി. രാഷ്ട്രീയമായ ഇച്ഛാശക്തിയും പുതിയ സംഘടിതവർഗങ്ങൾക്കു കൈക്കലാക്കുവാനായി. തൊഴിലാളികൾക്കിടയിൽ പെട്ടെന്നു മാറ്റമൊന്നുമുണ്ടായില്ലെങ്കിലും അവകാശങ്ങളെക്കുറിച്ചുള്ള ബോധവും മെച്ചപ്പെട്ട വേതനവ്യവസ്ഥകളും ഭേദപ്പെട്ട ജീവിതസാഹചര്യങ്ങളും അവർക്കു വന്നുചേർന്നു. എന്നാൽ കൂട്ടുകുടുംബങ്ങളിലെയും പഴയ തറവാടുകളിലെയും അംഗങ്ങൾ പലരും പുതിയ സാമൂഹിക ക്രമത്തിൽ ആരുമല്ലാത്തവരായിത്തീർന്നു. തറവാടുകളുടെ തകർച്ച തൊഴിൽതേടിയുള്ള ദേശാന്തര സഞ്ചാരങ്ങളിലേക്കും പ്രവാസങ്ങളിലേക്കും കേരളീയരെ നയിച്ചു. നഷ്ടബോധത്തിന്റെയും അനാഥത്വത്തിന്റെയും അശാന്തികൾ മധ്യവർഗത്തിലെ യുവാക്കളെ അസ്വസ്ഥമാക്കാൻ തുടങ്ങി. പുത്തൻ സമ്പന്നവർഗങ്ങളുടെ ഉദയം കാർഷികവൃത്തി ഉപേക്ഷിച്ച് ലാഭകരമായ മറ്റു ധനാഗമന മാർഗങ്ങൾ തേടാനുള്ള പ്രേരണയുണ്ടാക്കി. അങ്ങനെ, വ്യവസായവൽക്കരണത്തിന്റെയും ചെറിയതോതിലുള്ള നഗരവൽക്കരണത്തിന്റെയും

സാമൂഹികമാറ്റത്തിലേക്കു കേരളം പ്രവേശിച്ചു.

കൂട്ടുകുടുംബങ്ങൾ തകർന്നതോടെ മനുഷ്യബന്ധങ്ങളിലും വലിയതോതിലുള്ള മാറ്റങ്ങൾ ഉണ്ടായി. ഒറ്റപ്പെടലിന്റെയും അസ്തിത്വദുഃഖത്തിന്റെയും അനുഭവം വ്യാപകമായിത്തീർന്നു. ബന്ധങ്ങൾക്കു ശൈഥില്യവും വ്യക്തിക്കുമേലുള്ള നിയന്ത്രണങ്ങളിൽ അയവും സംഭവിച്ചു. ആധുനികവിദ്യാഭ്യാസവും ലോകബോധവും യുവാക്കളിൽ സൻമാർഗം, സദാചാരം തുടങ്ങിയ മൂല്യങ്ങളിൽ പരിഷ്കാരങ്ങൾ വരുത്താൻ ഇടയാക്കി. നവോത്ഥാന പ്രസ്ഥാനങ്ങളുടെ പരിശ്രമഫലമായി ജാതിചിന്തയിൽ മാറ്റമുണ്ടായെങ്കിലും സമൂഹത്തിന്റെ അടിത്തട്ടിൽ ജാതി അതിശക്തമായ ഒരു വികാരമായിത്തന്നെ തുടർന്നു. ആധുനിക ഗതാഗത സൗകര്യം, വാർത്താവിനിമയ സംവിധാനം തുടങ്ങിയവ കച്ചവടക്കാരുടെ പുതിയ വർഗ്ഗത്തെ സൃഷ്ടിച്ചു. പത്തൊമ്പതാം നൂറ്റാണ്ടിന്റെ പകുതിയോടെ ആരംഭിച്ച ആധുനികവൽക്കരണത്തെ പ്രവർത്തനക്ഷമമാക്കിയത് നീതി, ധാർമ്മികത, സാമ്പത്തികം തുടങ്ങിയ മേഖലകളിലുള്ള ബ്രിട്ടീഷുനീതിയായിരുന്നു. കുടുംബസങ്കല്പത്തിന് മാറ്റം വരികയും വ്യക്തിസ്വാതന്ത്ര്യത്തിന് മാന്യത കൈവരികയും ചെയ്തു. ഉന്നതവിദ്യാഭ്യാസത്തിനായി വീട്‌വിട്ട് പുറത്തുപോവേണ്ടി വന്നപ്പോൾ ഭൂമിയോടും നാടിനോടുമുണ്ടായിരുന്ന കെട്ടുപാടുകൾ ശിഥിലമായി. ഉന്നതജാതിക്കാർ ഭൂമി വില്പനയ്ക്ക് തയ്യാറാവുകയും അതുവരെ ഭൂമി കൈവശം വെക്കാൻ അധികാരമില്ലാതിരുന്ന ന്യൂനപക്ഷങ്ങൾ ഈ അവസരം പരമാവധി ഉപയോഗിക്കുകയും ചെയ്തു. 1970 കളുടെ തുടക്കത്തിൽത്തന്നെ കേരളത്തിൽ കൂട്ടുകുടുംബങ്ങൾ നാമാവശേഷമായിക്കഴിഞ്ഞിരുന്നു. സ്ത്രീവിദ്യാഭ്യാസം പതിവാകുകയും ജീവിതച്ചെലവ് വളരെയധികം വർദ്ധിക്കുകയും ചെയ്തപ്പോൾ സ്ത്രീകൾക്കും ജോലി അത്യാവശ്യമായിവന്നു. എന്നാൽ വിദ്യാഭ്യാസവും പദവിയും സ്ത്രീയുടെ അവസ്ഥയിൽ വലിയ മാറ്റമൊന്നും വരുത്തിയിട്ടില്ലെന്ന് ഇന്നത്തെ കുടുംബം സാക്ഷ്യപ്പെടുത്തുന്നു. കഴിഞ്ഞ തലമുറയിൽ കർഷകത്തൊഴിലാളിയായിരുന്ന മാതാപിതാക്കളുടെ കുട്ടികൾ വിദ്യാഭ്യാസം ലഭിച്ച് തൊഴിൽ നേടിയതോടെ അവരും തൊഴിലുള്ള സ്ത്രീയെ/പുരുഷനെ വിവാഹം കഴിച്ചതോടെ ആ കുടുംബവും മധ്യവർഗമാകുന്ന പ്രക്രിയ കേരളത്തിൽ ഉണ്ടായി. ഇത് ഉയർത്തിയ മധ്യവർഗ സ്ത്രീസങ്കൽപം വീട്ടമ്മവൽക്കരണത്തെ കൂടുതൽ സഹായിച്ചുവെന്ന് ഡോ. ടി.കെ. ആനന്ദി നിരീക്ഷിക്കുന്നു (2010:38). മാധ്യമങ്ങളുടെ പ്രചാരവും ഇടപെടലുകളും കേരളീയ സമൂഹത്തെ സ്വാധീനിക്കുന്നത് ആധുനികതയോടെയാണ്. ദൃശ്യങ്ങൾക്ക് പ്രാധാന്യം കൈവരുന്നത് ആധുനികത സൃഷ്ടിച്ച മാധ്യമസംസ്കാരത്തോടെയാണ്. മധ്യവർഗ

മലയാളിയുടെ പുത്തൻ ജീവിതരീതിയും നഗരജീവിതത്തിലെ യാന്ത്രികതയും ഫ്ളാറ്റുകളിൽ അനാഥമാകുന്ന ബന്ധങ്ങളും ആധുനികജീവിതത്തിന്റെ ദൃശ്യബിംബങ്ങളായി മാറുന്നു. ലൈംഗികതയെ വ്യത്യസ്തരീതിയിൽ പരിചരിക്കുന്നത് ആധുനികതയുടെ സവിശേഷതകളിലൊന്നാണെന്ന് പി. ഗീത നിരീക്ഷിക്കുന്നുണ്ട്:

> ശരീരം പാപമാണ്, അതിലേറെ പാപമാണ് സെക്ഷ്വാലിറ്റി അതിനാൽ അതേപ്പറ്റി പറയുന്നത് മഹാപാപമാണ് എന്ന പരമ്പരാഗത മതബോധത്തിൽ നിന്നുള്ള ഒരുതരം വിച്ഛേദമായിരുന്നു ആധുനികതയുടെ ഘട്ടത്തിൽ നടന്നിരുന്നത്.'
>
> (2017:127).

ലൈംഗികതയെക്കുറിച്ചുള്ള കേരളീയരുടെ സങ്കല്പങ്ങൾ തകിടം മറിയുന്നത് കൊളോണിയൽ മോഡേണിറ്റിയോട് കൂടിയാണ്. അതുവരെ കേരളത്തിൽ സ്ത്രീപുരുഷബന്ധങ്ങളിൽ സങ്കീർണ്ണതകൾ കുറവായിരുന്നു. വിക്ടോറിയൻ സദാചാരസങ്കല്പങ്ങളുടെ സ്വാധീനമാണ് വളരെ ചുരുങ്ങിയ കാലം കൊണ്ടു തന്നെ കേരളത്തെ ലൈംഗികതയുടെ കാഴ്ചപ്പാടിൽ ഏറ്റവും പുറകിൽ നിൽക്കുന്ന ഒരു പ്രദേശമായി മാറ്റിയത്. കൂട്ടുകുടുംബത്തിൽനിന്ന് അണുകുടുംബത്തിലേക്കുള്ള മാറ്റവും ഇതിന് കാരണമായിട്ടുണ്ട്.

ആധുനികതയുടെ മൂല്യസങ്കൽപ്പങ്ങൾ അടൂർ സിനിമകളിൽ

ആധുനികതയുടെ മൂല്യസങ്കല്പങ്ങളായ കുടുംബം, ദാമ്പത്യം, പ്രണയം, വ്യക്തി/സമൂഹബന്ധങ്ങൾ, ലൈംഗികത, ലിംഗപദവി, സദാചാര സങ്കല്പങ്ങൾ, ജാതി തുടങ്ങിയ ഘടകങ്ങൾ അടൂരിന്റെ പന്ത്രണ്ട് സിനിമകളിലും ഏതൊക്കെ രീതിയിലാണ് അടയാളപ്പെടുത്തുകയും പുനർ നിർമ്മിക്കുകയും ചെയ്തിട്ടുള്ളതെന്ന് ഈ അധ്യായത്തിൽ നിരീക്ഷിക്കുന്നു.

പ്രണയം

പ്രണയത്തിന് മനുഷ്യസംസ്കാരത്തോടൊപ്പം തന്നെ പഴക്കമുണ്ട്. ഭാഷയും നാഗരികതയും പോലെ പരിണാമചരിത്രത്തിൽ പ്രണയത്തിനും തുല്യ പ്രാധാന്യമുണ്ട്. സ്ഥലകാലാതീതമായി അതിവർത്തിക്കാൻ അതിന് കഴിവുണ്ട്. മാനവരാശിയുടെ സമസ്തപുരോഗതിയുടെയും അടിത്തറ സാംസ്കാരികമായ വികാസമാണ്. കല, സാഹിത്യം, ഭാഷ, ശാസ്ത്രം തുടങ്ങിയ മേഖലകളിലെ വളർച്ചയാണ് മനുഷ്യനെ സാംസ്കാരജീവിയാക്കിത്തീർത്തത്. പ്രണയം എന്ന വ്യവഹാരവും സംസ്കാരത്തിന്റെ സൃഷ്ടിയാണ്. വൈവിധ്യമാർന്ന ജീവിതഭാവങ്ങളുമായി ബന്ധപ്പെടുത്തി പ്രണയത്തെ വ്യവഹരിക്കാറുണ്ട്. ആത്മീയതലം മുതൽ ലൈംഗികതൃഷ്ണവരെ അത് പരന്നുകിടക്കുന്നു.

പ്രകൃതിയിലെ എല്ലാ ജീവിവർഗങ്ങളുടെയും ജൈവഘടനയിൽ ഇണയെ നേടിയെടുക്കാനുള്ള തന്ത്രങ്ങൾ ഉൾച്ചേർന്നിരിക്കുന്നു. ഓരോ ജീവിവർഗത്തിന്റെയും അതിജീവനത്തിന് പ്രധാനപ്പെട്ട പങ്കുവഹിക്കുന്ന സംഗതിയായി ഇതിനെ കരുതാം. ഇണകളെ കണ്ടെത്താനും ആകർഷിക്കാനുമുള്ള ചില ആന്തരികവ്യവസ്ഥകൾ മനുഷ്യനിലും

ഉറങ്ങിക്കിടക്കുന്നുണ്ട്. ആദമിന്റെ വാരിയെല്ലിൽ നിന്ന് ഹവ്വയെ സൃഷ്ടിച്ചുവെന്ന കഥ ഈ ആശയത്തിൽ ഊന്നുന്നുണ്ട്. ലൈംഗികതയിൽ നിന്ന് വ്യത്യസ്തമായി പ്രണയത്തിന്റെ ചരിത്രം അധികാരതന്ത്രങ്ങൾക്ക് പിടികൊടുക്കാൻ കഴിയാത്ത ഒന്നിന്റെ ചരിത്രമാണ് കാമത്തെ മറികടക്കാനും ജാതിയും സമൂഹവും ഭരണകൂടവും കെട്ടിയേൽപ്പിക്കുന്ന വിലക്കുകളെ അതിലംഘിക്കുവാനും മനുഷ്യൻ പ്രാപ്തി നേടിയത് പ്രണയത്തിലൂടെയാണ്. പരസ്പരാകർഷണത്തിൽ നിന്നാരംഭിച്ച് പരസ്പരൈക്യത്തിൽ ചെന്നെത്തുന്ന പ്രണയം വ്യത്യസ്തമായ ഒരു സാമൂഹിക പ്രതിഭാസമാണ്. രണ്ടുവ്യക്തികളുടെ ഒത്തുചേരലിന് വഴിതെളിക്കുന്ന പ്രണയം മനുഷ്യത്വത്തിന്റെ ശക്തമായ ആവിഷ്കാരമായി മാറുന്നു. ഇത് ഭൂമിയിൽ മനുഷ്യന്റെ അതിജീവനത്തിന് സഹായിക്കുന്നു. പ്രണയിക്കുക എന്നാൽ നിലവിലുള്ള ലോകത്തെ പുതുക്കിപ്പണിയാനും പുതിയൊരു ലോകം സൃഷ്ടിക്കാനുള്ള മനുഷ്യന്റെ യത്നത്തിന്റെ ശ്രമമാണ്. പ്രണയം സമരമാകുന്നു എന്നതിന്റെ അർത്ഥം അത് ജന്തുചോദനകൾക്കെതിരെയുള്ള കലഹമാകുന്നത് കൊണ്ടാണ് (കെ.പി. രാമനുണ്ണി, 2006:21)

സാമൂഹികജീവിതത്തിന്റെ പതിവുരീതികളോട് കലഹിക്കുന്ന, കൂടുതൽ വിപ്ലവകരമായ ജീവിതത്തിനുവേണ്ടിയുള്ള അന്വേഷണമാണ് പ്രണയം. ആധുനികതയുടെ വ്യവഹാരരൂപമായി പ്രണയത്തെ നിരീക്ഷിക്കാവുന്നതാണ്. സാമൂഹിക വികാസത്തോടൊപ്പം പ്രണയത്തിന്റെ ആവിഷ്കാര പ്രയോഗങ്ങളിലും ഘടനാപരമായ മാറ്റങ്ങൾ സംഭവിക്കുന്നുണ്ട്. കാല്പനിക പ്രണയത്തിന്റെ കെട്ടുപാടുകളിൽ നിന്ന് പ്രായോഗികജീവിതത്തിന്റെ കെട്ടുറപ്പിനുവേണ്ടിയുള്ള പ്രണയസങ്കല്പം ആധുനികതയോടെയാണ് ഉരുത്തിരിയുന്നത്. വ്യക്തികളുടെ താല്പര്യങ്ങൾക്കും ഇഷ്ടങ്ങൾക്കും പ്രാധാന്യം കൊടുക്കുന്ന ആധുനികസമൂഹത്തിന്റെ നിലപാടുകൾ ആധുനികതയുടെ വ്യവഹാരമാതൃകയായ പ്രണയത്തിനും ഉണ്ടായിരുന്നു. എന്നാൽ പ്രണയത്തിന്റെ അടിസ്ഥാനസ്വഭാവവും കാരണങ്ങളും അതിന്റെ അമാനുഷികമായ അതിജീവനസ്വഭാവവും അംഗീകരിച്ചുകൊണ്ട് അതിന്റെ സ്വതന്ത്രമായ നിലനില്പും വികാസവും ഒരുകാലത്തും ഒരു സമൂഹവും അനുവദിച്ചുകൊടുത്തിട്ടില്ലെന്ന് ചരിത്രം പറയുന്നു. ഓരോരുത്തരുടെയും സ്വത്തിനെയോ സമൂഹത്തിന്റെ പൊതുസ്വത്തിനെയോ നേരിട്ട് ബാധിക്കാത്ത കാര്യമായിരുന്നിട്ടും വിവാഹോദ്ദേശ്യമല്ലാത്ത സ്ത്രീ-പുരുഷസൗഹൃദങ്ങൾ ഉപരിവിപ്ലവം മാത്രമായിരിക്കണം എന്ന് ആധുനിക സമൂഹം നിഷ്കർഷിക്കുന്നു.

പരസ്പര പ്രണയം കൊണ്ട് സൃഷ്ടിച്ചെടുക്കേണ്ടതാണ് ദാമ്പത്യജീവിതമെന്ന ആധുനികതയുടെ മൂല്യബോധത്തെ സ്വീകരിച്ച

പുരോഗമനേച്ഛുക്കളുടെ പ്രതിനിധികളാണ് സ്വയംവര'(1972)ത്തിലെ വിശ്വവും സീതയും. ഇവരുടെ ജീവിതാദർശത്തെ സംശയത്തോടെയും പുച്ഛത്തോടെയും നോക്കിക്കാണുന്ന സമൂഹമാണ് ചുറ്റിലുമുള്ളത്. ബന്ധനങ്ങളിൽ നിന്ന് മുക്തമായി സ്വന്തം കാലിൽ നിന്നുകൊണ്ട് ജീവിക്കാൻ ആഗ്രഹിക്കുന്നവരുടെ കഥയാണ് സ്വയംവരം. ദൈർഘ്യമേറിയ ബസ്യാത്രയോടെയാണ് സിനിമയുടെ ആദ്യരംഗം ആവിഷ്കരിച്ചിരിക്കുന്നത്. അതേ ബസിൽ യാത്രചെയ്യുന്ന മറ്റ് ദമ്പതികളെപോലെയോ കുടുംബങ്ങളെപോലയോ അല്ല അവർ കാണപ്പെടുന്നത്. അവൾക്ക് മുഴുവനായും അയാൾക്ക് ഏറെക്കുറെയും അപരിചിതമായ നഗരത്തിലേക്കാണ് ബസ് കുതിച്ചുപായുന്നത്. മുന്നിലുള്ള ജീവിതത്തിന്റെ ഉത്കണ്ഠകളും പ്രത്യാശകളും അവരുടെ മുഖത്ത് എഴുതപ്പെട്ടിരിക്കുന്നു. കാല്പനിക പ്രണയത്തിന്റെ മൂല്യസങ്കല്പമായി കരുതുന്ന മിഥ്യാഭിനിവേശത്തിൽനിന്നും ആധുനികതയുടെ-പരുക്കൻ-യാഥാർത്ഥ്യത്തിലേക്കുള്ള പരിവർത്തനമായി ഈ സീൻ മാറുന്നു. ബസിനുള്ളിലെ രംഗം അവസാനിക്കുന്നത് റോഡിലെ സ്റ്റോപ്പ് സിഗ്നലിൽ ആണെന്നത് സ്വപ്നങ്ങളുടെയും ഭ്രമകല്പനകളുടെയും ലോകത്തുനിന്നും ജീവിതയാഥാർത്ഥ്യത്തിലേക്ക് പ്രവേശിച്ചതിന്റെ സൂചന തരുന്നുണ്ട്. ആധുനികതയോടുകൂടിയാണ് ദൈനംദിനജീവിതം (നിത്യവൃത്തി) സാഹിത്യത്തിലും കലയിലും ശ്രദ്ധാകേന്ദ്രമാവുന്നത്. അതുവരെ നിലവിലുണ്ടായിരുന്ന പൊതുപാരമ്പര്യം വിശാലമായ പ്രകൃതി/സ്ഥലരാശിയെ ബൃഹത്തായ ക്യാൻവാസിന്റെ പശ്ചാത്തലത്തിൽ വ്യക്തികൾ ചിത്രീകരിക്കപ്പെടുകയായിരുന്നു. വ്യക്തിയുടെ ആന്തരികതകൾക്കു ചലനാത്മകമായൊരു വേഗം നൽകുകയാണ് ആധുനികതയോടെ നമ്മുടെ കലകളിലും സാഹിത്യത്തിലും ചെയ്തതെന്ന് പി.പി. രവീന്ദ്രൻ നിരീക്ഷിക്കുന്നുണ്ട് (2017:87).

പ്രണയിനിയായി - സ്വാതന്ത്ര്യം ആഗ്രഹിക്കുന്നവളായി ഉറച്ച തീരുമാനമുള്ളവളായി ആദ്യഘട്ടത്തിൽ പ്രത്യക്ഷപ്പെടുന്ന സീതയെ കുടുംബവ്യവസ്ഥയ്ക്കനുസരിച്ച് ജീവിതത്തെ ചിട്ടപ്പെടുത്തുന്ന ഉത്തമ കുടുംബിനിയായിട്ടാണ് പിന്നീട് കാണുന്നത്. സ്ത്രീ-പുരുഷ സൗഹൃദങ്ങളോട് സമൂഹം എക്കാലത്തും പ്രതിലോമകരമായ നിലപാടാണ് എടുത്തിട്ടുള്ളത്. ജീവിതം പ്രണയസാഫല്യത്താൽ കെട്ടിപ്പെടുക്കേണ്ടതാണെന്ന ആദർശത്തെ സ്വീകരിക്കാനുള്ള കരുത്ത് ആർജ്ജിക്കാത്ത സമൂഹത്തിലേക്കാണ് സ്വയംവരത്തിന് ശേഷം വിശ്വവും സീതയും എത്തിച്ചേരുന്നത്. സീതയെയും വിശ്വത്തെയും സ്വന്തം ഊരിൽനിന്നും പറിച്ചുമാറ്റുന്നത് സമൂഹത്തിന്റെ ഈ കരുത്തില്ലായ്മയാണ്. അവർ എത്തിച്ചേരുന്നിടത്തും സ്ഥിതി വ്യത്യസ്തമല്ല. സ്ത്രീ-പുരുഷബന്ധങ്ങളുടെ നേരെ എപ്പോഴും

സംശയത്തിന്റെ ദൃഷ്ടി സൂക്ഷിക്കുന്ന സമൂഹത്തെ തൻമയത്വത്തോടെ ദൃശ്യവൽക്കരിക്കുവാൻ അടൂർ ശ്രമിച്ചിട്ടുണ്ട്. രാത്രിയിൽ വീടിനുള്ളിൽ കടന്നുവന്ന് '*പെണ്ണിനെ തട്ടിക്കൊണ്ടുവന്നതല്ല്യോ*' എന്നു ചോദിക്കുന്ന മൂന്നു മദ്യപാനികളിലും സീതയും കുഞ്ഞും മാത്രം വീട്ടിലുള്ള ഒരു രാത്രിയിൽ '*കതകുതൊറക്കാൻ, സ്മഗ്ലർ വാസു അകത്തൊണ്ടോ?*' എന്നു ചോദിക്കുന്ന പോലീസുകാരനിലും അവരുടെ വാടകവീടിനു പുറത്തെ തെരുവിൽനിന്നുകൊണ്ട് സീതയുടെ ചലനങ്ങളെ ഒളിഞ്ഞുനോക്കുന്ന സ്മഗ്ലർ വാസുവിലും സമൂഹത്തിന്റെ സംശയദൃഷ്ടിയും സ്ത്രീകളോടുള്ള മനോഭാവങ്ങളുമാണ് തെളിയുന്നത്. മറ്റുള്ളവരുടെ വ്യക്തിജീവിതത്തിലേക്ക്, വലിയ ആകാംക്ഷയോടെയും സംശയത്തോടെയും നോക്കാൻ ഒരാളെ പ്രേരിപ്പിക്കുന്നതിൽ ജനാധിപത്യവൽക്കരണത്തിന് വിധേയമാവാത്ത സമൂഹത്തിന് വലിയ പങ്കുണ്ട്. വിശ്വത്തിന്റെ കൂടെ നഗരത്തിലെത്തിയ സീതയ്ക്ക് സാമ്പത്തികവും സാമൂഹികവുമായ അരക്ഷിതാവസ്ഥയാണ് അനുഭവപ്പെടുന്നത്. വ്യക്തികൾക്ക് സ്വതന്ത്രമായി തെരഞ്ഞെടുക്കുവാനുള്ള അവകാശമുണ്ടായാൽ മാത്രം പോര, അവരുടെ തെരഞ്ഞെടുപ്പുകൾ ഫലപ്രാപ്തിയിലെത്തിക്കാനുള്ള സാമൂഹിക സംവിധാനവും ഉണ്ടാവണമെന്ന് ചലച്ചിത്രം സാക്ഷ്യപ്പെടുത്തുന്നു.

തറവാട്, കാരണവർ, വിവാഹം, സ്ത്രൈണലൈംഗികത തുടങ്ങിയവയെ സംബന്ധിച്ച നിലപാടുകളെ ധിക്കരിച്ചുകൊണ്ടാണ് 'എലിപ്പത്തായ'ത്തിലെ ശ്രീദേവിയെന്ന കഥാപാത്രം സ്വന്തം ജീവിതം തെരഞ്ഞെടുക്കുന്നത്. നഷ്ടപ്രതാപത്തിന്റെ തടവറയിൽ, ആഭിജാതത്തിന്റെ ആലസ്യതയിൽ കഴിയുന്ന തറവാട്ടുകാരണവരായ ഉണ്ണിക്കുഞ്ഞിന്റെ നിഷ്കർമ്മണ്യതയും നിസംഗതയും ഇളയസഹോദരിയായ ശ്രീദേവിയെ വല്ലാതെ ചൊടിപ്പിക്കുന്നുണ്ട്. എങ്കിലും കാരണവരെ എതിർത്ത് സംസാരിക്കുന്നത് വിലക്കപ്പെട്ടിരുന്ന കുടുംബവ്യവസ്ഥയിൽ നിന്നും രക്ഷപ്പെടുവാനുള്ള മാർഗ്ഗമായി അവൾ തന്റെ 'പ്രണയത്തെ തെരഞ്ഞെടുക്കുന്നു. ഇഷ്ടമുള്ള പുരുഷനോടൊപ്പം ജീവിക്കുവാനായി നിലനിൽക്കുന്ന ആചാരങ്ങളെയും സമ്പ്രദായങ്ങളെയും തള്ളിക്കളയാനുള്ള ധൈര്യം ദേവി കാണിക്കുന്നു. വ്യവസ്ഥകളെ നിഷേധിക്കുന്നതിലൂടെ ജീർണ്ണിച്ച പ്രതാപത്തെ താലോലിക്കുന്ന പുരുഷാധിപത്യത്തെ ചോദ്യം ചെയ്യുകയാണ് ശ്രീദേവി. ശരീരംകൊണ്ട് ആ വീട്ടിലെ ഒരു തടവുകാരി തന്നെയെങ്കിലും പ്രായോഗികബുദ്ധിയുള്ള ശ്രീദേവി പ്രതീക്ഷകൊണ്ട് ആ വീടിനു പുറത്തുജീവിക്കുന്ന ഒരു കഥാപാത്രമാണ്. തന്റെ കാമുകനെ ആകർഷിക്കാൻതക്കവണ്ണം സൗന്ദര്യം വർദ്ധിപ്പിക്കുന്നതിനും കുടുംബത്തിലെ പ്രതികൂലസാഹചര്യങ്ങളിൽ നിന്നും തന്റേതായ

ഇടംകണ്ടെത്തുവാനും അവൾക്ക് കഴിയുന്നുണ്ട്. ഉണ്ണികുഞ്ഞിന്റെ ആജ്ഞാനുവർത്തിയായി മാത്രം ജീവിക്കാൻ വിധിക്കപ്പെട്ട ചേച്ചിയെ അനുകരിക്കാനോ വീട്ടിൽ ഒതുങ്ങിക്കൂടാനോ അവൾ തയ്യാറല്ല. പ്രണയം വിപ്ലവാത്മകമാകുന്നത് അത് വ്യവസ്ഥയെ വെല്ലുവിളിക്കുമ്പോഴാണ്. പ്രായം തികഞ്ഞുനിൽക്കുന്ന സഹോദരി രാജമ്മയ്ക്ക് വകയിലുള്ള അമ്മാവൻ കൊണ്ടുവരുന്ന ആലോചനകളെല്ലാം പല കാരണങ്ങൾ പറഞ്ഞ് മുടക്കുന്ന ഉണ്ണിക്കുഞ്ഞിനുള്ള തക്ക മറുപടിയായി ശ്രീദേവിയുടെ പ്രണയവും ഒളിച്ചോട്ടവും മാറുന്നു.

ബഷീറിന്റെ '*മതിലുകൾ* എന്ന നോവലിനെ ആസ്പദമാക്കി അടൂർ നിർമ്മിച്ച സിനിമയാണ് *മതിലുകൾ*. വ്യത്യസ്തമായ പ്രണയാനുഭവമാണ് നോവൽ സിനിമയായപ്പോൾ പുനർജനിച്ചത്. പെണ്ണിന്റെ മണം അനുഭവവേദ്യമാക്കുവാൻ ബഷീറിന് ഏതാനും വാക്കുകൾ മാത്രം മതിയായിരിക്കേ അതേ വികാരം, അനുഭവം ദൃശ്യവല്ക്കരിച്ചപ്പോൾ വ്യത്യസ്തമായ പ്രണയകഥയാണ് ജൻമമെടുത്തത്. രാഷ്ട്രീയ തടവുകാരനായി സെൻട്രൽ ജയിലിലെ തടവുമുറിയിലേക്ക് നയിക്കപ്പെടുന്ന ബഷീറിന്റെ നടത്തത്തോടെയാണ് 'മതിലുകൾ' ആരംഭിക്കുന്നത്. സ്വയംവരത്തിലെ നീണ്ട ബസ്‌യാത്രയെ അനുസ്മരിപ്പിക്കുംവിധം കൂറ്റൻ മതിലുകളുടെ പശ്ചാത്തലഭംഗി അതിന്റെ നിഗൂഢതയെയും അധികാരത്തിന്റെ ഉരുക്കുമുഷ്ടിയെയും പ്രതിനിധീകരിക്കുന്നുണ്ട്. മതിലുകളിൽ സാമൂഹികവ്യവസ്ഥിതിയെ മുൻനിർത്തിയാണ് പ്രേമം ആവിഷ്കരിക്കുന്നത്. പരസ്പരം അറിയുവാനുള്ള ആണിന്റെയും പെണ്ണിന്റെയും ആദിമാഭിലാഷത്തിനുമേൽ സാമൂഹികനിയമത്തിന്റെ മതിൽക്കെട്ട് ഉയർന്നുനിൽക്കുന്നു. അത് ദേശത്തിന്റെ രാഷ്ട്രീയാവസ്ഥയുടെ സൂചകമെന്നപോലെ തന്നെ സദാചാരനീതിയുടെ സൂചകം കൂടിയാണെന്ന് പി.കെ. രാജശേഖരൻ നിരീക്ഷിക്കുന്നുണ്ട് (2002:53). മതിലുകൾ സ്ത്രീ-പുരുഷ സംസർഗ്ഗത്തിനിടയിൽ സമൂഹം കല്പിക്കുന്ന വ്യവസ്ഥകളുടെ പ്രതിനിധാനമാണ്. ബഷീറും നാരായണിയും തമ്മിലുള്ള പ്രണയസംഭാഷണങ്ങൾ നടക്കുന്നത് ആൺജയിലിനെയും പെൺജയിലിനെയും വേർതിരിക്കുന്ന മതിലിനിടുത്തുവെച്ചാണ്. എന്നാൽ പരസ്പരം ഒന്നാകുവാനുള്ള പ്രണയികളുടെ മോഹങ്ങളെ ഭംഗപ്പെടുത്തിക്കൊണ്ട് മതിലുകൾ നിൽക്കുന്നു. ജയിൽ അന്തേവാസികൾ മതിലിലുണ്ടാക്കിയ ദ്വാരം അധികൃതർ അടച്ചത് ലൈംഗികനിഷേധത്തിന്റെയും സ്വാതന്ത്ര്യനിഷേധത്തിന്റെയും സൂചനയാണ്. പ്രകൃതിയെയും പെണ്ണിനെയും പൂക്കളെയും പക്ഷികളെയും ഒരുപോലെ പ്രണയിക്കുന്ന കഥാനായകനെയാണ് മതിലുകളിൽ കാണുന്നത്. മതിലിന്റെ നിറക്കൂട്ട് കൊളോണിയൽ പാരമ്പര്യത്തിന്റെ പാരതന്ത്ര്യം

വിളിച്ചോതുമ്പോൾത്തന്നെ മരങ്ങളുടെ പച്ചപ്പും പടർപ്പും അദമ്യമായ ഒരു വ്യക്തിത്വത്തെക്കുറിച്ചും നമ്മോടുപറയുന്നു. സ്ത്രീകളുടെ ജയിലിൽ നിന്നുവന്ന അശരീരിയായ പെൺശബ്ദത്തിന് ബഷീർ കല്പിച്ചുകൊടുത്ത സംഭാഷണത്തെ കലാത്മകമായി ആവിഷ്കരിക്കുവാൻ അടൂരിന് കഴിഞ്ഞിട്ടുണ്ട്. ബഷീർ പൂന്തോട്ടത്തിൽ പൂക്കളെ പരിചരിക്കുമ്പോഴെല്ലാം പശ്ചാത്തലസംഗീതം വരുന്നുണ്ട്. നാരായണിയെ പ്രതീക്ഷിച്ച്, സ്ത്രീകളെ പാർപ്പിക്കുന്ന മതിലിനപ്പുറത്ത് ചുള്ളിക്കമ്പ് ഉയരുന്നതും പ്രതീക്ഷിച്ചിരിക്കുമ്പോഴും സംഗീതം കേൾക്കുന്നു. പ്രണയത്തിന്റെ നിമിഷങ്ങളെയാണ് ഇവിടെ സംഗീതം പ്രതീകവൽക്കരിക്കുന്നത്.

പ്രണയത്തിന്റെ ഊഷ്മളമായ രംഗങ്ങൾ മതിലുകളിൽ ധാരാളമുണ്ട്.

മുന്നൂറ്റി അൻപത്തിനാല് - സമീപദൃശ്യം

ഇരുകൈയ്യിലും ഉയർത്തിപ്പിടിച്ച റോസാച്ചെടിയുമായി പിന്നെയും വിളിച്ചു, നാരായണീ!

പെട്ടെന്ന് മറുപടി വന്നു, ന്തോ'-

ബഷീർ, ഞാൻ വിളിച്ചപ്പം എവിടെയായിരുന്നു?"

അവൾ, 'ഇവിടെത്തന്നെ ഉണ്ടായിരുന്നു'

ബഷീർ, എന്നിട്ട്?'

അവൾ, 'ഞാൻ മിണ്ടാതെ ഒളിച്ച് നില്ക്കുകയായിരുന്നു'

ബഷീർ, കള്ളി!'

അവൾ വശ്യമായി ചിരിച്ചു

അവൾ, റോസാച്ചെടി കൊണ്ടുവന്നോ?'

ബഷീർ, ചെടിയിലെ പൂക്കളിലോരോന്നിലും ചുംബിച്ചു

"ബഷീറേ!'അവൾ വിളിച്ചു

ബഷീർ വിളികേട്ടില്ല

അവളല്പമൊരു ആകാംക്ഷയോടെ പിന്നെയും വിളിച്ചു

"ബഷീറേ! ബഷീറേ!'

അപ്പോൾ മാത്രം ബഷീർ വിളികേട്ടു, 'ങേ!'

നാരായണി പിണങ്ങിയ സ്വരത്തിൽ, ഹോ! ദൈവത്തിനെ ഇത്ര സ്നേഹത്തോടെ വിളിച്ചിരുന്നെങ്കിൽ-'

ബഷീർ, വിളിച്ചിരുന്നെങ്കിൽ?'

അവൾ, സ്നേഹത്തോടെ വിളിച്ചിരുന്നെങ്കിൽ എന്നാണു പറഞ്ഞത്"

ബഷീർ പൂവുകളിൽ പിന്നെയും ചുംബിച്ചുകൊണ്ടിരുന്നു(2012:792)

പ്രണയത്തിന്റെ ഒഴുക്കിനെ തടയാൻ ഒരു മതിലുകൾക്കും കഴിയില്ലെന്ന് സൂചിപ്പിക്കുന്ന ധാരാളം രംഗങ്ങൾ 'മതിലുകളിൽ ഉണ്ട്. ജയിലിനകത്ത് നിറയെ റോസാച്ചെടികൾ നട്ടുവളർത്തുന്ന നായകന്റെ ഹൃദയവും ഉദ്യാനവും പ്രണയത്താൽ പൂത്തുതളിർക്കുന്നു. സിനിമയുടെ അവസാനരംഗം ഇങ്ങനെയാണ്.

"മതിലിനപ്പുറം നീലാകാശത്തേക്ക് ചുള്ളിക്കമ്പ് ഉയർന്നുതാണു. അതീവ ദുഃഖിതനായി നിശ്ചേതനനായി ബഷീർ നോക്കിനിന്നു. കണ്ണുകൾ കുറേശ്ശെ നിറയുകയാണ്. മതിലിനപ്പുറത്ത് പിന്നെയും പിന്നെയും ചുള്ളിക്കമ്പ് ഉയർന്നുതാണു. ക്രമേണ കാഴ്ച മങ്ങുകയായി(806).

ജയിലിൽ നിന്ന് പുറത്തുവരുവാനുള്ള അനുമതി ലഭിച്ച ബഷീറിന് മതിലിനപ്പുറത്ത് സ്വാതന്ത്ര്യവും സ്നേഹവും ലഭിക്കാത്ത ഒരു ജനതയുടെ ജീവിതത്തെ ഓർമ്മപ്പെടുത്തുന്നവിധം ചുള്ളിക്കമ്പ് ആകാശത്തേക്ക് ഉയർന്നുകൊണ്ടിരുന്നു. പ്രണയത്തെയും സ്വാതന്ത്ര്യത്തെയും കുറിച്ചുള്ള ചിന്തയുടെ അവസാനിക്കാത്ത തുടർപ്രക്രിയയായി ഈ അവസാനരംഗവും ദൃശ്യങ്ങളും മാറുന്നു. പരമ്പരാഗത കുടുംബ, സാമൂഹിക ഘടന ഉണ്ടാക്കിയെടുത്ത മാനദണ്ഡങ്ങൾ ഓരോ വ്യക്തിയുടെയും ഇഷ്ടപ്രകാരമുള്ള ജീവിതത്തിന്റെ സാധ്യതയേയും നിർദയമായി നിരസിക്കുന്നുണ്ട്. പ്രത്യേകിച്ചും വിവാഹേതരബന്ധങ്ങളെ ഹിംസാത്മകമായ രീതിയിലാണ് പൊതുസമൂഹം നേരിടുന്നത്. പരമ്പരാഗതമായ മൂല്യസങ്കല്പങ്ങളും സ്വതന്ത്രമായ നവീന ജീവിതസങ്കല്പങ്ങളും തമ്മിലുള്ള ഈ സംഘർഷം കുറേക്കാലമായി ഇവിടെ നിലനിൽക്കുന്നതാണ്. നിരുപാധികമായ പ്രണയത്തിന് മാത്രമേ സ്വാതന്ത്ര്യവും സൗന്ദര്യവുമുള്ളൂ. ആ സ്വാതന്ത്ര്യമാണ് കുടുംബം നിഷേധിക്കുന്നത്.

ഇഷ്ടപ്പെട്ട പുരുഷനോടൊപ്പം ജീവിക്കുവാനുള്ള ധൈര്യം സ്വായത്തമാക്കിയ കഥാപാത്രമാണ് ഒരു പെണ്ണുംരണ്ടാണും എന്ന സിനിമയിലെ പങ്കിയമ്മ എന്ന കഥാപാത്രം. നിലനിൽക്കുന്ന സാഹചര്യങ്ങളോട് ക്ഷമാപൂർവ്വം കലഹിക്കുന്ന പ്രണയമാണ് അവരുടേത്. അതോടൊപ്പം സഹജമായ ആർജ്ജവവും പങ്കിയുടെ വ്യക്തിത്വത്തിൽ ഉൾച്ചേർന്നിട്ടുണ്ട്. തനിക്കനുയോജ്യനല്ലാത്ത പങ്കാളിയായ രാമക്കുറുപ്പിനെ വെറുപ്പിക്കാനോ ധിക്കരിക്കാനോ അവൾ മുതിരുന്നില്ല. പ്രണയത്തിന്റെ വ്യത്യസ്തമായ ഭാവങ്ങളാണ് പങ്കിയിൽ കാണാൻ കഴിയുന്നത്. നിലനിൽക്കുന്ന സ്ത്രീപുരുഷബന്ധത്തെക്കുറിച്ചുള്ള സങ്കല്പങ്ങളെ തകർക്കാൻ ഈ ദൃശ്യാഖ്യാനത്തിന് കഴിയുന്നു. ഒരേസമയം പല പുരുഷൻമാരെ പ്രണയിക്കുക എന്നത് പങ്കിയിലെ സ്ത്രീത്വത്തിന്റെ ഹൃദയവിശാലതയായിട്ടാണ് അടൂർ അവതരിപ്പിച്ചിരിക്കുന്നത്. പ്രണയത്താൽ ചിട്ടപ്പെടുത്തിയ ജീവിതമാണ് പങ്കിയമ്മയുടെ കൈമുതൽ. പെണ്ണിന്റെ സ്വതന്ത്രാഭിലാഷങ്ങൾക്ക് സമൂഹം എന്നും കൂച്ചുവിലങ്ങിട്ടിരുന്നത് സദാചാരത്തിന്റെ കപടയുക്തി ഉപയോഗിച്ചുകൊണ്ടാണ്. ഭർത്താവിന്റെ ഇഷ്ടാനിഷ്ടങ്ങൾ മാനിക്കുകയെന്നതാണ് ഭർതൃമതിയായ യുവതിയുടെ ജീവിതലക്ഷ്യമെന്ന വ്യവസ്ഥാപിത കാഴ്ചപ്പാടിനെ ലംഘിക്കുന്നതിലൂടെ ആണധികാരത്തിനോടുള്ള നിഗൂഢപ്രതികാരമായി കഥാപ്രമേയം ഉരുത്തിരിയുന്നു. ആണത്തത്തിന്റെ നേട്ടങ്ങൾക്കായി പെൺലൈംഗികതയെ മെരുക്കുന്ന വ്യവസ്ഥയ്ക്കെതിരെ ഉപാധികളില്ലാത്ത പ്രണയം താനാഗ്രഹിക്കുന്ന പുരുഷൻമാർക്ക് പങ്കി സമർപ്പിക്കുന്നു. ചാരിത്ര്യം, പാതിവ്രത്യം

തുടങ്ങിയ സങ്കല്പങ്ങൾ ഇവിടെ തച്ചുടയ്ക്കപ്പെടുന്നു. ആണധികാരത്തിന്റെ അനുസരിക്കുന്ന പാവകളായിരുന്ന സ്ത്രീ കഥാപാത്രങ്ങൾക്ക് പകരം പെണ്ണിന്റെ നിലപാടുകൾ പുരുഷസമൂഹത്തെ ഏതൊക്കെ രീതിയിൽ മാറ്റിമറിക്കപ്പെടുന്നു എന്ന് ഈ ചിത്രം ചിന്തിപ്പിക്കുന്നുണ്ട്.

സ്വച്ഛന്ദമായ പ്രണയത്തെ സമൂഹം എല്ലായ്പ്പോഴും സംശയത്തോടെയാണ് വീക്ഷിക്കുന്നത്. ആൺ/പെൺ സൗഹൃദങ്ങളോട് തുറന്ന സമീപനം കൈക്കൊള്ളാൻ മലയാളികൾക്കിതുവരെ കഴിഞ്ഞിട്ടില്ല. തിരുവിതാംകൂറിലെ ആരാച്ചാരുടെ കഥപറയുന്ന 'നിഴൽക്കുത്തിൽ പ്രണയികൾക്ക് പതിവു ദുരന്തങ്ങളുടെ പരിവേഷമാണ് നൽകിയിരിക്കുന്നത്. ആരാച്ചാരുടെ മകൾ മല്ലികയും അനാഥനായ ചെറുപ്പക്കാരനും ആട്ടിൻപറ്റങ്ങളെ മേയ്ക്കാൻ മനോഹരമായ കുന്നിൻപുറത്ത് എത്തിയപ്പോഴാണ് പരിചയപ്പെടുന്നത്. മല്ലികയുടെ നിഷ്കളങ്കമായ-കുട്ടിത്തം നിറഞ്ഞ പെരുമാറ്റവും സ്കൂളിലെ കൂട്ടുകാരെ പിരിഞ്ഞത് മൂലമുണ്ടായ ഏകാന്തതയുമാണ് പുല്ലാങ്കുഴലൂതുന്ന അനാഥചെറുപ്പക്കാരനുമായി അവളെ അടുപ്പിച്ചത്. അവരുടെ ബന്ധം വിശുദ്ധസംഗീതം പോലെ ഒഴുകിത്തുടങ്ങുമ്പോഴാണ് മല്ലികയുടെ ചേട്ടത്തിയുടെ ഭർത്താവിന് അവളിൽ അഭിനിവേശം ഉണ്ടാവുന്നത്. ചെറുപ്പക്കാരൻ മല്ലികയുടെയടുത്തുനിന്ന് ഒഴിവായപ്പോൾ വാസു അവളെ ബലാത്സംഗം ചെയ്ത് കൊല്ലുന്നു. സാഹചര്യതെളിവുപ്രകാരം നിരപരാധിയായ വേണുവായനക്കാരൻ പ്രതിക്കൂട്ടിലാവുകയും അവന് തൂക്കുകയർ വിധിക്കപ്പെടുകയും ചെയ്യുന്നു. നീതിനിർവ്വഹണവും അതിന്റെ അനീതിപരിണാമവുമാണ് ചിത്രത്തിന്റെ ഇതിവൃത്തമെങ്കിലും നിഷ്കളങ്കപ്രണയത്തിനെ വളരാനനുവദിക്കാത്ത സമൂഹത്തിന്റെ കാഴ്ചപ്പാടിലേക്കും സംവിധായകൻ വിരൽചൂണ്ടുന്നുണ്ട്. നിരപരാധിയായ ആ ചെറുപ്പക്കാരനെയാണ് താൻ തൂക്കിക്കൊല്ലേണ്ടത് എന്നറിയുമ്പോൾ ആരാച്ചാർ തീർത്തും ദുർബലനാകുന്നു.

ദാമ്പത്യം

'പ്രണയത്തിന് ബദലായിവരുന്ന ദാമ്പത്യം' എന്ന വ്യവസ്ഥയെ വ്യവഹരിക്കാൻ ശ്രമിക്കുമ്പോൾ അത് സമൂഹം നിഷ്കർഷിക്കുന്ന ഒരു നിർബന്ധിത പ്രണയത്തിന്റെ ചട്ടക്കൂടിൽ രണ്ട് ആത്മാക്കളെ കെട്ടിയിടുന്ന ഒരു സംവിധാനമായിത്തീരുന്നു. വിവാഹത്തോടുകൂടി മറ്റ് എതിർലിംഗബന്ധങ്ങൾ രണ്ടുപേരും പൂർണമായും നിർത്തണം എന്നതാണ് സമൂഹത്തിന്റെ വ്യംഗ്യഭീഷണി. ഈ വിഷയത്തിലാണ് വിവാഹം ആദർശതലത്തിൽ പ്രണയത്തിന്റെ എതിർചേരിയിലേക്ക് പിണങ്ങിമാറുന്നത്. വർത്തമാനകാലത്ത് സ്ത്രീ-പുരുഷ സംസർഗ്ഗങ്ങളിൽ

അംഗീകരിക്കപ്പെട്ട ഒരേയൊരു സംവിധാനം വിവാഹം മാത്രമാണ്. ന്യൂജനറേഷൻ തങ്ങൾ വിമോചിതരാണെന്ന മിഥ്യാധാരണയിൽ സർവതന്ത്ര സ്വതന്ത്രരും നിർഭയരുമാണെന്ന് പ്രഖ്യാപിക്കുമ്പോഴും ആ ബന്ധങ്ങളെല്ലാം സത്യസന്ധവും ആത്മാർത്ഥതയും ഇല്ലാത്ത ഉപരിവിപ്ലവസംസർഗങ്ങൾ മാത്രമായിപോകുന്നത് ബന്ധങ്ങൾ വിവാഹത്തിലേക്ക് നയിച്ചിരിക്കണം എന്ന സമൂഹത്തിന്റെ പരോക്ഷഭീഷണിയെ അബോധത്തിൽ അനുഭവിക്കുന്നതുകൊണ്ടാണ്. പ്രായപൂർത്തിയായ സ്ത്രീയും പുരുഷനും തമ്മിലുള്ള സ്നേഹവൈകാരിക ബന്ധങ്ങൾ മാത്രമേ സാധൂകരണവും പ്രോത്സാഹനം നൽകാവുന്നതായി ഭരണകൂടം കരുതുന്നുള്ളൂ. അതുകൊണ്ട് അത്തരം ബന്ധങ്ങളാണ് ഏറ്റവും ശക്തവും യാഥാർത്ഥ്യവുമെന്ന് സമൂഹം കരുതുന്നു. വിവാഹം എന്ന സ്ഥാപനത്തെ സാമൂഹികമായ അപചയമായാണ് ഷെഫാലിചന്ദ്ര നിരീക്ഷിക്കുന്നത്:

> വിവാഹം, സാമൂഹ്യ സുരക്ഷിതത്വത്തിന്റെയും ക്ഷേമരാഷ്ട്ര സങ്കല്പത്തിന്റെയും മരണത്തിന് സാക്ഷ്യം വഹിക്കുന്ന ശവക്കല്ലറയാണ്. സാമൂഹികവും വൈകാരികവും ലൈംഗികവുമായ ബദൽ ഘടനകൾക്കുള്ള സാധ്യതകളെപ്പോലും അടക്കാനാവാത്ത വിശപ്പോടെ വിഴുങ്ങി ഇല്ലാതാക്കുന്ന രക്തദാഹിയായ സ്ഥാപനമാണത്'
>
> (165:2012).

പ്രണയവും ലൈംഗികതയും വിവാഹത്തിലൂടെ മാത്രം അനുവദനീയമാക്കിയ സമൂഹമാണ് നമ്മുടേത്. പലപ്പോഴും യൗവനത്തിന്റെ അവസാനഘട്ടത്തിൽമാത്രം വിവാഹിതരാവുന്ന സാധാരണ മലയാളിക്ക് കൗമാരത്തിലും യൗവനത്തിലും കത്തിപ്പടരുന്ന മറയില്ലാത്ത പ്രണയവും ലൈംഗികതയുമെല്ലാം അന്യമാണ്. ആധുനിക വിദ്യാഭ്യാസത്തിലൂടെ ഇന്ത്യയിലാകെ രൂപപ്പെട്ടുതുടങ്ങിയിരുന്ന പുതിയ മേൽജാതി സംസ്കാരത്തിന്റെ സ്വാധീനഫലമായാണ് 1896-ൽ മലബാർ വിവാഹനിയമം (Malbar Marriage Act) പ്രാബല്യത്തിൽ വരുന്നത്. സ്ത്രീകളെ പൂർണ്ണമായും ഭർതൃകുടുംബത്തിന്റെ കീഴിലാക്കുന്ന, സ്ത്രീകൾക്ക് അവകാശങ്ങളും അധികാരവും നിഷേധിക്കുന്ന, സ്വന്തം കുടുംബവുമായുള്ള അവരുടെ ബന്ധത്തെ അറുത്തുകളയുന്ന, അവിവാഹിതയായ സ്ത്രീക്ക് സമൂഹത്തിൽ അംഗത്വമില്ലെന്ന് കരുതുന്ന ബ്രാഹ്മണിക്കൽ വിവാഹാദർശമാണ് ഇന്ത്യയിലും പൊതുവെ കേരളത്തിലും പിന്തുടരുന്നത്. ഒരു പുരുഷന്റെ ഭാര്യയായിത്തീരുക എന്നത് സ്വജീവിതത്തിന്റെ ലക്ഷ്യമായി വലിയവിഭാഗം സ്ത്രീകൾ കരുതുന്നു. ചാരിത്ര്യം, പാതിവ്രത്യം, ഭർതൃപൂജ തുടങ്ങിയ സങ്കൽപ്പങ്ങൾ സൃഷ്ടിച്ചുകൊണ്ട് ദാമ്പത്യം എന്ന വ്യവസ്ഥയിൽ സ്ത്രീയെ തളച്ചിടാൻ സമൂഹത്തിന് കഴിഞ്ഞു.

ചൂഷണത്തിൽ കേന്ദ്രീകൃതമായ മുതലാളിത്തത്തിന്റെ ദാക്ഷിണ്യമില്ലാത്ത വ്യവസ്ഥയിൽ ഇടത്തരക്കാരായ സ്ത്രീപുരുഷന്മാർ നേരിടേണ്ടിവന്ന നിലനിൽപ്പിന്റെ പ്രശ്നങ്ങളാണ് 'സ്വയംവരം' പ്രതിനിധാനം ചെയ്യുന്നത്. സ്വയം ഭാര്യാഭർത്താക്കൻമാരായി അംഗീകരിച്ച് നഗരത്തിലെ ഹോട്ടൽമുറിയിൽ താമസത്തിനെത്തുന്ന വിശ്വത്തിനും സീതയ്ക്കും വ്യവസ്ഥയുടെ കുരുക്കിൽനിന്നും മോചനം കിട്ടുന്നില്ല. അറുപത്തിമൂന്നാമത്തെ ഷോട്ടിൽ സീതയിൽ തന്റെ സ്വയംവരം ഏൽപ്പിക്കുന്ന സമ്മർദ്ദം മനോഹരമായ ദൃശ്യഭാഷയിൽ അവതരിപ്പിച്ചിട്ടുണ്ട്. ഹോട്ടൽമുറിയിലെത്തിയതിന്റെ രണ്ടാംനാൾ സീതയ്ക്ക് ധാർമ്മികതയുടെ സംഘർഷം അനുഭവപ്പെടുന്നു. ഹോട്ടൽമുറിക്ക് പുറത്തുകൂടി ഒരു ഭജനസംഘം കടന്നുപോകുന്നു. ദമ്പതികളുടെ പ്രണയത്തിന്റെ-സ്വകാര്യ ഇടത്തിന്റെ അടിത്തറയെ ചോദ്യംചെയ്യുന്നതിന്റെ പ്രതീകമായി ഈ ഭജനസംഘം മാറുന്നുണ്ട്. ഒരു താലിച്ചരട് കഴുത്തിലുണ്ടാകുന്നതിന്റെ ആവശ്യകതയെപ്പറ്റി സീതയ്ക്ക് പെട്ടന്ന് ഉൾപ്രേരണയുണ്ടാകുന്നു. ചെണ്ടയും ചേങ്ങിലയും താളാത്മകമായി മുഴക്കിക്കൊണ്ടുള്ള ഭജനസംഘങ്ങളുടെ ഘോഷയാത്ര ആ ദമ്പതികൾ താമസിക്കുന്ന ഹോട്ടലിന് താഴെയുള്ള റോഡിലൂടെ കടന്നുപോകുന്നത് അവിടെ ഒരു സാധാരണ കാഴ്ചയായിരുന്നുവെങ്കിലും അവരുടെ ശാരീരിക സംയോഗത്തിനും ആത്മീയ ഔന്നത്യത്തിനുമിടയൽ ഒരു സമവാക്യം രൂപപ്പെടുന്നത് പ്രേക്ഷകർക്ക് ശ്രദ്ധിക്കാതിരിക്കാനാവില്ല.

ആ സ്വീക്വൻസ് മുറിയിലെ ഷോട്ടുകളിലേക്ക് കട്ട് ചെയ്യുമ്പോൾ മന്ത്രോച്ചാരണങ്ങളും കീർത്തനങ്ങളും ഉച്ചത്തിൽ ആകുന്നത് കാണാം.

അറുപത്തിമൂന്ന് - ദൂരദൃശ്യം

താഴത്തെ തെരുവിൽ ഒരു ഭജനസംഘം പാട്ടുപാടി വരികയാണ്

അറുപത്തിനാല് - ദൂരദൃശ്യം

ഇപ്പോൾ വിശ്വം കട്ടിലിൽ മലർന്നുകിടക്കയാണ്. പിന്നിൽമാറി ജനാലയ്ക്കൽ വെളിയിലേക്കുനോക്കി സീത നിന്നു. പുറത്തു തെരുവിൽ നിന്നുള്ള ഭജനഗാനം തുടർന്നു കേൾക്കാനുണ്ട്. ഇടയ്ക്കവൾ വിശ്വത്തിനെ തിരിഞ്ഞു നോക്കി. അയാൾ ഉറക്കത്തിലാണ്. അവളുടെ ശ്രദ്ധ പിന്നെയും തെരുവിലെ ഗായകസംഘത്തിലേക്കായി(2012:38).

ജീവിതത്തിന്റെ നശ്വരതയെയും അനിവാര്യതയെയും യാദൃശ്ചികതകളേയും ദൃശ്യവൽക്കരിക്കുന്നതിനായുള്ള രംഗങ്ങൾ തുടർന്നുള്ള സീനുകളിൽ കാണുന്നു. സ്വപ്നത്തിന്റെയും യാഥാർത്ഥ്യത്തിന്റെയും പ്രതീതികൾ തോന്നിപ്പിക്കുന്നതരത്തിൽ വരാനിരിക്കുന്ന കാലത്തിൽ സംഭവിക്കുന്ന വേർപാടിന്റെ സൂചനകൾ ആവിഷ്കരിക്കുന്ന ദൃശ്യങ്ങൾ

സംവിധായകന്റെ കലാബോധത്തിനുള്ള മികച്ച ദൃഷ്ടാന്തങ്ങളാവുന്നു. വിവാഹിതയായ സ്ത്രീയായി ചമയുന്നതിൽ അവൾക്ക് ഒട്ടും താൽപര്യമില്ലായിരുന്നു. തുടക്കത്തിൽ ഹോട്ടൽമുറിയിൽവെച്ച് ആത്മവിശ്വാസം പതറിയനിമിഷത്തിൽ വേണ്ടിയിരുന്നില്ല എന്ന് തോന്നുന്നുണ്ടോ' എന്ന് വിശ്വനാഥൻ ചോദിക്കുമ്പോൾ അവൾ നൽകുന്ന മൗനംനിറഞ്ഞ നിഷേധാർത്ഥത്തിൽ ഉള്ള പ്രതികരണത്തിലെ ധൈര്യവും ദൃഢതയും അവളുടെ സ്വഭാവത്തിലുടനീളം ഉണ്ട്. വിശ്വനാഥന്റെ മരണത്തിനു ശേഷം ''*കുഞ്ഞേ നീ നിന്റെ വീട്ടീപോ',* എന്ന് സ്വന്തം അമ്മയെപ്പോലെ വാത്സല്യം നൽകുന്ന സ്ത്രീ ഉപദേശിക്കുമ്പോൾ അവൾ അതിന് വഴങ്ങുന്നില്ല. ആദർശപ്രണയത്തിലൂടെ ജീവിതത്തെ വിപ്ലവാത്മകമായി വരിച്ചവൾ പിന്നീട് കുടുംബവ്യവസ്ഥയുടെ കെട്ടുപാടുകളിൽ അകപ്പെടുന്നതാണ് കാണുന്നത്. വ്യക്തികളെ കുടുംബങ്ങളിലേക്ക് ചുരുക്കുന്നതിലൂടെ അവരുടെ ആശയമണ്ഡലങ്ങളെ സമൂഹത്തിലെ വിശാലതയിൽ നിന്നൊഴിവാക്കുകയും നിലനിൽക്കുന്ന യാഥാസ്ഥിതിക മൂല്യങ്ങളുടെ പിന്തുടർച്ചക്കാരായി മാറ്റുകയുമാണ് ആധുനിക കുടുംബവ്യവസ്ഥ ചെയ്തത്. കൊളോണിയൽ മുതലാളിത്ത സമുദായ പരിഷ്കരണ പ്രവർത്തനങ്ങളെ സ്വാധീനിച്ചുകൊണ്ട് ചാരിത്ര്യം, ലൈംഗികത, പ്രത്യുല്പാദനബന്ധങ്ങൾ തുടങ്ങിയ വ്യവഹാരങ്ങളിൽ നിയന്ത്രണമേർപ്പെടുത്തുന്നതിനെക്കുറിച്ച് പടീഷ്യ ഉബിയോറി ഇങ്ങനെ വിലയിരുത്തുന്നു,

> "സാമൂഹ്യപരിഷ്കരണ സംരംഭങ്ങളിൽ അധിനിവേശഭരണകൂടത്തിന് നിർണ്ണായകമായ പങ്കുണ്ടായിരുന്നതുകൊണ്ടുതന്നെ ലൈംഗികവേഴ്ചകളെ സാധാരണം/അസാധാരണം എന്ന് വേർതിരിക്കാനും സ്ത്രീലൈംഗികതയ്ക്കുമേൽ പുത്തൻ നിയന്ത്രണങ്ങൾ കൊണ്ടുവരാനും കാരണമായി'
>
> (Patricia Uberoi, 1996:78).

സ്നേഹത്തിന്റെ സൗന്ദര്യം മനസ്സിലാക്കാത്ത, സമൂഹത്തിന്റെ നിയമാവലികൾ സൃഷ്ടിക്കുന്ന പാരതന്ത്ര്യത്തിനൊപ്പം ദാരിദ്ര്യത്തിന്റെയും അധഃസ്ഥിതരുടെ നിസ്സഹായതയേയും അവതരിപ്പിക്കുന്ന 'നാലുപെണ്ണുങ്ങളിലെ ഒരു നിയമലംഘനത്തിന്റെ കഥ സമൂഹത്തോടുള്ള ചോദ്യചിഹ്നമായി മാറുന്നുണ്ട്. സ്നേഹിക്കുന്നവർക്ക് ഒരുമിച്ച് ജീവിക്കാൻ തെളിവുകൾ വേണമെന്നാവശ്യപ്പെടുന്ന സമൂഹത്തിന്റെ നിയമത്തെ ഈ സിനിമ ദൃശ്യവൽക്കരിച്ചിരിക്കുന്നു. ഒരു വേശ്യ(കുഞ്ഞുപെണ്ണ്)യായിരിക്കുമ്പോൾ താൽപര്യത്തോടെ ഉപയോഗിച്ചിരുന്ന പുരുഷസമൂഹം, സ്നേഹത്തിന്റെ ബന്ധത്തെ പ്രണയത്തിലെ നിഷ്കളങ്കതയെ-നിസ്വാർത്ഥതയെ അംഗീകരിക്കുന്നില്ല. നഗരത്തിൽ വേശ്യാവൃത്തി നടത്തി ജീവിക്കുന്ന കുഞ്ഞുപെണ്ണിന് പപ്പുക്കുട്ടിയുടെ പ്രണയാഭ്യർത്ഥന ആദ്യം

ഉൾക്കൊള്ളാനായിരുന്നില്ല. എന്നാൽ കൂട്ടുകാരിയുടെ ഉപദേശപ്രകാരം 'വേലചെയ്ത ജീവിക്കുന്ന ആൺപിറന്നവന്റെ' തണലിൽ ഒതുങ്ങിക്കൂടാൻ അവൾ തയ്യാറാവുന്നു. ഭാര്യയും ഭർത്താവുമായി ജീവിച്ചുതുടങ്ങിയതിന്റെ പിറ്റേന്നാൾമുതൽ കുഞ്ഞുപെണ്ണ് റോഡുപണിക്ക് കല്ല് ചുമക്കാൻ പോവുന്നു. എന്നാൽ സമൂഹം അവളെ ജീവിക്കാനനുവദിക്കുന്നില്ല. വ്യാജകേസ് കെട്ടിച്ചമച്ച് കുഞ്ഞുപെണ്ണിനെയും പപ്പക്കുട്ടിയെയും പോലീസ് അറസ്റ്റ് ചെയ്യുന്നു. ഞങ്ങൾ അവരാതിക്കുവല്ലാരുന്നു, ഏമനേ, ഞങ്ങള് പാര്യയും പർത്താവുമാ '(2012:1202) എന്ന് നിഷ്കളങ്കതയോടെ കോടതിയോട് ആവർത്തിച്ച് പറയുന്ന കുഞ്ഞുപെണ്ണിന് അവൾ സ്വപ്നം കണ്ട കുടുംബജീവിതം നിഷേധിക്കപ്പെടുന്നു. വേശ്യയായി ജീവിക്കാൻ അവൾക്ക് ആരുടെയും തെളിവും അനുവാദവും ആവശ്യമില്ലായിരുന്നു. എന്നാൽ ഇഷ്ടപ്പെട്ട പുരുഷനോടൊപ്പം ജീവിതം കെട്ടിപ്പെടുക്കാൻ തീരുമാനിക്കുമ്പോൾ വിവാഹിതരായതിന്റെ തെളിവ് ഹാജരാക്കണമെന്ന് കോടതി ആവശ്യപ്പെടുന്നു. സ്ത്രീ ചൂഷണത്തിന്റെ ഏറ്റവും ആഭാസമായ പൊതുപ്രദർശനമാണ് വ്യഭിചാരം. ഫ്യൂഡലിസ്റ്റ് വ്യവസ്ഥിതിയിലും അതിനെതുടർന്നുടലെടുത്ത മുതലാളിത്ത വ്യവസ്ഥിതിയിലും വ്യഭിചാരത്തെ പ്രോത്സാഹിപ്പിക്കുകയും സ്ഥാപനവൽക്കരിക്കുകയും ചെയ്യുന്നതിൽ ആൺകോയ്മയിലധിഷ്ഠിതമായ സാമൂഹ്യവ്യവസ്ഥയ്ക്ക് വലിയ പങ്കുണ്ട്. വിവാഹമെന്ന സുരക്ഷയിൽ ജീവിതത്തിന്റെ ഒഴുക്കിനെ ഒതുക്കിനിർത്താൻ ആഗ്രഹിച്ച കുഞ്ഞുപെണ്ണിനെ വേശ്യാവൃത്തിയിൽ നിന്നും രക്ഷപ്പെടുവാൻ സമ്മതിക്കാത്ത സമൂഹവും നിയമവ്യവസ്ഥയും ആധുനികരായ കേരളീയസമൂഹത്തിന്റെ പ്രബുദ്ധതയുടെ നേർക്കുള്ള കൊഞ്ഞനംകുത്തലായി മാറുന്നു.

ദൃശ്യകലയായ സിനിമ സ്ക്രീനിൽ ചിത്രീകരിക്കപ്പെടുന്ന ദൃശ്യവും അതുല്പാദിപ്പിക്കുന്ന അർത്ഥവുംകൊണ്ടാണ് പ്രേക്ഷകനെ ആസ്വാദനത്തിന്റെ തലത്തിലെത്തിക്കുന്നത്. ഏതൊരു അറിവും മനുഷ്യനു സ്വായത്തമാക്കുന്നതിൽ മുഖ്യ ഉപാധി ഭാഷയാണ്. സിനിമയിൽ ദൃശ്യങ്ങളാണ് അതിന്റെ ഭാഷ. അതിൽ കഥാപാത്രങ്ങളുടെ ശരീരഭാഷയ്ക്ക് വലിയ പ്രാധാന്യമുണ്ട്. 'നിയമലംഘന'ത്തിലെ കുഞ്ഞുപെണ്ണിന്റെ ശരീരഭാഷ പ്രത്യേകം ശ്രദ്ധിക്കപ്പെടുന്നതാണ്. വേശ്യാവൃത്തിയിലായിരുന്നപ്പോൾ കുഞ്ഞുപെണ്ണിന്റെ സ്വരത്തിലും പ്രകൃതത്തിലും ഉണ്ടായിരുന്ന കാർക്കശ്യവും ആളുകളെ ആകർഷിക്കുന്നതിനായുള്ള നടത്തവും, സ്നേഹത്തിലകപ്പെടുമ്പോൾ തരളവും മൃദുവുമായി മാറുന്നത് സൂക്ഷ്മതയോടെ അവതരിപ്പിച്ചിരിക്കുന്നു. സ്നേഹത്തിനടിപ്പെട്ട സ്ത്രീക്ക് സമർപ്പണത്തിന്റെ ഭാവമാണ്. വളരെ തുച്ഛമായ കൂലിക്ക് കഠിനമായ കല്ലുപണി

ചെയ്യാൻപോലും അവൾ തയ്യാറാവുന്നത് അവളിലെ പ്രണയത്തിന്റെ ശക്തികൊണ്ടാണ്. എന്നാൽ രജിസ്റ്റർ പുസ്തകത്തിൽ അടയാളപ്പെട്ടുത്താത്ത അവരുടെ പ്രണയത്തെ നിയമവും അംഗീകരിക്കുന്നില്ല.

> 'വിവാഹസ്ഥാപനം സ്ത്രീയെ ഒരു പരോപജീവിയും തികഞ്ഞ ആശ്രിതയുമാക്കിത്തീർക്കുന്നു. അവളെ ജീവിതസമരത്തിനു കൊള്ളാത്തവളാക്കുകയും അവളുടെ സാമൂഹ്യബോധത്തെ നശിപ്പിക്കുകയും ഭാവനാശക്തിയെ ദുർബലമാക്കുകയും ചെയ്തുശേഷം സാനുകമ്പം അതിന്റെ സംരക്ഷണം അവളിൽത്തന്നെ അടിച്ചേല്പ്പിക്കുന്നു. അതാകട്ടെ യഥാർത്ഥത്തിൽ ഒരു കെണിയാണ്, മനുഷ്യപ്രകൃതത്തെ അപഹസിക്കലുമാണ്.'
>
> (Emma Goldman, 2000:32)

വിവാഹമെന്ന സ്ഥാപനത്തിന്റെ സങ്കീർണ്ണതയിൽ അകപ്പെട്ടാണ് 'സ്വയംവര'ത്തിലെ സീതയെപ്പോലെ 'കൊടിയേറ്റ'ത്തിലെ ശങ്കരൻകുട്ടിയുടെ ഭാര്യ ശാന്തമ്മയും ധർമ്മസങ്കടം അനുഭവിക്കുന്നത്. വിവാഹം സ്ത്രീക്ക് സംരക്ഷണവും സ്നേഹവും നൽകുന്നുവെന്ന് പൊതുവെ വിശ്വസിക്കപ്പെടുന്നു. വിധേയത്വവും നിത്യധ്വാനവും മാത്രം വിധിക്കപ്പെട്ട ഒരു വ്യക്തിക്കു ലഭിക്കുന്ന സംരക്ഷണവും സ്നേഹവുമാണതെന്ന് സൂക്ഷ്മമായി നിരീക്ഷിച്ചാൽ മനസ്സിലാവും. ശങ്കരൻകുട്ടി എന്ന വ്യക്തിയെ ഉല്പാദിപ്പിക്കുന്ന സാമൂഹിക രാഷ്ട്രീയ പ്രക്രിയയെ അനാവരണം ചെയ്തുകൊണ്ടാണ് കൊടിയേറ്റത്തിന്റെ ശില്പഘടന മുന്നേറുന്നത്. ശങ്കരൻകുട്ടിയും സഹോദരികളും ഗ്രാമവാസികളും ഗ്രാമത്തിലെ സമ്പദ്വ്യവസ്ഥയും മൂല്യബോധവും ഉൾക്കൊള്ളുന്ന പശ്ചാത്തലവും കുടുംബ-സാമൂഹിക ബന്ധങ്ങളും ലൈംഗികതയുമടക്കം സമസ്തവും ഉൾകൊണ്ട് ഒഴുകുന്ന കാലമാണ് കൊടിയേറ്റത്തിലെ ഫ്രെയിമിന് ജീവൻനൽകുന്നത്. ഗ്രാമത്തിലേക്കും ഗ്രാമവാസികളിലേക്കും ഒഴുകിയെത്തുന്ന പുതുകാഴ്ചകളും അനുഭൂതികളും അവരെ പുതുക്കിപ്പണിയുന്നതിലൂടെ കുടുംബസാമൂഹിക ഘടനകളിലേക്ക് വഴക്കിയെടുക്കുന്നതാണ് കൊടിയേറ്റത്തിന്റെ ശില്പഘടന. ഈ പ്രക്രിയയുടെ ഭാഗമായിട്ടാണ് പുതിയ പൗരൻ/പൗര/കുടുംബം/ലൈംഗികത, സമ്പദ്ഘടന, മൂല്യബോധം എന്നിവ ഉല്പാദിപ്പിക്കപ്പെടുന്നത്.

ഉത്സവങ്ങളും ആഘോഷങ്ങളുമായി കുട്ടികളോടൊപ്പം പട്ടം പറത്തിയും മീൻപിടിച്ചും നടന്നിരുന്ന ശങ്കരൻകുട്ടിയെ ആധുനികവ്യക്തിയാക്കിതീർക്കുന്നതിനാണ് അവനെ വിവാഹം കഴിപ്പിക്കുന്നത്. ശങ്കരൻകുട്ടിയുടെ ഭാര്യയായി വീട്ടിലെത്തുന്ന ശാന്തമ്മ ഒരുപാട് സ്വപ്നങ്ങൾ നെയ്തുകൂട്ടുന്നു. കേരളീയ വിവാഹത്തിന്റെ പ്രധാനചടങ്ങാണ് പുടവകൊട എന്ന സമ്പ്രദായം. വരനായി വരുന്ന ആണിന് പെണ്ണിനെ

പോറ്റാൻ കെല്പുണ്ടെന്ന് പ്രഖ്യാപിക്കുന്ന ആചാരമാണത്. എന്നാൽ വിവാഹിതന്റെ ഉത്തരവാദിത്തങ്ങൾ തലയിലേറ്റാൻ ശങ്കരൻകുട്ടി പ്രാപ്തനായിരുന്നില്ല. രാത്രി വളരെ വൈകിയും ചിലപ്പോൾ കുറേദിവസങ്ങൾ കഴിഞ്ഞും വീട്ടിലെത്തുന്ന ശങ്കരൻകുട്ടി ഭാര്യയ്ക്ക് കൊടുക്കേണ്ട സ്നേഹവും സംരക്ഷണവുമെന്ന പരിഗണനപോലും നൽകാത്തവനായിരുന്നു. ഒടുവിൽ ഗർഭിണിയായ ഭാര്യയെ അവളുടെ അമ്മ സ്വന്തം വീട്ടിലേക്ക് കൂട്ടിക്കൊണ്ടുപോവുന്നു. വിവാഹം എന്ന വ്യവസ്ഥയിലൂടെ സ്ത്രീയുടെ പൂർണ്ണ ഉത്തരവാദിത്തം ആധുനികസമൂഹം പുരുഷനിൽ കല്പിച്ചുകൊടുത്തിരിക്കുന്നു. ആധുനികത സൃഷ്ടിച്ച കുടുംബനായകനായ/ ഉത്തരവാദിത്തബോധമുള്ള പുരുഷസങ്കല്പത്തിൽ നിന്നും വ്യത്യസ്തമായി ഫ്യൂഡൽകാലം പ്രതിനിധീകരിച്ചിരുന്ന വിനോദങ്ങളിലും ആലസ്യത്തിലും കഴിഞ്ഞ പുരുഷനെയാണ് അടൂർ ഈ സിനിമയിൽ അവതരിപ്പിക്കുന്നത്. ഫ്യൂഡൽകാലത്ത് കുടുംബത്തിന്റെ ചുമതലകൾ ഭംഗിയായി നിർവ്വഹിച്ചിരുന്ന സ്ത്രീകൾ പല തറവാടുകളിലും ഉണ്ടായിരുന്നു. സ്ത്രീകൾ കുടുംബത്തിലും സമൂഹത്തിലും സാരഥ്യം വഹിക്കാൻ ശക്തരാണെന്ന് അടൂർ പലപ്പോഴും സാക്ഷ്യപ്പെടുത്തിയിട്ടുണ്ട്. പുരുഷനാൽ സംരക്ഷിക്കപ്പെടേണ്ടവളും ഭരിക്കപ്പെടേണ്ടവളുമാണ് സ്ത്രീ എന്ന കാഴ്ചപ്പാടിന് മാറ്റം വരുത്തുവാൻ ആധുനിക വിദ്യാഭ്യാസം നേടിയ സമൂഹത്തിന് ഇതുവരെ കഴിഞ്ഞിട്ടില്ല. അതുവരെ നിലനിന്നിരുന്ന നായകസങ്കല്പത്തെ നിരാകരിച്ചുകൊണ്ട് പുതിയ പുരുഷകഥാപാത്രത്തെ സൃഷ്ടിക്കുകയാണ് അടൂർ ചെയ്തത്. അതിമാനുഷരോ പ്രതിപുരുഷൻമാരോ ആയ വീരനായകരെ ഒഴിവാക്കി പൊള്ളയായ കടപ്പാടുകളുടെയും വിധേയത്വത്തിന്റെയും പേരിൽ വികാരചപലത കാണിക്കുന്ന പതിവ് നായക സങ്കല്പത്തിൽനിന്നും മാറിനടക്കുകയായിരുന്നു അടൂർ.

അധീശപരമായ ആണത്തം പ്രദർശിപ്പിക്കുന്ന, ലൈംഗികവും കായികവുമായ കരുത്തും മറ്റും പ്രകടിപ്പിക്കുന്ന ഒരു മൂളൽകൊണ്ടുപോലും വീട്ടിലുള്ളവരെ ഇരുത്തുന്നവനാകണം ഉത്തമനായ പുരുഷൻ എന്ന് സമൂഹം വ്യവസ്ഥ ചെയ്യുന്നു. നീയൊരാണാണോടാ എന്ന് ശാന്തമ്മയുടെ അമ്മ ശങ്കരൻകുട്ടിയോട് ചോദിക്കുന്നുണ്ട്. കുടുംബമെന്ന അധികാരവ്യവസ്ഥയുടെ ഘടനയിൽ ഒടുവിൽ ശങ്കരൻകുട്ടിയെയും അടൂർ ഒതുക്കിയെടുക്കുന്നു. സാമൂഹികമായ പരിവർത്തനത്തിന്റെ ആന്തരസത്ത മാനുഷികയാഥാർത്ഥ്യത്തെ നിർണ്ണയിക്കുന്നു. ദാമ്പത്യം പുരുഷാർത്ഥങ്ങളുടെ സാക്ഷാത്കാരവേദിയാണെന്ന് ആധുനികസമൂഹവും കരുതിപ്പോരുന്നു. ജീവിതത്തിലെ സങ്കീർണ്ണഘട്ടങ്ങളിലൂടെ കടന്നുപോവുന്ന ശങ്കരൻകുട്ടി കുടുംബനാഥനായി മാറുന്നതോടെ അവനിലെ വ്യക്തി

സമ്പൂർണ്ണനായതായി ചലചിത്രം വിളിച്ചുപറയുന്നു. മനുഷ്യസത്തയുടെ രണ്ട് അർത്ഥതലങ്ങളിലായി സ്ത്രീപുരുഷപ്രഭാവം നിലകൊള്ളുന്നുണ്ട്. രണ്ടും പരസ്പരം പൂരകങ്ങളാകയാൽ രണ്ടിന്റെയും പാരസ്പര്യമാണ് പ്രപഞ്ചപൂർണ്ണതയെന്ന സങ്കല്പം വേദകാലം മുതൽതന്നെ നാം സംരക്ഷിച്ചുപോരുന്നു. നിലവിലെ സാമൂഹ്യവ്യവസ്ഥിതിയെയും ജീവിതമാകുന്ന യാഥാർത്ഥ്യത്തെയും രേഖപ്പെടുത്താൻ സിനിമ ശ്രമിക്കുന്നു. സാമാന്യജനതയുടെ കാഴ്ചയിൽ അധീശവ്യവസ്ഥിതി നിർണയിക്കുന്ന സ്വാധീനത്തിന്റെ ഫലമാണ് ഓരോ മാധ്യമത്തിന്റെയും ആവശ്യകതയ്ക്കു മുതൽക്കൂട്ടാകുന്നത്. ജീവിക്കുന്ന ലോകവുമായുള്ള പ്രേക്ഷകരുടെ അറിവും അനുഭവവും ചൂഷണം ചെയ്യുന്നതിലൂടെ സിനിമ യാഥാർത്ഥ്യത്തെ പുനർസൃഷ്ടിക്കുകയാണെന്ന അവസ്ഥയിലേക്കെത്തുന്നു. അത് നമ്മുടെ അനുഭവലോകവുമായി ഏറ്റവും അടുപ്പമുള്ളതാവുമ്പോഴാണ് ആ മാധ്യമവും അതുല്പാദിപ്പിക്കുന്ന ആശയവും നമുക്ക് സ്വീകാര്യമാവുന്നത്. ദൃശ്യവൽക്കരിക്കുന്ന ഓരോ ബിംബങ്ങളും സാമൂഹികജീവിതത്തിന്റെ പ്രതിനിധാനങ്ങളാകുന്നു. കാഴ്ചയെ തൃപ്തിപ്പെടുത്തുന്നതിലെ ഏറ്റക്കുറച്ചിലുകൾ യാഥാർത്ഥ്യത്തെ ദൃശ്യവൽക്കരിക്കുന്നതുമായി ബന്ധപ്പെട്ടിരിക്കുന്നു. കാഴ്ചയെ അടിസ്ഥാനമാക്കിയാണ് സിനിമയിലെ പ്രതിനിധാനം പ്രവർത്തിക്കുന്നത്. ഓരോ കാലത്തും സമൂഹം ചിട്ടപ്പെടുത്തുന്ന പ്രത്യയശാസ്ത്രത്തെ ന്യായീകരിക്കുന്ന പ്രതിനിധാനങ്ങളാണ് സിനിമയിൽ പ്രത്യക്ഷപ്പെടുന്നത്. സിനിമയിലെ ദൃശ്യങ്ങൾ ഏതൊക്കെ രീതിയിൽ പ്രവർത്തിക്കുന്നുവെന്ന് ചലച്ചിത്ര നിരൂപകനായ ഒ. കെ. ജോണി നിരീക്ഷിക്കുന്നത് ഇങ്ങനെയാണ്:'

> യാഥാർത്ഥ്യത്തെ പ്രത്യക്ഷമായോ പരോക്ഷമായോ സ്വാംശീകരിക്കുന്ന സിനിമകൾ ജാതി, മതം, രാഷ്ട്രീയം, ഭരണകൂടം, സാമൂഹികബന്ധങ്ങൾ, കുടുംബം, ദാമ്പത്യം, സ്ത്രീ, നന്മ-തിന്മകൾ എന്നിവയെക്കുറിച്ചെല്ലാം നിലവിലുള്ള പൊതുബോധത്തെ പുനരുല്പാദിപ്പിക്കുകയാണ്.
>
> (2005:48).

പ്രണയം, വിവാഹം, ദാമ്പത്യം, കുടുംബജീവിതം തുടങ്ങിയ സംവർഗ്ഗങ്ങൾ ആധുനിക മനുഷ്യനെ എങ്ങനെ സാമൂഹ്യവിരുദ്ധനും സ്വാർത്ഥമതിയും കൊലപാതകിയുമൊക്കെയാക്കി മാറ്റുന്നതെന്ന കാഴ്ചയാണ് പിന്നെയും(2016) എന്ന ചലചിത്രം പ്രത്യക്ഷവൽക്കരിക്കുന്നത്. പ്രണയകാലത്തിലെ ഓർമ്മകളിൽ അഭിരമിക്കുന്ന കഥാനായകൻ പുരുഷോത്തമൻ നായർ അടൂരിന്റെ ആദ്യകാല സിനിമകളിലെ നായകരെപ്പോലെത്തന്നെ ബലഹീനനും അശക്തനുമാണ്. അത്യാവശ്യം

സുഖസൗകര്യങ്ങളുള്ള, നൻമയുള്ള അധ്യാപനജോലിക്കാരിയായ ഭാര്യയുള്ള, സ്വന്തം വീടുള്ള പുരുഷോത്തമൻനായർ എട്ട് വർഷക്കാലം ഒരു ജോലിയും കണ്ടെത്താതെയിരിക്കുമ്പോൾ യാദൃശ്ചികമായി ഗൾഫുകാരനാവുന്നു. എന്നാൽ ഭാര്യയുടെ പ്രണയം കൂടുതൽ നേടാനായി അയാൾ പെട്ടന്ന് പണക്കാരനാവാൻ ആഗ്രഹിക്കുന്നു. വലിയ തുകയുടെ ഇൻഷൂറൻസ് പോളിസി എടുക്കുന്ന അയാൾ സ്വയം മരണപ്പെട്ടുവെന്ന വാർത്തയുണ്ടാക്കുകയും ഇൻഷൂറൻസ് തുക കൈപ്പറ്റാൻ ശ്രമിക്കുകയും ചെയ്യുന്നു. തികച്ചും അയുക്തിപരമായി തോന്നുന്ന ഇതിവൃത്തഘടനയാണ് ചിത്രത്തിനുള്ളതെങ്കിലും പ്രണയത്തിന്റെ പേരിൽ സമൂഹത്തിൽ നടക്കുന്ന കൊള്ളരുതായ്മകളെയും കുടുംബബന്ധങ്ങളിൽ വന്നുചേരുന്ന മൂല്യച്യുതികളിലേക്കും സിനിമ നയിക്കുന്നു.

കുടുംബം

FAMULUS എന്ന ലാറ്റിൻ വാക്കിൽ നിന്നാണ് FAMILY എന്ന വാക്കുണ്ടായത്. ഇതിനർത്ഥം വേലക്കാരൻ എന്നാണ്. റോമൻ നിയമത്തിൽ ഈ വാക്കുകൊണ്ട് അർത്ഥമാക്കുന്നത് ഏതാനും ഉല്പാദകരോടൊപ്പം ജോലിക്കാരും അടിമകളും താവഴിയായോ അല്ലെങ്കിൽ വിവാഹം വഴിയായോ ഒരുമിച്ച് കഴിയുന്നതിനെയാണ്.

ഭാര്യയും ഭർത്താവും ഒരുമിച്ച് മക്കളോടുകൂടിയോ മക്കളില്ലാതെയോ അല്ലെങ്കിൽ പുരുഷനും കുട്ടികളും മാത്രമോ തമ്മിലുള്ള എന്നെന്നും നിലനിൽക്കുന്ന ശക്തമായ ഒരു സ്ഥാപനം അഥവാ സംഘടനയാണ് കുടുംബം എന്ന് സാമൂഹികശാസ്ത്രജ്ഞനായ നിംകോഫ് വ്യക്തമാക്കുന്നു. ഞാൻ എന്ന സ്വാർത്ഥഭാവത്തിൽ നിന്നും നമ്മൾ എന്ന തലത്തിലേക്ക് കുടുംബം മനുഷ്യനെ നയിച്ചു. മനുഷ്യനെ അനിയന്ത്രിതമായ ലൈംഗിക തൃഷ്ണയും തന്റെ പിൻഗാമിയെ സൃഷ്ടിക്കുവാനുള്ള തിടുക്കവും പൊതുവായ സാമ്പത്തിക ആവശ്യങ്ങളുമാണ് കുടുംബത്തിന്റെ യൂണിവേഴ്സാലിറ്റിക്കു നിദാനം.

ഇന്ത്യൻ/കേരളീയ സാമൂഹികവ്യവസ്ഥിതിയിൽ സമൂഹം രൂപപ്പെടുത്തുന്നതിനുള്ള അടിസ്ഥാന ഏകകമായി കുടുംബത്തെ ചിട്ടപ്പെടുത്തിയിരിക്കുന്നു. അതിനായി സമുദായപരവും മതപരവും സാമൂഹികപരവുമായി ഭരണകൂടവ്യവസ്ഥയെ ക്രമീകരിച്ച് അതിന്റെ സ്ഥാപനവൽക്കരണവും പരിപാലനവും നിർവ്വഹിച്ചുപോരുന്നു. വിവിധങ്ങളായ സംഘടനകളും പ്രസ്ഥാനങ്ങളും മാധ്യമങ്ങളും വിദ്യാലയങ്ങളും സമൂഹം/വ്യക്തി/കുടുംബം എന്ന സങ്കല്പങ്ങളെ കാലങ്ങളായി സംരക്ഷിച്ചുകൊണ്ടിരിക്കുന്നു. സ്ത്രീ-പുരുഷബന്ധത്തിന്റെ നിർവചനങ്ങളും അവയുടെ കർതൃത്വവും

കുടുംബമെന്ന വ്യവഹാരത്തിൽ അധിഷ്ഠിതമാണ്. മതം, ജാതി, വർഗം, വരുമാനം എന്നിവയുക്കുടിസ്ഥാനമായി ജീവിതത്തിന്റെ എല്ലാവശങ്ങളെയും അത് ക്രമപ്പെടുത്തുന്നു. കേരളീയകുടുംബങ്ങൾ ശക്തമായ പിതൃ അധികാര(patriarchy) ത്തിൽ വാർത്തെടുക്കപ്പെട്ടവയാണ്. ഒരു രാഷ്ട്ര സംവിധാനത്തിലെന്നപോലെ കുടുംബത്തിനുള്ളിലും അധികാര ശ്രേണികൾ പ്രവർത്തിക്കുന്നുണ്ട്. അധികാരം കൂടിയവർ അധികാരം കുറഞ്ഞവർക്കുമേൽ ആധിപത്യം സൃഷ്ടിക്കുന്നത് കുടുംബത്തിലും നമുക്ക് കാണാനാവും. സാമൂഹിക രൂപീകരണത്തിന്റെയും രാജ്യനിർമ്മിതിയുടെയും താഴേത്തലമായ കുടുംബം എന്ന ചട്ടക്കൂട് വിവിധകാലങ്ങളിൽ പരിണാമങ്ങളിലൂടെയാണ് ഇന്നത്തെ ഭർത്താവ്-ഭാര്യ-കുട്ടികൾ എന്ന ശ്രേണിയെ മുൻനിർത്തി അണുകുടുംബമായി മാറിയത്. പുരുഷാധികാര ഘടനയോടുകൂടിയതും അംഗസംഖ്യ വർദ്ധിച്ചതുമായ കൂട്ടുകുടുംബവും ലോകബോധവും സാമ്പത്തിക സാംസ്കാരിക പുരോഗതിയും ആധുനികജീവിതസാഹചര്യങ്ങളും ചേർന്നാണ് ഈ ചുരുങ്ങലിലേക്ക് നയിച്ചത്. സാമൂഹിക രൂപീകരണം കുടുംബത്തിൽ നിന്നാരംഭിക്കുന്നു എന്നതുകൊണ്ടുതന്നെ അധീശവ്യവഹാരങ്ങൾ അധികാരത്തെ നിലനിർത്തുന്നതിന് വേണ്ടി കുടുംബത്തെയും അതിന്റെ ഘടനയെയും നിയന്ത്രിച്ചുനിർത്തുന്നു.

1925 കാലഘട്ടത്തിൽ കേരളീയസമൂഹം മരുമക്കത്തായത്തിൽ നിന്നും മക്കത്തായത്തിലേക്കു ചുവടുവെക്കുന്നതോടുകൂടിയാണ് അച്ഛനും അമ്മയും കുട്ടിയുമടങ്ങുന്ന അണുകുടുംബമെന്ന സ്ഥാപനം നിലവിൽവരുന്നത്. കാരണവർ കേന്ദ്രസ്ഥാനത്തുണ്ടായിരുന്ന കൂട്ടുകുടുംബവ്യവസ്ഥയിൽ നിന്നും അണുകുടുംബത്തിലേക്കുള്ള പരിണാമം തുടങ്ങുന്നത് ഇക്കാലത്താണ്. ഫ്യൂഡലിസത്തിന്റെ ജാതിസ്ഥലത്തെ ചോദ്യംചെയ്തുകൊണ്ട് പൊതുസ്ഥലങ്ങൾ രൂപപ്പെടുന്ന ആധുനികതയുടെ കാലത്താണ് കുടുംബം ഇന്നത്തെ നിലയിൽ നിർമ്മിക്കപ്പെടാൻ തുടങ്ങുന്നത്. ഇതിൽ പൊതുസ്ഥലം പുരുഷനും ദുർബലയെന്നു പറഞ്ഞ് സ്വകാര്യസ്ഥലമായ വീട് സ്ത്രീക്കും പങ്കുവയ്ക്കപ്പെടുന്നു. പൊതുസ്ഥലത്ത് തന്റെ അധികാരം സ്ഥാപിച്ചെടുത്ത പുരുഷൻ വീടു നോക്കുന്ന ഉത്തരവാദിത്വമേറ്റെടുത്തുകൊണ്ട് വീടിന്റെയും പൂർണ അധികാരിയായി മാറി. അതോടെ മരുമക്കത്തായത്തിലെ അരക്ഷിതരായ അവശൻമാർ അധികാരികളും സ്ത്രീകൾ അരക്ഷിതരുമായി മാറ്റപ്പെടുന്നു. വീടിന്റെ സാമ്പത്തികാധികാരം, കുട്ടികളുടെ മേലുള്ള അധികാരം, ഭാര്യയ്ക്കും മക്കൾക്കും ചാർത്തപ്പെടുന്ന പേരുകൾ തന്നെ അച്ഛന്റെ പേരാകുന്നു. ഭാര്യ, ഭർത്താവ്, അച്ഛൻ, അമ്മ, കുട്ടികൾ ഇവർ അടങ്ങിയ കുടുംബത്തിന് പല രൂപഭേദങ്ങളും കാണാം. ഇവയെ ഘടനയ്ക്കനുസരിച്ച്

കൂട്ടുകുടുംബം (extended family), അണുകുടുംബം (nuclear family), നവഅണുകുടുംബം (neo nuclear family) എന്നിങ്ങനെ തിരിക്കാം. വിവാഹം, ദാമ്പത്യം തുടങ്ങി നിയമാനുസൃതവും ക്രമീകരിക്കപ്പെട്ടതുമായ ആൺ-പെൺ ബന്ധത്തിലൂടെയാണ് ഇത്തരം കുടുംബം രൂപീകരിക്കപ്പെടുന്നത്. ആധുനിക കുടുംബത്തെ സാമ്പത്തിക-രാഷ്ട്രീയ ഘടകങ്ങളെ അടിസ്ഥാനമാക്കി കുടുംബത്തിന്റെ ഉത്ഭവത്തെയും അതിന്റെ രൂപീകരണം, നിർവഹണം തുടങ്ങിയവയെയും സാമ്പത്തിക ബന്ധങ്ങളെയും അടിസ്ഥാനപ്പെടുത്തിക്കൊണ്ടുള്ള ഫ്രെഡറിക് ഏംഗൽസിന്റെ നിരീക്ഷണങ്ങൾ ഈ സന്ദർഭത്തിൽ പ്രസക്തമാവുന്നു(1983:74).

ലൈംഗികത, സദാചാരം, വൈകാരികബന്ധം ഇവ വ്യക്തിപരമെന്നതിൽ നിന്ന് സാമൂഹ്യവൽക്കരിക്കപ്പെടുന്നത് കുടുംബത്തിലൂടെയാണെന്ന് കാണാം. കുടുംബവും അതിലെ വ്യക്തികളും തമ്മിലുള്ള ബന്ധവും പങ്കും ഓരോ സമൂഹത്തിലും അതിന്റെ സാമൂഹ്യ രാഷ്ട്രീയ കാഴ്ചപാടുകൾക്ക് മുകളിലാണ് നിശ്ചയിക്കപ്പെടുന്നത്. അമ്മ/അച്ഛൻ, ഭാര്യ/ഭർത്താവ്, കുട്ടികൾ തുടങ്ങിയ പദവികളും അതിന്റെ വൈകാരികതകളും പലപ്പോഴും സാമൂഹ്യമോ സാമ്പത്തികമോ വൈയക്തികമോ ആയ കാരണങ്ങളാൽ പ്രശ്നവിധേയമാകുന്നു. ഇതര സാമൂഹ്യസ്ഥാപനങ്ങളായ കോടതി, നിയമനിർമ്മാണസഭ തുടങ്ങിയവയുടെ ഇടപെടലുകളിലൂടെ മാറ്റിനിശ്ചയിക്കപ്പെടുന്നതാണ് അതിന്റെ വ്യവഹാരങ്ങൾ.

കുടുംബരൂപീകരണവും അതിന്റെ നിർവ്വഹണങ്ങളുമായി ബന്ധപ്പെട്ട സാമൂഹ്യ സാമ്പത്തിക വിഷയങ്ങളും പ്രശ്നങ്ങളും ജീവിതത്തിലെന്നപോലെ സിനിമയിലും ആവിഷ്കരിക്കപ്പെടുന്നുണ്ട്. വ്യക്തിപരമായ ഇഷ്ടാനിഷ്ടങ്ങളുടെയോ കഴിവിന്റെയോ കഴിവുകേടിന്റെയോ മനോഭാവത്തിന്റെയോ പ്രശ്നങ്ങളായാണ് അവ ചിത്രീകരിക്കപ്പെടുന്നത്. കുടുംബത്തിനകത്തെ പ്രശ്നങ്ങളും സംഘർഷങ്ങളും വ്യക്തിയുടെ ഉത്തരവാദിത്വത്തിലേക്ക് ചുരുക്കുമ്പോൾ അതിന്റെ സാമൂഹ്യ രാഷ്ട്രീയ ഘടകങ്ങൾ അപ്രധാനമാക്കപ്പെടുന്നു.

കൊളോണിയൽ ആധുനികതയുടെ ഉല്പന്നമായ ചലച്ചിത്രം നാളിതുവരെയുള്ള അതിന്റെ കേരളീയപരിസരത്തിൽ, ആഖ്യാനത്തിലും ആവിഷ്കരണത്തിലും വ്യക്തി, കുടുംബം, സമൂഹം എന്നീ ത്രിമാനതയെ അടിസ്ഥാനമാക്കിയുള്ള പ്രമേയങ്ങളാണ് സ്വീകരിച്ചിട്ടുള്ളതെന്ന് കാണാം. പ്രണയം, രാഷ്ട്രീയം, ദേശീയത,ആക്ഷേപഹാസ്യം മുതലായവ പ്രത്യക്ഷമായോ പരോക്ഷമായോ കുടുംബപശ്ചാത്തലത്തിലും അതിന്റെ ഘടനയുടെ അടിസ്ഥാനത്തിലുമാണ് ആഖ്യാനം ചെയ്യപ്പെട്ടിട്ടുള്ളതെന്ന്

കാണാം. കുടുംബം എന്ന സ്ഥാപനത്തിനും അതിന്റെ മൂല്യവ്യവസ്ഥയ്ക്കും കേരളീയസമൂഹം നൽകിയിരിക്കുന്ന പ്രാധാന്യമാണിതിന് കാരണം. ആധുനികത വ്യക്തികേന്ദ്രീകൃതവും മനുഷ്യകേന്ദ്രീകൃതവുമായിരുന്നു. വ്യക്തികൾ കേന്ദ്രസ്ഥാനത്ത് വരുന്നതോടുകൂടി ഭൗതികജീവിതചിത്രത്തേക്കാൾ അവന്റെ/അവളുടെ മാനസികലോകത്തെ അനാവരണം ചെയ്യാനും മനുഷ്യമനസ്സിന്റെ ആഴങ്ങൾ അപഗ്രഥിക്കാനും പലവിധ രചനാസങ്കേതങ്ങൾ സാഹിത്യത്തിലുണ്ടായി. അതോടനുബന്ധിച്ച് തന്നെ സിനിമ പോലുള്ള മാധ്യമങ്ങളും സാമ്പ്രദായികരീതിയിൽ നിന്നും വ്യതിചലിച്ച് വ്യത്യസ്തമായ ആവിഷ്കാരരീതികൾ പരീക്ഷിച്ചു കൊണ്ടിരിക്കുകയാണ്. വ്യക്തിയുടെ പശ്ചാത്തലത്തിൽ സമൂഹത്തെ ചിത്രീകരിക്കാൻ ആരംഭിച്ചതോടെയാണ് ആധുനികമായ സാമൂഹ്യചുറ്റുപാടുകളെക്കുറിച്ച് വിശാലമായി ചിന്തിക്കാനും ആഴത്തിൽ പഠിക്കാനും സിനിമയെന്ന മാധ്യമം വിഷയമായി മാറുന്നത്.

വ്യക്തികളിലാണ് ഓരോ കുടുംബവും നിർമ്മിക്കപ്പെട്ടിരിക്കുന്നത്. ഈ കുടുംബത്തിലൂടെയാണ് ഒരു സമൂഹം അതിലെ വ്യക്തികളുടെ സംഭാവനകളും ഗുണങ്ങളും പുറത്തുകൊണ്ടുവരുന്നത്. ഒരു കുടുംബത്തിന് അതിന്റെ നിലനില്പ് തുടരണമെങ്കിൽ സമൂഹത്തിന്റെ പിന്തുണ ആവശ്യമാണ്. ചുരുക്കത്തിൽ ഒരു വലിയ വ്യക്തിസംഘടനയായ സമൂഹം ഒരു ചെറിയ വ്യക്തിസംഘടനയായ കുടുംബത്തെ പരിപോഷിപ്പിക്കുന്നു. അതുപോലെതന്നെ തിരിച്ചും. ഈ അവസ്ഥ രണ്ടിന്റെയും നിലനില്പിന് അനിവാര്യമാണ്. ഒരു വ്യക്തിക്ക് കുടുംബത്തിനോടു പുലർത്താനുള്ള ധർമ്മം തന്നെയാണ് ഏതാനുമെണ്ണമൊഴിച്ചാൽ സമൂഹത്തോടും പുലർത്താനുള്ളത്. പുതിയ തലമുറയ്ക്കു ജൻമം നൽകൽ, കുടുംബാംഗങ്ങളുടെ ശാരീരിക പരിരക്ഷണം, കുട്ടികൾക്കു സമൂഹത്തിൽ അനുഗുണമായ സ്ഥാനം നൽകൽ, സാമൂഹികവൽക്കരണം, സാമൂഹികനിയന്ത്രണം എന്നിവ കുടുംബം സമൂഹത്തിനു നൽകുന്ന സംഭാവനകളിൽ ചിലതാണ്. അതോടൊപ്പം ജീവശാസ്ത്രഘടകങ്ങളായ ലൈംഗികതയും പ്രത്യുല്പാദനവും കൂടി ഇതിന്റെ ഭാഗമാണ്.

കൊടിയേറ്റം

സ്ത്രീപുരുഷബന്ധത്തിന്റെ നിർവ്വചനങ്ങളും അവയുടെ കർതൃത്വവും കുടുംബമെന്ന വ്യവഹാരത്തിൽ അധിഷ്ഠിതമാണെന്ന് 'കൊടിയേറ്റത്തിലെ ശങ്കരൻകുട്ടി/ശാന്തമ്മ, കമലമ്മ/സുകുമാരപിള്ള ബന്ധങ്ങൾ വ്യക്തമാക്കുന്നു. ശങ്കരൻകുട്ടിയും ശാന്തമ്മയും തമ്മിലുള്ള കുടുംബബന്ധം പരാജയപ്പെടുന്നത് അവർക്കിടയിൽ പുരുഷാധികാരത്തിന്റെ

നിയന്ത്രണവും സംരക്ഷണവും ഇല്ലാത്തതുകൊണ്ടാണ്. ആണത്തമി ല്ലാത്ത ഭർത്താവിന്റെ അഭാവം അവരുടെ ബന്ധത്തിൽ പൂർണ്ണതവ രുത്തുന്നില്ലെന്ന സാമ്പ്രദായിക കാഴ്ചപ്പാട് ഉണ്ടാക്കിയെടുക്കുന്നതിൽ സിനിമ വിജയിക്കുന്നു. കേരളീയ കുടുംബവ്യവസ്ഥയിൽ അധികാരം കൈയ്യാളുന്നത് പുരുഷനാണ്. സ്ത്രീ എപ്പോഴും അയാൾക്കു താഴെയാണ്. കുടുംബത്തെ എന്നപോലെ സമൂഹത്തെയും നയിക്കേണ്ട ചുമതല പുരുഷനിൽ നിക്ഷിപ്തമായിരിക്കുന്നു. കൊളോണിയൽ ആധുനികത സൃഷ്ടിച്ച പൊതുബോധമാണ് ആണിനെ കേന്ദ്രസ്ഥാനത്ത് നിർത്തു ന്നത്. നമ്മുടെ സമൂഹം പിന്തുടർന്നുപോരുന്ന ഇതേ അധികാരവ്യവസ്ഥ യാണ് സമൂഹത്തിന്റെ തന്നെ പ്രതിനിധാനങ്ങളാവുന്ന സിനിമയുടെ ആഖ്യാനങ്ങളും പരിചയിച്ചുപോരുന്നത്.

> ചില ചിട്ടകൾക്കും നിയന്ത്രണങ്ങൾക്കും അനുസരിച്ചുള്ള സമ്പ ത്തിന്റെയും ലൈംഗികതയുടെയും നടത്തിപ്പാണ് കുടുംബം എന്ന സ്ഥാപനത്തിന്റെ അടിസ്ഥാനം.
>
> (കെ. ഗോപിനാഥൻ, 2012:78).

'കൊടിയേറ്റത്തിൽ മൂന്ന് കുടുംബങ്ങൾ നിർമ്മിക്കപ്പെടുന്നതിന്റെ ആഖ്യാനമാണ് കാണാൻ കഴിയുന്നത്. സരോജിനി, കമലമ്മ, ഭവാ നിയമ്മ എന്നിവരുടേതാണ് ഈ മൂന്നു കുടുംബങ്ങൾ. ഈ മൂന്ന് കുടും ബങ്ങളിലും കുടുംബനാഥനായ പുരുഷന്റെ അഭാവം കാണാനാവും. മൂന്നിടങ്ങളിലും ഈ 'അഭാവം' കാരണം സമ്പത്തിന്റെയും ലൈംഗിക തയുടെയും നിയന്ത്രണാധികാരം സ്ത്രീകൾതന്നെ കൈകാര്യം ചെയ്യുന്നു. വിധവയായ കമലമ്മ വളരെയധികം ലിബറലായാണ് യുവാവായ ശങ്കരൻകുട്ടിയുമായി ഇടപഴകുന്നത്. ശങ്കരൻകുട്ടിക്കും കമലമ്മയ്ക്കും തമ്മി ലുള്ള ലൈംഗികാകർഷണത്തിന്റെ ഗൂഢമായ സൂചനകൾ ചിത്രത്തിൽ ധാരാളമുണ്ട്. കായികാധ്വാനം ആവശ്യമുള്ള ജോലികൾ ചെയ്യാൻ കമലമ്മ ശങ്കരൻകുട്ടിയെ ഏല്പിക്കാറുണ്ട്. ഈ സമയങ്ങളിലെല്ലാം കമലമ്മയിൽ അടക്കിപ്പിടിച്ച ചില വികാരങ്ങളുടെ വേലിയേറ്റങ്ങൾ ഉണ്ടാവുന്നുണ്ട്. എന്നാൽ കേരളീയസാമൂഹികഘടന പുരുഷനു കല്പിച്ചു നൽകിയ 'ആണത്തത്തിന്റെ അഭാവം ശങ്കരൻകുട്ടിയിലുണ്ടായിരുന്നു. അതുകൊണ്ട്തന്നെ ശങ്കരൻകുട്ടിയുടെ പുരുഷനിലേക്കുള്ള രൂപാന്തര ണമായി ആഖ്യാനം വളരുന്നു.

ശങ്കരൻകുട്ടി എന്ന യുവാവിൽ പുരുഷനെ കണ്ടെത്താനുള്ള ശ്രമ ങ്ങൾക്കിടയിലും കമലമ്മ സമൂഹത്തിലെ മാന്യനും വിവാഹിതനുമായ സുകുമാരപ്പിള്ളയുമായി രഹസ്യബന്ധം പുലർത്തുന്നുണ്ട്. തന്റെ ലൈം ഗികസ്വാതന്ത്ര്യം സ്വയം ഏറ്റെടുത്ത് വ്യവസ്ഥിതിയോട് നിശബ്ദമായി

പ്രതികരിക്കുന്ന സ്ത്രീയാണ് കമലമ്മ. ഒരു പുരുഷനെ (ശങ്കരൻകുട്ടി) മനസ്സ്കൊണ്ട് പിന്തുടരുമ്പോഴും രണ്ടാമതൊരാളെ ശരീരംകൊണ്ടും സ്നേഹിക്കാൻ അവൾ തയ്യാറാവുന്നു. സമൂഹം എന്ത് പറയും എന്ന ചിന്ത അവളെ അലട്ടുന്നേയില്ല. തിരിച്ച് ശങ്കരൻകുട്ടിക്കും അനിർവ്വചനീയമായ ഒരു വികാരവായ്പ് കമലമ്മയോടുണ്ട്. സുകുമാരപ്പിള്ളയുമായി അവർ അമ്പലമുറ്റത്തും വയൽവരമ്പത്തും വെച്ച് നടത്തുന്ന രഹസ്യസംഗമങ്ങൾ ശങ്കരൻകുട്ടിയെ വല്ലാത്ത അവസ്ഥയിൽ എത്തിക്കുന്നുണ്ട്. ഒടുവിൽ സുകുമാരപ്പിള്ളയിൽ നിന്ന് ഗർഭിണിയായ കമലമ്മയുടെ ആത്മഹത്യ ശങ്കരൻകുട്ടിയിൽ വലിയ ആഘാതമേല്പിക്കുന്നു. ആധുനികതയുടെ അധികാരഘടന ലൈംഗികത പാപവും തിൻമയുമാണെന്ന കുറ്റബോധം നിർമ്മിച്ചെടുത്തതിന്റെ പരിണിതഫലം ഏറ്റവും കൂടുതൽ അനുഭവിച്ചത് സ്ത്രീകളാണ്. ലൈംഗികതയ്ക്കുമേലുള്ള അടിച്ചമർത്തൽ അതിക്രൂരമായ മാനസികപീഢനവും ശാരീരികപീഢനവുമായി മാറിയതും സ്ത്രീകളിലാണ്. ഒരേ തെറ്റിന് തുല്യപങ്കാളിത്തം വഹിക്കുന്ന സ്ത്രീയും പുരുഷനും രണ്ട്തരത്തിലുള്ള പരിചരണമാണ് സമൂഹം വിധിക്കുന്നത്. ഇത്തരം സന്ദർഭങ്ങളിൽ പതിവ് കാഴ്ചകളിലെ സ്ത്രീകഥാപാത്രങ്ങളെപോലെ കമലമ്മയും മരണത്തിന് കീഴടങ്ങുന്നതാണ് കാണുന്നത്.

ആധുനികകാലം സ്ത്രീക്കും പുരുഷനും നൽകിയ മനോഭാവങ്ങൾ വ്യത്യസ്തമായിരുന്നു. പുരുഷൻ സ്ത്രീയെ നോക്കിക്കണ്ട രീതിയാണ് ആധുനിക സ്ത്രീസങ്കല്പമായി പ്രചാരം നേടിയത്. സ്ത്രീയുടെ സ്വയംബോധമോ സങ്കല്പങ്ങളോ ഭാവനകളോ മുഖ്യധാരയിൽ എത്തിയില്ല. ആധുനികസ്ത്രീ വികാരതരളിതയല്ല, യുക്തിപൂർവ്വം ചിന്തിക്കുന്നവളാണ്. സമത്വപൂർണ്ണമായ ലൈംഗികജീവിതവും വിവാഹജീവിതവുമാണ് അവൾ ആഗ്രഹിച്ചത്. സ്ത്രീക്ക് കർത്തൃത്വപദവി ലഭിച്ചുവെങ്കിലും അവളുടെ ഗൃഹാടിമത്തത്തിന് മാറ്റമൊന്നും സംഭവിച്ചിട്ടില്ലെന്നതാണ് യാഥാർത്ഥ്യം.

സ്ത്രീയുടെ സ്വാതന്ത്ര്യവും സാധ്യതകളും കുടുംബത്തിനകത്ത് നിയന്ത്രിക്കപ്പെടുന്നതിന്റെയും ഘടനയ്ക്കനുസരിച്ച് അവൾ പരുവപ്പെടുന്നതിന്റെയും ദൃശ്യങ്ങൾ സരോജിനിയുടെ ജീവിതത്തിലൂടെ പ്രകടമാകുന്നുണ്ട്. മഹാനഗരമായ തിരുവനന്തപുരത്ത് ഒറ്റയ്ക്ക് സഞ്ചരിക്കാനും ഉപജീവനത്തിനായി അവിടെ വീട്ടുവേല ചെയ്യാൻ തയ്യാറാവുകയും ആരോഗ്യദൃഢഗാത്രനായ കൊച്ചാട്ടനെ ഊട്ടാനും, റെഡിമെയ്ഡ് ഷർട്ടിന്റെ ഉടമയായ മാന്യനായ പുരുഷനാക്കാനും അവൾ വല്ലാതെ കഷ്ടപ്പെടുന്നുണ്ട്. ആൺതുണയില്ലാത്ത നഗരത്തിൽ ജീവിക്കാൻ പ്രാപ്തിയുള്ള സരോജിനിയുടെ അധികാരം അവൾ വിവാഹിതയാവുന്നതോടെ നഷ്ടമാവുന്നു. കുടുംബത്തിൽ വ്യവസ്ഥപ്പെടുന്നതോടെ അവളുടെ

സ്വാതന്ത്ര്യവും വിനിമയശേഷിയും പുരുഷന്റെ പരമാധികാരത്തിന് കീഴിലാവുന്നു.

"പുരുഷൻ ബൂർഷ്വായും സ്ത്രീ തൊഴിലാളിയുമാണ്"എന്ന് ഏംഗൽസ് നിരീക്ഷിച്ചിട്ടുണ്ട് (The Origin of Family, 1983:74). ആണത്തമുള്ള പുരുഷന്റെ അഭാവത്താലാണ് കുടുംബത്തിലെ തീരുമാനങ്ങൾ എടുക്കുന്നതിനും സ്വന്തം ജീവിതപങ്കാളിയെ തെരഞ്ഞെടുക്കുന്നതിനും കമലമ്മയ്ക്കെന്നപോലെ, സരോജിനിക്കും സാധിച്ചത്. എന്നാൽ കുടുംബിനിയാവുന്നതോടെ അവൾ രണ്ടാം പൗര/പൗരിയായി മാറുന്നു. പുരുഷന്റെ അധികാരവും സ്ത്രീയുടെ വിധേയത്വവും സ്വാഭാവികമെന്നോണം നിലനിർത്തി പുരുഷാധിപത്യവ്യവസ്ഥയെ നിർബാധം സംരക്ഷിക്കുക എന്നതാണ് ഒരു പ്രത്യയശാസ്ത്രസ്ഥാപനമെന്ന നിലയിൽ കുടുംബത്തിന്റെ പ്രവർത്തനം. കുടുംബത്തിൽ പുരുഷനുള്ള പരമാധികാരം, സ്ത്രീയുടെ അധ്വാനവും ലൈംഗികതയും പ്രത്യുല്പാദനശേഷിയും കീഴടക്കാൻ അയാളെ പ്രാപ്തനാക്കുന്നു. അധ്വാനിക്കുന്ന ഭർത്താവിന് സമയാസമയം വെച്ചുവിളമ്പേണ്ട ഔദ്യോഗിക പദവിയിലേക്ക് അവൾ ഉയർത്തപ്പെടുന്നു. സ്വാദിഷ്ഠമായ ആഹാരം, പരിചരണം, വിശ്രമവേളകൾ, ലൈംഗികസംതൃപ്തി, നേരായ പിന്തുടർച്ചാവകാശികൾ ഇവയൊക്കെയും സ്ത്രീയുടെ-കുടുംബിനിയുടെ ചുമതലയായി സ്ഥാപിക്കപ്പെടുകയും ചെയ്യുന്നു.

അനന്തരം

ഒരു വ്യക്തിയുടെ സാമൂഹികവ്യക്തിത്വം രൂപപ്പെടുത്തുന്നതിൽ അയാൾ ജീവിക്കുന്ന കുടുംബത്തിനും സമൂഹത്തിനും വലിയ പങ്കുണ്ട്. അജയൻ എന്ന യുവാവിന്റെ കഥയിലൂടെ വ്യക്തിയും കുടുംബവും തമ്മിലും വ്യക്തിയും സമൂഹവും തമ്മിലുമുള്ള ബന്ധത്തെക്കുറിച്ചും വ്യക്തിയെ രൂപപ്പെടുത്തിയെടുക്കുന്നതിൽ ഈ രണ്ട് സംവർഗ്ഗങ്ങളുടെയും സ്വാധീനത്തെക്കുറിച്ചും പറയുന്ന 'അനന്തരം' അടൂരിന്റെ ദൃശ്യഭാഷയുടെ ഭംഗി വെളിപ്പെടുന്ന ചിത്രമാണ്. പ്രധാന കഥാപാത്രമായ അജയൻ സ്വന്തം ജീവിതത്തെ മാറിനിന്ന് അപഗ്രഥിക്കുന്ന രീതിയിലാണ് സിനിമയുടെ ആഖ്യാനഘടന. അജയന്റെ ആത്മഗതത്തോടൊപ്പം അവനെക്കൂടി ഉൾപ്പെടുത്തുന്ന രംഗങ്ങളാണ് ചിത്രത്തിലുള്ളത്. അജയന്റെ കണ്ണ് ക്യാമറയാവുന്നതിന് പകരം അജയന്റെ മനസ്സാണിവിടെ ഫ്രെയിമൊരുക്കുന്നത്. അവന്റെ മാനസികാവസ്ഥയ്ക്കനുസരിച്ചാണ് ദൃശ്യങ്ങൾ ഫ്രെയിമിൽ നിറയുന്നത്. കഥപറച്ചിലിന്റെ ഒന്നാംഘട്ടത്തിൽ തന്റെ പേരും കഥാപശ്ചാത്തലവും പറഞ്ഞ് മറ്റുകഥാപാത്രങ്ങളിലേക്കും

കഥയിലേക്കും നേരിട്ട് പ്രവേശിക്കുകയാണ് അജയൻ. അച്ഛൻ മാത്രമല്ല, അമ്മപോലും ആരെന്നറിയാത്ത കുട്ടി ജനനത്തെക്കുറിച്ച് ധാരാളം സന്ദിഗ്ദ്ധതകൾ പേറിനടക്കുന്നു. അവനെ സ്നേഹപൂർവ്വം എടുത്തുവളർത്തുന്ന ഡോക്ടർ അച്ഛനല്ല, അച്ഛനെ പോലെയാണ്. രോഗക്കിടക്കയിൽ ആശ്വസിപ്പിക്കാനെത്തുന്ന സന്യാസിനി അവന്റെ അമ്മയല്ല, അവന് അമ്മയെപ്പോലെയാണ്. സ്വന്തം സഹോദരനെപ്പോലെ സ്നേഹവും പരിഗണനയും നൽകുന്ന ഡോക്ടറുടെ മകൻ ബാലു ജ്യേഷ്ഠനല്ല, ജ്യേഷ്ഠനെപോലെയാണ്. ജ്യേഷ്ഠവധുവിലെത്തുമ്പോൾ ഈ ദ്വിത്വം ഇഴപിരിഞ്ഞുചേർന്ന് ഒന്നായിത്തീരുന്നു. ജ്യേഷ്ഠഭാര്യയായ സുമയിൽ തന്റെ കാമുകിയായിരുന്ന നളിനിയെ അയാൾ കാണുന്നു.

സങ്കീർണ്ണമനോഘടനയുള്ള യുവാവാണ് അജയൻ. അവൻ ആത്മഭാഷണത്തിലൂടെ തന്റെ ജീവിതകഥ പറയുന്നു. താൻ ജനിച്ചുവളർന്ന സമൂഹവും അവനും തമ്മിലുള്ള ബന്ധം സൂക്ഷ്മപരിശോധനയ്ക്ക് വിധേയമാക്കുകയും ചെയ്യുന്നു. ജൻമം നൽകിയ മാതാവ് ആശുപത്രിയിൽ ഉപേക്ഷിച്ചുപോയപ്പോൾ അവിടുത്തെ ഡോക്ടർ അവനെ എടുത്തുവളർത്തുന്നു. ഡോക്ടറുടെയും മകന്റെയും വീട്ടിലെ വൃദ്ധപരിചാരകരോടൊപ്പമാണ് അവന്റെ ബാല്യം മുന്നോട്ടുപോയത്. അനാഥനായതുകൊണ്ടു തന്നെ അവന്റെ ബുദ്ധിസാമർത്ഥ്യത്തെ നാട്ടുകാരും സ്കൂളധികൃതരും ഒരിക്കലും അംഗീകരിക്കുന്നില്ല. കൗമാരത്തിൽ കലാ-കായികരംഗത്തും പഠനകാര്യങ്ങളിലും മുൻപന്തിയിലായിരുന്ന അജയൻ എല്ലാവരാലും എപ്പോഴും നിരുത്സാഹപ്പെടുത്തപ്പെടുന്നു. സ്കൂളിലെ മൈതാനത്തുനടക്കുന്ന ഓട്ടമത്സരത്തിൽ അജയൻ വിജയിക്കുന്നുണ്ടെങ്കിലും നിസ്സാര സാങ്കേതികകാരണങ്ങൾ പറഞ്ഞ് കായികാധ്യാപകൻ അവനെ അയോഗ്യനാക്കുന്നു. ക്ലാസിലെ മറ്റ് കുട്ടികൾ പറയാത്ത ഉത്തരം ചുറുചുറുക്കോടെ പറഞ്ഞിട്ടും അധ്യാപകൻ വേണ്ടത്ര പരിഗണന നൽകുന്നില്ല. ഉത്സവചന്തയിൽ അമ്പേറിൽ തുടർച്ചയായി ലക്ഷ്യത്തിലെത്തുന്ന അവനെ നടത്തിപ്പുകാർ രഹസ്യമായി ആക്രമിക്കുകയും താക്കീത് ചെയ്യുകയും ചെയ്യുന്നു. ഇത്തരം സമീപനങ്ങൾ ഉത്സാഹിയായിരുന്ന അജയനെ അന്തർമുഖനാക്കിത്തീർക്കുന്നു. ഡോക്ടറങ്കിളും മകനും അവനെ വേണ്ടരീതിയിൽ പരിഗണിക്കുന്നുണ്ടെങ്കിലും ഒറ്റപ്പെടൽ അവന്റെ ബാലമനസ്സിൽ അരക്ഷിതാവസ്ഥ സൃഷ്ടിക്കുന്നു. ഡോക്ടറങ്കിളിന്റെ മരണവും ബാലുവിന്റെ വിവാഹവും അവനെ തീർത്തും വേട്ടയാടുന്നു.

അജയന്റെ ശ്ലഥവ്യക്തിത്വത്തെ രൂപപ്പെടുത്തുന്നതിൽ അവനു നിഷേധിക്കപ്പെട്ട അമ്മയുടെ സ്നേഹവാത്സല്യങ്ങൾക്ക് വലിയ പങ്കുണ്ട്. ആശുപത്രിയിൽ തന്നെ പ്രസവിച്ചിട്ട് കടന്നുകളഞ്ഞ സ്ത്രീയെക്കുറിച്ച്

ആലോചിക്കുമ്പോൾത്തന്നെ അവന് വെറുപ്പും ദേഷ്യവും വരുന്നുണ്ട്. ബാലുവേട്ടന്റെ സ്നേഹമയിയായ അമ്മയെപ്പറ്റി അവൻ ധാരാളം കേട്ടിട്ടുണ്ട്. അങ്ങനെ ഒരമ്മയുടെ മകനായി ജനിക്കണമെങ്കിൽ ഭാഗ്യംചെയ്യണമെന്നും ബാലുവിനോടവൻ പറയുന്നുണ്ട്. ഡോക്ടറങ്കിളിനെ 'അച്ഛൻ' എന്ന് വിളിക്കാനുള്ള അവസരം ലഭിച്ചിരുന്നെങ്കിൽ അജയനിൽ കുറേക്കൂടി മാറ്റങ്ങൾ ഉണ്ടാകുമായിരുന്നു. മാതൃപിതൃസ്നേഹത്തിന്റെ അഭാവം ഒരു കുഞ്ഞിനെ കുടുംബമെന്ന അടിസ്ഥാനഗണത്തിൽ നിന്നും അകറ്റുന്നുണ്ട്. കൂട്ടായ്മയുടെ സ്ഥാപനമെന്ന നിലയിൽ മനുഷ്യരെ ചരിത്രപരമായി ഐക്യപ്പെടുത്തുന്ന സംവിധാനമാണ് കുടുംബം. വ്യക്തിയെ സാമൂഹ്യനിയമങ്ങൾക്കനുഗുണമായി പരിവർത്തിപ്പിക്കുന്ന പ്രാഥമികവിദ്യാഭ്യാസ സ്ഥാപനമാണത്. കുടുംബത്തിനകത്തും പുറത്തും ശീലിക്കേണ്ട അനേകം നിയമസംഹിതകളെപ്പറ്റി വ്യക്തിയിൽ അവബോധമുണ്ടാക്കി അതിനനുഗുണമായി അയാളുടെ കർതൃത്വത്തെ രൂപീകരിച്ചെടുക്കുന്നത് കുടുംബമാണ്. സമൂഹത്തിന്റെയും രാഷ്ട്രത്തിന്റെയും വളർച്ചയുടെ ഗുണവും ആഴവും നിർണയിക്കുന്നത് കുടുംബങ്ങളിൽനിന്നാണ്. ഇന്ന് സമൂഹത്തിൽ വ്യാപിച്ചുകൊണ്ടിരിക്കുന്ന അക്രമങ്ങളുടെയും മൂല്യനഷ്ടങ്ങളുടെയും വേരുകൾ തേടിയാൽ നാം ചെന്നെത്തുക തകർന്ന കുടുംബങ്ങളുടെ പിന്നാമ്പുറങ്ങളിലാണ്. കുടുംബത്തിലെ അംഗങ്ങൾ തമ്മിലുള്ള സ്നേഹം, കടപ്പാട്, ബാധ്യത തുടങ്ങിയവ സമൂഹരൂപീകരണത്തിൽ നിർണായകമാണ്. ഒരു കുഞ്ഞ് ആദ്യമായി പരിചയപ്പെടുന്ന സമൂഹരൂപം അതുൾപ്പെടുന്ന കുടുംബമാണ്. അത് നിഷേധിക്കപ്പെടുന്ന കുഞ്ഞ് എങ്ങനെ വളരുന്നു എന്നുള്ള അന്വേഷണം കൂടിയായിത്തീരുന്നു അനന്തരം. ലൈംഗികത, സദാചാരം, വൈകാരികബന്ധം ഇവ വ്യക്തിപരമെന്നതിൽ നിന്ന് കുടുംബത്തിലൂടെ സാമൂഹ്യവൽക്കരിക്കപ്പെടുന്നു. കുടുംബവും അതിലെ വ്യക്തികളും (ആൺ/പെൺ)തമ്മിലുള്ള ബന്ധവും പങ്കാളിത്തവും ഓരോ സമൂഹത്തിലും അതിന്റെ സാമൂഹ്യ രാഷ്ട്രീയ കാഴ്ചപ്പാടുകൾക്ക് മുകളിലാണ് നിശ്ചയിക്കപ്പെടുന്നത്. കുടുംബരൂപീകരണവും അതിന്റെ നിർവ്വഹണവുമായി ബന്ധപ്പെട്ട സാമൂഹ്യ സാമ്പത്തിക വിഷയങ്ങളും പ്രശ്നങ്ങളും ചലചിത്രങ്ങളിൽ പലരീതിയിൽ ആവിഷ്കരിക്കപ്പെട്ടിട്ടുണ്ട്. വ്യക്തിപരമായ ഇഷ്ടാനിഷ്ടങ്ങളുടെയോ കഴിവിന്റെയോ കഴിവുകേടിന്റെയോ മനോഭാവത്തിന്റെയോ പ്രശ്നങ്ങളും സംഘർഷങ്ങളുമായാണ് അവ ചിത്രീകരിക്കപ്പെടുന്നത്.

അജയൻ പനിച്ചുകിടക്കുമ്പോൾ തന്റെ കിടക്കയ്ക്കരികിൽ വന്ന് തന്നെ വാത്സല്യപൂർവ്വം പരിചരിച്ച യോഗിനിമാതയെ അജയൻ ഓർക്കുന്ന ഒരു രംഗമുണ്ട്. തന്റെ രണ്ടു കവിളുകളിലും ഉമ്മവെച്ച്

> പിൻവാങ്ങുന്ന യോഗിനിയമ്മയെക്കുറിച്ച് അജയൻ പറയുന്നതി ങ്ങനെയാണ്. അവരെ ഒരു പ്രാവശ്യംകൂടി കാണാൻ എത്രനാൾ കാത്തു. ഒരു സ്വപ്നത്തിലെങ്കിലും അവർ മടങ്ങിവരുമെന്ന് ഞാൻ കൊതിച്ചു. പക്ഷേ അതുണ്ടായില്ല.
>
> (2012:656).

സിനിമയിൽ ഈ സംഭാഷണത്തിനോടൊപ്പം കിടക്കയിൽ കിടന്ന കുഞ്ഞ് അജയനിൽ നിന്ന് കൗമാരക്കാരനായ അജയനിലേക്കുള്ള പരിണാമം കാണിക്കുന്നുണ്ട്. അജയനെ വിടാതെ പിന്തുടരുന്ന അനാഥത്വത്തെ ഒറ്റ ഷോട്ടുകൊണ്ട് കാവ്യാത്മകമായി വിനിമയം ചെയ്യാൻ ചലചിത്രത്തിന് കഴിഞ്ഞിട്ടുണ്ട്. സ്ത്രീകളുടെ അഭാവത്തിലുള്ള വളർച്ച അജയന്റെ സ്ത്രീകളുമായുള്ള ബന്ധത്തിലെ ആശയക്കുഴപ്പങ്ങൾക്കും കാരണമാകുന്നു. പ്രസവാനന്തരം തന്നെ ഉപേക്ഷിച്ചുപോയ അമ്മയോട് അയാൾക്ക് പകയാണ്. പ്രായമായ വേലക്കാരോടൊപ്പമുള്ള അജയന്റെ സഹവാസം അവന്റെ വ്യക്തിത്വത്തെ സങ്കീർണ്ണവും നിഗൂഢവുമാക്കിത്തീർക്കുന്നു. അരക്ഷിതാവസ്ഥ സൃഷ്ടിക്കുന്ന അന്തരീക്ഷം അപസർപ്പകകഥകളിലേക്കും യക്ഷി, പിശാച് തുടങ്ങിയ മിത്തുകളിൽ വിശ്വാസമുള്ളവനുമായി അവനെ മാറ്റിത്തീർക്കുന്നു. സ്ത്രീകളെ വഞ്ചകരും ആത്മാർത്ഥതയില്ലാത്തവരുമായി മാത്രം കാണാൻ സ്വന്തം അനുഭവങ്ങൾ അവനെ പ്രേരിപ്പിക്കുന്നു. സുഹൃത്തുക്കളുടെ അഭാവവും അജയന്റെ വ്യക്തിശൈഥില്യത്തിന് കാരണമാവുന്നുണ്ട്. ഓട്ടമത്സരത്തിൽ അയോഗ്യനാക്കപ്പെടുമ്പോഴും ഉത്സവപറമ്പിലെ ചൂതുകളികേന്ദ്രത്തിൽ തുടർച്ചയായി ജയിച്ചിട്ടും ആട്ടിഓടിക്കുമ്പോഴും അവന് വേണ്ടി പ്രതികരിക്കാൻ ആരും ഉണ്ടാവുന്നില്ല. വ്യക്തിയുടെ ജീവിതം അർത്ഥപൂർണ്ണമാകുന്നതും പക്വതപ്രാപിക്കുന്നതും സമൂഹത്തിലൂടെയാണ്. വ്യക്തിയും സമൂഹവും തമ്മിലുള്ള ഇഴയടുപ്പത്തെക്കുറിച്ച് സാമൂഹികശാസ്ത്രജ്ഞനായ ഷോബെ ഇപ്രകാരം നിർവചിക്കുന്നു.

> ഒരു വ്യക്തിയുടെ ചിന്തയും പെരുമാറ്റരീതിയും സമൂഹത്തെ വല്ലാതെ സ്വാധീനിക്കും. സമൂഹത്തിലെ നന്മതിന്മകൾ ആ സമൂഹത്തിലെ അംഗമായ വ്യക്തിയുടെ സ്വഭാവത്തിൽ പ്രതിഫലിക്കുന്നു. സമൂഹത്തിൽ സ്വാധീനം ചെലുത്തുന്നതുവഴി വ്യക്തിയുടെ സ്വഭാവത്തിൽ ഉദ്ദേശിക്കുന്ന മാറ്റം വരുത്താനാകും.
>
> (1986:3)

സ്വയം കണ്ടെത്താനും മനസ്സിലാക്കാനും വ്യക്തിയെ പ്രാപ്തനാക്കുന്നത് അവന്റെ സമൂഹത്തിലെ ഇടപെടലുകളാണ്. പ്രതിഭാശാലിയായ അജയനെ ഏകാകിയും സന്ദേഹിയും അലസനുമാക്കിത്തീർക്കുന്നത്

സമൂഹവും കുടുംബത്തിലെ സാഹചര്യങ്ങളുമാണ്. ഒരാൾ ഏതു ചുറ്റുപാടിലാണോ ജീവിക്കുന്നത് അതിനനുസരിച്ചായിരിക്കും അയാൾ ചിന്തിക്കുന്നതും പ്രവർത്തിക്കുന്നതും. ഊഷ്മളമായ കുടുംബബന്ധത്തിന്റെയും സാമൂഹികജീവിതത്തിന്റെയും അഭാവം വ്യക്തിയെ എങ്ങനെ വിപരീതമനസ്കനാക്കുന്നുവെന്ന് 'അനന്തര'ത്തിലെ ദൃശ്യാഖ്യാനങ്ങൾ വെളിപ്പെടുത്തുന്നു.

എലിപ്പത്തായം

സാമൂഹ്യമായ ഇടങ്ങളിൽ നിന്ന് അകറ്റി, വ്യക്തികളെ കുടുംബത്തിനകത്ത് മാത്രം ഒതുക്കി നിർത്തുന്ന ആഖ്യാനമാണ് അടൂർ 'എലിപ്പത്തായത്തിൽ സ്വീകരിച്ചിരിക്കുന്നത്. കേരളീയസമൂഹം കൂട്ടുകുടുംബത്തിൽ നിന്നും മക്കത്തായത്തിലേക്ക് വേർപിരിയുന്ന കാലഘട്ടത്തെയാണ് ചിത്രം അവതരിപ്പിക്കുന്നത്. ഭൂമിയുടെ മേലുള്ള ഉടമാവകാശത്തിന്റെ പേരിൽ മറ്റുള്ളവരുടെ പ്രയത്നഫലം അനുഭവിച്ച് ആലസ്യത്തിൽ കഴിഞ്ഞിരുന്ന ജൻമിവർഗ്ഗത്തിൽ അപൂർവ്വം ചിലരെങ്കിലും പഴയ മനഃസ്ഥിതിയുടെ ബന്ധനത്തിൽ നിന്ന് വിമുക്തരാകാതെ കാലത്തിനു ചേരാത്ത ശേഷിപ്പുകളായി. അവരിൽ ഒരാളാണ് ഇതിലെ പ്രധാന കഥാപാത്രമായ ഉണ്ണിക്കുഞ്ഞ്. മൂന്ന് സഹോദരിമാരും അയാളുമടങ്ങുന്ന കുടുംബത്തിന്റെ കാരണവസ്ഥാനം അലങ്കരിക്കുന്നത് ഉണ്ണിയാണ്. സഹോദരിമാർക്ക് ആർക്കും അയാളെ ചോദ്യം ചെയ്യാൻ അവകാശമില്ല. ആഢ്യത്വം നശിച്ചുകൊണ്ടിരിക്കുന്ന തറവാടും വസ്തുവകകളും സഹോദരങ്ങൾക്ക് പങ്കിട്ടുകൊടുക്കാൻ തയ്യാറാവാതെ ജൻമിത്തവുംപേറി നടക്കുകയാണയാൾ. കുടുംബത്തിലെ മറ്റുള്ള അംഗങ്ങളോട് തന്റെ സങ്കടമോ സന്തോഷമോ പങ്കിടാൻ താൽപര്യമില്ലാത്തയാളാണ് ഉണ്ണി. വിവാഹപ്രായം കടന്നുനിൽക്കുന്ന ഇളയസഹോദരി രാജമ്മയ്ക്ക് വരുന്ന വിവാഹാലോചനയിൽ പ്രധാന ആവശ്യം അവൾക്ക് അർഹമായ ഓഹരിക്കുമേലെ വല്ലതും നൽകണമെന്നതാണ്. അതുകൊണ്ടുതന്നെ മിഥ്യാഭിമാനത്തിന്റെ പേരും പറഞ്ഞ് അവളെ വീട്ടിൽത്തന്നെ നിർത്താനാണ് അയാൾ തീരുമാനിക്കുന്നത്. സഹോദരിക്കു വിവാഹാലോചന കൊണ്ടുവന്ന കേശമ്മാവനെ പരിഹാസ്യനാക്കിയാണ് അയാൾ അയക്കുന്നത്. അടുക്കളയിലെ പാത്രങ്ങളിലും പാചകത്തിലും ജീവിതം ഹോമിക്കേണ്ടിവന്ന രാജമ്മ അവളുടെ സ്ത്രൈണകാമനകൾ സഹോദരന്റെ തീരുമാനങ്ങൾക്കായി വിട്ടുകൊടുക്കുന്നു.

കുടുംബത്തിന്റെ കെട്ടുറപ്പും ഭദ്രതയും നിലനിർത്തേണ്ടത് സ്ത്രീയുടെ കടമയായിട്ടാണ് സമൂഹം ചിട്ടപ്പെടുത്തി വെച്ചിട്ടുള്ളത്.

അതുകൊണ്ടുതന്നെ തന്റെ കാമനകൾ സഹോദരനോട് തുറന്നുപ റയാനോ അയാളുടെ നിസ്സംഗമായ നിലപാടുകളെ എതിർക്കാനോ രാജമ്മ മുതിരുന്നില്ല. ഉണ്ണിക്കു തന്നോടുള്ള ശാശ്വതമായ അവഗണ നയിൽ രാജമ്മയ്ക്ക് അതിയായ ദുഃഖമുണ്ട്. വിവാഹാലോചനയുമായി വരുന്ന കേശമ്മാവനെ കാണുമ്പോൾ അവളിൽ സ്വപ്നം മിന്നിമറയുന്നു ണ്ട്. എന്നാൽ ഉണ്ണിയുടെ പ്രതികരണം അവളെ തളർത്തിക്കളയുന്നു.

നൂറ്റിനാല്പത്തിരണ്ട് - സമീപദൃശ്യം

ഉണ്ണി പത്രക്കടലാസിൽ നിന്ന് കണ്ണുയർത്തിക്കൊണ്ട്, എന്റെ ഒടപ്പിറ ന്നോളെ കല്യാണം കഴിക്കാൻ രണ്ടാം കെട്ടുകാരൻതന്നെ വേണോ?'

നൂറ്റിനാൽപത്തി മൂന്ന് - മധ്യദൂരദൃശ്യം

കേശോമ്മാവൻ ക്ഷീണിതനായി, എന്റെ കുഞ്ഞേ, അതിന് ഞാൻ..'

ഉണ്ണി പത്രം പുറംമറിച്ചുകൊണ്ട്, വേണ്ട! കൂടുതലൊന്നും പറ യേണ്ട!'

കേശോമ്മാവൻ നിരാശനായി, ഇശ്വരാ! നല്ലൊരു കാര്യത്തിനുവന്നിട്ട് അതിങ്ങനായല്ലോ!'

ഉണ്ണി പത്രക്കടലാസ് അങ്ങോട്ടുമിങ്ങോട്ടും മറിച്ച് അസ്വസ്ഥത പ്രകടിപ്പി ച്ചു. കേശോമ്മാവൻ പതിയെ എണീക്കാൻ തുടങ്ങി.

നൂറ്റിനാല്പത്തിനാല് - മധ്യസമീപദൃശ്യം

വാതിലിനുപിന്നിൽ സംഭാരഗ്ലാസുമായി രാജമ്മ വിഷാദംപൂണ്ടുനിന്നു. അപ്പോൾ കേശോമ്മാവൻ നെടുവീർപ്പോടെ പറയുന്നതുകേട്ടു.

"എത്ര ആലോചനകള് ഞാൻ കൊണ്ടുവന്നതാ!"

അറിയാതെ ഒരു ദീർഘശ്വാസം അവളിൽ നിന്നുയർന്നു. പിന്നെ പതുക്കെ തിരിഞ്ഞ് പൂമുഖത്തേക്കുള്ള പടികയറി.

നൂറ്റിനാല്പത്തിയഞ്ച് - മധ്യദൂരദൃശ്യം

പുറപ്പെടാൻ ഓങ്ങിനിന്ന കേശോമ്മാവന് അങ്ങോട്ടുവന്ന രാജമ്മ മ്ലാ നതയോടെ ഗ്ലാസ് നീട്ടി, വേണ്ടാ, കുഞ്ഞേ! കുടിക്കാതെതന്നെ നിറഞ്ഞു!'

കേശോമ്മാവൻ നിരാശപ്രകടിപ്പിച്ചു. പിന്നൊരാലോചനയിൽ അവൾക്കു നേരെ കൈനീട്ടി. ങാ! അല്ലേലിങ്ങുകൊട്. നിന്റെ മനസ്സെന്തിനാ വെഷമിപ്പി ക്കുന്നെ?'അയാൾ സംഭാരം വാങ്ങി കുടിക്കാൻ തുടങ്ങി.

നൂറ്റിനാല്പത്തിയാറ് - സമീപദൃശ്യം

പത്രത്തിൽ നോക്കി ഉണ്ണി ഇരുന്നു. കേശോമ്മാവൻ അതിശയിക്കുന്നത് കേട്ടു. അല്ലാ! അമ്മാവന് കാന്താരി ഒടച്ച മോരാ ഇഷ്ടമെന്ന് നിനക്കെങ്ങന റിയാം!

നൂറ്റിനാല്പത്തിയേഴ് - മധ്യദൂരദൃശ്യം

പൂമുഖംവിട്ട് തളത്തിലേക്കിറങ്ങിയ രാജമ്മ അത്യന്തം വിവശയായി എതിർവശത്തെ വരാന്തപ്പടിയിൽ ചിന്താകുലയായി വന്നിരുന്നു(2012:357).

ജീവിതത്തോടും സ്നേഹവാത്സല്യങ്ങളോടുമുള്ള അവളുടെ തീവ്രമായ അഭിനിവേശം കഠിനമായ വയറുവേദനയായി മാറുന്നു. കുടുംബത്തിലെ പ്രായോഗികമതിയാണ് ഇളയവളായ ശ്രീദേവി. ശരീരംകൊണ്ട് ആ വീട്ടിലെ തടവുകാരിയാണെങ്കിലും യാഥാർത്ഥ്യബോധത്തോടെ പ്രവർത്തിക്കുന്ന ശ്രീദേവി പ്രതീക്ഷകൊണ്ട് ആ വീട്ടിനു പുറത്തു ജീവിക്കുന്ന വ്യക്തിയാണ്. തറവാട്ടിൽ ശല്യക്കാരനായി വിലസിയിരുന്ന എലിയെ കെണി ഉപയോഗിച്ച് പിടിച്ച് കുളത്തിൽ മുക്കിക്കൊല്ലുന്നത് അവളാണ്. കുടുംബത്തിലെ തളംകെട്ടിനിൽക്കുന്ന വീർപ്പുമുട്ടലിൽനിന്നും കോളേജ് അധ്യാപകനോടൊത്ത് ഒളിച്ചോടി സ്വതന്ത്രമായ ജീവിതം അവൾ തെരഞ്ഞെടുക്കുന്നു. ഉണ്ണിയിൽ പൂർണമായും അയാൾ മാത്രമേയുള്ളൂ. അയാളുടെ സ്വത്വശോഷണം മീശ വെട്ടിച്ചെറുതാക്കുന്ന ഷോട്ടിൽ വിദഗ്ധമായി ചിത്രീകരിച്ചിരിക്കുന്നു.

എൺപത്തിയാറ് - സമീപദൃശ്യം

നിശ്ചലമായ ഒരു പ്രതിബിംബമായി ഉണ്ണി നീലക്കണ്ണാടിയിൽ നിഴലിച്ചു. പിന്നെ സാവകാശം അയാളുടെ ചൂണ്ടുവിരൽ ഉയർന്ന് മേൽമീശയിൽ പരതി ഒരിടം പിടിച്ച് നരവന്ന ഒരു രോമത്തെ ഒറ്റതിരിഞ്ഞ് നിറുത്തി. തുടർന്ന് മറ്റേകൈയ്യിൽ ചെറുകത്രിക സാവധാനം അങ്ങോട്ടുയർന്നു. പിന്നെ അതീവശ്രദ്ധയോടെ ഒന്ന് കത്രിച്ചതും അയാൾ പൊടുന്നനെ സംശയത്തോടെ നിലത്തേക്കു നോക്കി. വീണ്ടും പഴയയിടം സൂക്ഷ്മതയോടെ തോണ്ടി പരിശോധിക്കുകയായി (345).

തുടർന്നുള്ള ഷോട്ടുകളിലും ഉണ്ണി നരച്ചമീശയെ പിഴുതെറിയാനും മുറിച്ചുമാറ്റാനുമുള്ള ശ്രമത്തിലാണ്. സ്വാർത്ഥമതിയും ആത്മരതിക്കാരനുമായ വ്യക്തിയായിട്ടാണ് തുടർന്ന് കാണാൻ കഴിയുന്നത്. പേനാക്കത്തികൊണ്ട് നഖം വെട്ടുന്നതിനിടയിൽ വിരലറ്റത്ത് ചോരപൊടിഞ്ഞതുകണ്ട് ഉണ്ണിക്കുഞ്ഞ് വേവലാതിപ്പെടുന്നു. തന്നോടുമാത്രമുള്ള അയാളുടെ ആശങ്കയുടെ പ്രകടനമാണത്. കുടുംബത്തിലുള്ള മറ്റുള്ളവരെ ഉൾക്കൊള്ളുവാനുള്ള ഹൃദയവിശാലത അയാൾക്കില്ല.

ഉണ്ണിയുടെ പ്രവൃത്തികളെ നിർദ്ദാക്ഷിണ്യം വിമർശിക്കുന്നവളാണ് മൂത്ത സഹോദരിയായ ജാനമ്മ. താനുൾപ്പെടെയുള്ള സഹോദരങ്ങൾ അനുഭവിക്കേണ്ട വസ്തുവകകൾ ഉണ്ണിക്കുഞ്ഞ് തറവാട്ടുകാരണവരായി ഒറ്റയ്ക്ക് അനുഭവിക്കുന്നതിൽ അവർ എതിർപ്പ് പ്രകടിപ്പിക്കുന്നു. അവരുടെ മകനായ രവിക്കുട്ടനോട് യാതൊരു പരിഗണനയും ഉണ്ണി കാണിക്കുന്നില്ല. മറിച്ച് സഹോദരിയെയും മകനെയും വെറുപ്പോടെയാണയാൾ വീക്ഷിക്കുന്നത്. സദാസമയവും ചാരുകസേരയിൽ ഉറക്കം തൂങ്ങിയിരിക്കുന്ന അമ്മാവനെക്കുറിച്ച് രാജമ്മയോട് രവിക്കുട്ടൻ പറയുന്നത്, പകലു കെടന്നൊറങ്ങിയാൽ പിത്തംപിടിക്കും' എന്ന പുതിയ തലമുറയുടെ കാഴ്ചപ്പാടാണ്.

ഉണ്ണി രാജമ്മയ്ക്കു മുകളിൽ സ്ഥാപിക്കുന്ന അധികാരമാണ് ചിത്രത്തിലെ ഏറ്റവും അസ്വസ്ഥകരമായ ഘടകം. ഫ്യൂഡലിസത്തിന്റെ അപചയം സാമൂഹികമായ അധികാരത്തിന് ക്ഷതംവരുത്തുമ്പോൾ അത് സ്വന്തം കുടുംബാംഗങ്ങളിലേക്ക് തന്നെ പ്രയോഗിക്കുകയാണ് ഇതിലെ നായകൻ. യജമാനനും അടിയാളനും എന്ന ഫ്യൂഡൽ സമവാക്യം സ്ത്രീപുരുഷൻ എന്ന സമവായത്തിലെത്തിനിൽക്കുന്നു. കുടുംബബന്ധങ്ങളെ പവിത്രവും ദൈവദത്തവുമായി കേരളീയർ കാണുന്നു. സുദൃഢമായ കുടുംബബന്ധങ്ങൾ പരസ്പരസ്നേഹം, വിശ്വാസം, കൂട്ടായ്മാബോധം എന്നിവ വളർത്തുന്നതിന് സഹായിക്കുന്നു. വ്യക്തികളുടെ ശക്തികേന്ദ്രവും കുടുംബം തന്നെ. എന്നാൽ പവിത്രാധികാരത്തിന്റെ പാരമ്യത്തിൽ കുടുംബത്തിലെ അംഗങ്ങൾക്കിടയിൽ ഉടലെടുക്കുന്ന മാനസികധ്രുവീകരണം സമർത്ഥമായി ചിത്രീകരിക്കുന്നതിൽ 'എലിപ്പത്തായം' വിജയിച്ചിട്ടുണ്ട്.

കഥാപുരുഷൻ

വ്യക്തിയെ രൂപപ്പെടുത്തുന്നതിൽ കുടുംബവും ചുറ്റുപാടുകളും എത്രത്തോളം സ്വാധീനം ചെലുത്തുന്നു എന്നതിന്റെ ദൃശ്യചിത്രണമാണ് 'കഥാപുരുഷൻ' മുന്നോട്ടുവെക്കുന്നത്. കേന്ദ്രകഥാപാത്രമായ കുഞ്ഞുണ്ണിയുടെ

ജനനം മുതൽ നാല്പതുവർഷക്കാലത്തെ കേരളീയ പശ്ചാത്തലമാണ് കഥാപുരുഷൻ ചിത്രീകരിക്കുന്നത്. അമ്മയും മകനും മകളും കഥാപുരുഷ നായ ചെറുമകനും ഉൾപ്പെട്ട ഒരു കുടുംബത്തിലൂടെയാണ് ചലച്ചിത്രകാ രൻ കഥപറയുന്നത്. ജൻമിത്തത്തിന്റെ തകർച്ചയിൽ പ്രതാപം നശിച്ചു കൊണ്ടിരിക്കുന്ന തറവാടാണ് കുഞ്ഞുണ്ണിയുടേത്. ജനിക്കുമ്പോൾതന്നെ കാലുകൾ ആദ്യം പുറത്തുവന്ന കുഞ്ഞുണ്ണിയുടെ ജാതകമെഴുതിക്കാൻ ജോത്സ്യരെ കൊണ്ടുവരുന്നു. അമ്മയ്ക്കോ മകനോ എന്തെങ്കിലും അംഗഭംഗമോ, അല്ലെങ്കിൽ അപായം തന്നെയോ സംഭവിക്കേണ്ട ജാതകമാണ് കുഞ്ഞുണ്ണിയുടേതെന്ന് അയാൾ വിധിക്കുന്നു. കുഞ്ഞുണ്ണി യുടെ അച്ഛൻ അമ്മ ഗർഭിണിയായിരിക്കെ ഉദ്യോഗകാര്യത്തിനായി തിരുവനന്തപുരത്തേക്ക് പോയതാണ്. പിന്നീടിതുവരെ തിരിച്ചുവന്നിട്ടില്ല. പിതൃസ്ഥാനത്തുള്ള സംരക്ഷണം, സാമീപ്യം, വാത്സല്യം ഇതിനൊന്നും ജാതകന് വിധിയില്ലെന്ന ജോത്സ്യരുടെ പ്രവചനം കുടുംബത്തിലെല്ലാ വരും അംഗീകരിക്കുന്നു. കാര്യസ്ഥനായ വേലുച്ചാരുടെ കൈവശം ഒരുപാട്തവണ അയാൾക്കുള്ള എഴുത്തുകൾ കൊടുത്തയക്കുന്നുണ്ടെ ങ്കിലും ഒന്നിനുപോലും തിരിച്ച് മറുപടി വന്നിട്ടില്ല. അതുകൊണ്ട് തന്നെ പുരുഷനില്ലാത്ത ആ കുടുംബത്തെ മുന്നോട്ട് നയിക്കുന്നത് പ്രായമായ മുത്തശ്ശിയാണ്. രോഗിണിയായ അമ്മയും അമ്മുമ്മയും കാര്യസ്ഥൻ വേലുച്ചാരുമടങ്ങുന്ന ആ കുടുംബത്തിൽ വേലക്കാരിയായ ജാനമ്മയും അവരുടെ പെൺമക്കളുമുണ്ട്. ആ കുട്ടികളാണ് അവന് സഹോദര സ്നേഹവും സൗഹൃദവും സമ്മാനിക്കുന്നത്. അച്ഛന്റെ അഭാവത്തിലുള്ള വളർച്ച കുഞ്ഞുണ്ണിയുടെ ജീവിതത്തെ വലിയരീതിയിൽ ബാധിക്കുന്നുണ്ട്. അപ്പോഴൊക്കെ അവൻ വേലുച്ചാരിൽ പിതൃവാത്സല്യം തേടുന്നു. കുട്ടി ക്കാലം മുതൽതന്നെ കുഞ്ഞുണ്ണിക്ക് വിക്കുണ്ടായിരുന്നു. എന്നാൽ ഈ പ്രതിസന്ധിയെ അവൻ മറികടക്കുന്നത് കുടുംബാംഗങ്ങളുടെയും വേലു ച്ചാരുടെയും മീനാക്ഷിയുടെയും (ജാനമ്മയുടെ മകൾ) പരിചരണത്തിലൂ ടെയാണ്. കാര്യസ്ഥൻ വേലുച്ചാർ നൽകിയ സ്നേഹം കുഞ്ഞുണ്ണിയെ എല്ലാവരെയും സമഭാവനയോടെ കാണുന്നതിനും കഷ്ടപ്പെടുന്നവർക്കു വേണ്ടി പ്രവർത്തിക്കുന്നതിലേക്കും നയിക്കുന്നു.

കുഞ്ഞായിരുന്നപ്പോൾ കുഞ്ഞുണ്ണി വേലച്ചാരുടെ കൂടെ കിടന്നുറ ങ്ങാൻ താല്പര്യപ്പെട്ടിരുന്നു.

നൂറ്റിയിരുപത്തിമൂന്ന് - മധ്യദൃശ്യം

കുഞ്ഞുണ്ണി കൊതിയോടെ അപേക്ഷിച്ചു.

"ഇന്നു ഞാൻ വേലുച്ചാരുടെ കൂടെ കെടന്നോട്ടേ?'

വേല്വച്ചാർ സംശയിച്ച

"തറയിക്കെടന്നാ കുഞ്ഞിനു തണക്കത്തില്യോ?'

കുഞ്ഞുണ്ണി പറഞ്ഞു

"വേല്വച്ചാരുടെ കൂടെ കെടക്കാൻ എനിക്കു വല്യ ഇഷ്ടവാ-'

വേല്വച്ചാർക്ക് അത് ഉള്ളിൽ തട്ടി. അയാൾ അവനെ ഊഷ്മളമായി കെട്ടിപ്പിടിച്ചു.

"എന്റെ തങ്കക്കൊടമല്ല്യോ- വേല്വച്ചാർക്ക് കുഞ്ഞിനേം വല്യ ഇഷ്ടവാ'(978).

തൊഴിലിന്റെയും സമ്പത്തിന്റെയും ജാതിയുടെയും പേരിൽ മനുഷ്യരുടെയിടയിൽ വിദ്വേഷങ്ങൾ വളരുമ്പോഴും ഊഷ്മളമായ സ്നേഹബന്ധങ്ങൾക്കിടയിൽ ഇത്തരം അതിർവരമ്പുകൾ ഇല്ലാതാവുന്നതായി ഈ രംഗങ്ങൾ ഓർമ്മിപ്പിക്കുന്നു. മരിക്കുന്നതിനുമുമ്പ് തന്നെ കാണണമെന്ന് അച്ഛൻ ആളെ പറഞ്ഞയക്കുമ്പോൾ (അർദ്ധസഹോദരൻ) കുട്ടിക്കാലത്ത് അച്ഛന്റെ സ്നേഹവും സംരക്ഷണവും കൊതിച്ചിട്ടും അതിനവസരം കൊടുക്കാത്ത അയാളെ കാണാൻ വൈമനസ്യം പ്രകടിപ്പിക്കുന്നു. എന്നാൽ അച്ഛന്റെ സ്നേഹസാമീപ്യങ്ങൾ ഒരുപാട് അനുഭവിച്ച കുഞ്ഞുണ്ണിയുടെ മകൻ അയാളെ ശാസിക്കുന്നു. അച്ഛനും ഒരുകാലത്ത് വയസ്സാകും എന്ന മകന്റെ ഭീഷണിക്കുമുമ്പിൽ അയാൾ മുട്ടുമടക്കുന്നു. കുടുംബപരവും മതപരവുമായ വികാരങ്ങൾ മനുഷ്യരെ എക്കാലത്തും കീഴ്പെടുത്തുന്നതായി 'കഥാപുരുഷൻ' ചൂണ്ടിക്കാണിക്കുന്നു.

വ്യക്തി/സമൂഹം

സമൂഹം മനുഷ്യരുടെ മനസ്സിനെയും ജീവിതത്തെയും നിർണയിക്കുകയും നിയന്ത്രിക്കുകയും ചെയ്യുന്നുണ്ട്. അതുപോലെ ഒരു വ്യക്തിയുടെ മനോനിലയും ചോദനകളും അനുഭവവ്യഗ്രതകളും ചിന്തകളെയും പ്രവർത്തനങ്ങളേയും സ്വാധീനിക്കുന്നു. ഇന്ന് നിലവിലുള്ള സാമൂഹികനിയമങ്ങൾ പലതും അതിനെ അന്ധമായി പിൻതുടരുകയും ചെയ്യുന്നു. വ്യക്തി ഒരേസമയം ആൾക്കൂട്ടമെന്നപോലെ ആൾക്കൂട്ടത്തിലെ ഏകാകിയുമാണ്. കുടുംബവും സമൂഹവും ഒരേ വ്യക്തിമനസ്സിന്റെ വ്യത്യസ്തതലങ്ങളെ മാറിമാറി സ്പർശിക്കുകയും അതെല്ലാം കൂടിച്ചേർന്ന ഒരനുഭവലോകത്തിന്റെ അവകാശിയാക്കിത്തീർക്കുകയും ചെയ്യുന്നു.

ആധുനികത വ്യക്തികേന്ദ്രീകൃതവും മനുഷ്യകേന്ദ്രീകൃതവുമായിരുന്നു. വ്യക്തികൾ കേന്ദ്രസ്ഥാനത്ത് വരുന്നതോടുകൂടി ഭൗതികജീവിതചിത്രീകരണത്തേക്കാൾ അവന്റെ/അവളുടെ മാനസികലോകത്തെ അനാവരണം ചെയ്യാനും മനുഷ്യമനസ്സിന്റെ ആഴങ്ങൾ അപഗ്രഥിക്കാനും

പലവിധ രചനാസങ്കേതങ്ങൾ സാഹിത്യത്തിലുണ്ടായി. അതോടനുബന്ധിച്ച് തന്നെ സിനിമ പോലുള്ള ജനപ്രിയമാധ്യമങ്ങളും സാമ്പ്രദായികരീതിയിൽ നിന്നും വ്യതിചലിച്ച് വ്യത്യസ്തമായ ആവിഷ്കാരരീതികൾ പരീക്ഷിച്ചുകൊണ്ടിരിക്കുകയാണ്. വ്യക്തിയുടെ പശ്ചാത്തലത്തിൽ സമൂഹത്തെ ചിത്രീകരിക്കാൻ ആരംഭിച്ചതോടെയാണ് ആധുനികമായ സാമൂഹ്യ ചുറ്റുപാടുകളെക്കുറിച്ച് വിശാലമായി ചിന്തിക്കുവാനും ആഴത്തിൽ പഠിക്കാനും സിനിമ പോലുള്ള മാധ്യമങ്ങൾ തയ്യാറാവുന്നത്.

വ്യക്തികളുടെ സവിശേഷമായ സംഘാതമാണ് സമൂഹം. വ്യക്തികളെല്ലാം വ്യത്യസ്തങ്ങളായ മാനസികചോദനകളുള്ളവരാണ്. ഈ ചോദനകളാണ് സമൂഹത്തെ സൃഷ്ടിക്കുന്നത്. ജൈവീകമായ ഓരോ വ്യക്തിക്കും ലഭിച്ചിട്ടുള്ളതാണ് ഈ ചോദനകൾ. സാമൂഹിക സമ്പർക്കം കൊണ്ട് ഈ ചോദനകളിൽ മാറ്റം വരുത്തുവാൻ കഴിയും. വ്യക്തിയുടെ ചിന്തയിലും സ്വഭാവത്തിലും മാറ്റംവരുത്തുവാൻ പ്രായം, കാലം, സാമൂഹിക പശ്ചാത്തലം എന്നിവ കാരണമാവുന്നുണ്ട്. സമൂഹമനസ്സിനെ സ്വാധീനിക്കാൻ കഴിയുന്ന വ്യക്തികൾ സാമൂഹികമാറ്റത്തിന് വഴിയൊരുക്കുന്നു. സമൂഹജീവിയായ മനുഷ്യൻ പലവിധത്തിലുള്ള ലിഖിതവും അലിഖിതവുമായ നിയമങ്ങൾക്ക് വിധേയനാണ്. ഇത്തരം നിയമങ്ങൾ വ്യക്തിയുടെ സ്വാഭാവികചോദനകളെ നിയന്ത്രിക്കുന്നു. മനുഷ്യൻ ഈ ലോകത്തിൽ വെച്ച്തന്നെ തന്റെ പാപകർമ്മങ്ങൾക്കുള്ള പരിഹാരത്തിന് തയ്യാറാകണമെന്ന് പ്രശസ്ത തത്വചിന്തകനായ അഗസ്റ്റിൻ പറഞ്ഞിട്ടുണ്ട് (Augustine 1977:989). ഈ ലോകത്തിൽ വെച്ച് നടക്കുന്ന ശുദ്ധീകരണം എന്നത് സാമൂഹികജീവിതത്തിനുഗുണമായി മനുഷ്യനിലുണ്ടാവേണ്ട രൂപാന്തരമാണ്. ഒരു മനുഷ്യനും തന്നിൽത്തന്നെ നിലനില്പ്പില്ല. സമൂഹത്തോട് ചേരുമ്പോഴാണ് ഒരു വ്യക്തിയുടെ നിലനില്പ് അർത്ഥപൂർണ്ണമാകുന്നത്.

കുട്ടിക്കാലത്ത് ഒരു വ്യക്തിയുടെ സാമൂഹികചുറ്റുപാട് അവന്റെ കുടുംബമാണ്. പ്രായമാകുമ്പോൾ സാമൂഹികചുറ്റുപാടെന്നത് ബാഹ്യലോകവുമായി ബന്ധപ്പെട്ടതാവുന്നു. മെച്ചപ്പെട്ട സാമൂഹികബന്ധങ്ങൾ അവനെ സ്വയം തിരിച്ചറിയാനു, ആവശ്യമായ തിരുത്തലുകൾ വരുത്തുവാനും സഹായിക്കുന്നു. സമൂഹത്തെ മുഴുവൻ ബാധിച്ചിരിക്കുന്ന സ്വാർത്ഥമോഹങ്ങൾ അധികാരതൃഷ്ണ, നിരാശാബോധം ഇവയൊക്കെ പുരോഗതിക്കു തടസ്സമായിരിക്കുന്ന കാര്യങ്ങളാണെന്ന് മനസ്സിലാക്കുവാൻ കഴിയുമ്പോഴാണ് വ്യക്തിവികാസം പൂർണ്ണമാവുന്നത്. പരസ്പരമുള്ള ബന്ധവും സാഹോദര്യവും വളർത്തുവാനും സാമൂഹികാംഗീകാരം നേടുവാനുള്ള ആഗ്രഹം മനുഷ്യസഹജമാണ്.

സമൂഹത്തിൽ നിന്ന് നേരിടേണ്ടിവരുന്ന സംഘർഷങ്ങളും ആശ/നിരാശകളുമെല്ലാം വ്യക്തിയുടെ ചിന്തയെയും മനോഭാവത്തെയും വലിയതോതിൽ സ്വാധീനിക്കുന്നു. അത് വികലമായ പെരുമാറ്റത്തിനു കാരണമാകുന്നു. ഒരാൾ ഏത് ചുറ്റുപാടിലാണോ ജീവിക്കുന്നത് അതിനനുസരിച്ചായിരിക്കും അയാൾ ചിന്തിക്കുന്നതും പ്രവർത്തിക്കുന്നതും. സുഗമവും ആരോഗ്യകരവുമായ സാമൂഹിക ജീവിതം വ്യക്തിജീവിതം കൂടുതൽ സുന്ദരവും മനോഹരവുമാക്കുവാൻ ആവശ്യമാണ്. മാതാപിതാക്കൾ, കുടുംബാംഗങ്ങൾ, അധ്യാപകർ, സമപ്രായക്കാർ, സഹപ്രവർത്തകർ, മാധ്യമങ്ങൾ, തുടങ്ങിയ ഘടകങ്ങളെല്ലാം വ്യക്തിത്വരൂപീകരണത്തിൽ ഭാഗഭാക്കാവുന്നുണ്ട്.

അനന്തരം

സമൂഹത്തിന്റെ ഇടപെടലുകൾ വ്യക്തിയെ ഏതൊക്കെ രീതിയിൽ നിർമ്മിക്കപ്പെടുന്നു/രൂപാന്തരപ്പെടുത്തുന്നു എന്നതിന് മികച്ച ഉദാഹരണമായി 'അനന്തര'ത്തിലെ അജയൻ മാറുന്നുണ്ട്. അസാമാന്യ ബുദ്ധിവൈഭവും സാമർത്ഥ്യവും പ്രകടിപ്പിച്ചിരുന്ന അജയന് ആവശ്യമായ സന്ദർഭങ്ങളിൽ മതിയായ പ്രോത്സാഹനം കിട്ടുന്നില്ല. പുസ്തകങ്ങളെയും കളികളെയും നീന്തലിനെയും സംഗീതത്തെയുമെല്ലാം ഒരുപോലെ സ്നേഹിച്ച അവന് അന്തർമുഖത്വത്തിന്റെ പരിവേഷമാണ് ചാർത്തിക്കിട്ടുന്നത്. കോളേജിലായിരുന്നപ്പോൾ പരിചയപ്പെട്ട നളിനി അവനിൽ പ്രതീക്ഷകളും സ്വപ്നങ്ങളും വാരിവിതറുന്നുണ്ടെങ്കിലും ഒരു സുപ്രഭാതത്തിൽ അവനോടൊരു വാക്കുപോലും പറയാതെ അവൾ അപ്രത്യക്ഷയായി. അച്ഛനും അമ്മയും ബന്ധുക്കളുമില്ലാതെ വളർന്ന അജയന് സ്നേഹിക്കാനും അംഗീകരിക്കപ്പെടാനുമുള്ള ആഗ്രഹം മനസ്സിൽ തളംകെട്ടി നിന്നു. വളർത്തച്ഛനായ ഡോക്ടറുടെ മരണം ഹോസ്റ്റലിലായിരുന്ന അജയനെ ആരും അറിയിക്കുന്നില്ല. നിരന്തരമായ അവഗണനകളും ഉപേക്ഷകളും അവനെ ഏകാന്തതയുടെ ലോകത്തെത്തിക്കുന്നു. ആധുനികതയുടെ സവിശേഷതകളിലൊന്നായ അന്യവൽക്കരണവും അസ്തിത്വദുഃഖവും അജയന്റെ മാനസികാവസ്ഥയിൽ കാണാവുന്നതാണ്. സമൂഹജീവിയായ മനുഷ്യൻ കൂട്ടായ്മയിൽ നിന്നും അകറ്റപ്പെടുമ്പോൾ അവന് സ്വത്വപ്രതിസന്ധിയുണ്ടാവുന്നത് സ്വാഭാവികമാണ്. അൽബേർകമ്യൂവിന്റെ ഔട്ട്സൈഡറിലെ ഏകാകിയായ മനുഷ്യനെപ്പോലെ'മയക്കുമരുന്നുമായി അവൻ ജീവിതം തള്ളിനീക്കുന്നു. ബാല്യത്തിൽ താനനുഭവിച്ച ഏകാന്തതയെയും അവഗണനകളെയും കുറിച്ച് വാചാലനാവുന്നതിലൂടെ ലോകത്തിന്റെ സഹാനുഭൂതി മുഴുവൻ

പിടിച്ചുപറ്റാനുള്ള ശ്രമം അജയൻ നടത്തുന്നുണ്ട്.

ബാല്യകാലത്തെ വിഭ്രാത്മകമായ പല അനുഭവങ്ങളും അജയന്റെ ശ്ലഥവ്യക്തിത്വത്തെ രൂപപ്പെടുത്തുന്നതിന് കാരണമായിട്ടുണ്ട്. വൃദ്ധപരിചാരകർ അവരുടെ സ്വാർത്ഥതാല്പര്യങ്ങൾക്കുവേണ്ടി കുഞ്ഞുമനസ്സിൽ പ്രഹേളികകളുടെ ലോകം സൃഷ്ടിച്ചെടുക്കുന്നു. കുശിനിക്കാരനായ രാമൻനായർ മുട്ടകൾ പുഴുങ്ങി തിന്നുന്നത് കണ്ട് കൗതുകത്തോടെ അജയൻ അതെവിടുന്ന് കിട്ടിയതാണെന്ന് ചോദിക്കുമ്പോൾ അത് ഡ്രൈവർമത്തായി ഇട്ടതാണെന്നാണ് പറഞ്ഞുകൊടുക്കുന്നത്.

നാനൂറ്റി പതിനാല് - സമീപദൃശ്യം

അജയൻ, എവിടന്നാ രാമൻനായരേ ഈ മുട്ടയെല്ലാം കൂടെ?'

രാമൻനായർ, അതോ? നമ്മടെ ഡ്രൈവർ മത്തായി ഇട്ടതാ-'

"ങ്ഹേ!'അജയന് അതങ്ങനെ വിശ്വാസമായില്ല, മത്തായിച്ചനോ? ചുമ്മാ-'

രാമൻനായർ ഉറപ്പിച്ചുപറഞ്ഞു, അതേന്നേ, കുഞ്ഞ് ദേണ്ട് അങ്ങോട്ട് നോക്കിയേ-'

അജയൻ മേലേക്ക് നോക്കി

നാനൂറ്റിപ്പതിനാറ് - മധ്യദൂരദൃശ്യം

മുകളിൽ, കുറുകെയുള്ള ഉത്തരത്തിൽ ഒരു കറുത്ത പിടക്കോഴി ഇരിക്കുന്നു.

നാനൂറ്റിപ്പതിനേഴ് - സമീപദൃശ്യം

അജയൻ സാകൂതം നോക്കിനിന്നു. ഡ്രൈവർമത്തായിയാണ് കോഴിയുടെ രൂപത്തിൽ അവിടെയിരുന്നതെന്ന് അജയൻ ശരിക്കും വിശ്വസിച്ചതുപോലെയാണ് അവന്റെ പിന്നീടുള്ള നീക്കങ്ങൾ.

നാനൂറ്റിപ്പതിനെട്ട് - സമീപദൃശ്യം

അജയൻ അതിശയപൂർവ്വം നോക്കിനിൽക്കെ മുകളിൽ നിന്ന് അതാ ഒരു മുട്ട താഴേക്ക്.

അത് അജയന്റെ മുഖത്തിനുമുമ്പിലൂടെ താഴേക്ക്. താഴെ വീണില്ല, അതിനുമുമ്പ് രാമൻനായർ അത് കൈയെത്തിപ്പിടിച്ചു.

നാനൂറ്റിയിരുപത് - സമീപദൃശ്യം

മുട്ടയിട്ട ആശ്വാസത്തിൽ കോഴി താഴേക്ക് തിരിച്ചും മറിച്ചും നോക്കി.

നാനൂറ്റിയിരുപത്തിയൊന്ന് - സമീപദൃശ്യം

ഒരു ജാലവിദ്യക്കാരന്റെ കൈയ്യടക്കത്തോടെ കൈയ്യിൽ മുട്ടയുമായി രാമൻനായർ ഗുണദോഷിച്ചു, "ഹൊ, ഇപ്പം മുട്ട താഴെപ്പോയേനെയല്ലോ-'

തുടർന്നയാൾ മേലേക്കുനോക്കി ചോദിച്ചു, എടോ, മത്തായീ-'

നാനൂറ്റിയിരുപത്തിരണ്ട് - സമീപദൃശ്യം

മുകളിലിരുന്ന കോഴിയോടായി അയാൾ തുടർന്നു, തനിക്ക് പറഞ്ഞിട്ടിട്ടുടായിരുന്നോ മുട്ട?(642).

അജയൻ സംശയത്തോടെ ഡ്രൈവർമത്തായിയുടെ കാർഷെഡ്ഡിനടുത്തേക്ക് ഓടി. എന്നാൽ അവിടെ അയാളുണ്ടായിരുന്നില്ല. മിത്തുകളുടെയും പ്രതീകങ്ങളുടെയും ലോകത്ത് വളരുന്ന വ്യക്തിയിൽ നിഗൂഢമായ മാനസികഭാവങ്ങൾ ഉടലെടുക്കുന്നുവെന്നതിന് അജയൻ തെളിവാകുന്നു. യക്ഷിക്കഥകളും പിശാചിന്റെ കഥകളുമാണ് അജയന്റെ സംരക്ഷകരായ വൃദ്ധർ അവനെ പറഞ്ഞുകേൾപ്പിച്ചിരുന്നത്. അതുകൊണ്ട്തന്നെ അയഥാർത്ഥമായ ലോകത്തെ പുനഃസൃഷ്ടിക്കുന്നതിനും ഭാവനാലോകത്ത് വിഹരിക്കുന്നതിനും അവന് എളുപ്പം കഴിയുന്നു, അതിൽ അവൻ തന്റെ നഷ്ടങ്ങളെയും മോഹഭംഗങ്ങളെയും വിലയിപ്പിക്കുകയും ചെയ്യുന്നു.

വ്യക്തികൾ സമൂഹത്തിന്റെ വർഗ്ഗപ്രതിനിധികളാണ്. അയാൾ നല്ലവനാണോ ചീത്തയാണോ എന്ന് നിശ്ചയിക്കുന്നതും നിർണയിക്കുന്നതും സമൂഹവുമായുള്ള അവന്റെ ഇടപെടലുകളിലൂടെയാണ്. എന്നാൽ ചുറ്റുപാടും പരിതഃസ്ഥിതികളും കൂട്ടുകാരും അധ്യാപകരുമടങ്ങുന്ന സമൂഹം അയാളെ രൂപപ്പെടുത്തിയെടുക്കുന്നുണ്ട്. സാമൂഹികജീവിതത്തിൽ അംഗീകരിക്കപ്പെടുകയും പരിഗണിക്കപ്പെടുകയും ചെയ്യുക എന്നത് ഓരോ വ്യക്തിയും ആഗ്രഹിക്കുന്ന കാര്യമാണ്.

മുഖാമുഖം

സമൂഹത്തിന്റെ അപചയം വ്യക്തിയെ ഹനിക്കുന്നതുപോലെ പ്രസ്ഥാനത്തിന്റെ തകർച്ചയും, ആ പ്രസ്ഥാനത്തിന്റെ അനുഭാവിയെ അന്യവൽക്കരണത്തിലേക്കും നിസംഗതയിലേക്കും നയിക്കുമെന്ന കാഴ്ചപ്പാടാണ് 'മുഖാമുഖം' (1984) എന്ന ചിത്രത്തിലൂടെ അടൂർ വിനിമയം ചെയ്യുന്നത്. സാമൂഹ്യനൻമയെ മാത്രം ലക്ഷ്യം കണ്ടുകൊണ്ട് സമത്വ സുന്ദരമായ ഒരു നവലോകം സ്വപ്നം കണ്ട്, മാർക്സും ഏംഗൽസും വിഭാവനം ചെയ്ത തത്വശാസ്ത്രങ്ങളിൽ ആകൃഷ്ടനായി സാമൂഹ്യപ്രവർത്തനം നടത്തിയ ആളാണ് ശ്രീധരൻ. അന്നത്തെ പ്രവർത്തനം ത്യാഗത്തിന്റെയും നിസ്വാർത്ഥതയുടെയുമായിരുന്നു. എന്നാൽ പ്രസ്ഥാനം സാമൂഹ്യപ്രതിബദ്ധതയില്ലാത്തവരുടെയും സ്വാർത്ഥതാൽപര്യമുള്ളവരുടെയും കൈകളിലായപ്പോൾ ഭീകരമായ അപചയം സംഭവിക്കുന്നു. അധികാരത്തിലേക്കുള്ള പ്രയാണത്തിനിടയിൽ പ്രഖ്യാപിതനയങ്ങളെയും തത്വശാസ്ത്രങ്ങളെയും മറന്നുപോകുന്നു. അസ്തിത്വം നശിക്കുന്നു. ഇത്തരമൊരു അവസ്ഥയുടെ പ്രതിനിധാനമാണ് ശ്രീധരൻ. സമൂഹത്തിൽ ഏറെ ചർച്ച ചെയ്യപ്പെടുകയും ചലനങ്ങൾ സൃഷ്ടിക്കുകയും ചെയ്ത കമ്മ്യൂണിസ്റ്റ് വിപ്ലവപ്രസ്ഥാനം അതിന്റെ ലക്ഷ്യസാക്ഷാത്കാരം നേടാതെയാണ് പോയത്.

വ്യവസ്ഥയുടെയും അധികാരപ്രയോഗത്തിന്റെയും അംസബന്ധത, പ്രസ്ഥാനങ്ങൾക്ക് സംഭവിക്കുന്ന മൂല്യച്യുതി, വിഡ്ഢികളാക്കപ്പെടുന്ന ജനത തുടങ്ങി സാമൂഹ്യ-രാഷ്ട്രീയരംഗത്തെ ന്യൂനതകളെ അവതരിപ്പിക്കുവാനാണ് മുഖാമുഖം ശ്രമിച്ചത്. അവസരവാദപരമായ രാഷ്ട്രീയനിലപാടുകളും അഴിമതിയും കൊണ്ട് സമൂഹം ജീർണ്ണിക്കുമ്പോൾ വ്യക്തികൾ നിരാശാബോധത്തിലേക്കും അലസതയിലേക്കും കൂപ്പുകുത്തുന്നു. ഒരു വ്യക്തിയും അയാളുടെ ഇമേജും തമ്മിലുള്ള അനിവാര്യമായ സംഘട്ടനത്തിന്റെ കഥയാണ് മുഖാമുഖം. സമൂഹമനസാക്ഷിയിൽ ഒളിഞ്ഞിരിക്കുന്ന ശ്രീധരൻ എന്ന വിപ്ലവകാരിയെ ചികയുകയാണ് സംവിധായകൻ. ചൂഷിതരായ മനുഷ്യരുടെ ദുരിതങ്ങൾ സ്വയമേറ്റെടുത്ത് ശക്തനായ നേതാവായിരുന്ന ശ്രീധരൻ പൊടുന്നനെ തിരോധാനം ചെയ്യപ്പെടുകയും പത്ത് വർഷങ്ങൾക്കുശേഷം തന്നെ ആരാധിക്കുന്ന ജനങ്ങളിലേക്ക് തിരിച്ചെത്തുകയും ചെയ്യുന്നു. എന്നാൽ മുമ്പത്തെ ശ്രീധരന്റെ നിഴൽമാത്രമായിരുന്നു പുതിയ ശ്രീധരൻ. നാട്ടുകാരുടെ പ്രതീക്ഷകളെ തകർത്തുകൊണ്ടാണ് ശ്രീധരൻ മടങ്ങിയെത്തിയത്. സുഖസൗകര്യങ്ങളെക്കുറിച്ച് വേവലാതിപ്പെടാതിരുന്ന, സമൂഹത്തിന്റെ ഉത്കർഷമാത്രം ആഗ്രഹിച്ച

വ്യക്തിപ്രഭാവനായിരുന്ന ശ്രീധരൻ മദ്യത്തിലും ഉറക്കത്തിലും മാത്രം താല്പര്യം കാണിച്ചു. കാലത്തിന്റെ ചരിത്രമാണ് അടൂർ മുഖാമുഖത്തിൽ അവതരിപ്പിച്ചത്. ശ്രീധരൻ കമ്മ്യൂണിസ്റ്റ് പ്രസ്ഥാനത്തിന്റെ പ്രതിനിധാനമാവുന്നു.ഒളിവിൽ പോകുന്ന സഖാവ് ശ്രീധരൻ ജനതയിൽ നിന്നും അകന്നുപോകുന്ന പ്രസ്ഥാനം തന്നെയാകുന്നു.

സാമൂഹ്യജീവിതത്തിൽ നമ്മുടെ വ്യക്തിബന്ധങ്ങളെയും ദൈനംദിന വ്യവഹാരങ്ങളെയും സവിശേഷമായി രൂപപ്പെടുത്തുന്നത് അധികാരവ്യവസ്ഥയാണ്. സമൂഹത്തിൽ നമ്മുടെ ജീവിതരീതി നിർണയിക്കുന്നത് അധികാരവ്യവസ്ഥയുടെ രൂപങ്ങളാണെന്ന് പറയാം. ഒരുതരത്തിലുള്ള അധികാരരൂപങ്ങളും പ്രകടിപ്പിക്കാത്ത സമൂഹം എന്നത് സങ്കല്പിക്കാനാവില്ല. ഓരോ ജീവിതവും 'അധികാരം' എന്ന പ്രതിഭാസം അനുഭവിച്ചുകൊണ്ടിരിക്കുമ്പോഴും വ്യക്തവും സൂക്ഷ്മവുമായി അധികാരത്തെ നിർവചിക്കുക എളുപ്പമല്ല. കുടുംബം, മതം, തൊഴിൽ, ഭരണം എന്നിങ്ങനെ സമൂഹത്തിലെ എല്ലാ സ്ഥാപനങ്ങളുടെയും പ്രവർത്തനങ്ങൾ അധികാരം എന്ന സങ്കല്പത്തിന്റെ ഇടപെടലുകളിലൂടെയാണ് പ്രവർത്തിക്കുന്നത്. പ്രാചീനഗ്രീക്ക്സിറ്റിസ്റ്റേറ്റുകൾ മുതൽ പുതിയ സാമ്രാജ്യത്വകാലം വരെ എത്തിനിൽക്കുന്ന സമൂഹപരിണാമത്തിൽ വ്യക്തിയും മതവും കുടുംബവും ഭരണവും യുദ്ധങ്ങളും സ്വാതന്ത്ര്യസമൂഹ സങ്കല്പങ്ങളും ഒക്കെ അധികാരത്തോടുള്ള കീഴടങ്ങലോ സമരസപ്പെടലോ അല്ലെങ്കിൽ പ്രതിരോധ പ്രവർത്തനങ്ങളോ ഒക്കെയാണ്.

ഒരു സാമൂഹ്യവർഗ്ഗത്തിന് തങ്ങളുടെ പ്രത്യേക താല്പര്യങ്ങളെ തിരിച്ചറിയാനുള്ള കഴിവാണ് അധികാരമെന്ന് സാമാന്യമായി പറയാം. രാഷ്ട്രീയവും പ്രത്യയശാസ്ത്രപരവുമായ വർഗ്ഗതാല്പര്യങ്ങൾ നിശ്ചിത സമൂഹത്തിന് ഉണ്ടായിരിക്കും. വർഗ്ഗപ്രയോഗങ്ങളുടെ വ്യത്യസ്തതലങ്ങളിൽ അധികാരം കാണപ്പെടുന്നു. മുതലാളിത്ത അധികാരവ്യവസ്ഥയിൽത്തന്നെ ഘടനയുടെയും പ്രയോഗങ്ങളുടെയും വിവിധതലങ്ങളായി സാമ്പത്തികവും രാഷ്ട്രീയവും ആദർശാത്മകവുമായ മേഖലകളിൽ വർഗ്ഗതാല്പര്യങ്ങൾ കാണാനാവും. രാഷ്ട്രത്തിനുള്ളിലെ വിവിധമേഖലകൾ, സ്ഥാപനങ്ങൾ, ഉദ്യോഗസ്ഥശ്രേണികൾ, സ്വകാര്യമാധ്യമങ്ങൾ, വാണിജ്യസ്ഥാപനങ്ങൾ എന്നിവയൊക്കെ തമ്മിലുള്ള ബന്ധങ്ങളുടെ വ്യവസ്ഥയിലാണ് അധികാരം പ്രവർത്തിക്കുന്നത്.

വിധേയൻ

അധികാരം വ്യക്തിയെ അടിച്ചമർത്തുകയല്ല, ഉല്പാദിപ്പിക്കുകയാണ് ചെയ്യുന്നതെന്ന് 'വിധേയനിലെ പട്ടേലർ-തൊമ്മി ബന്ധം

ദൃശ്യപ്പെടുത്തുന്നുണ്ട്. കേരളത്തിനു തൊട്ടടുത്ത തെക്കൻ കർണ്ണാടക പ്രദേശത്തെ തദ്ദേശവാസിയായ ഭൂവുടമയും (പട്ടേലർ) കുടിയേറ്റക്കാര നായ തൊമ്മിയുമായുള്ള ബന്ധത്തിലെ വൈരുദ്ധ്യമാണ് സിനിമയിലെ പ്രധാനപ്രമേയം. അടിയാനെയും അടിയാത്തിയെയും ഏതുരീതിയിലും ഉപയോഗിക്കുകയും പീഢിപ്പിക്കുകയും ചെയ്യുന്ന നിഷ്ഠുരൻമാരായ ജൻമി കളുടെ ബിംബങ്ങൾ ഫ്യൂഡലിസത്തെക്കുറിച്ചുള്ള കഥകളിലൊക്കെ പ്രചാരത്തിലുണ്ട്. പൗരുഷത്തിന്റെ രണ്ടു വിരുദ്ധമുഖങ്ങളാണ് പട്ടേല രിലും തൊമ്മിയിലും ആരോപിക്കപ്പെടുന്നത്. ആധിപത്യത്തിന്റെയും വിധേയത്വത്തിന്റെയും പരസ്പരപൂരകമായ ചക്രം പോലെയാണ് രണ്ട് വ്യക്തികളുടെ ബന്ധം ഉടലെടുക്കുന്നത്. അടക്കി ആധിപത്യം സ്ഥാ പിക്കാനുള്ള പട്ടേലരുടെ ത്വര മുഴുവൻ സാക്ഷാത്കരിക്കപ്പെടുന്നത് തൊമ്മിയെ തന്റെ വിധേയനായി ലഭിക്കുന്നതിലൂടെയാണെന്ന് ജി.പി. രാമചന്ദ്രൻ നിരീക്ഷിക്കുന്നുണ്ട് (1998:70).

1960-കളുടെ തുടക്കത്തിൽ നടക്കുന്ന കഥയാണ് സക്കറിയയുടെ 'ഭാസ്കരപട്ടേലരും എന്റെ ജീവിതവും എന്ന ലഘുനോവലിന്റെ ചലച്ചിത്രഭാഷയായ വിധേയൻ. കേരളത്തിലെ തൊഴിലില്ലായ്മയും ഭക്ഷ്യക്ഷാമവും കൊണ്ട് കൂടുതൽ മെച്ചപ്പെട്ട അവസരത്തിനായി അയൽസംസ്ഥാനങ്ങളിലേക്കു കുടിയേറിയ ക്രിസ്ത്യാനികളുടെ കൂടെ തൊമ്മിയും, ഭാര്യ ഓമനയും തെക്കൻ കർണാടകത്തിൽ എത്തുന്നു. നികുതി പിരിച്ചെടുക്കാൻ ബ്രിട്ടീഷുകാർ നിയോഗിച്ച പട്ടേലർമാരിൽ ഒരാളാണ് ഭാസ്കരപട്ടേലർ. തൊമ്മിയും ഭാര്യയും വരുന്ന സമയത്ത് പട്ടേലർക്ക് നിയമപരമായ അധികാരങ്ങളൊന്നുമുണ്ടായിരുന്നില്ല. എന്നാൽ ശിങ്കിടികളായ മല്ലൻമാരുടെയും മറ്റും സഹായത്തോടെ ചുറ്റുമുള്ളവരെ ദ്രോഹിക്കുന്ന പതിവ് അയാൾ തുടരുന്നു. തൊമ്മിയെ പേടിപ്പിച്ച് അയാളെ തന്റെ വിനീതനായ ദാസനാക്കി മാറ്റാനും അവന്റെ ഭാര്യയിൽ അധികാരം സ്ഥാപിക്കാനും പട്ടേലർക്ക് കഴിയുന്നു.

അധികാരത്തിന്റെ ഉപാധികളായ അനുനയവും അടിച്ചമർത്തലുമ ടക്കം എല്ലാം വ്യക്തിസ്വത്വനിർമ്മിതിയിൽ വലിയ പങ്കുവഹിക്കുന്നുണ്ട്. കബളിപ്പിക്കുകയും മർദ്ദിക്കുകയും ചെയ്യുന്നതിനേക്കാൾ ഫലപ്രദ മായി തൃഷ്ണയെ ചിട്ടപ്പെടുത്തുന്നതിലൂടെയാണ് ഇത് സാധിക്കുന്നത്. തൊഴിലന്വേഷിച്ചുവന്ന തൊമ്മിക്ക് കള്ളുഷാപ്പിൽ ജോലിയും ഭാര്യ ഓമനയ്ക്ക് ഉണ്ണാനും ഉടുക്കാനും കൊടുക്കുകയും ചെയ്യുന്നതിലൂടെ അധികാരത്തിന്റെ സ്വാതന്ത്ര്യം കാണിക്കാൻ പട്ടേലർക്കാവുന്നു. വളരെ സങ്കീർണവും സൂക്ഷ്മവുമായ പ്രക്രിയയിലൂടെ നിരന്തരം ഉല്പാദി പ്പിക്കപ്പെടുന്ന വ്യക്തികളിലൂടെയാണ് സാമൂഹിക-രാഷ്ട്രീയ ഘടനകൾ

പ്രവർത്തനക്ഷമമാകുന്നത്. സൃഷ്ടിക്കപ്പെട്ടുകഴിഞ്ഞ വ്യക്തിയെ പുനർനിർമ്മിക്കപ്പെട്ടുമ്പോൾ അധികാരമെന്നത്, വ്യക്തികളെ അതിന്റെ ഘടനകളിലേക്ക് സ്വാംശീകരിക്കുന്നതിന് നടത്തുന്ന ബാഹ്യസമ്മർദ്ദങ്ങളുടെ പ്രശ്നമായി പരിമിതപ്പെടുന്നു.

കാലഹരണപ്പെട്ട അധികാരവ്യവസ്ഥയുടെ പ്രതീകങ്ങളോടെയാണ് ചിത്രത്തിന്റെ തുടക്കം. വളരെ യാദൃശ്ചികമായാണ് തൊമ്മി, പട്ടേലരുടെ കണ്ണിൽപ്പെടുന്നത്. ഇവിടെ വാടാന്നും പറഞ്ഞ് തൊമ്മിയെ വിളിക്കുന്ന പട്ടേലർ തുടർന്ന് അപഹാസ്യമായ തെറിവാക്കുകളാണ് ഉപയോഗിക്കുന്നത്. പട്ടേലരുടെ തൊഴിയേറ്റ നിലത്തുവീണ അവന്റെ മുഖത്തേക്ക് കാർക്കിച്ചുതുപ്പിക്കൊണ്ട് അവനിൽ അടിമയുടെ കിരീടം ചാർത്തിക്കൊടുക്കുന്നു. അധികാരത്തിന്റെ കരുക്കളും ഗൂഢനീക്കങ്ങളും സംവിധായകൻ വ്യംഗ്യമായി അവതരിപ്പിക്കുന്നുണ്ട്. ആദ്യം ഇരയെ ശാരീരികമായി കീഴടക്കുന്നു. സെൻട്രൽ ജയിലിലേക്ക് ഒരു കുറ്റവാളിയെ പ്രവേശിപ്പിക്കുമ്പോൾ മർദ്ദിച്ചൊതുക്കുന്നതുപോലെ ഇനി നീ സ്വതന്ത്രനല്ല, അടിമയാണ് എന്ന ധ്വനിയോടെയാണ് പട്ടേലർ തൊമ്മിയെ പെരുമാറുന്നത്. സ്ത്രീകളെ ബലാത്സംഗം ചെയ്തുകൊണ്ടാണ് യുദ്ധത്തിലെ വിജയികൾ അവരുടെ അധികാരപ്രഖ്യാപനം നടത്തിയിരുന്നത്. അതുപോലെ പരാജിതനായ തൊമ്മിയുടെ ഭാര്യയെ പട്ടേലർ ആദ്യം ബലാത്സംഗം ചെയ്യുകയും തുടർന്ന് തന്റെ വെപ്പാട്ടിയാക്കി മാറ്റുകയും ചെയ്യുന്നു.

വിറകുകൊണ്ടുപോകുന്ന കർഷകസ്ത്രീയെ ബലമായി പിടിച്ച് പാറക്കെട്ടുകൾക്കപ്പുറം പോയി ബലാത്സംഗം ചെയ്യുന്ന പട്ടേലർക്കു കാവൽനിൽക്കുന്ന തൊമ്മിയെയാണ് പിന്നീട് കാണുന്നത്. പട്ടേലരുടെ തോക്ക് -തനിക്കൊതുങ്ങാത്ത തോക്ക് -പലരീതിയിൽ പിടിച്ചുനോക്കുന്നു. അശരണരുടെ നിലവിളി കേട്ടിട്ടെന്നവണ്ണം അയാൾ അങ്ങോട്ടു തോക്കുചൂണ്ടുന്നു. പക്ഷേ കൈ അറിയാതെ താണുപോകുന്നു. വിവിധ വികാരങ്ങളോടെ നിന്ന തൊമ്മിയുടെ മേൽ ആ അനാഥസ്ത്രീയുടെ വിലാപങ്ങൾ വന്നുപതിച്ചില്ലാതാവുന്നു (2012:845).

ഒളിച്ചോടിയ ഭാര്യയെയും കാമുകനെയും അവരെ പിടികൂടി കൊണ്ടുവരുന്ന ഭർത്താവിനെയും പട്ടേലർ നേരിട്ടു കൈകാര്യം ചെയ്ത് കേസ് തീർപ്പാക്കുമ്പോൾ തൊമ്മി മാപ്പുസാക്ഷിയായി രംഗത്തുണ്ട്. ഒരക്ഷരം എതിരായി പറയാൻ അയാൾക്കു കഴിയുന്നില്ല. യഥാർത്ഥത്തിൽ പട്ടേലരും തൊമ്മിയും അവന്റെ ഭാര്യയും തമ്മിൽ ഇത്തരമൊരു ബന്ധമാണ് നിലനിൽക്കുന്നത്. മനഃസാക്ഷി മരവിച്ച തൊമ്മിക്ക് എതിർത്തൊന്നും പറയുവാനാവുന്നില്ല.

ചോദ്യങ്ങളില്ലാതെ സ്വീകരിക്കപ്പെട്ടപ്പോൾ അധികാരം എന്നത് അടിച്ചമർത്തൽ സ്വഭാവമുള്ളതായി മാറി. ജനാധിപത്യരാജ്യത്തും ഇത്തരത്തിൽ സംഭവിക്കുന്നുണ്ട്. ഇന്ത്യക്കാരുടെ മനസ്സിൽ വിധേയത്വമനോഭാവം ഉള്ളതുകൊണ്ടാണ് ഇന്ത്യ പൂർണ്ണമായ ജനാധിപത്യമാവാത്തത് എന്ന് അടൂർ അഭിപ്രായപ്പെടുന്നു (രവീന്ദ്രൻ, 2007:188). മറ്റുള്ളവരുടെ ജീവിതത്തിനുമേൽ അധികാരം പ്രയോഗിക്കാനുള്ള സ്വാഭാവികമായ അവകാശം തനിക്ക് ഉണ്ടെന്ന് പട്ടേലരെപ്പോലുള്ളവർ കരുതുന്നു. അതുപോലെതന്നെ അധികാരപ്രയോഗത്തിന്റെ കീഴിൽകിടന്ന് ഞെരുങ്ങാനുള്ള തൊമ്മിയുടെ നിയോഗവും പൂർത്തിയാവുന്നത് പട്ടേലരുടെ അടിയമയാവുമ്പോഴാണ്. പുരാണങ്ങളിൽ ശാപമോക്ഷം കിട്ടി സ്വതന്ത്രനാവുന്നതിനുമുമ്പ് അനുഭവിച്ചുതീർക്കേണ്ട കഷ്ടജീവിതം പോലെയാണ് തൊമ്മി, തന്റെ വിധേയത്വകാലം ജീവിച്ചുതീർക്കുന്നത്.

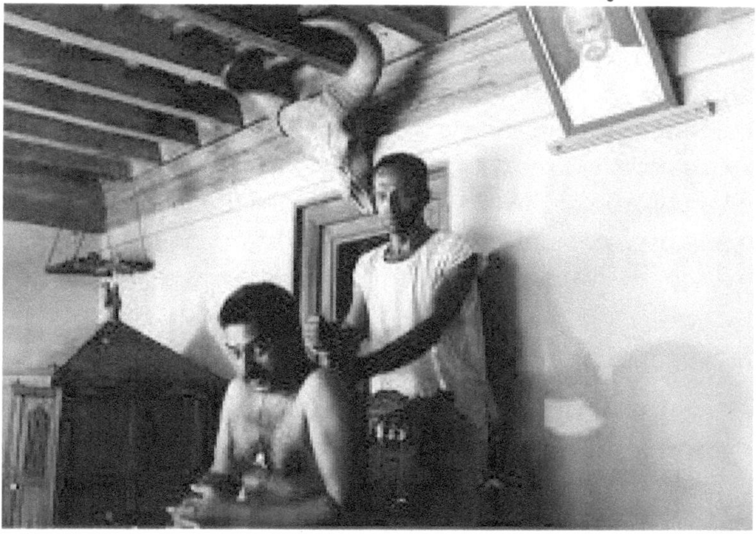

പട്ടേലരുടെ ദുഷ്പ്രവൃത്തികളെ എതിർത്തിരുന്ന ഒരേയൊരുവ്യക്തി അയാളുടെ ഭാര്യയായ സരോജയാണ്. അവളുടെ ഉപദേശ കേട്ടു ഞാനു മടുത്തു'എന്ന കാരണം പറഞ്ഞുകൊണ്ട് ഭാര്യയെ കൊല്ലാൻ അയാൾ കാരണം കണ്ടെത്തുന്നു. അധികാരവർഗ്ഗത്തിനെ തിരുത്താൻ ഇത്തരം ശക്തികൾ (പട്ടേലരുടെ ഭാര്യ) ഇല്ലെങ്കിൽ ഏകാധിപതികളുടേതായ ലോകമായി ഇവിടം മാറുന്നു. ഫാസിസവും ജനാധിപത്യവും തമ്മിലുള്ള വലിയ അന്തരം ഇത്തരം തിരുത്തൽശക്തികളാണെന്ന് ചിത്രം നമ്മെ ഓർമ്മപ്പെടുത്തുന്നു.

കുടുംബത്തിലും സമൂഹത്തിലും അസ്തിത്വമുള്ള കഥാപാത്രമായാണ് അടൂർ സരോജയെ അവതരിപ്പിക്കുന്നത്. ക്രൂരനായ ഭർത്താവിന്റെ മനഃസാക്ഷിയാണവൾ. അതുകൊണ്ടാണ് അവളെ കൊന്നപ്പോൾ അയാൾ കുറ്റബോധത്താൽ ഉഴലുന്നത്. സരോജയെ പട്ടേലർ കൊല ചെയ്തതിനെ തുടർന്ന് അവളുടെ ബന്ധുക്കൾ അയാളെ പിന്തുടർന്ന് കൊല്ലുന്നു. ഒളിവിൽപോകുന്ന പട്ടേലർക്ക് കൂട്ടായി ഭക്ഷണപൊതിയുമേന്തി തൊമ്മിയും ഉണ്ട്. ഈ സന്ദർഭത്തിൽ ഉടമയും അടിമയും സമൻമാരാകുന്ന കാഴ്ചയാണ് കാണുന്നത്. ഒരേ ഇലയിൽ ഒരേ ഭക്ഷണം കഴിച്ച് പരസ്പരം വേദനകൾ പങ്കിടുന്നു. തൊമ്മിയുടെ അടിമത്തം ധാർമ്മികമായ അധഃപതനത്തിന്റെ ഫലമായിരുന്നു. കുറ്റബോധം അയാളെ വിടാതെ പിൻതുടരുന്നുണ്ട്. ഒടുവിൽ അയാൾക്കുണ്ടാകുന്ന രക്ഷപ്പെടൽ ആ മനഃസാക്ഷിയുടെ ഉയിർത്തെഴുന്നേൽപിന്റെ ഫലമാണ്. സ്ഥാപനവൽക്കരിക്കപ്പെടുന്ന സമ്പ്രദായങ്ങളുടെയും അയഥാർത്ഥമായ സുരക്ഷാബോധത്തിന്റെയും അടിമയാണ് പട്ടേലർ. അത് അജ്ഞതകൊണ്ടും മനഃസാക്ഷിയെ ചിന്തിക്കാൻ അനുവദിക്കാത്തത് കൊണ്ടും ഉണ്ടാവുന്നതാണത്. അവസാന രംഗത്തിൽ പാറക്കെട്ടുകളിൽ തട്ടിത്തെറിച്ച് കുതിച്ചൊഴുകുന്ന പുഴ സ്വാതന്ത്യത്തിന്റെകൂടി കാഴ്ചയാകുന്നു. പട്ടേലരുടെ വിറങ്ങലിച്ച കൈയ്യിൽ നിന്നും തോക്ക് വിടുവിച്ചെടുത്ത് തൊമ്മി ദൃഢനിശ്ചയത്തിലെന്നോണം വെള്ളത്തിലേക്കെറിയുന്നു. അധികാരത്തിന്റെ സ്വകാര്യ അഹങ്കാരമായ തോക്ക് നശിപ്പിക്കുന്നതോടുകൂടി തൊമ്മിയുടെ സ്വാതന്ത്ര്യത്തിന്റെയും വ്യക്തിത്വത്തിന്റെയും ഉയിർത്തെഴുന്നേല്പാവുന്നു.

ലൈംഗികത, ലിംഗപദവി, സദാചാരം

ആധുനികതയുടെ തുടർച്ചയിലാണ് ലൈംഗികത എന്ന പദത്തിന് വ്യവഹാരങ്ങളിൽ സ്ഥാനം കിട്ടുന്നത്. ആധുനികത മനുഷ്യകേന്ദ്രീകൃതമായതിനാൽ ലൈംഗികത എന്ന വ്യവഹാരം മനുഷ്യലൈംഗികതയെ മാത്രമാണ് പരാമർശിച്ചിരുന്നത്. ശരീരം പാപമായതുകൊണ്ടുതന്നെ ശാരീരികമായ ലൈംഗികതയും പാപമാണെന്ന് കരുതിയിരുന്ന പരമ്പരാഗത മതബോധത്തിൽ നിന്നുള്ള കുതറൽ ആയിട്ടാണ് ആധുനികത സെക്ഷ്വാലിറ്റിയെക്കുറിച്ച് യാതൊരുമറയുമില്ലാതെ സംസാരിച്ചുതുടങ്ങിയത്. ലൈംഗികത ഇന്നുപയോഗിക്കുന്ന അർത്ഥത്തിലെത്തിച്ചേർന്നത് വളരെ ചുരുങ്ങിയ കാലയളവിലാണ്. ഇന്ന് ഒരു വ്യക്തിയെ സംബന്ധിക്കുന്ന എല്ലാ വ്യവഹാരങ്ങളിലും അയാളുടെ 'ലിംഗം' പ്രധാനഘടകമായിത്തീർന്നിരിക്കുന്നു. ശരീരത്തിൽനിന്ന് വ്യക്തിയിലേക്കും വ്യക്തിയിൽനിന്ന് പൗരപദവിയിലേക്കും ഉള്ള സാമൂഹിക സാംസ്കാരിക

രാഷ്ട്രീയ പരിണാമമായി അത് വളർന്നിരിക്കുന്നു. രതിക്രിയ എന്ന അർത്ഥത്തിൽ നിന്നും മനുഷ്യരെ അവരുടെ സമസ്തവുമായി ഘടിപ്പിക്കുന്ന ഒരു കണ്ണാടിയായി സെക്ഷ്വാലിറ്റി എന്ന സങ്കല്പം മാറിക്കഴിഞ്ഞു.

'ലിംഗശബ്ദത്തിന് ശബ്ദതാരാവലിയിൽ ചിഹ്നം (പുരുഷചിഹ്നം), അടയാളം, ലൈംഗികശാസ്ത്രം എന്നിങ്ങനെയാണ് അർത്ഥങ്ങൾ കൊടുത്തിരിക്കുന്നത്. സംസ്കൃതത്തിൽ ലിംഗശബ്ദത്തിന് സർവ്വവ്യാപിയായ ഈശ്വരൻ എന്നൊരു അർത്ഥം കൂടി കല്പിച്ചുകാണുന്നു (ഗീത, 2017 :129). മലയാളത്തിലെ പ്രസിദ്ധ വൈയാകരണൻമാർ 'ലിംഗശബ്ദത്തെ പലരീതിയിൽ നിർവ്വചിച്ചിട്ടുണ്ട്. ജോർജ്ജ് മാത്തനും കേരളപാണിനിയുമൊക്കെ നാമത്തെ വിഭജിക്കുമ്പോൾ പുല്ലിംഗശബ്ദത്തിന് പരമപ്രാധാന്യം കല്പിച്ചു. പെണ്ണിൽ ലിംഗമില്ലാതിരിക്കുകയും നപുംസകത്വത്തിൽ ലിംഗം നിർജ്ജീവമായിരിക്കുകയും ചെയ്യുന്നു. ലൈംഗികത എന്ന പദത്തിന്റെ നിഷ്പത്തി ലിംഗസംബന്ധമായിരിക്കെ, ലിംഗം ഇല്ലാത്തവർക്ക് എങ്ങനെയാണ് ലിംഗസംബന്ധമായ ലൈംഗികത ഉണ്ടാവുക എന്ന് ഗീത നിരീക്ഷിക്കുന്നുണ്ട്. ആണേതര വ്യക്തിത്വങ്ങളെ അപ്രസക്തമാക്കിക്കൊണ്ടും അവയെ ഒന്നാകെ ആണിൽ മാത്രമായി ഉള്ളടക്കിക്കൊണ്ടും രൂപപ്പെട്ട ഒരു പ്രയോഗമായി അവർ ലൈംഗികതയെ കാണുന്നു (131).

ആധുനിക പുരുഷമേധാവിത്വ സാമൂഹ്യ-കുടുംബവ്യവസ്ഥയിലേക്കുള്ള മാറ്റം സ്വാഭാവികവൃത്തിയായ ലൈംഗികതയെ കപടവും നിശിതവുമായ സദാചാരചട്ടക്കൂട്ടിനുള്ളിലൊതുക്കി. വിക്ടോറിയൻ അണുകുടുംബമൂല്യങ്ങളുടെ ലംഘനം, വിവാഹേതര ലൈംഗികബന്ധങ്ങൾ, സ്വവർഗരതി തുടങ്ങിയ വഴുതിമാറലുകളെയെല്ലാം സദാചാര വിരുദ്ധതയായി കണക്കാക്കാൻ തുടങ്ങിയതോടെ സ്ത്രീകൾ കുടുംബഘടനയ്ക്കുള്ളിൽ കർക്കശമായ നിയന്ത്രണങ്ങൾക്ക് വിധേയമായി. പത്തൊമ്പതാം നൂറ്റാണ്ടിന്റെ അവസാനകാലത്തുണ്ടായ ലൈംഗികശാസ്ത്രത്തിന്റെ വളർച്ച ലൈംഗികതയെ അടിസ്ഥാനമാക്കി പുതിയ വൈദ്യശാസ്ത്രവ്യവഹാരഭാഷ തന്നെ ഉണ്ടാക്കുന്നതായി മിഷേൽ ഫൂക്കോ അഭിപ്രായപ്പെടുന്നുണ്ട് (1979:21). മൗലികവും വ്യതിരിക്തവുമായ ശാരീരിക ലൈംഗികചോദനകളെ ഇത്തരത്തിൽ അറിവും അധികാരവുമായി ബന്ധപ്പെടുത്തി നിഷേധാത്മകമായി വ്യാഖ്യാനിക്കുകവഴി ഇവയൊക്കെ മാറ്റിനിർത്തുന്നതിനും നിയന്ത്രിക്കുന്നതിനും എളുപ്പമായി. സ്ത്രീ/പുരുഷൻ, പൊതു/സ്വകാര്യം, സ്വാഭാവികം/അസ്വാഭാവികം, വൈകാരികം/യുക്തിഭദ്രം തുടങ്ങിയ വിരുദ്ധദ്വന്ദങ്ങളിലൂടെയുള്ള വിഭജനം ഒന്നിനെ മേലാളവും മറുവശത്തുള്ളതിനെ കീഴാളവുമാക്കി. ഇത്തരം പാർശ്വവൽക്കരണ ചൂഷണതന്ത്രങ്ങൾ മുതലാളിത്തം, ആൺകോയ്മ തുടങ്ങിയ ആധിപത്യ

പ്രത്യയശാസ്ത്രങ്ങളുടെ നിയന്ത്രണായുധങ്ങളായി. ജീവശാസ്ത്രപരായി നോക്കുമ്പോൾ വിശപ്പും ദാഹവും പോലെ മനുഷ്യജീവിയുടെ നിലനിൽപ്പിന് അത്യന്താപേക്ഷിതമാണ് ലൈംഗികത. വിശപ്പും ദാഹവും ഒരു വ്യക്തിയുടെ മാത്രം നിലനില്പിന് ആധാരമാവുമ്പോൾ ലൈംഗികത ഓരോ ജീവിസമൂഹത്തിന്റെയും കൂട്ടായ നിലനില്പിനേയും അതിജീവനത്തെയുമാണ് നിർണ്ണയിക്കുന്നത്.

ലൈംഗികത എന്നതിന്റെ സ്ത്രീ-പുരുഷ വേർതിരിവുകൾ, പ്രണയം, സർഗ്ഗാത്മകത, ആരോഗ്യം ഇവയൊക്കെ നിർണ്ണയിക്കാനുതകുന്ന രാഷ്ട്രീയ - സാമൂഹ്യ അധികാര ബന്ധങ്ങൾ എല്ലാം പരസ്പരം ബന്ധിതവും ഇഴചേർന്ന് കിടക്കുന്നതുമാണ്. ഓരോ കാലത്തിന്റെ വൈയക്തിക-രാഷ്ട്രീയ-സാമൂഹ്യസാഹചര്യങ്ങൾ മാറുന്നതിനനുസരിച്ച് ഇവയുടെ രൂപഭാവവും മാറിവരും. ലൈംഗികത രൂപപ്പെടുന്നത് വ്യക്തിതലത്തിലും സമൂഹതലത്തിലുമുള്ള നിരവധിഘടകങ്ങളുടെ പരസ്പരബന്ധത്തിലൂടെയാണ്. നമ്മുടെ സാമൂഹ്യസാഹചര്യങ്ങൾ, രാഷ്ട്രീയ നയങ്ങൾ, ആരോഗ്യസമീപനങ്ങൾ, സുസ്ഥിതി, സാംസ്കാരികശീലങ്ങൾ തുടങ്ങിയവയൊക്കെ ലൈംഗികത രൂപപ്പെടുത്തുന്നതിൽ പ്രധാന പങ്കുവഹിക്കുന്നു.

സ്ത്രൈണലൈംഗികതയെ വേദകാലത്ത്തന്നെ നിയന്ത്രിച്ചു നിർത്താൻ പുരുഷലോകം ശ്രമിച്ചിരുന്നു. മനുസ്മൃതി, ഗൃഹസൂത്രങ്ങൾ തുടങ്ങിയ ഗ്രന്ഥങ്ങൾ സ്ത്രീകളുടെ ധർമ്മത്തെക്കുറിച്ചും അവർ പാലിച്ചുപോരേണ്ട അച്ചടക്കത്തെക്കുറിച്ചും പ്രതിപാദിക്കുന്നുണ്ട്. നാലുപുരുഷാർത്ഥങ്ങൾ (ധർമ്മം, അർത്ഥം, കാമം, മോക്ഷം) പുരുഷനെ കേന്ദ്രസ്ഥാനത്തു നിർത്തിക്കൊണ്ടാണ് സൃഷ്ടിക്കപ്പെട്ടത്. മതങ്ങൾ നൽകുന്ന പാപബോധവും പുരുഷാധിപത്യത്തിന്റെ ശക്തമായ താക്കീതും സ്ത്രൈണലംഗികതയെ അടിച്ചമർത്തിയതായി കാണാം. വിലക്കുകൾ ലംഘിക്കുന്ന കുറിയേടത്തുതാത്രിയെ പോലുള്ള സ്ത്രീകളെ മതവും സമൂഹവും പടിയടച്ച് പിണ്ഡംവെക്കുന്നു. ലൈംഗികസ്വാതന്ത്ര്യം നേടുന്ന സ്ത്രീകൾക്കുമേൽ ദുരഭിമാന കൊലയടക്കമുള്ള ഹീനപ്രവൃത്തികൾ ഇന്നത്തെ സമൂഹത്തിലും നടക്കുന്നുണ്ട്.

ലൈംഗികതയെ സംബന്ധിച്ച ഭാഷാസങ്കല്പനങ്ങൾ മുഴുവൻ സ്ത്രീയെ കീഴടക്കുന്ന പുരുഷാധിപത്യ ലൈംഗികതയുടെ സൂചകങ്ങളാണ്. സ്ത്രൈണലൈംഗികതയെ നികൃഷ്ടമായി കരുതുകയും അപായകാരിയോ അപകടകാരിയോ പുരുഷനിൽ ജീവാപായം പോലും വരുത്തുന്നതോ ആയി വീക്ഷിക്കുകയാണ് ചരിത്രത്തിലുടനീളം

ചെയ്തിട്ടുള്ളത്. കാമസൂത്രം, രതിരഹസ്യം, രതിസാമ്രാജ്യം എന്നീ ഗ്രന്ഥങ്ങളും ഇന്ന് പുതുരൂപങ്ങളിൽ അതിവ്യാപകമായി പ്രചരിച്ചുകൊണ്ടിരിക്കുന്ന ലൈംഗികവിജ്ഞാനകോശങ്ങളും അശ്ലീലസാഹിത്യങ്ങളും വരെ ലൈംഗികതയിലെ പുരുഷമേൽക്കോയ്മയെ സാധൂകരിക്കുന്നതാണ്. സ്ത്രീയുടെ ലൈംഗികത, ലൈംഗിക പ്രതികരണങ്ങൾ, അനുഭവങ്ങൾ തുടങ്ങിയവ എന്താണെന്ന് പുരുഷൻമാരാണ് നിർവചിച്ചിട്ടുള്ളത്. പുരുഷനിർമ്മിതമായ ഇത്തരം ഗ്രന്ഥങ്ങളിലൂടെ മാത്രമേ സ്ത്രീകൾക്ക് തങ്ങളുടെ ലൈംഗികതയെന്താണെന്ന് അറിയാൻ കഴിഞ്ഞിരുന്നുള്ളൂ. തങ്ങളുടെ യഥാർത്ഥ ലൈംഗികാനുഭവങ്ങളും അഭിലാഷങ്ങളും മറച്ചുവെക്കാനോ അപരാധമെന്ന് ധരിക്കുവാനോ അവർ നിർബന്ധിതരായി.

സ്ത്രീശരീരത്തിന്റെ ലൈംഗികരൂപവൽക്കരണങ്ങളെ വെൻഡി ഹാർകോർട്ട് പ്രത്യുല്പാദകശരീരം, ഉല്പാദകശരീരം, പീഢിതശരീരം, ലൈംഗികശരീരം, സാങ്കേതികശരീരം എന്നിങ്ങനെ അഞ്ചായി തിരിക്കുന്നുണ്ട്(2009:226). മാധ്യമങ്ങൾ സൃഷ്ടിച്ചെടുക്കുന്ന സാംസ്കാരിക പ്രതിനിധാനമാണ് ശരീരം. സംസ്കാരത്തിന്റെ സന്ദർഭത്തിലാണ് ശരീരത്തിന് അർത്ഥവും സൂചകത്വവും ഉണ്ടാകുന്നത്. ഓരോ കൂട്ടായ്മക്കും അവരുടേതായ ശരീരസങ്കല്പങ്ങളുണ്ട്. പ്രസ്തുത കൂട്ടായ്മയാണ് അർത്ഥോല്പാദനത്തിലൂടെ ശരീരത്തെ നിർമ്മിച്ചെടുക്കുന്നത്. സിമോൺ ദ ബുവ്വെയുടെ 'പെണ്ണായി ജനിക്കുകയല്ല, പെണ്ണായിത്തീരുകയാണ്' എന്ന വാക്യം ലിംഗപദവി എന്നത് സാമൂഹികമായ നിർമ്മിതിയാണെന്ന ആശയത്തെ സ്ഥാപിക്കുന്നുണ്ട്' (1987:57).

പുരുഷന് ലൈംഗികാധികാരം സാധ്യമായ സമൂഹത്തിൽ സ്ത്രീയുടെ സ്ഥാനം ഇരയുടേത് മാത്രമാണ്. ദൈനംദിന ജീവിതത്തിൽ ഏറ്റവും ഉയർന്ന ജീവിതമൂല്യങ്ങൾ പ്രകടമാക്കിയാലും പൊതുവീക്ഷണത്തിൽ അവൾ പരിഹസിക്കപ്പെടുകയും അപഹാസ്യയായി വിലയിരുത്തപ്പെടുകയും ചെയ്യുന്നു. ലൈംഗികമായ അടിമത്തവും അതു സൃഷ്ടിച്ച അപകർഷതാബോധവും സ്വന്തമായി വരുമാനമാർഗ്ഗമില്ലാത്ത ജീവിതാവസ്ഥയും സ്വത്തുടമസ്ഥതാരാഹിത്യവും പാരതന്ത്ര്യവും പരാശ്രയബോധവുമാണ് സ്ത്രീകളെ ദുർബലയാക്കുന്നതെന്ന് പി. സോമൻ വിലയിരുത്തുന്നുണ്ട് (2016:165). ആരോഗ്യകരമായ ലൈംഗികബന്ധത്തെക്കുറിച്ച് ധാരണയുണ്ടാവുക എന്നത് സ്ത്രീകളുടെ ലൈംഗികസ്വാതന്ത്ര്യമാണ്. മനുഷ്യചരിത്രത്തിൽ ലൈംഗികതയ്ക്കുമേൽ നിയന്ത്രണം ഉണ്ടാവുന്നത് സ്വകാര്യസ്വത്തിന്റെ ഉത്ഭവത്തോടും അതിന്റെ സംരക്ഷണത്തോടും കൂടിയാണ്. വിവാഹത്തിലൂടെ രൂപപ്പെടുത്തുന്ന കുടുംബത്തിനകത്തെ ലൈംഗികത മാത്രമാണ് സ്ത്രീക്ക് അനുവദിക്കപ്പെട്ടിട്ടുള്ളത്. അതല്ലാതെയുള്ള എല്ലാ

ലൈംഗികബന്ധങ്ങളും അശ്ലീലവും അനാശാസ്യവുമായിട്ടാണ് സമൂഹം കണക്കാക്കുന്നത്. സ്വതന്ത്രമായി ചിന്തിക്കുമ്പോഴും ലൈംഗികത വ്യക്തിപരമായ താല്പര്യം മാത്രമല്ല, സാമൂഹ്യപ്രക്രിയ തന്നെയാകുന്നു.

കേരളീയസാഹചര്യവും അതിന്റെ ആൺകോയ്മ സ്വഭാവവും ആവശ്യപ്പെടുന്നത് അധികാരത്താൽ നിയന്ത്രിക്കപ്പെട്ട വിധേയത്വ വ്യക്തിത്വങ്ങളെയാണ്. അതുകൊണ്ട് പുരുഷകേന്ദ്രീകൃത വ്യവഹാരങ്ങളായ സിനിമയും സാഹിത്യവും സ്ത്രീലൈംഗികതയെ ഒളിച്ചും മറച്ചും ഒതുക്കിയുമാണ് ആവിഷ്കരിച്ചുപോന്നിട്ടുള്ളത്. അപര/ഇതര ലൈംഗികതകൾക്കെല്ലാം നമ്മുടെ സാഹിത്യ/സിനിമാ മേഖലകൾ വിധിച്ചിരിക്കുന്നത് മരണമോ ജയിലോ ആണ്. ഇടതുപ്രസ്ഥാനങ്ങൾ പൊതുമണ്ഡലത്തിൽ സ്ത്രീയുടെ സാന്നിധ്യം ഉറപ്പുവരുത്താൻ ശ്രമിച്ചുവെങ്കിലും ലൈംഗികത സംബന്ധിച്ച നിലപാടുകളിൽ അവയ്ക്ക് വ്യക്തതയില്ലായിരുന്നു. കമ്മ്യൂണിസം നടപ്പിലാക്കാൻ ശ്രമിച്ച അവസരങ്ങളിൽ തന്നെ ഈ പ്രശ്നങ്ങൾ ഉടലെടുത്തിരുന്നു. കമ്മ്യൂണിസ്റ്റ് സ്ത്രീകൾ തൊഴിൽ പ്രശ്നങ്ങളും വിപ്ലവവും ചർച്ച ചെയ്യുന്നതിനുപകരം ലൈംഗികതയുടെ ചർച്ചകളിലേക്ക്'വഴിതെറ്റിപ്പോവുന്നതിനെ ലെനിൻ ആരോഗ്യകരമായ വ്യതിചലനം' (ദീൃയശേ റല്ശമശേീ) എന്നാണ് വിളിച്ചത്. ബൂർഷ്വാ വ്യവസ്ഥിതിയും സ്വകാര്യസ്വത്തും കുടുംബം, വിവാഹം തുടങ്ങിയ വിഷയങ്ങളിൽ ഗൗരവമായ പ്രശ്നങ്ങളുയർത്തുന്നുണ്ടെന്നും പുത്തൻ വ്യവസ്ഥിതിയെ വിഭാവനം ചെയ്യുമ്പോൾ ഈ വിഷയങ്ങൾ അവശ്യം ചർച്ച ചെയ്യേണ്ടതാണെന്നും ലെനിൻ അഭിപ്രായപ്പെടുന്നു (1985). തെലുങ്കാന സമരത്തിൽ സ്ത്രീകളെ സദാചാരവിരുദ്ധപ്രവർത്തനങ്ങളാരോപിച്ച് പാർട്ടിയിൽ നിന്നും പുരുഷകേഡറുകൾ പുറത്താക്കിയതായി വാർത്തകളുണ്ടായിരുന്നു. സ്ത്രീലൈംഗികതയ്ക്കുമേൽ ശാസനകളേർപ്പെടുത്താനുള്ള പ്രാഥമികാധികാരം ഭർത്താവിനും അതിനുശേഷം ചാർച്ചക്കാർക്കും ഇവയൊന്നും ഫലിക്കാതെ വരുമ്പോൾ രാജ്യാധികാരത്തിനുമാണെന്ന് നമ്മുടെ ഇതിഹാസപുരാണങ്ങൾ തന്നെ സ്ഥാപിച്ചുവെച്ചിട്ടുണ്ട്.

കേരളത്തിൽ പത്തൊമ്പതാം നൂറ്റാണ്ടിൽ ഉയർന്നുവന്ന നവോത്ഥാന പ്രസ്ഥാനങ്ങളിലൊക്കെ സ്ത്രീപ്രശ്നങ്ങൾ സജീവമായി പരിഗണിക്കപ്പെട്ടു. അനാചാരങ്ങൾക്കെതിരെ പൊരുതുമ്പോഴും സ്ത്രീ എങ്ങനെ ഉടുക്കണം, ഒരുങ്ങണം, പെരുമാറണം, ഏതൊക്കെ ജോലികളിലേർപ്പെടണം, എന്താണ് മാതൃകാസ്ത്രീത്വം എന്നൊക്കെ ഓരോ ജാതിസംഘടനയ്ക്കകത്തും ചർച്ചകൾ നടന്നു. ക്രമേണ ജാതിസ്വത്വങ്ങളുടെ ചിഹ്നങ്ങളായി സ്ത്രീകൾ പരിവർത്തനം ചെയ്യപ്പെട്ടു. കേരളത്തിലെ പല സാമൂഹ്യമുന്നേറ്റങ്ങളിലും സ്ത്രീകൾ മുന്നിട്ട് നിന്നിരുന്നുവെങ്കിലും

ഇപ്പോഴും 'അമ്മയെന്ന പദവിക്കു പുറത്ത് ആത്മാഭിമാനംകൊള്ളാൻ കേരളീയസ്ത്രീകൾക്ക് കഴിഞ്ഞിട്ടില്ലെന്നതാണ് യാഥാർത്ഥ്യം. സമകാലീന കേരളത്തിൽ സാംസ്കാരിക നിയന്ത്രണങ്ങൾ ഏറ്റവും കർക്കശമാകുന്നത് സ്ത്രീ, കുടുംബം, ലൈംഗികത തുടങ്ങിയ വിഷയങ്ങളുമായി ബന്ധപ്പെട്ടാണ്. പത്തൊമ്പതാം നൂറ്റാണ്ടിൽ ഇംഗ്ലീഷ് വിദ്യാഭ്യാസത്തിന്റെയും അതോടനുബന്ധിച്ചുണ്ടായ ആധുനീകരണത്തിന്റെയും ഫലമായാണ് സദാചാരസങ്കല്പത്തിന് കേരളീയ പൊതുമണ്ഡലത്തിൽ പ്രചാരം ലഭിച്ചത്. കേരളത്തിൽ ഇന്നു നിലവിലുള്ള പല സാമൂഹികപ്രശ്നങ്ങൾക്കും പ്രധാനകാരണം അണുകുടുംബ സദാചാരനിയമങ്ങളുടെ ലംഘനമാണ്. മാധ്യമങ്ങളിലും ടെലിവിഷനിലും പ്രത്യക്ഷപ്പെടുന്ന പല പരിപാടികളും ഇതിനുദാഹരണമായി ചൂണ്ടിക്കാണിക്കാവുന്നതാണ്. മതങ്ങൾ, നിയമം, ധർമ്മസ്ഥാപനങ്ങൾ എന്നിങ്ങനെ ദൈനംദിന ജീവിതവുമായി നേരിട്ടിടപഴകുന്ന പല അധികാരകേന്ദ്രങ്ങളും ഈ രീതിയിലുള്ള സദാചാരനിയന്ത്രണങ്ങളെ പിൻതാങ്ങുന്നു. ആധുനീകരണത്തിന്റെ സന്ദർഭങ്ങളിലാണ് വിക്ടോറിയൻ സദാചാരഭാവനകളെ സ്വീകരിക്കാനുള്ള പ്രവണത കേരളത്തിലുണ്ടാക്കിയത്. ഇവിടെ നിലവിലിരുന്ന വൈവിധ്യമാർന്ന ജീവിതശൈലികളെ പ്രാകൃതമെന്ന് നിർവചിക്കുന്നതിലൂടെ സ്വന്തം സംസ്കാരത്തിന്റെ മേൽക്കോയ്മ സ്ഥാപിച്ചെടുക്കുന്നതിൽ അധിനിവേശപദ്ധതി വിജയിച്ചു.

സ്ത്രീസ്വത്വത്തിന്റെ അടയാളങ്ങളായി വ്യാഖ്യാനിക്കപ്പെടുന്ന സവിശേഷതകളിൽ പലതും കൃത്രിമമായി സൃഷ്ടിച്ചെടുത്തതാണ്. പുരുഷസങ്കല്പങ്ങൾക്കനുസരിച്ച് തങ്ങളുടെ ആഗ്രഹങ്ങളും വേദനകളും അടക്കം ചെയ്ത് ഒത്തുതീർപ്പുകളുടെ ചങ്ങലക്കെട്ടുകളിൽ കുരുങ്ങിക്കിടക്കുകയാണ് അവരുടെ വ്യക്തിത്വം. വിധേയത്വം, ത്യാഗമനോഭാവം, കുടുംബം, പ്രണയം, മാതൃത്വം, സമൂഹത്തിലെ പെരുമാറ്റം എന്നിവയുമായി ബന്ധപ്പെട്ട് കടുത്ത സഹനവും പുരുഷവിധേയത്വവും പുലർത്തത്തക്കവിധമാണ് സ്ത്രീയുടെ കപടസത്ത രൂപപ്പെട്ടുവന്നത്. ഇവ നിലനിർത്തുന്നതിനും പരിപോഷിപ്പിക്കുന്നതിനും ആവശ്യമായ വിദ്യാഭ്യാസവും പരിശീലനങ്ങളുമാണ് അവർക്കു കിട്ടിക്കൊണ്ടിരിക്കുന്നത്. സ്വന്തം ലൈംഗികതയ്ക്കുമേൽ തീരുമാനങ്ങളെടുക്കാൻ സമൂഹം സ്ത്രീയെ അനുവദിക്കുന്നില്ല. ഒരു വ്യക്തിയെന്ന നിലയിൽ സ്ത്രീക്ക് ലൈംഗികതാല്പര്യമോ ആഗ്രഹങ്ങളോ ഇല്ലാത്തവിധമാണ് അച്ചടക്കത്തിന്റെയും ചട്ടക്കൂടുകളുടെയും നിർമ്മാണം. സ്ത്രീയുടെ സുരക്ഷിതമായ സാമൂഹ്യജീവിതത്തിനു വേണ്ടിയെന്ന വ്യാജേന പുരുഷൻ അതേറ്റെടുക്കുകയും അച്ഛൻ, സഹോദരൻ, ഭർത്താവ്, മകൻ എന്നിങ്ങനെ വിവിധ നിലകളിൽ

അതിനെ കയ്യാളുകയും ചെയ്യുന്നു. സ്ത്രീലിംഗപദവി മാതൃകാവൽക്കരിക്കപ്പെട്ട ഒരേ പിൻതുടർച്ചകളിലൂടെ അമ്മ, മകൾ, ഭാര്യ, സഹോദരി എന്നിങ്ങനെ രൂപപ്പെടുത്തുകയും ഇതുവഴി പുരുഷാധികാരം സ്ത്രീക്കുമേൽ സാമൂഹികമായി നിർണ്ണയിക്കപ്പെടുകയുമാണ്. ഇത്തരത്തിൽ നിർണ്ണയിക്കപ്പെടുന്ന അധികാരരഹിതത്തിനെതിരെയുള്ള അവളുടെ ഏതുതരം വ്യവഹാരവും സ്ത്രീയെ സാമൂഹികമായി തിരസ്കരിക്കുന്നു.

ആണത്തത്തെക്കുറിച്ചും പെണ്ണത്തത്തെക്കുറിച്ചും ഓരോ സമൂഹത്തിനും അതിന്റേതായ മൂല്യസങ്കല്പങ്ങൾ ഉണ്ടാവും. സിനിമയിലെ അനുഭവങ്ങളും ആവിഷ്കാരങ്ങളും യാഥാർത്ഥ്യത്തിന്റെ ബോധപൂർവ്വമായ പകർപ്പുകളാണ്. സമകാലിക മലയാളസിനിമ ഉടലുകളെ പ്രശ്നവൽക്കരിക്കുന്നത് കാലാകാലങ്ങളായി സംസ്കാരത്തിൽ പതിഞ്ഞുപോയ ലിംഗക്രമങ്ങളെ വെല്ലുവിളിച്ചുകൊണ്ടാണ്. ആൺ, പെൺ എന്നീ ദ്വന്ദ്വങ്ങൾക്ക് അപ്പുറമുള്ള സാധ്യതകളും ആഖ്യാനത്തിൽ ഉൾപ്പെടുന്നു. സ്ത്രീവാദവും അതിന്റെ പ്രത്യയശാസ്ത്രവും ആൺ/പെൺ അവസ്ഥകളെ ദ്വന്ദ്വങ്ങളായി പരിഗണിക്കുകയും പുരുഷാഖ്യാനങ്ങളിൽ പ്രത്യക്ഷപ്പെടുന്ന സ്ത്രീ കർതൃത്വങ്ങളെ പുരുഷകാഴ്ചയായിക്കണ്ട് പ്രതിസ്ഥാനത്തു നിർത്തുകയും ചെയ്തിരുന്നു.

സിനിമയിലെ രൂപങ്ങൾ യഥാതഥമായി അനുഭവപ്പെടുമെങ്കിലും വലിയ തിരശ്ശീലയിൽ യഥാർത്ഥമല്ലാത്ത വലുപ്പത്തിലാണ് ദൃശ്യങ്ങൾ പ്രത്യക്ഷപ്പെടുന്നത്. സിനിമയിൽ കാണുന്ന കഥാപാത്രങ്ങളുടെ അനുഭവത്തെ സ്വാനുഭാവമായിട്ടാണ് പ്രേക്ഷകൻ മനസ്സിലാക്കുന്നത്. ആ സമയം സിനിമ ഒരു മാധ്യമമാണെന്ന കാര്യം മറന്നുപോവുകയാണ്. യാഥാർത്ഥ്യവും സങ്കല്പവും തമ്മിൽ വേർതിരിക്കുന്ന അതിർത്തി മാഞ്ഞുപോവുന്നത് സിനിമാനുഭവത്തിന്റെ പ്രധാനവശമാണ്. സിനിമയിലെന്നപോലെ സ്വപ്നത്തിലും സംഭവങ്ങൾ യാഥാർത്ഥ്യമല്ലെങ്കിൽക്കൂടി നാം അത് അനുഭവിച്ചറിയുന്നുണ്ട്. സ്വപ്നത്തിലെ ഉള്ളടക്കം സംഭവിക്കുന്നതല്ലെന്ന് നാം തിരിച്ചറിയുന്നത് നിദ്രവിട്ടുണരുമ്പോഴാണ്. അതുപോലെ സിനിമയിൽ മുഴുകിയിരിക്കുന്ന പ്രേക്ഷകൻ അതിലെ ഉള്ളടക്കം യാഥാർത്ഥ്യമല്ലെന്ന് തിരിച്ചറിയുന്നതും സിനിമയുടെ സ്വാധീനവലയത്തിൽനിന്നും മുക്തമാകുമ്പോഴാണ്. ആത്യന്തികമായി മനുഷ്യൻ എന്ന സംവർഗത്തിൽ ഉൾപ്പെടുന്ന സ്ത്രീ-പുരുഷ ദ്വൈതങ്ങളിൽ പുരുഷന് മാത്രമോ സ്ത്രീക്ക് മാത്രമോ ആയ ആന്തരികസത്തയില്ല എന്ന യാഥാർത്ഥ്യത്തെ സാധൂകരിക്കുന്നവയാണ് അടൂരിന്റെ സ്ത്രീകഥാപാത്രങ്ങൾ. അധീശത്വ വ്യവഹാരങ്ങളെ നിശിതമായി വിമർശിക്കുന്നവയാണ് അവരോരുത്തരും. പെൺകരുത്തിനെ തിരിച്ചറിയാനും സ്ത്രൈണസ്വത്വത്തെ

തിരിച്ചുപിടിക്കാനും അടൂരിന്റെ പെണ്ണുങ്ങൾക്ക് കഴിഞ്ഞിട്ടുണ്ട്. ശരീരവും ലൈംഗികതയും മറ്റുള്ളവരുടെ പ്രതികരണങ്ങളെ മാത്രം ആശ്രയിച്ചല്ല നിലനിൽക്കുന്നതെന്നും അവരവരുടെ വ്യക്തിസ്വത്വവുമായി ഇടകലർന്നാണ് രൂപപ്പെടുന്നതെന്നും ഇവർ തെളിയിക്കുന്നു.

കൊടിയേറ്റം

സമ്പത്തിന്റെയും ലൈംഗികതയുടെയും നിർവ്വഹണത്തിൽ സംഭവിച്ച മാറ്റിമറിച്ചലുകളാണ് 'കൊടിയേറ്റ'ത്തിലെ ശങ്കരൻകുട്ടിയടക്കമുള്ളവരുടെ കുടുംബ സാമൂഹ്യഘടനകളുടെ ഉല്പാദനത്തിലും പുനഃക്രമീകരണത്തിലും നിർണായകമായത്. വിധവയായ കമലമ്മ വളരെ ലാഘവത്തോടെയാണ് ശങ്കരൻകുട്ടിയുമായി ഇടപഴകുന്നത്. തീക്ഷ്ണമായ ലൈംഗിക ആകർഷണത്തിന്റെ സൂചനകൾ അവർക്കിടയിൽ പലപ്പോഴും ഉണ്ടാവുന്നുണ്ട്. ശങ്കരൻകുട്ടി വിറക് കീറുമ്പോഴും സ്റ്റൂളിൽ കയറി ഫോട്ടോ തറയ്ക്കുമ്പോഴും വെള്ളം കോരുമ്പോഴും അവന്റെ ദൃഢവും ശക്തവുമായ ശരീരം കമലമ്മയെ ആകർഷിക്കുന്നുണ്ട്. ഗൃഹസ്ഥനും മാന്യനുമായ സുകുമാരപ്പിള്ളയുമായി ഈ സമയമെല്ലാം കമലമ്മ രഹസ്യബന്ധം പുലർത്തുന്നുണ്ട്. സാമൂഹിക ഘടനകൾക്കും സദാചാര ചാരനിഷ്ഠകൾക്കുമകത്ത് വെച്ചുതന്നെ എത്ര പരിമിതമാണെങ്കിൽപോലും സ്വന്തം ലൈംഗികതയുടെയും സമ്പത്തിന്റെയും നിയന്ത്രണവും വിനിമയവും സ്വയം ഏറ്റെടുത്തിരിക്കുന്ന ഒരു സ്ത്രീയെയാണ് കമലമ്മയിൽ കാണാനാവുന്നത്. സമൂഹം എന്ത് പറയും എന്ന ചിന്ത അവളെ അലട്ടുന്നേയില്ല. ഒരു തൊഴിൽദാതാവ് എന്നനിലയിൽ ശങ്കരൻകുട്ടിയെപോലുള്ളവരുടെ അധ്വാനം വിലയ്ക്കെടുക്കുന്നതിനും അതിന്റെ സ്വഭാവവും കൂലിയും സംബന്ധിക്കുന്ന തീരുമാനങ്ങൾ എടുക്കുന്നതിനും പരപുരുഷൻമാരുമായി സാമൂഹികവും വ്യക്തിപരവുമായ ബന്ധങ്ങൾ വളർത്തിയെടുക്കുന്നതിനുമടക്കം ഭർത്തൃമതിയായ ഒരു സ്ത്രീക്കുള്ളതിനേക്കാൾ വിശാലമായ ഒരു കർമ്മമണ്ഡലം കമലമ്മയ്ക്ക് അനുവദിച്ചിട്ടുണ്ട്. വൈധവ്യം സമ്മാനിച്ച ഒഴിഞ്ഞ ഇടങ്ങളാണ് കമലമ്മയെ പുതിയ സ്വപ്നസഞ്ചാരങ്ങളിലേക്ക് നയിക്കുന്നതെങ്കിലും 'അപകടകരമായ' പുരുഷനിലപാടുകളെ വകവെയ്ക്കാതെയാണ് അവൾ തന്റെ മനസ്സിന്റെ കാമനകളെ കെട്ടഴിച്ചുവിടുന്നത്. കുടുംബത്തിനകത്ത് സ്ത്രീയുടെ സ്വാതന്ത്ര്യവും സാധ്യതകളും നിഷ്കരുണം നിയന്ത്രിക്കപ്പെടുന്നതിന്റെയും ഘടനയ്ക്കനുസൃതമായി അവൾ ഉൽപ്പാദിപ്പിക്കപ്പെടുന്നതിന്റെയും നാടകീയത സരോജിനിയുടെ (കൊടിയേറ്റം) ജീവിതത്തിലാണ് പ്രകടമാവുന്നത് അകലെയുള്ള നഗരത്തിൽ താമസിച്ച് ജോലിയെടുക്കുന്ന

അവളാണ് ശങ്കരൻകുട്ടിക്ക് ഉണ്ണാനും ഉടുക്കാനും കൊടുക്കുന്നത്. തിരുവനന്തപുരം പോലുള്ള ഒരു നഗരവുമായി ബന്ധമുള്ള ആ ഗ്രാമത്തിലെ അപൂർവ്വ വ്യക്തികളിലൊരാളാണ് സരോജിനി. നഗരഗ്രാമങ്ങൾക്കിടയിൽ തന്നിഷ്ടംപോലെ യാത്രചെയ്യാൻ സ്വാതന്ത്ര്യമുള്ളവളാണ് അവൾ. കൊച്ചാട്ടനടക്കം (ശങ്കരൻകുട്ടി) ആരുടെയും കല്പനകൾക്കോ നിയന്ത്രണങ്ങൾക്കോ വഴങ്ങേണ്ടതില്ലാത്ത അധ്വാനിച്ച് തന്റേ-ഇടത്തോടുകൂടിയ സരോജിനിയെയാണ് അടൂർ സിനിമയുടെ ആദ്യഭാഗങ്ങളിൽ അവതരിപ്പിക്കുന്നത്. ചിത്രത്തിലുടനീളം ആവർത്തിച്ച് പ്രത്യക്ഷപ്പെടുന്ന പൊതി'ആദ്യമായി കാണുന്നത് സരോജിനിയുടെ കൈയ്യിലാണ്. സമ്പത്തിന്റെ ഉല്പാദനം, ഉടമസ്ഥത, വിനിമയം എന്നിവയുമായി ബന്ധപ്പെട്ട അധികാരത്തിന്റെയും ലൈംഗികസ്വാതന്ത്ര്യത്തിന്റെയും ദിശയെ അടയാളപ്പെടുത്തുന്നതിൽ ഈ പൊതിക്ക് വലിയ പ്രാധാന്യമുണ്ട്. ജോലിസ്ഥലത്തുനിന്ന് ഗ്രാമത്തിലെ തന്റെ വീട്ടിലേക്കുള്ള സന്ദർശനത്തിലാണ് സരോജിനി കൈയ്യിൽ പൊതി കരുതുന്നത്. കൊച്ചാട്ടനുള്ള റെഡിമേഡ്"ഷർട്ടാണ് അതിനുള്ളിൽ. ശങ്കരൻകുട്ടിയുടെ സംരക്ഷണം സംതൃപ്തിയോടെ ഏറ്റെടുത്തിരിക്കുന്ന ഒരു അനിയത്തിയുടെ സ്നേഹവാത്സല്യങ്ങൾ എന്നതിനൊപ്പം സാമ്പത്തികസ്വാതന്ത്ര്യമുള്ള സ്വന്തമായി തീരുമാനമെടുക്കുന്ന വാങ്ങൽശേഷിയുള്ള ഒരു സ്ത്രീയുടെ ചിത്രം കൂടി ഈ പൊതി'ഉൽപ്പാദിപ്പിക്കുന്നു. ഔപചാരികമായ വിവാഹമോ മറ്റ് സദാചാരനിഷ്ഠകളോ കൂടാതെ എങ്ങാണ്ടുന്നോ ഒരുത്തനെ കൂട്ടിക്കൊണ്ടുവന്ന് കൂടെ താമസിപ്പിക്കുന്നതിലൂടെ, സരോജിനി പ്രകടമാക്കിയ ലൈംഗികമായ സ്വയംനിർണയശേഷി, അവളുടെ സാമ്പത്തികസ്വാതന്ത്ര്യത്തിന്റെ അനുബന്ധമാണ്. എന്നാൽ ഒരുത്തനുമായി പൊറുതി ആരംഭിക്കുന്നതോടെ, അധികാരഘടനകൾ എത്ര അനായാസമാണ് അവളിൽ നിന്ന് ചോർന്നുപോവുന്നതും അവളിൽ ഒരു എതിർവ്യക്തിത്വം ഉല്പാദിപ്പിക്കപ്പെടുകയും ചെയ്യുന്നതെന്ന് കാണാനാവും. തൊഴിലിടത്തിൽനിന്ന് അവൾ സ്വന്തം വീടിന്റെ ചുവരുകൾക്കുള്ളിൽ ഒതുക്കപ്പെടുന്നു. ഭർതൃമതിയാകുന്നതോടെ അവളുടെ സ്വാതന്ത്ര്യം നഷ്ടമാകുന്നു.

തന്റെ ഒരു ഇല്ലായ്മയിൽ നിന്ന് സ്വാതന്ത്ര്യത്തിന്റെ ചില ഒളിയിടങ്ങൾ കണ്ടെത്തുവാനുള്ള കമലമ്മയുടെ ശ്രമം അവളുടെ ആത്മഹത്യയിലാണ് കലാശിച്ചത്. കുടുംബിനിയാകുന്നതോടെ സരോജിനിക്കും മരണം തന്നെയാണ് സംഭവിച്ചത്. രണ്ടുമരണങ്ങൾക്കും രണ്ടുവ്യക്തികളുടെ കേവലമായ തിരോധാനമെന്നതിൽ കവിഞ്ഞ പ്രാധാന്യമുണ്ട്. സമ്പത്തിന്റെയും ലൈംഗികതയുടെയും സവിശേഷമായ ഒരു ഉല്പാദന

വിനിമയക്രമത്തെ കൂടിയാണ് അത് തകിടംമറിച്ചത്. ലൈംഗിക/സദാചാരനിയമങ്ങളുടെ കർതൃസ്ഥാനത്ത് നിൽക്കുന്ന പുരുഷൻ അധികാരിയായിരിക്കുമ്പോൾ സ്ത്രീയെ ആ അധികാരത്തിന്റെ കീഴിൽത്തന്നെ നിലനിർത്തുകയും അധികാരത്തിന്റെ ഇച്ഛയ്ക്കനുസരിച്ച് മാത്രം ലൈംഗികതയിലേക്കും സാമൂഹ്യജീവിതത്തിലേയും അവളുടെ പങ്കാളിത്തത്തെ തീരുമാനിക്കുകയും ചെയ്യുന്നു. ഭോഗോപകരണവും പ്രത്യുല്പാദനയന്ത്രവും മാത്രമായി സ്ത്രീ പരിവർത്തിക്കപ്പെടുന്നതെങ്ങനെയാണ് ഈ ദൃശ്യാഖ്യാനങ്ങൾ വിളിച്ചുപറയുന്നു. നമ്മുടെ സദാചാരസങ്കല്പം വ്യക്തികളെ ലിംഗപരമായി വേർതിരിച്ച്, അധികാരം ഉപയോഗിക്കുന്നവരും, അധികാരത്തിന്റെ കീഴിൽ വരുന്നവരുമായി വേർതിരിച്ചുവെക്കുന്നതെങ്ങനെയെന്ന് കൊടിയേറ്റം സാക്ഷ്യപ്പെടുത്തുന്നു.

സ്വയംവരം

'നാലുപെണ്ണുങ്ങളി'ലൊഴിച്ച് അടൂരിന്റെ മറ്റെല്ലാസിനിമകളിലും മുഖ്യകഥാപാത്രങ്ങൾ പുരുഷൻമാരാണ്. എന്നാൽ അവർ അജയ്യരോ, എന്തിനെയും കീഴടക്കുന്ന മല്ലൻമാരോ അല്ല, നമ്മളിൽ ഒരാൾതന്നെയാണ് അതിലെ ഓരോ പുരുഷനും. ആണിന്റെ ദൗർബല്യങ്ങളെ-സൂക്ഷ്മമായി അവതരിപ്പിക്കുന്നതിലൂടെ സ്ത്രീശക്തിയുടെ മഹത്വം ഉയർത്തിക്കൊണ്ടുവരികയാണ് അടൂർ ചെയ്തിട്ടുള്ളതെന്ന് കാണാം. സ്വയംവരത്തിലെ സീത വിദ്യാസമ്പന്നയും സ്വന്തംകാലിൽ നിൽക്കാൻ പ്രാപ്തയുമാണ്. എന്നാൽ സമുദായം നിഷ്കർഷിക്കുന്ന ചട്ടക്കൂടിനുള്ളിൽ ഒതുങ്ങാൻ വിധിക്കപ്പെട്ടപ്പോഴാണ് അവൾ അകത്തളത്തിൽ കുടുങ്ങിപോവുന്നത്. വിശ്വത്തിന്റെ മരണത്തോടെ ജീവിതത്തെ അതിന്റെ എല്ലാ ഭയരാഹിത്യത്തോടും അവൾ നേരിടാൻ തയ്യാറാവുന്നു.

എലിപ്പത്തായം

'എലിപ്പത്തായ'ത്തിലെ ഉണ്ണിക്കുഞ്ഞിന്റെ രണ്ടാമത്തെ സഹോദരിയായ രാജമ്മ മാത്രമാണ് സർവ്വംസഹയായ സ്ത്രീയുടെ വേഷംപേറുന്നത്. വ്യവസ്ഥയ്ക്ക് പുറത്ത് കടക്കാൻ അവൾ ഉൾക്കടമായി ആഗ്രഹിക്കുന്നുണ്ടെങ്കിലും സഹോദരസ്നേഹവും സമുദായഭീതിയും അവളെ വേട്ടയാടുന്നു. മൂത്തസഹോദരിയും ഇളയവളായ ശ്രീദേവിയും അവളെ വെറുപ്പോടെയാണ് നോക്കിക്കാണുന്നത്. അവരുടെ കാഴ്ചപ്പാടിൽ ഉണ്ണി ആണത്തമില്ലാത്തവനും കഴിവുകെട്ടവനുമാണ്. കുടുംബത്തിലെ കാരണവരുടെ നിർജ്ജീവാവസ്ഥയിൽ മനം മടുത്തവളാണ് ശ്രീദേവി. യാഥാസ്ഥിതിക കാഴ്ചപ്പാടുകൾ വെച്ചുപുലർത്തുന്ന സഹോദരനേയും അതിനു വിധേയപ്പെട്ടുനിൽക്കുന്ന സഹോദരിയേയും ആശ്രയിക്കാനോ

അനുസരിക്കാനോ അവൾ തയ്യാറല്ല. ചിന്തയിലും പ്രവൃത്തിയിലും വിപ്ലവകരമായ തീരുമാനങ്ങളാണ് ശ്രീദേവി തുടക്കം മുതൽത്തന്നെ കൈക്കൊള്ളുന്നത്. ഇഷ്ടപ്പെട്ട ആളോടൊപ്പം ഇറങ്ങിപ്പോകുന്നതിലൂടെ നിഷ്ക്രിയരായ സഹോദരങ്ങളോടുള്ള വിയോജിപ്പ് പ്രകടമാക്കുന്നു.

കഥാപുരുഷൻ

'കഥാപുരുഷനി'ൽ തറവാട്ടമ്മയാണ് പ്രായാധിക്യത്തിലും കുടുംബം ഭരിക്കുന്നത്. അവരുടെ ആജ്ഞാശക്തി അപാരമാണ്. രോഗിണിയായ മകളെയും കാര്യസ്ഥനായ വേലുച്ചാരെയും വേലക്കാരിയായ ജാനമ്മയെയുമൊക്കെ അവരർഹിക്കുന്ന പരിഗണനയോടെ തറവാട്ടമ്മ പരിപാലിക്കുന്നു. എൺപതുകളിലെ സിനിമകളിൽ പലനിലകളിൽ നിറഞ്ഞാടിയസ്ത്രീവിരുദ്ധതയെ പുറത്തുനിർത്താനുള്ള ബോധപൂർവ്വമായ ഒരു ശ്രമം അടൂരിന്റെ സിനിമകളിൽ കടന്നുവരുന്നുണ്ട്. കഥാപുരുഷനിലെ നായകനായ കുഞ്ഞുണ്ണിയുടെ അമ്മ ശാരീരികമായും മാനസികമായും ദുർബലയായ സ്ത്രീയാണ്. തന്നെയും കുഞ്ഞിനെയും തിരിഞ്ഞുനോക്കാത്ത ഭർത്താവിനെ ഒരിക്കൽപോലുംഅവർ കുറ്റപ്പെടുത്തുന്നില്ല. തന്റെ അവസ്ഥയെ വിധിയെന്ന് കരുതി സമധാനിക്കുന്ന അവരുടെ കരുത്ത് വൃദ്ധയായ അമ്മയാണ്. പ്രായമായെങ്കിലും തറവട്ടിലുള്ളവരുടെ ക്ഷേമകാര്യങ്ങളിലും പൊതുകാര്യങ്ങളിലുംഇടപെടാൻ പ്രാപ്തയായ ഒരു സ്ത്രീയാണ് കുഞ്ഞുണ്ണിയുടെ അമ്മൂമ്മയുടെ കഥാപാത്രം.

വിധേയൻ

'വിധേയനി'ലെ സരോജക്ക സ്നേഹത്തിന്റെയും കാരുണ്യത്തിന്റെയും പ്രതീകമാണ്. ജൻമിത്വത്തിന്റെ കരാളത പ്രകടമാക്കുന്ന പട്ടേലർ സ്ത്രീലമ്പടനായി നടക്കുമ്പോഴും ഭർത്താവിന്റെ സുഖകാര്യങ്ങളിൽ അവൾ ശ്രദ്ധിക്കുന്നു. ഒടുവിൽ പട്ടേലരുടെ തോക്കിൻകുഴലിൽ അവളുടെ ജീവിതം അവസാനിക്കുന്നു. തൊമ്മിയെയും ഓമനയെയും നാട്ടുകാരെയും ഭാര്യയായ സരോജത്തെയും വിധേയത്വത്തിൽ നിർത്താൻ അയാൾക്കു (പട്ടേലർ) കഴിയുന്നുണ്ടെങ്കിലും അയാളെ ഭരിക്കുന്ന സ്ഥായിയായ വികാരം ഭയമാണ്. ഭയത്തിൽനിന്നാണ് അയാൾ തന്റെ സഹജരെ വിധേയത്വത്തിൽ നിർത്തുന്നത്. അടക്കി ആധിപത്യം സ്ഥാപിക്കാനുള്ള പട്ടേലരുടെ ത്വര മുഴുവനായി സാക്ഷാത്കരിക്കപ്പെടുന്നത് തൊമ്മിയെ തന്റെ വിധേയനായി ലഭിക്കുന്നതിലൂടെയാണ്. താൻ ആജ്ഞാപിക്കുന്നതൊക്കെയും ചെയ്യുന്ന ഒരാൾ, തനിക്ക് പ്രാപിക്കാനായി ഭാര്യയെ എതിർപ്പില്ലാതെ ഒതുക്കി നിർത്തുന്നവൻ, അധികാരിയുടെ ഭാര്യയെ കൊല്ലുന്നതിനും പോലും കൂട്ടുനിൽക്കുന്നവൻ എന്നിങ്ങനെ എല്ലാ

അർത്ഥങ്ങളിലും അടിമയായ ഒരാളിലൂടെയാണ് പട്ടേലർ അയാളുടെ അധീശത്വനിർവ്വഹണം നടത്തുന്നത്. സ്ത്രീ-പുരുഷബന്ധം, ജൻമി-കുടിയാൻ ബന്ധം, മനുഷ്യവ്യക്തിത്വത്തിലെ വിരുദ്ധഭാവങ്ങൾ എന്നിവ വിധേയനിൽ സൂക്ഷ്മമായി ആഖ്യാനം-ചെയ്തിരിക്കുന്നു.

നാലുപെണ്ണുങ്ങൾ

ആണത്തത്തെക്കുറിച്ചും പെണ്ണത്തത്തെക്കുറിച്ചും ഓരോ സമൂഹത്തിനും അതിന്റേതായ മൂല്യസങ്കല്പങ്ങൾ ഉണ്ടാവും. സിനിമയിലെ അനുഭവങ്ങളും ആവിഷ്കാരങ്ങളും യാഥാർത്ഥ്യത്തിന്റെ ബോധപൂർവ്വമായ പകർപ്പുകളാണ്. അധീശത്വവ്യവഹാരങ്ങളെ നിശിതമായി വിമർശിച്ചുകൊണ്ടാണ് നാലുപെണ്ണുങ്ങൾ' തിരശ്ശീലയിലെത്തിയത്. പുരഷാധിപത്യ സാംസ്കാരികതയിൽ സ്വത്വത്തിന്റെ തിരിച്ചറിവായി ലിംഗബോധവും ശക്തിപ്പെടുന്നു. ലിംഗാവബോധത്തെ അടയാളപ്പെടുത്താനുള്ള ആഖ്യാനസവിശേഷതയായി ഈ ചലച്ചിത്രം രൂപപ്പെടുന്നു. ഒരു നിയമലംഘനത്തിന്റെ കഥ, കന്യക, ചിന്നുവമ്മ, നിത്യകന്യക എന്നിങ്ങനെ നാലു ഉപകഥകളിലൂടെ/തകഴിയുടെ കഥകളിലൂടെ നാല്പത് വർഷങ്ങൾക്ക് മുമ്പ് കുട്ടനാട്ടിലെ വ്യത്യസ്ത വർഗ്ഗങ്ങളിലെ സ്ത്രീകളുടെ മാനസികസംഘർഷം നാലുപെണ്ണുങ്ങൾ അടയാളപ്പെടുത്തുന്നു. ലിംഗഭേദം അതികർശനമായി നടപ്പിലാക്കുന്ന അധികാരപ്രത്യയശാസ്ത്രത്തിന്റെ സൂക്ഷ്മസാന്നിധ്യം ഈ ആഖ്യാനത്തിൽ ദൃശ്യപ്പെടുന്നുണ്ട്. കന്യക, വേശ്യ, പ്രസവിക്കാത്ത സ്ത്രീ, അന്യന്റെ ഭാര്യ എന്നീ സംവർഗ്ഗങ്ങളെയാണ് കഥാപാത്രങ്ങളായി തെരഞ്ഞെടുത്തിരിക്കുന്നത്. എല്ലാ സ്ത്രീ സംവർഗ്ഗങ്ങളെയും ലിംഗാടിസ്ഥാനത്തിൽ ചുരുക്കിക്കൊണ്ടുവരികയാണ് പുരുഷാധികാരവ്യവസ്ഥ. കുഞ്ഞുപെണ്ണ് വേശ്യയായിരിക്കുമ്പോൾ അവർക്ക് സ്വതന്ത്രമായി ജീവിക്കാൻ സമൂഹം അനുമതികൊടുത്തിരുന്നു. എന്നാൽ ഇഷ്ടപ്പെട്ട പുരുഷനോടൊപ്പം ജീവിതം തുടങ്ങാൻ തീരുമാനിക്കുമ്പോൾ വിവാഹത്തിന് തെളിവ് ഹാജരാക്കേണ്ടിവരുന്നു. ലൈംഗികതൊഴിലാളിയെ മാത്രമല്ല, മാനഭംഗത്തിന് ഇരയായവളെയും ചീത്ത സ്ത്രീയും കുറ്റവാളിയുമായി കാണുന്ന സമൂഹമാണ് നമ്മുടേത്. കുടുംബത്തിനകത്തു നിൽക്കുന്ന സ്ത്രീയെയും കുടുംബത്തിന് പുറത്ത് നിൽക്കുന്ന സ്ത്രീയെയും രണ്ടുതരം കണ്ണുകളിലൂടെയാണ് പുരുഷാധിപത്യസമൂഹം വീക്ഷിക്കുന്നത്. അതുകൊണ്ടുതന്നെ ലൈംഗികത്തൊഴിലാളികൾക്ക് ശരീരത്തിന് അപ്പുറം ഒരു സ്ഥാനമോ മേൽവിലാസമോ കല്പിച്ചുകൊടുക്കാൻ സമൂഹം തയ്യാറല്ല. ലൈംഗിക ഉപഭോക്താവുന്ന പുരുഷൻ വിശുദ്ധനും ഉപയോഗിക്കപ്പെട്ട സ്ത്രീകുറ്റവാളിയുമായി മുദ്രകുത്തപ്പെടുന്ന

അവസ്ഥ കാലങ്ങളായി ഇവിടെ നിലനിന്നുപോരുന്നു. ഇരയെന്ന സംജ്ഞയ്ക്ക് ഇവിടെ സ്ത്രീയെന്ന ഒരു അവകാശി മാത്രമേയുള്ളൂ. പൊതുസമൂഹത്തിനു മുമ്പിൽ കുറ്റവാളി മാത്രമാണ് ലൈംഗികത്തൊഴിലാളിയായ സ്ത്രീ. പുല്ലിംഗം ഇല്ലാത്ത വാക്കുകളായി കന്യക, വേശ്യ എന്നീ പദങ്ങൾ നിലനിൽക്കുന്നു. പിതൃ അധികാരവ്യവസ്ഥ (Patriarchy) പരിരക്ഷിച്ചുവരുന്ന ഈ നാമങ്ങൾ സ്ത്രീകളുടെമേൽ ചാർത്തിക്കൊണ്ട് പുരുഷൻ സുരക്ഷിതസ്ഥാനത്ത് നിലയുറപ്പിക്കുന്നു.

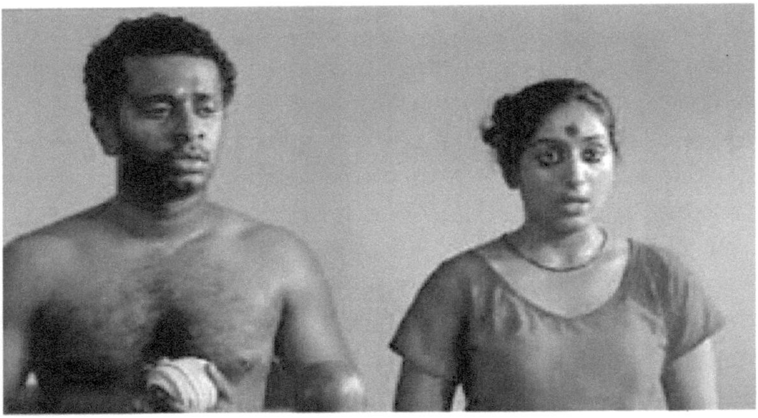

പുരുഷാധികാരത്തിന് കീഴിൽ ഞെരിക്കപ്പെടുന്ന സ്ത്രീയുടെ കാമനകളും വേദനകളുമാണ് 'നാലുപെണ്ണുങ്ങളിലെ നാല് ദൃശ്യഖണ്ഡങ്ങളിലൂടെയും അടൂർ ആവിഷ്കരിച്ചത്. ആധുനിക അധികാരബന്ധത്തിൽ ലൈംഗികകർത്തൃത്വമാണ് വ്യവഹാരവസ്തു. സൗന്ദര്യത്തിന്റെയും തൃഷ്ണയുടെയും അടിസ്ഥാനം ശരീരമായി വിലയിരുത്തപ്പെടുന്നു. സ്ത്രീശരീരത്തെ ലിംഗശരീരമായി ചുരുക്കുമ്പോൾ വ്യക്തിത്വത്തിലെ മറ്റ് അസ്തിത്വങ്ങൾ അപ്രധാനമാവുന്നു. അവിവാഹിതയെ കന്യകാത്വവിശുദ്ധയായും വിവാഹിതയെ പാതിവ്രത്യവിശുദ്ധയായും മാറ്റുന്നത് ലിംഗകേന്ദ്രിത വ്യവഹാരികതയുടെ സാംസ്കാരികതയ്ക്കുള്ളിലാണ്. ലിംഗബദ്ധമായി തിരിച്ചറിയപ്പെടുന്ന സ്ത്രീയുടെ ലൈംഗികത ഒരേസമയം വൈരുദ്ധ്യപൂർണ്ണമായ സങ്കല്പമായി വിനിമയം ചെയ്യപ്പെടുന്നു.

പുരുഷാധിപത്യ വ്യവസ്ഥയ്ക്കു കീഴിലമരുന്ന സ്ത്രീകാമനകൾ ദിവ്യവും സ്ത്രീയുടെ സ്വച്ഛന്ദകാമനകൾ ഭയാനകവുമായി വ്യവഹരിക്കുന്നത് ആധുനിക സമൂഹത്തിലെ സ്ത്രീലൈംഗികതയോടുള്ള ഇരട്ടത്താപ്പിനെ ചൂണ്ടിക്കാണിക്കുന്നു. പുരുഷന്റെ കഴിവുകേടിനും സ്ത്രീയോടുള്ള താല്പര്യക്കുറവിനും പഴികേൾക്കേണ്ടിവരുന്നത് അവൾതന്നെയാണ്.

വിവാഹിതയായിട്ടും കന്യകയായി ഭർത്താവിനൊപ്പം കഴിയേണ്ടിവന്ന കുമാരിയുടെ ജീവിതമാണ് കന്യക എന്ന ശീർഷകത്തിലൂടെ അടൂർ ദൃശ്യവൽക്കരിച്ചത്. കുമാരിയാണ് ഈ ചിത്രത്തിലെ നായിക. അധ്വാനിയും കുടുംബത്തെ പോറ്റുന്നവളുമായ കുമാരിയെ വിവാഹം കഴിപ്പിച്ചയക്കാൻ വീട്ടുകാരേക്കാൾ ധൃതി ബന്ധുക്കൾക്കും നാട്ടുകാർക്കുമായിരുന്നു. നാട്ടുനടപ്പനുസരിച്ച് വരൻ പെണ്ണുകാണാനായി എത്തുകയും അവളുടെ മൗനം സമ്മതമായി ഉറപ്പിച്ച് വീട്ടുകാർ വിവാഹം ആർഭാടമായി നടത്തുകയും ചെയ്യു. എന്നാൽ ഭർതൃവീട്ടിൽ എത്തിച്ചേർന്ന കുമാരി തന്റെ പുരുഷന്റെ താല്പര്യം പണത്തിലും ആഹാരത്തിലും മാത്രമാണെന്നറിയുന്നു. ഭർത്താവിനാൽ (നാരായണൻ) നിരന്തരം അവഗണിക്കപ്പെട്ട അവൾ ഒരു രാത്രിയിൽ അടുത്തുകിടന്ന നാരായണന്റെ ശരീരത്തിലേക്ക് തന്റെ കൈ ചേർത്തുവെക്കുന്നു (സീൻ നൂറ്റിഎഴുപത്തിയൊന്ന്). കുമാരിയുടെ കൈ, നിസംഗതയോടെ നാരായണൻ എടുത്തുമാറ്റുമ്പോൾ അവളിൽ നിന്നുയരുന്ന നെടുവീർപ്പുകൾ, സ്ത്രീയുടെ മനസ്സിനുള്ളിൽനിന്നുകൊണ്ട് അടൂർ പകർത്തിക്കാട്ടുന്നുണ്ട്. അവളെ സ്വന്തം വീട്ടിലേക്ക് പറഞ്ഞയക്കുന്ന നാരായണൻ പിന്നീട് മടങ്ങിവരുന്നില്ല. 'അടക്കവും ഒതുക്കവും' ഉള്ള പെണ്ണെന്ന കാഴ്ചപ്പാട് പിന്നീട് കുമാരിക്ക് കിട്ടുന്നില്ല. ''കെങ്കേമമായി കല്യാണം കഴിച്ചയച്ചിട്ട് നീയിങ്ങുപോന്നോ?' എന്നായി നാട്ടുകാരുടെ ചോദ്യം. സ്വന്തമായി തൊഴിലെടുത്ത്, സ്വന്തം കാലിൽ നിൽക്കാനുള്ള കുമാരിയുടെ തീരുമാനത്തെ ചെറുക്കാൻ പിന്നീട് സമൂഹത്തിന് കഴിയുന്നില്ല. കുടുംബത്തിലെ സ്ത്രീകളുടെ സംരക്ഷണോത്തരവാദിത്തം പുരുഷന്റേതാണെന്ന ബോധം നമ്മുടെ സമൂഹത്തിലുണ്ട്. വിവാഹിതയായി പുരുഷനുകീഴിൽ സ്വന്തം ആഗ്രഹങ്ങൾ അടിയറവെച്ച് ജീവിക്കാനായാൽ അവൾ ഉത്തമകുടുംബിനിയും വ്യവസ്ഥയെ ധിക്കരിക്കുന്നവൾ വഴിപിഴച്ചവളുമായി മുദ്രകുത്തപ്പെടുന്നു. സ്ത്രീമനസ്സിന്റെ വിവിധഭാവങ്ങൾ അതിസൂക്ഷ്മതയോടെ ആവിഷ്കരിക്കാൻ അടൂർ ശ്രമിച്ചിട്ടുണ്ട്. പുരുഷാധികാരവ്യവസ്ഥ തങ്ങളുടെ ബലഹീനതയെ മറച്ചുപിടിക്കുന്നത് സ്ത്രീയിൽ സദാചാരപരമായ പഴിചാരലുകൾ നടത്തിക്കൊണ്ടാണ്. എന്നാൽ പെണ്ണിന്റെ കരുത്തിനെ തിരിച്ചറിയാൻ തന്റെ സ്ത്രീകഥാപാത്രങ്ങളെ അടൂർ ഇടയ്ക്കിടെ ഓർമ്മിപ്പിക്കുന്നു. സ്ത്രീലൈംഗികത അപമാനിക്കപ്പെടേണ്ട ഒന്നല്ലെന്നും പുരുഷന് കീഴിൽ ഞെരിക്കപ്പെടേണ്ടതല്ലെന്നും കുമാരി പ്രതിനിധാനം ചെയ്യുന്ന സ്ത്രീസമൂഹം ഓർമ്മിപ്പിക്കുന്നു.

സ്ത്രീയുടെ മനസ്സിന്റെ ആഗ്രഹതീവ്രതയെ, വിവാഹിതയുടെ സദാചാരസംഹിതയ്ക്ക് നിരക്കാത്തതിനാൽ ഉള്ളിൽ അടക്കിയൊതുക്കി നിർത്തി ജീവിച്ചവളാണ് ചിന്നവമ്മ. ഒരു കുഞ്ഞിക്കാലുകാണാൻ ചികിത്സകളും

പൂജകളുമൊക്കെയായി കാത്തിരിക്കുന്ന വേളയിലാണ് ചിന്നവമ്മയെ ത്തേടി പഴയ കൂട്ടുകാരൻ, നാറാപിള്ള എത്തുന്നത്. അവളുടെ വിശേഷങ്ങൾ ചോദിച്ചറിയുന്ന നാറാപിള്ള സ്ത്രീവിഷയത്തിൽ കുറച്ചധികം താല്പര്യമുള്ളയാളാണ്. സ്കൂളിൽ പഠിച്ചിരുന്നകാലത്ത് ചിന്നവമ്മയെ അയാൾ വല്ലാതെ മോഹിച്ചിരുന്നു. ചിന്നവിന് കുട്ടികളുണ്ടാവാത്തത് അവളുടെ ഭർത്താവിന്റെ കുഴപ്പംകൊണ്ടാണെന്ന് പറഞ്ഞ നാറാപിള്ള ചിന്നവിന് ഒരു കുഞ്ഞുണ്ടാവാൻ താൻ സഹായിക്കാമെന്ന് വാഗ്ദാനം ചെയ്യുന്നു. അമ്മയാവാനുള്ള, കുഞ്ഞിനെ താലോലിക്കാനുള്ള സ്ത്രൈണമനസ്സ് അവളെ ഒരുവേള മോഹിതയാക്കുന്നുണ്ടെങ്കിലും സദാചാരവും കുടുംബത്തിന്റെ കെട്ടുറപ്പും അവളെ അതിൽനിന്നും പിൻതിരിപ്പിക്കുന്നു. കുട്ടികളില്ലാത്ത ദാമ്പത്യത്തിന് എന്തോ കുറവുണ്ടെന്ന് സമൂഹം സങ്കല്പ്പിക്കുന്നു. സമൂഹത്തിന്റെ ചോദ്യങ്ങൾക്കുമുമ്പിൽ ഇത്തരം ദമ്പതികൾ അപഹാസ്യരാക്കപ്പെടുന്നു. നാറാപിള്ള ചിന്നവിന്റെ ഭർത്താവിൽ കുറ്റം ആരോപിക്കുമ്പോൾ ഒരുവേള ചിന്നു സമാധാനപ്പെടുന്നുണ്ട്. എന്നാൽ ഇത് അംഗീകരിച്ചുകൊടുക്കാൻ അവളുടെ ഭർത്താവ് രാമൻപിള്ള തയ്യാറുമല്ല. ചിന്നവമ്മയും രാമൻപിള്ളയും ഇതേക്കുറിച്ച് വികാരാധീനരായി സംസാരിക്കുന്ന രംഗം ചിത്രത്തിലെ പ്രധാന ദൃശ്യമുഹൂർത്തമാണ്.

ഇരുന്നൂറ്റിയൻപത്തിനാല് - സമീപദൃശ്യം

സങ്കോചത്തോടെയാണെങ്കിലും അവൾ പതുക്കെ വിഷയത്തിലേക്കു കടന്നുകൊണ്ട് തുടങ്ങി, നാറാപിള്ളച്ചേട്ടൻ പറയുന്നത് എന്റെ കുറ്റംഅല്ലെന്നാ'

ഇരുന്നൂറ്റി അൻപത്തിയഞ്ച് - സമീപദൃശ്യം

അയാൾ ചോദിച്ചു, എന്തോന്ന്?'

ഇരുന്നൂറ്റി അൻപത്തിയാറ് - സമീപദൃശ്യം

ചിന്നവമ്മ, കൊച്ചുങ്ങള് വാഴാത്തതേ-'

ഇരുന്നൂറ്റിയൻപത്തിയേഴ് - സമീപദൃശ്യം

രാമൻപിള്ള ഇഷ്ടപ്പെടാത്തസ്വരത്തിൽ, പിന്നെ എന്റെയാ?'

ചിന്നവമ്മ പരിഭവിച്ചു, ഇതൊന്നും പറയുന്നത് ഇഷ്ടമല്ലാന്ന് എനിക്കറിയാം (2012:1242)

പുരുഷത്വത്തെ ചോദ്യം ചെയ്യുന്ന കുടുംബിനിയെയാണ് ഇവിടെ കാണാനാവുന്നത്. ആണും പെണ്ണും ചേർന്നുമാത്രം നടപ്പാവുന്ന ലൈംഗികതയും സന്താനോല്പാദനവും ഒരേയൊരു ഇണയെമാത്രം നിലനിർത്തുന്നതും ഭദ്രവും ശക്തവുമായ ഘടനയോടുകൂടിയതുമാണ്.

അതിനെ പരിപാലിച്ച നിലനിർത്തിക്കൊണ്ടുപോവാൻ ഭാര്യയും ഭർത്താവും ഒരുപാട് ത്യാഗങ്ങൾ സഹിക്കണമെന്നാണ് സമൂഹം നിഷ്കർഷിക്കുന്നത്. ചിന്നുവിൽ പാടില്ലാത്ത ഒരാഗ്രഹം മുളപൊട്ടുന്നു ണ്ടെന്ന് മനസ്സിലാക്കിയ രാമൻപിള്ള തന്റെ അസമയത്തുള്ള വരവ് മതിയാക്കി പതിവിലും നേരത്തെ വീട്ടിലെത്തുകയും ഭാര്യയെ പ്രണയ ത്തോടെ സമീപിക്കുകയും ചെയ്യുന്നു. നെനക്കീയിടെയായിട്ട് എന്തോ ഒരേനക്കേടൊണ്ട്"എന്ന രാമൻപിള്ളയുടെ വാക്കുകളിൽ നിയന്ത്രണവി ധേയമല്ലാത്ത സ്വതന്ത്രമായ പെൺകാമനകളെക്കുറിച്ചുള്ള ആണിന്റെ ഭീതിയെ വായിച്ചെടുക്കാം .

വൃദ്ധയായ ചിന്നുവമ്മ കഥപറഞ്ഞവസാനിപ്പിക്കുന്നരീതിയിലാണ് ചിത്രം അവസാനിക്കുന്നത്. രണ്ട് ചെറുപ്പക്കാരികളാണ് കേൾവിക്കാ രായിട്ടുള്ളത്. 'ഒരു പക്ഷേല് ഈ വയസ്സുകാലത്ത് എന്നെനോക്കാൻ എനിക്കൊരു കൊച്ചിനെ കിട്ടിയേനേ, ങ്ഹ്. അല്ലെങ്കി, അതെങ്ങനെ തിട്ടമായിട്ടറിയാൻപറ്റും? ഇപ്പം നെറിയും മൊറയുമെങ്കിലും മിച്ചമൊണ്ട ല്ലോ'എന്നവർ ആശ്വസിക്കുന്നു. സമൂഹത്തിന്റെയും കുടുംബത്തിന്റെയും സദാചാരമൂല്യങ്ങളുടെയും ഇടയിൽ സ്വന്തം കാമനകൾ മൂടിവെയ്ക്കപ്പെട്ട സ്ത്രീകളിലൊരാളായ ചിന്നുവമ്മയെയാണ് ഒടുവിൽ കാണുന്നത്. പുരുഷാധിപത്യത്തിന്റെ ദൃഷ്ടിയിൽ സ്ത്രീകൾ എന്നും അനുസരിക്കാൻ വിധിക്കപ്പെട്ടവരും, വിധേയപ്പെടേണ്ടവരുമാണ്. സ്വതന്ത്രചിന്തയുള്ള പെണ്ണുങ്ങൾ വഴിപിഴച്ചവരുമാണ്. പൊതുബോധത്തിന്റെ കാഴ്ചപ്പാടനു സരിച്ച് ജീവിക്കാൻ കാമനകളെ അടിയറവെക്കേണ്ടിവരുന്ന സ്ത്രീകർതൃ ത്വങ്ങളെയാണ് അടൂർ 'നാലുപെണ്ണുങ്ങളി'ൽ പ്രതിനിധീകരിച്ചത്.

പെണ്ണിന്റെ അഭിലാഷങ്ങളും സ്വപ്നങ്ങളും വ്യവസ്ഥിതിയുടെ വിലങ്ങിനുള്ളിൽ തളയ്ക്കപ്പെടുന്നതിന്റെ കഥ തന്നെയാണ് 'നിത്യക ന്യകയിലും' ചിത്രീകരിച്ചിരിക്കുന്നത്. കാമാക്ഷിയെ പെണ്ണുകാണാൻ വന്ന ചെറുക്കന് അവളുടെ അനുജത്തിയെയാണ് ഇഷ്ടമാവുന്നത്. വിവാഹത്തെക്കുറിച്ച് മധുരസ്വപ്നം കണ്ടിരുന്ന അവൾ അനുജത്തിയെ അണിയിച്ച് കല്യാണമണ്ഡപത്തിലേക്കയക്കുന്നു. വിരുന്നിനു വന്ന ദമ്പതികളുടെ പ്രണയസല്ലാപങ്ങളും അടക്കിപ്പിടിച്ചുള്ള സംസാരവും കാമാക്ഷിയെ വേദനിപ്പിക്കുന്നുണ്ട്. തന്റെ ഭർത്താവ് ചേട്ടത്തിയിൽ ആകൃഷ്ടനാകുമോ എന്നൊരു ഭയം സഹോദരിക്കുണ്ടാവുന്നുണ്ട്. അമ്മയുടെ മരണശേഷം തീർത്തും ഒറ്റപ്പെട്ട അവർ സഹോദരിയുടെ വീട്ടിൽ വേലക്കാരിയെപ്പോലെ കഴിയേണ്ടിവരുന്നു. സ്ത്രീത്വത്തിന്റെ ആശകൾ, അഭിലാഷങ്ങൾ, വിങ്ങലുകൾ, വിഹ്വലതകൾ ഇവയെല്ലാം അടക്കിപ്പിടിച്ച ഉയർന്നുകേൾക്കാത്ത കരച്ചിലായി അവളെ നീറ്റുന്നു. സ്ത്രീത്വത്തിന്റെ നിരവധിഭാവങ്ങൾ സാർത്ഥകമാകാതെ അവളിൽ

ബാക്കിനിൽക്കുന്നുണ്ട്. അതിൽ അംഗീകരിക്കപ്പെടാനുള്ള ആഗ്രഹമുണ്ട്, ലൈംഗികചോദനകളുണ്ട്, മാതൃത്വഭാവങ്ങളുണ്ട്. വിവാഹം കഴിക്കാനാവാത്തതിനാൽ അവളുടെ ജീവിതത്തിൽ നിന്നും നഷ്ടമായ നിറങ്ങൾ (അനിയത്തിയുടെ നിറമുള്ള സാരികളിലൂടെ കാമാക്ഷിയുടെ വിരലുകൾ കടന്നുപോകുമ്പോൾ അവൾക്ക് നഷ്ടപ്പെട്ട നിറങ്ങളുടെ ലോകത്തെക്കുറിച്ച് പ്രേക്ഷകരെ ചിന്തിപ്പിക്കുന്നുണ്ട്) ഒരുപാടുണ്ട്.

വിധവയോ, വിവാഹമോചിതയോ, അവിവാഹിതയോ ആകട്ടെ നമ്മുടെ സമൂഹത്തിൽ സ്ത്രീ ഒറ്റയ്ക്ക് കഴിയുമ്പോൾ അവൾ ഒരു 'പബ്ലിക് പ്രോപ്പർട്ടി'യാണ് എന്ന് ചിലരെങ്കിലും കരുതുന്നു. ഒറ്റയ്ക്ക് ജീവിക്കുന്ന സ്ത്രീകൾ എന്നും ആൺതുണയ്ക്കുവേണ്ടി കാത്തിരിക്കുന്നവരാണെന്ന ചിന്താഗതിയാണ് പുരുഷരെ മദിക്കുന്നത്. പ്രലോഭനങ്ങളിൽപ്പെടാതെ സ്വന്തം വ്യക്തിത്വം കാത്തുസൂക്ഷിക്കാൻ കാമാക്ഷി തീരുമാനിക്കുന്നു. പുരുഷനില്ലാതെ ഒറ്റയ്ക്ക് ഒരു സ്ത്രീക്ക് ജീവിക്കാൻ കഴിയണമല്ലോ' എന്ന നിശ്ചദാർഢ്യത്തിലേക്ക് കാമാക്ഷി എത്തിച്ചേരുന്നു. സ്വന്തം ശരീരത്തിനോടും മനസ്സിനോടും പൊരുതുന്നതിനോടൊപ്പം സമൂഹത്തിന്റെ കടന്നുകയറ്റങ്ങൾക്ക് എതിരെയും ഒറ്റയ്ക്ക് താമസിക്കുന്ന സ്ത്രീക്ക് പൊരുതേണ്ടിവരുന്നു. വ്യക്തിയും സമൂഹവും തമ്മിലുള്ള ഏറ്റുമുട്ടൽ മനോഹരമായി അവതരിപ്പിക്കാൻ 'നിത്യകന്യകയ്ക്ക് കഴിഞ്ഞിട്ടുണ്ട്.

ഒരു പെണ്ണും രണ്ടാണും

ദാമ്പത്യത്തെയും ലൈംഗികതയേയും പ്രശ്നവൽക്കരിച്ചുകൊണ്ടാണ് ഒരു പെണ്ണും രണ്ടാണും' ദൃശ്യപ്പെടുത്തിയിരിക്കുന്നത്. ലൈംഗികകർതൃത്വം സ്ത്രീക്ക് നിഷേധിക്കുകയും പുരുഷന്റെ ഇച്ഛാനുസാരിയായ ലൈംഗികവൈവിധ്യങ്ങൾ പരീക്ഷിക്കാനുള്ള വസ്തുവായി സ്ത്രീയെ കാണുകയും ചെയ്യുന്ന പുരുഷാധിപത്യ നിലപാടുകളെ പ്രതിരോധിക്കുകയാണ് ഈ സിനിമയിലെ പങ്കിയമ്മ . ലിംഗകർതൃത്വം നിഷേധിക്കുന്ന പുരുഷാധികാരത്തിനെതിരെ നിശബ്ദയായി പൊരുതുകയും പുരുഷന്റെ സ്വാർത്ഥതമാത്രം അംഗീകരിക്കപ്പെടുന്ന ലൈംഗികതയെ സൂക്ഷ്മമായി പരിഹസിക്കുന്ന ആഖ്യാനമായും ഇത് മാറുന്നു. വിവാഹത്തിലൂടെ രൂപപ്പെടുത്തുന്ന കുടുംബത്തിനകത്തെ ലൈംഗികത മാത്രമാണ് നാം അംഗീകരിച്ചുപോരുന്നത്. അതല്ലാത്ത എല്ലാത്തരം ബന്ധവും അശ്ലീലവും അനാശാസ്യവുമായിട്ടാണ് സമൂഹവും നിയമവ്യവസ്ഥയും കണക്കാക്കുന്നത്. കുടുംബം എന്ന സ്ഥാപനത്തിന് വെളിയിൽനിൽക്കുന്ന ബന്ധങ്ങളെ ചോദ്യം ചെയ്യുന്ന സമൂഹത്തിന് നേരെയുള്ള വെല്ലുവിളിയാണ് പങ്കിയമ്മയെപോലുള്ള കഥാപാത്രം. പുരുഷകേന്ദ്രിതമായ

മൂല്യബോധത്തെ ചോദ്യംചെയ്തുകൊണ്ടാണ് അവർ തന്റെ ജീവിതം മുന്നോട്ടുകൊണ്ടുപോവുന്നത്. ഒരേസമയം പലരീതിയിൽ മോഹിപ്പിക്കുകയും പ്രണയിക്കുകയും ചെയ്യുന്ന അവർ ലോകംഭരിക്കുന്ന പുരുഷനിയമങ്ങൾക്ക് പുറത്താണ്. ഒട്ടേറെ പുരുഷൻമാരെ ആകർഷിക്കുകയും പലരെയും അവർക്കു വേണ്ടുംവണ്ണം തൃപ്തിപ്പെടുത്താനും അവൾക്കറിയാം. സദാചാരഭീരുക്കളായ പല പുരുഷൻമാരും അവളെ അകലെനിന്ന് കാമിക്കുകയും അതിൽ ചിലർ അവളുടെ ഹൃദയത്തിൽ സ്ഥാനംപിടിക്കുകയും ചെയ്യുന്നു. എന്നാൽ പുരുഷൻ പ്രതീക്ഷിക്കുന്നതും ആവശ്യപ്പെടുന്നതുമായ ചാരിത്ര്യനിയമം പാലിക്കാൻ അവൾ തയ്യാറല്ല. വളരെ സ്വാഭാവികമായും ആർജ്ജവത്തോടെയും അത്തരം ശ്രമങ്ങളെയെല്ലാം അവൾ അട്ടിമറിക്കുന്നു. ഭർത്താവിന്റെ ഇഷ്ടാനുസരണം അയാൾക്കുവേണ്ടി അണിഞ്ഞൊരുങ്ങി 'നല്ലഭാര്യയായി കഴിയുന്ന പങ്കിയമ്മ അയാളറിയാതെ കാമുകനെ വീട്ടിൽവിളിച്ചുവരുത്തുകയും ചെയ്യുന്നു. ഒടുവിൽ പങ്കിയമ്മയുമായുള്ള സമാഗമത്തിനിടയിൽ കാമുകന് ഭർത്താവായ രാമക്കുറുപ്പിന്റെ കുത്ത് കിട്ടുകയും അയാൾ ആശുപത്രിയിലാവുകയും ചെയ്യുന്നു. ഈ സമയത്തും പങ്കിയമ്മ അവളുടെ മനസ്സിന്റെ സ്ഥൈര്യം നഷ്ടപ്പെടുത്തുന്നില്ല. രണ്ട് പേരെയും അവർക്കാവശ്യമായ രീതിയിൽ അവൾ സഹായിക്കുന്നു. രാമക്കുറുപ്പ് കേസിൽനിന്ന് രക്ഷപ്പെടാൻ നിയമത്തിന്റെ സഹായം തേടുന്നുണ്ടെങ്കിലും രണ്ട്പേരും ശിക്ഷിക്കപ്പെട്ട് ജയിലിലകപ്പെടുന്നു. ഈ സമയത്തും പങ്കിയമ്മയുടെ ജീവിതവും പ്രണയങ്ങളും നിർബാധം തുടരുന്നു. മൂന്നാമതൊരാളെ ഭർത്താവായി സ്വീകരിക്കുന്ന അവർക്ക് അയാളിൽ ഒരു കുഞ്ഞും പിറക്കുന്നു. ജയിലിൽവെച്ച് ഒത്തുതീർപ്പിലെത്തിയ രാമക്കുറുപ്പും കിട്ടുപിള്ളയും പങ്കിയമ്മ തങ്ങളെ വഞ്ചിക്കുകയായിരുന്നുവെന്ന് മനസ്സിലാക്കുന്നു. പുരുഷന്റെ നിയമങ്ങൾക്കും അധികാരങ്ങൾക്കും അതീതമായാണ് പങ്കിയമ്മ സ്വന്തം അഭിലാഷങ്ങളെ ചിട്ടപ്പെടുത്തിയത്. പൗരുഷം എന്നത് പുരുഷന്റെ ലൈംഗികശക്തിയുമായി ബന്ധപ്പെട്ടാണ് കണക്കാക്കപ്പെടുന്നത്. സ്ത്രൈണതയാവട്ടെ ലൈംഗികതയെ ഒതുക്കുന്നതിലും പുരുഷസമൂഹത്തിന് തൃപ്തികരമായി ജീവിക്കുന്നതിനുള്ള ഘടകവുമായി വ്യാഖ്യാനിക്കപ്പെടുന്നു. വീടിന്റെ അകത്തളത്തിൽനിന്നും പങ്കിയമ്മയുടെ ഉറക്കെയുള്ള ചിരി രാമക്കുറുപ്പിനെ പലപ്പോഴും അസ്വസ്ഥമാക്കാറുണ്ട്. പങ്കിയുടെ സൗന്ദര്യവും വശ്യതയുമെല്ലാം തനിക്ക്മാത്രം കാണാനും കേൾക്കാനുമുള്ളതാണെന്ന് അയാൾ ഉറച്ചുവിശ്വസിച്ചു. ഒരിക്കൽ അയാൾ പങ്കിയോട് ഇക്കാര്യം പറയുന്നുണ്ട്.

ഇരുനൂറ്റി ഇരുപത്തിമൂന്ന് - സമീപദൃശ്യം

"പിന്നെ - പങ്കീ, ഒരു കാര്യം പറയണമെന്ന് വിചാരിച്ചിരുന്നു. ഞാനത് പറയുമ്പം എന്നോട് പെണങ്ങല്ലേ. ചിരിക്കുമ്പം ഇത്ര ഉച്ചത്തിൽ ചിരിക്കരുത്. പെണ്ണുങ്ങള് ചിരിക്കുന്നത് അടുക്കളവട്ടത്തിനു പുറത്തു കേൾക്കരുതെന്നാ'.

ഇരുനൂറ്റി ഇരുപത്തിനാല് - സമീപദൃശ്യം

പങ്കി അതുകേട്ട് ചിരിച്ചു, അതുകൊള്ളാം. ചിരിക്കുന്നതിനുമുണ്ടോ ചട്ടം?'

അവൾ ഉച്ചത്തിലുച്ചത്തിൽ ചിരിച്ചു. നിർത്താനാവാതെ കുറെ ചിരിച്ചു.

ഇരുനൂറ്റി ഇരുപത്തിയഞ്ച് - സമീപദൃശ്യം

രാമക്കുറുപ്പ് അബദ്ധനായി, 'ഞാൻ പറഞ്ഞത് പങ്കി അറിഞ്ഞിരിക്കാൻ വേണ്ടിയാ. കാലം പഴയതല്ല'.

സുന്ദരിയും യൗവനയുക്തയുമായ പങ്കിയമ്മയുടെ ഇഷ്ടം സമ്പാദിക്കാനായി തന്റെ സ്വത്തുവകകളെല്ലാം രാമക്കുറുപ്പ് അവളുടെ പേരിൽ എഴുതിവെച്ചിട്ടുണ്ട്. അവൾ തന്റേതു മാത്രമായിരിക്കണമെന്ന സ്വാർത്ഥത പ്രായംചെന്ന അയാളെ ഭരിക്കുന്നുണ്ട്. അവരുടെ വീടിനുമുന്നിലൂടെ കടന്നുപോവുന്ന ആണുങ്ങൾ, വഴിയിൽ തങ്ങി നിർദോഷകരമായ വർത്തമാനത്തിലേർപ്പെടുമ്പോൾ അയാൾ അവരെ ഓടിക്കുന്നു. അവരുടെ പരിഹാസമൊന്നും അയാൾ പ്രശ്നമാക്കിയിരുന്നില്ല. എന്നാൽ അയാളുടെ സ്വാർത്ഥതനിറഞ്ഞ പ്രണയത്തിൽ തന്റെ ജീവിതം ഒതുക്കിവെക്കാൻ പങ്കിയമ്മ ഇഷ്ടപ്പെട്ടില്ല. പുരുഷന്റെ അധീശത്വം, സ്ത്രീയുടെ ആശ്രിതത്വം, അവരുടെ വ്യത്യസ്ത ജീവിതസാഹചര്യങ്ങൾ എന്നിവ കാരണം പ്രേമത്തിന്റെ അർത്ഥതലങ്ങൾ ആണിലും പെണ്ണിലും രണ്ടുതരത്തിലാണ്. ഒരേസമയം പല പുരുഷൻമാരെ പ്രേമിക്കുകയും അവരെയെല്ലാം ഒരുപോലെ സന്തോഷിപ്പിക്കുകയും ചെയ്യുന്നതിലൂടെ പുരുഷാധികാര കുടുംബവ്യവസ്ഥയെ പൊളിച്ചെഴുതുകയാണ് പങ്കിയമ്മ ചെയ്യുന്നത്. പ്രേമത്തെ ലൈംഗികബന്ധത്തിലൂടെ സാക്ഷാൽക്കരിക്കുമ്പോൾ അതിൽ സദാചാരലംഘനമുണ്ട്. സ്വതന്ത്രവും പ്രസന്നവും സ്വാഭാവികവുമായ സ്ത്രൈണവ്യക്തിത്വത്തിലൂടെ സംസ്കാരത്തിന്റെ വൈകൃതങ്ങളോട് പരിഹാസപൂർവ്വം കലഹിക്കുന്ന പങ്കിയമ്മ. സ്ത്രീ വിധേയയും ത്യാഗശീലയും ലജ്ജാവതിയുമെല്ലാമായിരിക്കണമെന്ന പൊതുധാരണകളെ അവർ തിരുത്തുന്നു. സ്വതന്ത്രവും സമത്വപൂർണ്ണവുമായിരിക്കേണ്ട സ്ത്രീപുരുഷബന്ധങ്ങളെ സ്ഥാപനങ്ങളുടെ കൃത്രിമത്വത്തിലേക്കു ചുരുക്കുന്നതിനെതിരെ പ്രതിഷേധിക്കുകയായിരുന്നു തകഴിയുടെ കഥകൾ തെരഞ്ഞെടുത്ത് ദൃശ്യവൽക്കരിച്ചതിലൂടെ അടൂരും ചെയ്തത്.

മധ്യവയസ്കയായ ഭാഗീരഥിയമ്മ രോഗശയ്യയിലായ തന്റെ

ഭർത്താവിനു പറഞ്ഞുകൊടുക്കുന്നതിലൂടെയാണ് പങ്കിയമ്മയുടെ കഥ ചിത്രീകരിച്ചിരിക്കുന്നത്. പങ്കിക്കും അവളുടെ ആണുങ്ങൾക്കുമിടയിലുള്ള നാടകീയതകൾ വളരെയധികം കൗതുകത്തോടെയാണ് വൃദ്ധനായ ഭർത്താവ് ശങ്കരപ്പിള്ള കേൾക്കുന്നത്. തകഴികഥയുടെ അനുകല്പന മാണെങ്കിലും വൃദ്ധദമ്പതികളുടെ അന്വാഖ്യാനരീതിയിലുള്ള സംഭാ ഷണത്തിലൂടെ ചുരുളഴിയുന്ന കഥാഘടന ദൃശ്യാഖ്യാനത്തിൽ വേറിട്ട അടയാളമായി നിലനിൽക്കുന്നു. സ്ത്രീകളുടെ ജീവിതത്തെ ചുഴിഞ്ഞു പരിശോധിക്കാനും അതിൽ സദാചാരലംഘനം നടന്നിട്ടുണ്ടോയെന്ന ന്വേഷിക്കാനും പൊതുസമൂഹത്തിന് വളരെയധികം ആകാംക്ഷയാണ്. ഈ ആകാംക്ഷയാണ് ശങ്കരൻപിള്ളയുടെ ശാരീരിക വല്ലായ്മയ്ക്കിടയിലും പങ്കിയുടെ കഥ അന്വേഷിക്കാൻ അയാളെ ഉത്സുകനാക്കുന്നത്. ഇതിനെ ഭാഗീരഥി ഇടയ്ക്കിടെ പരിഹാസരൂപത്തിൽ വിമർശിക്കുന്നുമുണ്ട്.

ഭാഗീരഥി, *'എണീറ്റ് നടക്കാൻ വയ്യെങ്കിലെന്താ, ഇവിടൊരാൾക്കെപ്പഴും പെണ്ണുങ്ങളുടെ കഥകേട്ടാമതി!'*

നൂറ്റിതൊണ്ണൂറ്റിമൂന്ന് - സമീപദൃശ്യം

കട്ടിലിനോട് ചേർത്തിട്ടിരിക്കുന്ന സ്റ്റൂളിന് മുകളിലെ തട്ടത്തിൽ നിന്ന് ഒരു വെറ്റിലയെടുത്ത് അതിൽ ചുണ്ണാമ്പ് തേച്ചുകൊണ്ട് ഭാഗീരഥി പറഞ്ഞു, *''ഇപ്പം യോഗ്യനായിട്ടിരിക്കുന്നുവെങ്കിലും നിങ്ങളും അവള്ടെ പൊറകെ നടന്നുകാണും. ഇല്ലാന്നൊന്നും ഇപ്പപ്പറയണ്ട, നടക്കാത്ത ആണുങ്ങള് ഈ നാട്ടില് ചുരുക്കമാ'.*

മലയാളികളുടെ സദാചാരസങ്കല്പത്തിലെ പ്രശ്നങ്ങളാണ് പങ്കി യമ്മയിലൂടെ ചിത്രീകരിച്ചിരിക്കുന്നത്. തങ്ങൾക്ക് വിധേയമാവാത്ത തങ്ങളുടെ വരുതിയിൽ വരാത്ത പെണ്ണുങ്ങളെ ഏതെങ്കിലും രീതിയിൽ വഴിപിഴച്ചവൾ എന്ന മുദ്രകുത്തി അപവാദം പ്രചരിപ്പിക്കുമ്പോൾ പുരുഷലോകത്തിന് വലിയ സന്തോഷമാണെന്നതിന് ശങ്കരപ്പിള്ള ഉദാഹരണമാവുന്നുണ്ട്. എങ്കിലും ആൺവർഗ്ഗത്തിന്റെ പൊള്ളത്തരങ്ങ ൾക്ക് ഭാഗീരഥിയമ്മ ഇടയ്ക്കിടെ കൊട്ട് കൊടുക്കുന്നുണ്ട്. അല്ലെങ്കിലും ഈ ആണുങ്ങളൊക്കെ അത്രേ ഒള്ളൂ' എന്നുപറഞ്ഞുകൊണ്ട് മുഴുവൻ തെറ്റും പങ്കിയിൽ ആരോപിക്കുന്നതിനെ ഇടയ്ക്കിടെ അവർ തടുക്കുന്നു ണ്ട്. ഭർത്താവിനെയും കാമുകനെയും സ്നേഹിക്കുവാനും അവരുടെ വിഷമഘട്ടത്തിൽ ആത്മാർത്ഥമായി സഹായിക്കുവാനും മനസ്സലിവു ള്ള പങ്കിയെ മലയാളിപ്രേക്ഷകർ കുറച്ചൊരു കൗതുകത്തോടെയേ സ്വീകരിക്കൂ എന്ന കാര്യത്തിൽ സംശയമില്ല. മലയാളസിനിമ സ്ത്രീകളെ ചിത്രീകരിക്കുമ്പോൾ ഉത്തമയായ കുടുംബിനിയെയും അമ്മമാരെയും

പുനരുല്പാദിപ്പിച്ചുകൊണ്ടാണ് നിലവിലുള്ള വാർപ്പുമാതൃകകളെ ഉറപ്പിച്ചുനിർത്തിയത്. ഭർത്താവിനും കുടുംബങ്ങൾക്കുംവേണ്ടി സ്വജീവിതം ഹോമിക്കുന്ന ഭാര്യമാരാണ് സിനിമയിൽ നിറഞ്ഞുനിന്നിരുന്നത്. കുടുംബത്തിനുള്ളിലും പുറത്തുമുള്ള നീതിനിഷേധത്തെ തിരിച്ചറിയാതെ പോകുന്നവരും അറിഞ്ഞാൽപോലും പ്രതികരിക്കാനാകാതെ സർവ്വസഹയായിത്തീരുന്നവരുമാണ് കുടുംബിനികളെന്ന പൊതുബോധത്തിനെ നിഷേധിച്ചുകൊണ്ടാണ് അടൂർ തന്റെ സ്ത്രീകളെ ചിത്രീകരിക്കുന്നത്. ആധുനികവിദ്യാഭ്യാസം ലഭിച്ചിട്ടും സ്ത്രീ-പുരുഷ തുല്യതയ്ക്കുപകരം ആൺ-പെൺ വ്യത്യസ്തതയാണ് കേരളത്തിൽ അംഗീകരിച്ചുപോരുന്നത്. പുരുഷൻമാരുടേതായി കല്പിക്കപ്പെട്ട ഇടങ്ങളിലേക്ക് സ്ത്രീകൾ കടന്നുചെല്ലുന്നതിനെ സംശയദൃഷ്ടിയോടെ നോക്കാനും വിലക്കാനുമാണ് സമൂഹം ശ്രമിച്ചത്. സ്ത്രീയുടെ സ്ഥാനം വീട്ടിനകത്താണെന്നും ഭർത്താവിലൂടെയാണ് അവളുടെ സാമൂഹികാംഗത്വം അംഗീകരിക്കപ്പെടുന്നതെന്നുമുള്ള സമൂഹത്തിന്റെ കാഴ്ചപ്പാടുകൾ ശക്തിപ്പെടുന്നതിന് സിനിമകളിലെ കുടുംബപരിചരണം ഇടയാക്കുന്നുണ്ട്. ഫെമിനിസം ബൂർഷ്വാകുടുംബവ്യവസ്ഥയ്ക്ക് ഭീഷണിയാണെന്ന് തിരിച്ചറിഞ്ഞ്, ലിംഗഭേദവുമായി ബന്ധപ്പെട്ട പ്രശ്നങ്ങളെ അഭിമുഖീകരിക്കേണ്ടിവരുമ്പോൾ, സ്ത്രീകൾ ഫെമിനിസമെന്ന ലേബലിൽ നിന്ന് ഒഴിഞ്ഞുമാറി യാഥാസ്ഥിതികമായ നിലപാടുസ്വീകരിച്ചുകൊണ്ട് ഒരുതരം പ്രതിഷേധത്തിലേർപ്പെടുകയാണ് ചെയ്യുന്നതെന്ന് മീന.ടി.പിള്ള നിരീക്ഷിക്കുന്നുണ്ട് (2010:4).

പുരുഷന് കീഴ്പെട്ടിരിക്കുന്ന സ്ത്രീകളിൽനിന്നും വ്യത്യസ്തമായി സ്വയം തിരിച്ചറിയപ്പെടുന്ന സ്ത്രീകളായി അടൂരിന്റെ പെണ്ണുങ്ങളെല്ലാം തന്നെ ശക്തിപ്രാപിക്കുന്നു. സാമൂഹികനിർമ്മിതിയിൽ സ്ത്രീകൾക്കും തങ്ങളുടേതായ ദൗത്യം നിർവ്വഹിക്കാനുണ്ടെന്ന് ഇവരോരുത്തരും വിളിച്ചുപറയുന്നു. സ്ത്രീത്വം നൈസർഗ്ഗികമാണെന്നും അത് ചരക്കുവല്ക്കരിക്കപ്പെടേണ്ട വസ്തുവല്ലെന്നും അവർ തെളിയിക്കുന്നു. അധികാരവും അതിന്റെ സൗകര്യങ്ങളും കയ്യാളുന്ന എല്ലാ പ്രതിലോമശക്തികളും മാത്രമല്ല, അത്തരം മൂല്യങ്ങളാൽ വ്യവസ്ഥിതമാക്കപ്പെട്ട വലിയ ആൾക്കൂട്ടത്തെയും നേരിടേണ്ടിവരുന്നവളാണ് സ്ത്രീകൾ. പുരുഷകേന്ദ്രീകൃത വ്യവഹാരങ്ങളായ സിനിമകൾ സ്ത്രീയെയും അവളുടെ ലൈംഗികതയെയും ചിത്രീകരിച്ചിരുന്നത് ആൺനോട്ടത്തെ തൃപ്തിപ്പെടുത്താനുതകുന്നരീതിയിലാണ്. ഇതിൽനിന്ന് വ്യത്യസ്തമായി പെരുമാറുന്ന ഒരു പെണ്ണിനെ സംശയദൃഷ്ടിയോടും അസംതൃപ്തിയോടും കൂടി മാത്രമേ സമൂഹത്തിന് പ്രത്യേകിച്ച് ആൺബോധത്തിന് സ്വീകരിക്കാനാവൂ. സ്ത്രീകൾ സ്വയാർജ്ജിതമായ ലൈംഗികചോദനകളില്ലാത്ത അലൈംഗിക

(asexual) സ്വത്വങ്ങളാണെന്നും, ലൈംഗികാവയവങ്ങളാൽ ഭരിക്കപ്പെടാൻ സാധ്യതയുള്ളവരാണെന്നുമുള്ള - ലൈംഗികപ്രസരമുള്ള സ്ത്രീകൾ പതിതകളാണെന്നും പതിതകൾക്കുമാത്രമേ രതിതൃഷ്ണയുണ്ടാവൂ എന്ന വിക്ടോറിയൻ കാഴ്ചപ്പാടിനെ പൊളിച്ചെഴുതുകയാണ് അടൂർ തന്റെ സിനിമകളിലൂടെ നിർവ്വഹിച്ചതെന്നും പറയാം. ലൈംഗികതയെ സംബന്ധിച്ച് സമൂഹം പങ്കിടുന്ന ധാരണകളെയും ഉത്കണ്ഠകളെയും സൂക്ഷ്മമായി വിലയിരുത്തുവാനും കൂടുതൽ ചിന്തിപ്പിക്കുവാനും ഇത്തരം ദൃശ്യഖണ്ഡങ്ങളിലൂടെ സംവിധായകൻ ശ്രമിച്ചിട്ടുണ്ട്.

ഭക്ഷണവും ലൈംഗികതയും

സ്ത്രീയും പുരുഷനും തമ്മിലുള്ള ബന്ധത്തിന്റെ തുടക്കം ഭക്ഷണത്തിലൂടെയായിരുന്നുവെന്ന് ജൈവശാസ്ത്രജ്ഞനായ ഓവൻലൗജോയ് അനുമാനിക്കുന്നു (2004;52). മനുഷ്യൻ കൈകൾ ഉപയോഗിക്കാൻ തുടങ്ങിയപ്പോൾ ഭക്ഷണം കൊണ്ടുകൊടുക്കാൻ പ്രാപ്തനായി. ഇത്തരത്തിൽ കാട്ടിൽ അലഞ്ഞ് ഭക്ഷണം കൊണ്ടുകൊടുക്കാൻ കഴിവുള്ള പുരുഷനെ സ്ത്രീ അംഗീകരിച്ചു. പുരുഷനെ തെരഞ്ഞെടുക്കാനുള്ള മാനദണ്ഡമായി അവന്റെ ഭക്ഷണം കൊണ്ടുവരാനുള്ള കഴിവ് വിലയിരുത്തപ്പെട്ടു. പുരുഷന്റെ കാര്യത്തിൽ പ്രതീകമായി അത് മാറി. സ്ത്രീയെ തീറ്റിപ്പോറ്റാനുള്ള പുരുഷന്റെ ഈ കഴിവിന് പ്രത്യുപകാരമായി സ്ത്രീ പുരുഷന് ലൈംഗികസുഖം പകർന്നുകൊടുക്കാൻ തയ്യാറായി. പുരുഷന്റെ അതിജീവന വൈഭവം അടുത്ത തലമുറയിലേക്ക് കൈമാറാൻ പ്രത്യുൽപ്പാദനം സഹായകമായി.

ഇന്ന് ഇടത്തരം കുടുംബങ്ങളിൽപോലും വലിയ കെണിയായി രൂപപ്പെടുന്ന വെല്ലുവിളിയാണ് അടുക്കള. അടുക്കളയ്ക്ക് പുറത്തുള്ള രുചികളെ അകത്തേക്ക് കൊണ്ടുവരാനും അടുക്കളയെ പുറംലോകത്തിലേക്ക് മാറ്റിപ്പണിയാനും വലിയ പരീക്ഷണങ്ങൾ തന്നെ നടന്നുകൊണ്ടിരിക്കുന്നു. കുടുംബം എന്ന കൂട്ടായ്മ നിലനിൽക്കുന്നതിൽ ഭക്ഷണം പ്രധാന പങ്കുവഹിക്കുന്നുണ്ട്. സൗകര്യവും സൗന്ദര്യവും ഉള്ള അടുക്കള, നമ്മെ കീഴ്പെടുത്തുന്ന രുചിവൈവിധ്യം, ആകർഷകമായ വിളമ്പുമേശ, വിലപിടിപ്പുള്ള പാത്രങ്ങൾ, വിളമ്പലിന്റെയും കഴിക്കലിന്റെയും ആചാരമര്യാദകൾ എന്നിങ്ങനെ നിരവധി പ്രക്രിയകളിലൂടെയാണ് നാമിന്ന് വിശപ്പിനെ ഉത്സവമാക്കിമാറ്റുന്നത്. അടുക്കളയിൽ പുതിയ രുചിക്കൂട്ടുകൾ പരീക്ഷിച്ചുകൊണ്ട്, കലാഭ്യാസിയായി മാറാൻ തത്രപ്പെടുന്ന ഓരോ വീട്ടമ്മയും അടുക്കളയുടെ പരമാധികാരം പണയം വെച്ചുകൊണ്ടിരിക്കുകയാണ്.

എന്തും ഭുജിച്ച്, രുചിച്ചാണ് മനുഷ്യൻ അനുഭവിക്കുന്നത്. ഭോജനവും

ഭോഗവും ഒരേ നാണയത്തിന്റെ ഇരുപുറങ്ങളാവുന്നതങ്ങനെയാണ്. ഭക്ഷണസംസ്കാരവുമായി ബന്ധപ്പെട്ട വ്യത്യസ്തമായ സാംസ്കാരിക സൂചനകൾ സിനിമയിൽ ധാരാളമായി കടന്നുവരുന്നുണ്ട്. രുചിയും രുചികേടും നേരവും കാലവും വിളമ്പും കഴിപ്പും ഇഷ്ടവും ഇഷ്ടക്കേടും എന്നുവേണ്ട മനുഷ്യബന്ധങ്ങളിലെ നിഗൂഢതകൾ വരെ ഇത്തരം സൂചനകളിൽ ഉൾക്കൊള്ളുന്നു. ഭക്ഷണവും രുചിഭേദവും സാമൂഹികമായ ശ്രേണിയെ പ്രത്യക്ഷമായിത്തന്നെ അവതരിപ്പിക്കുന്നുണ്ട്. കഴിക്കുന്ന ഭക്ഷണത്തെ മുൻനിർത്തിയാണ് സഹജീവിയെ മനുഷ്യൻ അപരനായി കാണുന്നത്.

ആർത്തിയോടെ ഭക്ഷണം വാരിതിന്നുന്നത് മര്യാദയില്ലായ്മയും അപഹാസ്യവുമാണ്. വിശപ്പ്, ദാഹം, ആർത്തി, സ്വാദ് തുടങ്ങി ഭക്ഷണത്തോട് ബന്ധപ്പെട്ട പദങ്ങൾ മിക്കതും ലൈംഗികസൂചന കൂടി ഉൾക്കൊള്ളുന്നവയാണ്. ലൈംഗികതയുടെ ഏറ്റവും ശക്തമായ രൂപകമായി ഭക്ഷ്യവസ്തുക്കളും ഭക്ഷണം കഴിപ്പും നിലനിൽക്കുന്നു. 'ഭുജ്' എന്ന സംസ്കൃത ധാതുവിന് തിന്നുക, ഭോഗിക്കുക തുടങ്ങിയ അർത്ഥങ്ങളുണ്ട്. സിനിമയിലും ഭക്ഷണത്തെ നേരിട്ടുതന്നെ ഭോഗവുമായി ബന്ധപ്പെടുത്തുന്ന സന്ദർഭങ്ങൾ കാണാം. ഭർത്താവിനെയോ കാമുകനെയോ അടുത്തിരുത്തി ഊട്ടുന്ന സ്ത്രീയുടെ ആവർത്തിക്കുന്ന ദൃശ്യങ്ങൾ ഉദാഹരണങ്ങളാണ്. ഭക്ഷണവും സദാചാരവും ശരീരവുമായി നേരിട്ട് ബന്ധപ്പെട്ടിരിക്കുന്നു. ഭക്ഷണം ശരീരത്തെ നിലനിർത്തുമ്പോൾ സദാചാരം ശരീരത്തെ ആഹരിക്കുന്നു. വീട്ടിൽവെച്ച ഭക്ഷണത്തിന്റെ രുചി ഒന്ന് വേറെയാണെന്ന പ്രലോഭനം ദാമ്പത്യത്തെക്കൂടി ഉദ്ദേശിച്ചിട്ടുള്ളതാണ്. കുടുംബം തുടങ്ങുന്നത് സവിശേഷരുചിയിലാണ്.

സ്വയംവരത്തിൽ കുടുംബജീവിതത്തിലേക്ക് പ്രവേശിച്ച സീതയും വിശ്വവും വാടകവീട്ടിൽനിന്നും ആദ്യമായി ഒരുമിച്ച് ഭക്ഷണം കഴിക്കുന്നരംഗം പ്രണയത്തിൽ നിന്നും ദാമ്പത്യത്തിലേക്കുള്ള ദൂരം വരച്ചുചേർക്കുന്നു.

ഇരുന്നൂറ്റി നാല്പത്തിയഞ്ച് - സമീപദൃശ്യം

അടുക്കളയിൽ, വിശ്വത്തിന് ചോറും കറിയും വിളമ്പുകയാണ് സീത

ഇരുന്നൂറ്റി നാല്പത്തിയാറ് - മധ്യദൃശ്യം

സീതയെ ഒരു കുസൃതിച്ചിരിയോടെ നോക്കിയിരിക്കുകയായിരുന്നു വിശ്വം. അയാൾ അവളെ ഒരു കൈയ്ക്ക് പിടിച്ച് ഇരിക്കാൻ ആംഗ്യംകാണിച്ചു ക്ഷണിച്ചു. സീത ഒഴിഞ്ഞു. വേണ്ട, ഞാൻ പിന്നെ ഉണ്ടോളാം'.

അയാൾ വിടാൻ ഭാവമില്ല. ഇരിയെന്നേ'- വിശ്വം അവളെ ബലമായി പിടിച്ചിരുത്തി. കളിയിൽ ശബ്ദമുണ്ടാക്കി അവൾ ഇരുന്നതും പിന്നിലെ കതകിനു പിറകിൽ ജാനകിയമ്മയെ കണ്ട് ഒന്ന് ചമ്മി. വിശ്വം ഉരുട്ടിയ ഉരുളച്ചോറ് അവൾക്ക് നീട്ടുകയായിരുന്നു.

ജാനകിയമ്മ ശാസിച്ചു, അവിടിരി കൊച്ചേ-'

സീത അയാളോട് പതുക്കെ പരാതി പറഞ്ഞുകൊണ്ട് തിരക്കിട്ട് എണീറ്റു.

"ഓ, നാണക്കേടായി!(2012:66)

സ്ത്രീയും പുരുഷനും ഒരുമിച്ച് ജീവിക്കാൻ തുടങ്ങിയ കാലം മുതൽ അവർ ഭക്ഷണം പങ്കിട്ടാണ് ജീവിച്ചുപോന്നത്. എന്നാൽ വിളമ്പലും ഊട്ടലും എന്ന ക്രിയകൾ ലിംഗപരമായ വേർതിരിവുകളുടെ ഭാഗമായിത്തീർന്നത് കുടുംബത്തെ സ്ഥാപനവൽക്കരിക്കാൻ തുടങ്ങിയതോടെയാണ്. ഭക്ഷണമായാലും ലൈംഗികതയായാലും സ്ത്രീ ഉല്പന്നവും പുരുഷൻ ഉപഭോക്താവുമായിത്തീരുന്നത് ആൺകോയ്മയിലധിഷ്ഠിതമായ സാമ്പ്രദായിക കുടുംബസാമൂഹിക ബന്ധങ്ങളിലാണ്.

കൊടിയേറ്റത്തിലെ ശങ്കരൻകുട്ടിയുടെ ഭക്ഷണരംഗങ്ങൾ മറ്റൊരുതരത്തിലുള്ള ലൈംഗികാസക്തിയുടെ സൂചകങ്ങളാണ്. ഉത്സവപറമ്പുകളിലും കള്ളുഷാപ്പുകളിലും രുചിഭേദങ്ങളിലലിയുന്ന ആളാണ് അയാൾ. ശങ്കരൻകുട്ടിയോട് നാട്ടുകാർ കല്യാണം കഴിക്കേണ്ടേ എന്നു ചോദിക്കുന്ന രംഗങ്ങളെല്ലാം ഭക്ഷണത്തെ മുൻനിർത്തിയാണ്. ശങ്കരൻകുട്ടി ശാന്തമ്മയെ പെണ്ണ്കാണാൻ പോകുന്നതും സ്വാദേറിയ ഊണിനോടൊപ്പം പെണ്ണിനെയും ഇഷ്ടമാവുന്നതും അതിനെ തുടർന്നുള്ള അവന്റെ ജീവിതത്തിലെ വഴിത്തിരുവുകളും ദൃശ്യവിസ്മയങ്ങളാണ്.

ഇരുനൂറ്റി എഴുപത്തിരണ്ട് - മധ്യദൂരദൃശ്യം

മുന്നിലിട്ട തുശനിലകളിൽ നിന്ന് വിശദമായി ഊണുകഴിക്കയാണ് അതിഥികൾ. അവർക്ക് വീണ്ടും വിളമ്പി ഭവാനിയമ്മ സമീപത്തുതന്നെ നില്പുണ്ട്. ശങ്കരൻകുട്ടിക്ക് വീണ്ടും ചോറുവിളമ്പി, കേശമ്മാവനിലേക്കു തിരിയുമ്പോൾ അദ്ദേഹം, മതിയെന്ന് കൈകൊണ്ട് വിലക്കുകാണിച്ചു.

എല്ലാം കണ്ടും കേട്ടും ആസ്വദിച്ചു നിൽക്കുകയാണ് ശാന്തമ്മ, വാതിലിനു പിന്നിൽ.

ഊണിന്റെ തിരക്കു തകൃതികൾ നോക്കിനിൽക്കെ ശാന്തമ്മയ്ക്ക് കൗതുകം വളർന്നു.

ഇരുനൂറ്റി എഴുപത്തിനാല് - മധ്യദൃശ്യം

ഭവാനിയമ്മ അതിഥികൾക്ക് രസം വിളമ്പി. ശങ്കരൻകുട്ടിയും

കേശോമ്മാവനും അതു കൈക്കുമ്പിളിൽ ഏറ്റ് ആസ്വദിച്ച് മോന്തുകയാണ്.

ശാന്തമ്മ അവരുടെ ഊണു നോക്കിനിന്നു രസിച്ചു.

ശങ്കരൻകുട്ടി തിരക്കിട്ട് ഉണ്ണുകയാണ്.

ഇരുനൂറ്റി എഴുപത്തെട്ട് - മധ്യദൃശ്യം

ശാന്തമ്മ നോക്കിനിൽക്കെ ശങ്കരൻകുട്ടിയിൽ നിന്ന് ഒരു നീണ്ട ഏമ്പക്കം പുറത്തേക്കുപോയി.

സംതൃപ്തനായ കേശമ്മാവൻ പറഞ്ഞു, "ഊണു കേമമായി ഭവാനിയമ്മേ-മോള്ടെ പാചകമാണോ? ശങ്കരൻകുട്ടിയുടെ ഭാഗ്യം-'

ഇത്ര നന്നായി ചോറും കൂട്ടാനും വെക്കുന്ന പെണ്ണിനെ കല്ല്യാണം കഴിച്ചാൽ മുഷിയില്ലല്ലോ(216)

ആദ്യരാത്രിതന്നെ ചോറു മുഴുവൻ തീർത്ത ശങ്കരൻകുട്ടിയുടെ ആർത്തിയിൽ പട്ടിണികിടക്കുന്നു ശാന്തമ്മ. പതുക്കെപതുക്കെ ആർത്തിയെ ഭക്ഷണത്തിനും ലൈംഗികതയ്ക്കുമായി പങ്കുവെക്കാൻ പഠിക്കുന്നതോടെ കുടുംബത്തിനകത്തെത്തുകയാണ് ശങ്കരൻകുട്ടി.

അയൽക്കാരിയായ കമലമ്മയുടെ വീട്ടിൽ അവളെ സഹായിക്കാനായെത്തുന്ന ശങ്കരൻകുട്ടിയുടെ വിശപ്പിനെ ലൈംഗികതയുമായി ബന്ധപ്പെടുത്തിയാണ് ദൃശ്യവൽക്കരിച്ചരിക്കുന്നത്.

നൂറ്റിപതിനാല് - അതിസമീപദൃശ്യം

ശങ്കരൻകുട്ടിയുടെ ഉറച്ച മാംസപേശികൾ ആഞ്ഞുതറപ്പിച്ചുള്ള ഓരോ വെട്ടിനുമൊപ്പം തുടിച്ചുതെറിച്ചു.

നൂറ്റിപതിനഞ്ച് - സമീപദൃശ്യം

കമലമ്മയുടെ മുഖത്ത് വിവിധവിചാരങ്ങൾ പ്രതിഫലിച്ചു. കൗതുകങ്ങൾ നിറഞ്ഞു. ആഗ്രഹങ്ങളും വിട്ടൊഴിയാത്ത ദുഃഖഛായയുമെല്ലാം മാറിമാറി തെളിഞ്ഞു.

നൂറ്റിപ്പതിനാറ് - സമീപദൃശ്യം

വിയർപ്പിൽ കുളിച്ച്, എന്നാൽ തളരാത്ത പുരുഷത്വത്തോടെ ശങ്കരൻകുട്ടി ജോലി തുടർന്നു.

നൂറ്റിപ്പതിനേഴ് - മധ്യദൂരദൃശ്യം

മുറ്റത്ത് വിറകുവെട്ടുന്ന അയാളെ ശ്രദ്ധിച്ച്, പിന്നിൽ പുറംവരാന്തയിൽ, മടിയിൽ വച്ച മുറത്തിലേക്ക് കറിക്കരിഞ്ഞുകൊണ്ട് കമലമ്മ ഇരുന്നു.

നൂറ്റിപതിനെട്ട് - സമീപദൃശ്യം

ഇടയ്ക്ക് കമലമ്മയുടെ ശ്രദ്ധമുഴുവൻ അയാളിലാവുന്നുണ്ട്.

നൂറ്റിപ്പത്തൊമ്പത് - മധ്യസമീപദൃശ്യം

മടിയിൽ മുറവുമായി അവർ നോക്കിയിരിക്കെ ശങ്കരൻകുട്ടി ദൂരെ മുറ്റത്ത് ഉശിരോടെ വിറകുകീറൽ തുടർന്നു. ഇടയ്ക്ക് കീറിയ വിറകുകൊള്ളി മാറ്റിയിടുന്നതിനിടയിൽ അയാൾ അവരെ ശ്രദ്ധിച്ചു.

നൂറ്റിഇരുപത് - സമീപദൃശ്യം

എന്നിട്ട് നിവരുന്നതിനിടയിൽ അങ്ങോട്ടുനോക്കി അനുനയത്തിൽ അയാൾ അന്വേഷിച്ചു.

"ചോറൊന്നുമായില്ല്യോ?'

നൂറ്റി ഇരുപത്തിരണ്ട് - മധ്യസമീപദൃശ്യം

ശങ്കരൻകുട്ടി ജോലി തുടരവെ കമലമ്മ ചോദിക്കുന്നതുകേട്ടു

"എന്താ വിശപ്പായോ?'

അതു കേട്ടതും വിറകുകീറുന്നതു നിർത്തി അയാൾ പ്രകടമായ താല്പര്യത്തോടെ പറഞ്ഞു.

"വെശപ്പായോന്നു ചോദിച്ചാ'

നൂറ്റി ഇരുപത്തിനാല് - സമീപദൃശ്യം

അടുക്കളയിൽ ഏതാണ്ട് ഒഴിഞ്ഞ പിഞ്ഞാണത്തിൽ നിന്ന് ശങ്കരൻകുട്ടി ആഹാരം കഴിച്ചുകൊണ്ടിരുന്നു.

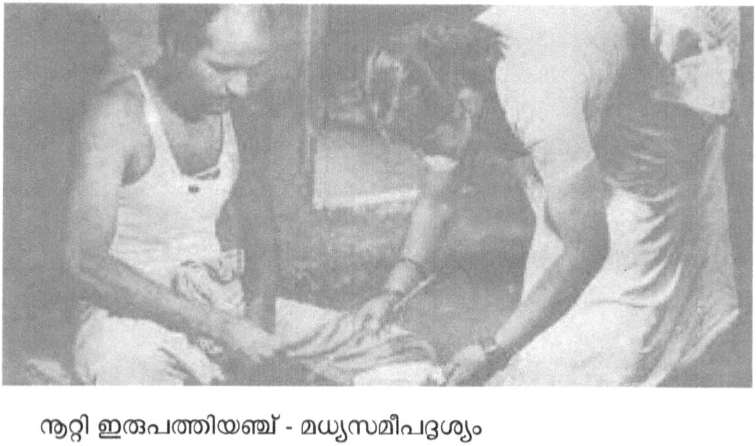

നൂറ്റി ഇരുപത്തിയഞ്ച് - മധ്യസമീപദൃശ്യം

നിറഞ്ഞ വിളമ്പുപാത്രത്തിൽ നിന്ന് ചോറുകോരി കമലമ്മ അയാൾക്കു മുന്നിൽ പിഞ്ഞാണം നിറച്ചു - മതിയെന്ന് കേൾക്കും വരെ. പിന്നെ കറി വിളമ്പി

നൂറ്റി ഇരുപത്തിയാറ് - സമീപദൃശ്യം

ശങ്കരൻകുട്ടി നിറവോടെ ഉണ്ണുന്നതുനോക്കി അവർ താല്പര്യപൂർവ്വം മുന്നിലിരുന്നു. ഇടയ്ക്ക് അയാൾ അവരെ നന്ദിയോടെ, നാണത്തോടെ നോക്കി ചിരിക്കുന്നുണ്ട്.

നൂറ്റി ഇരുപത്തിയെട്ട് - മധ്യദൂരദൃശ്യം

വായ നിറയെ ചോറുമായിരുന്ന ശങ്കരൻകുട്ടിയുടെ മേൽ കമലമ്മയുടെ അന്വേഷണം പതിച്ചു.

"എന്നുമിങ്ങനെ ഒറ്റയ്ക്കു കഴിഞ്ഞാ മതിയാ ശങ്കരൻകുട്ടീ'

അയാൾ നാണത്തോടെ ചിരിച്ചു. കമലമ്മയെ നോക്കി ഇളിഭ്യതയോടെ മുഖം കുനിച്ചു. (195)

ശങ്കരൻകുട്ടിക്കു പിന്നാലെ ഊണ് കഴിക്കാനായി സ്കൂളിൽ നിന്നുമെത്തിയ കമലമ്മയുടെ മകൻ ഗോപിയോട് അർത്ഥംവെച്ചുകൊണ്ട് കമലമ്മ ചോറല്യോ വെളമ്പുന്നെ? അതിനുമുമ്പ് ചെറുക്കന്റെ ഒരു വെപ്രാളം!' എന്ന് ചോദിക്കുന്നുണ്ട്. ഇത് ശങ്കരൻകുട്ടിയോടുള്ള മറുപടികൂടിയായിത്തീരുന്നുണ്ട്. ശങ്കരൻകുട്ടിയോട് കമലമ്മയ്ക്കുണ്ടായ നിഗൂഢമായ ആഗ്രഹവും തിരിച്ച് ശങ്കരൻകുട്ടിക്ക് കമലമ്മയോടുള്ള മമതയുമെല്ലാം ഈ ഊണ് രംഗത്തിൽ നിന്നും സ്പഷ്ടമാകുന്നുണ്ട്.

ഊണുതന്നെ ശരണമായ മറ്റൊരു കഥാപാത്രമാണ് നാലുപെണ്ണുങ്ങളിലെ കന്യക'എന്ന ഉപകഥയിലെ നാരായണൻ. വിവാഹം കഴിച്ചെങ്കിലും അത് നന്നായി തിന്നാൻ വേണ്ടി മാത്രമാണെന്ന് വിശ്വസിക്കുന്ന ഇയാളിലൂടെ എല്ലാ ആസക്തികളും ഭക്ഷണത്തിനായി മാത്രം നീക്കിവെക്കുന്ന ഒരു വിചിത്ര മനുഷ്യനെ വരച്ചുവെയ്ക്കുന്നു. വിവാഹത്തിന് ശേഷം വിരുന്നിനുവന്ന മകളെയും ഭർത്താവിനെയും വലിയ സന്തോഷത്തോടെയാണ് കുമാരിയുടെ അച്ഛൻ മാതു സ്വീകരിക്കുന്നത്.

തൂശനിലയിൽ വിഭവസമൃദ്ധമായ സദ്യയുണ്ണുന്ന നാരായണനെ പെണ്ണിന്റെ അച്ഛനും അമ്മയും വലിയ കൗതുകത്തോടെയും കുറച്ചൊരു തൃപ്തിയോടെയുമാണ് നോക്കുന്നത്. തന്റെ മരുമകന്റെ ഭക്ഷണത്തിലുള്ള താല്പര്യം മകളിലും ഉണ്ടാവുമെന്ന ചിന്തയായിരിക്കാം ആ മാതാപിതാക്കളെ നിഗൂഢമായി ആനന്ദിപ്പിച്ചത്.

നൂറ്റിയമ്പത് - സമീപദൃശ്യം

നാരായണനും, തൊട്ടുപിന്നിൽ മാതുവും വരാന്തയിലിരുന്ന് ഊണ് കഴിക്കയാണ്. മരുമകന്റെ ഊണിലുള്ള ഉഷാറും തിരക്കും മാതു ശ്രദ്ധിച്ചു. ഇടയ്ക്കിടെ അയാളെ തിരിഞ്ഞുനോക്കി മാതു അതിശയിക്കുന്നുണ്ട്.

നാരായണനാകട്ടെ പരിസരം പാടെ മറന്ന് ഊണിൽ മാത്രം ശ്രദ്ധചെലുത്തിയിരിക്കയാണ്. പിന്നിൽ, അടുക്കളവാതിൽക്കൽ കുമാരി അവരെ നോക്കിനിന്നു.

നൂറ്റിയമ്പത്തിയൊന്ന് - സമീപദൃശ്യം

നാരായണന്റെ ഇല ഒഴിഞ്ഞവഴിയേ വീണ്ടും ചോറ് പകരുകയായി, അമ്മായിയമ്മ. നാലഞ്ച് നിറതവികൾ പകർന്നശേഷം അയാൾ തയ്യാറാക്കിയ കുഴിയിലേക്ക് പുളിശ്ശേരി പകരപ്പെട്ടു. അതും ക്ഷണവേഗമാണ് ഉരുളയാക്കി കക്ഷി അകത്താക്കിയത്.

നാരായണൻ ഉണ്ണുന്നത് നോക്കിനിന്നിട്ട് നാണി ചിരിയോടെ വിശേഷം പറഞ്ഞു, രണ്ടുപേർക്കും ഇനി നാലഞ്ച് ദെവസത്തേക്ക് പിടിപ്പത് ജോലിയാ'

നൂറ്റിയമ്പത്തിമൂന്ന് - സമീപദൃശ്യം

ഊണിനിടയിൽ മാതു ചോദിച്ചു, 'അതെന്താ നീ അങ്ങനെ പറഞ്ഞത്? അവരെ രണ്ടുപേരും വേണ്ടപ്പെട്ടവര് വിരുന്നുണ്ണാൻ വിളിച്ചിരിക്കയല്ലേ?'

നൂറ്റിയമ്പത്തിനാല് - സമീപദൃശ്യം

നാണി അനുനയത്തിൽ ചിരിച്ചു. എന്നിട്ട് കളിയായും കാര്യമായും പറഞ്ഞു, "ഉണ്ണുന്നതും ഒരു ജോലിയാ (1218)

നവവധൂവരൻമാരെ ബന്ധുജനങ്ങൾ വിരുന്നുണ്ണാൻ ക്ഷണിക്കുന്നത് ദമ്പതികളുടെ ജീവിതത്തിന് എല്ലാവിധ ആയുരാരോഗ്യവും

ഐശ്വര്യങ്ങളും ആഗ്രഹിച്ചുകൊണ്ടാണ്. പുതിയ 'കുടുംബത്തെ തങ്ങളും അംഗീകരിക്കുന്നു എന്നതിന്റെ പ്രത്യക്ഷീകരണവും കൂടിയാണത്. മധുവിധു ആഘോഷിക്കുന്ന ആണിനും പെണ്ണിനും വിശിഷ്ടമായ സദ്യ യൊരുക്കുന്നതിലൂടെ ദാമ്പത്യത്തെ തികച്ചും അർത്ഥവത്താക്കുകയാണ് മലയാളിയുടെ കുടുംബസങ്കല്പം.

മനുഷ്യശരീരത്തിനുമേൽ പ്രത്യേകതരം ലൈംഗികതകൾ ആലേഖനം ചെയ്യുന്ന സാമൂഹ്യപ്രക്രിയകളാണ് ചിലതരം ആചാരങ്ങൾ. നിഴൽക്കു ത്തിലെ ആരാച്ചാരുടെ മകൾ മല്ലികയുടെ തിരണ്ടുകല്ല്യാണം ലിംഗപരമായി സ്ത്രീയെ ഒതുക്കുന്നതിനുള്ള പുരുഷാധികാരത്തിന്റെ നേർക്കാഴ്ചകളാണ്. ആരും പെണ്ണായി പിറക്കുന്നില്ല; പെണ്ണായി ത്തീരുകയാണ് ചെയ്യുന്നത്' എന്ന സിമൻ ദ ബൊവെ (2018) യുടെ വാക്കുകളെ സാർത്ഥകമാക്കുന്നതാണ് മല്ലികക്ക് സമൂഹം (സമുദായം) കല്പിച്ചുകൊടുക്കുന്ന സ്ത്രീപദവി. ഋതുമതിയാവുന്ന പെൺകുട്ടിയെ വധു വിനെപോലെ അണിയിച്ചൊരുക്കി കൊട്ടും കുരവയുമായി നടത്തുന്ന തിരണ്ടുകല്ല്യാണമെന്ന ആചാരം പെൺകുട്ടി പ്രായപൂർത്തിയായെന്ന് സമൂഹത്തിനെ അറിയിക്കലാണ്. കാർഷിക സംസ്കൃതിയുമായി ബന്ധ പ്പെട്ട് നമ്മുടെ പൂർവ്വികൻമാർ മണ്ണിനെ ഫലപുഷ്ടമാക്കുന്നതിനായി ഉർവ്വരതാനുഷ്ഠാനങ്ങൾ നടത്തിവന്നിരുന്നു. ഋതുവാകുന്ന പെണ്ണിനെ താളമേളവാദ്യഘോഷങ്ങളുടെ അകമ്പടിയോടെ കുരവയിട്ട് - നാട്ടുകൂട്ട ത്തിന് ഇലയിട്ട് സദ്യനൽകുന്ന ഏർപ്പാട് ഉർവ്വരതയുമായി ബന്ധപ്പെടു ത്തി വായിക്കാവുന്നതാണ്. പെണ്ണ് വിളവെടുപ്പിന് തയ്യാറായി എന്നാണ് കുരവയിട്ടുകൊണ്ട് മുതിർന്ന സ്ത്രീ വിളിച്ചുപറയുന്നത്. തുടർന്നുള്ള ദിവസ ങ്ങളിൽ മല്ലികയെ അവളുടെ രക്ഷിതാക്കൾ സ്കൂളിൽ അയക്കുന്നില്ല. അടുക്കളയിൽ അമ്മയെ സഹായിക്കാനും ആടിനെ മേയ്ക്കാനുമായി അവൾ ഒതുങ്ങുന്നു.

മല്ലികയുടെ തിരണ്ടുകല്ല്യാണചടങ്ങ്

നാൽപത്തിമൂന്ന് - സമീപദൃശ്യം

പരന്ന്, സാമാന്യം വലിയൊരു പനങ്കുട്ടയിൽ തളിർവെറ്റില നിരത്തി അതിനു മുകളിൽ ഇളംചുവപ്പുള്ള പട്ടുസാരിയും മുല്ലയിലയും അരളിയിലയും കോർത്ത പൂമാലകളും താഴമ്പൂവും കണ്ണാടിയും കുങ്കുമവും കൺമഷിയും ചീപ്പും മറ്റ് അലങ്കാരവസ്തുക്കളും പിന്നെ പാക്ക്, നാരങ്ങ, കൽക്കണ്ടം ഇവയുമെല്ലാം തയ്യാറാക്കിവെച്ചിരിക്കയാണ്. അരികിലായി വാഴപ്പഴത്തിൽ കുത്തിനിർത്തിയ സാമ്പ്രാണിത്തിരികൾ നിന്നെരിയുന്നുണ്ട്. തുടർന്ന് ചടങ്ങിൽ പങ്കെടുക്കാനെത്തിയവർക്ക് വിഭവസമൃദ്ധമായ സദ്യവിളമ്പുന്നു. കാർഷികസമൃദ്ധിയും ലൈംഗികതയും തമ്മിലുള്ള ബന്ധം പുരാതനകാലം മുതലെ ഇത്തരം ചടങ്ങുകളിലൂടെ തുടർന്നുവന്നതിന്റെ ദൃഷ്ടാന്തങ്ങളാണ് ഇത്തരം ദൃശ്യങ്ങൾ. സ്ത്രീയുടെ ലൈംഗികതയെ അവൾ ഋതുമതിയാവുന്നതോടുകൂടി പുരുഷാധികാര വ്യവസ്ഥ നിയന്ത്രണത്തിലാക്കുന്നു. എന്നാൽ ആടിനെ മേയ്ക്കാനായി കുന്നിൻപുറത്തെത്തുന്ന മല്ലിക ഒരു വേണുഗാനത്തിൽ ആകൃഷ്ടയാവുന്നു. അനാഥനായ ഒരു ചെറുപ്പക്കാരനുമായി അവൾ അടുക്കുന്നു. പ്രണയത്തിന്റെ നൈർമ്മല്യത്തെ വ്യവസ്ഥയുടെ ക്രൂരമായഹസ്തങ്ങൾ ഞെരുക്കി ഇല്ലാതാക്കുകയാണ്. മല്ലികയുടെ ചേച്ചിയുടെ ഭർത്താവായ വാസു അവളെ നിഷ്കരുണം ബലാത്സംഗം ചെയ്യുന്നു. ഒടുവിൽ കൊലക്കുറ്റത്തിന് ആട്ടിടയൻ ശിക്ഷിക്കപ്പെടുന്നു.

ജാതി

കേരളീയത/മലയാളി എന്ന സമകാലീന സാംസ്കാരിക കർതൃത്വം, അതിന്റെ വളർച്ച തുടങ്ങിയ കാര്യങ്ങളെക്കുറിച്ച് അന്വേഷിക്കുമ്പോൾ മലയാളി എന്ന സമൂഹം, ചരിത്രപരമായി അതിനെ രൂപപ്പെടുത്തിയ ഘടകങ്ങൾ എന്നിവ പ്രശ്നവൽക്കരിക്കേണ്ടതുണ്ട്. കേരളത്തിലെ ജാതി-അധികാര വ്യവസ്ഥയ്ക്കെതിരെ ഇവിടെ നടന്നിട്ടുള്ള സമരചരിത്രങ്ങളും അതിന്റെ ഭാഗമായുണ്ടായ നവോത്ഥാനചിന്തകളും മലയാളി എന്ന സമൂഹം രൂപപ്പെടാൻ വലിയ സ്വാധീനം ചെലുത്തിയിട്ടുണ്ട്. ഇത്തരം പ്രബുദ്ധതയുടെ ഭാഗമായിട്ടാണ് സവർണ്ണൻ/അവർണ്ണൻ എന്ന തിരിച്ചറിവും മലയാളികൾക്കിടയിൽ ഉണ്ടാവുന്നത്. നവോത്ഥാനത്തിന് ശേഷം ജാതിവിവേചനം, മറ്റ് സംസ്ഥാനങ്ങളിലെപ്പോലെ പ്രകടമല്ലെങ്കിലും പുരോഗമനചിന്തകരുടെ മനസ്സിൽപോലും ജാതിചിന്തകൾ ഒളിഞ്ഞും തെളിഞ്ഞും നിലനിന്നുപോരുന്നു. സവർണ്ണമൂല്യങ്ങൾ ഇന്ന് പൂർവ്വാധികം ശക്തിയോടെ തിരിച്ചുവരികയും ചെയ്യുന്നു. എന്നാൽ ആധുനിക മലയാളിയെ രൂപീകരിച്ചതിന്റെ ചിഹ്നരൂപങ്ങൾ, പ്രതീകങ്ങൾ എന്നിവയിൽ അവർണ്ണരുടെ മൂല്യങ്ങളോ കാഴ്ചപാടുകളോ

എവിടെയും കാണുന്നില്ല. മലയാളി കർതൃത്വത്തിന്റെ കേന്ദ്രീകൃതരൂപമായി കാണുന്നത് സവർണ്ണ പ്രത്യയശാസ്ത്രങ്ങളും മൂല്യങ്ങളുമാണ്. മലയാളസിനിമ തൊഴിലില്ലായ്മയുടെ പ്രശ്നത്തെ അവതരിപ്പിക്കുന്നത് തൊഴിലില്ലാത്ത നായർ ചെറുപ്പക്കാരന്റെ ജീവിതത്തെ നിരീക്ഷിച്ചുകൊണ്ടാണ്.

കേരളീയത ഏതാനും ചിഹ്നങ്ങളിലൂടെയാണ് എന്നും അടയാളപ്പെടുത്തിപ്പോന്നിട്ടുള്ളത്. ഇന്ന് കേരളീയത എന്ന് കേൾക്കുമ്പോൾ സവിശേഷ പദവിയുള്ള കുലീനത്വബിംബങ്ങളാണ് മലയാളി ഉൾപ്പെടെയുള്ളവരുടെ മനസ്സിൽ വിരിയുന്നത്. കേരളീയ വാസ്തുവിദ്യ, കേരളീയ വേഷം, കേരളീയ ഭക്ഷണം, കേരളീയ ആഘോഷം, വസ്ത്രം, ആചാരം, കലാരൂപങ്ങൾ എന്നിങ്ങനെ കേരളത്തെ അടയാളപ്പെടുത്തുന്ന ഏതാനും ചിഹ്നങ്ങൾ മാത്രമായി കേരളീയത മാറിയിരിക്കുന്നു. കേരളത്തനിമ പ്രതിനിധാനം ചെയ്യുന്നിടത്തെല്ലാം ഒരു കഥകളിമുഖം അനിവാര്യഘടകമായി നിലകൊള്ളുന്നത് ഇതുകൊണ്ടാണ്.

നാലുകെട്ടുകളും വലിയ തറവാടുകളും ചലച്ചിത്രം പോലുള്ള ജനകീയ മാധ്യമങ്ങളിൽ ആവർത്തിച്ചുള്ള പശ്ചാത്തലമായി ആഖ്യാനം ചെയ്യപ്പെടുമ്പോൾ കേരളീയ ഗൃഹസങ്കല്പമെന്നത് സവർണ്ണജീവിതങ്ങളുടെ അടയാളപ്പെടുത്തൽ മാത്രമായി പരിമിതപ്പെടുന്നു. സമ്പന്നരുടെ വീട്ടുപകരണങ്ങളായ സപ്രമഞ്ചക്കട്ടിൽ, പിത്തളപാത്രങ്ങൾ, പ്രമാണിക്കസേര, ആട്ടുകട്ടിൽ, തൂക്കുവിളക്ക് തുടങ്ങിയ ചിഹ്നങ്ങൾ പാരമ്പര്യത്തെയും പ്രാമാണികത്വത്തെയും പുൽകാനും പഴമയെ തനിമയാക്കി പ്രതിനിധീകരിക്കപ്പെടുന്നതിനും കാരണമാകുന്നു. കേരളീയവേഷമായി ആദ്യം പരിഗണിക്കപ്പെടുന്നത് സെറ്റ്സാരിയും മുണ്ടുമാണ്. എന്നാൽ ഇത്തരം വേഷങ്ങളും ഒരുകാലത്ത് സവർണ്ണരുടേത് മാത്രമായിരുന്നു എന്നതാണ് യാഥാർത്ഥ്യം. സവർണ്ണതയുടെ ചിഹ്നങ്ങൾ പൊതുബോധമായി വ്യവസ്ഥപ്പെടുന്നതിലൂടെ യഥാർത്ഥകേരളത്തിന്റെ തനിമകളാണ് നഷ്ടപ്പെട്ടുകൊണ്ടിരിക്കുന്നത്.

കേരളത്തിലെ കലാചരിത്രം പരിശോധിക്കുമ്പോൾ ഇവിടുത്തെ കലകൾ എന്നും രണ്ടായി വിഭജിക്കപ്പെട്ടിരുന്നുവെന്ന് കാണാനാകും. വരേണ്യമെന്നും കീഴാളമെന്നും. ജാതിയുടെ സാംസ്കാരിക ചിഹ്നങ്ങളുടെ ചരിത്രപരമായ തുടർച്ച ഉറപ്പുവരുത്തേണ്ടത് സമൂഹത്തിന്റെ നിലനിൽപ്പിനാവശ്യമായിരുന്നു. അതുകൊണ്ടുതന്നെ വരേണ്യതയും അവരുടെ സാംസ്കാരിക വിനിമയങ്ങളും എന്നും മേൽത്തട്ടിൽ തന്നെ ഉയർന്നുനിന്നു. കേരളീയ കലകളെന്ന് കേൾക്കുമ്പോൾ ആദ്യം മനസ്സിൽ

പതിയുന്ന ബിംബം മോഹിനിയാട്ടവും കഥകളിയുമൊക്കെയാണ്. ഇവിടെയുണ്ടായ നാടൻകലകൾ പലതും സമൂഹത്തിന്റെ അടിത്തട്ടിൽ കിടക്കുന്നവരുടെ ഉയർത്തെഴുന്നേൽപ്പിന്റെയും ചെറുത്തുനിൽപിന്റെയും കഥകളാണ് നമ്മോട് വിളിച്ചുപറയുന്നത്. സമൂഹത്തിന്റെ താഴേക്കിടയിലുള്ളവരുടെ കലാവിഷ്കാരങ്ങളും അവരുടെ പ്രതിരോധങ്ങളും രണ്ടാംകിട എന്ന നിലയിലാണ് പലപ്പോഴും ചലച്ചിത്രങ്ങളുൾപ്പെടെയുള്ള ദൃശ്യമാധ്യമങ്ങൾ ആവിഷ്കരിച്ചത്. വരേണ്യസൗന്ദര്യബോധത്തെ തൃപ്തിപ്പെടുത്തുന്ന അവരുടെ സാംസ്കാരിക പാരമ്പര്യശീലങ്ങളെ സാമാന്യവൽക്കരിക്കുന്ന കാഴ്ചകളിലൂടെ സവർണതയുടെ പ്രതിനിധാനങ്ങളാവുകയായിരുന്നു നമ്മുടെ ദൃശ്യസംസ്കാരം. നഗരങ്ങളിൽ കലാപം നടക്കുമ്പോൾ തെരുവീഥികളിൽ മനുഷ്യരക്തം നിലവിളിക്കുമ്പോൾ അക്കഥയറിയാതെ രാജാവിന്റെയും റാണിയുടെയും കഥപറഞ്ഞ് നിർവൃതിയടയുകയും മറ്റുള്ളവരെ ആ നിർവൃതിയിലേക്ക് നയിക്കുകയും ചെയ്യുകയാണ് ഇത്തരം ചലചിത്രകാരൻമാരെന്ന്' വി.കെ. ജോസഫ് ചലച്ചിത്രകാരൻമാരുടെ നിലപാടുകളെക്കുറിച്ച് നിരൂപണം ചെയ്യുന്ന വേളയിൽ നിരീക്ഷിച്ചിട്ടുണ്ട് (2009:36).

എലിപ്പത്തായം

ലോകസിനിമയുടെ ചരിത്രത്തിൽ മലയാളസിനിമയെ അടയാളപ്പെടുത്തിയ ചിത്രമാണ് 1981-ൽ പുറത്തിറങ്ങിയ എലിപ്പത്തായം. മാറുന്ന സാഹചര്യങ്ങളെക്കുറിച്ചുള്ള തീക്ഷ്ണമായ യാഥാർത്ഥ്യബോധവും ആത്മബോധവും ആലസ്യത്തിലേക്കും ഉൾവലിയലിന്റെ ഉൻമാദത്തിലേക്കും ഒരു വ്യക്തിയെ എത്തിക്കുന്നതിന്റെ ചിത്രമാണ് എലിപ്പത്തായം അവതരിപ്പിച്ചത്. പ്രധാനകഥാപാത്രമായ ഉണ്ണിക്കുഞ്ഞ് ബാഹ്യലോകവുമായി പൊരുത്തപ്പെടാത്ത വ്യക്തിയാണ്. ജൻമിത്തം അവസാനിച്ചിട്ടും അതിന്റെ കെട്ടുപാടിൽനിന്നും മുക്തിനേടാൻ അയാൾ മടിക്കുന്നു. കൂട്ടുകുടുംബവ്യവസ്ഥ അവസാനിച്ച് സമൂഹം അണുകുടുംബത്തിലേക്ക് മാറിയിട്ടും അതിനെ ഉൾക്കൊള്ളാനാവാതെ കാരണവസ്ഥാനം കൈയൊഴിയാതെ നിൽക്കുന്ന ഉണ്ണിക്കുഞ്ഞ് കുടുംബത്തിലെ മറ്റെല്ലാ അംഗങ്ങൾക്കും ഒരുപോലെ പ്രശ്നമായിത്തീരുന്നു. ജാനമ്മ, രാജമ്മ, ശ്രീദേവി എന്നിവർ വ്യത്യസ്ത ആശയലോകത്തെയാണ് സിനിമയിൽ പ്രതിനിധാനം ചെയ്യുന്നത്.

സാമ്രാജ്യത്വശക്തികൾക്കെതിരെയുള്ള പോരാട്ടങ്ങളിലൂടെയും ഫ്യൂഡൽവിരുദ്ധ സമരങ്ങളിലൂടെയും പുതിയ ഉണർവ്വിലേക്ക് പ്രവേശിച്ച കേരളത്തിൽ ഒട്ടനവധി സാമൂഹ്യവിപ്ലവങ്ങൾ നടന്നു.

ശ്രീനാരായണഗുരു നേതൃത്വംകൊടുത്ത നവോത്ഥാനപ്രസ്ഥാനങ്ങൾ, അയിത്തവിരുദ്ധ പോരാട്ടങ്ങൾ അതിന്റെയൊക്കെ തുടർച്ചയായി ഉയർന്നുവന്ന കർഷകസമരങ്ങൾ തുടങ്ങിയവയൊക്കെ കേരളീയരുടെ ചിന്താഗതിയിൽ വലിയ മാറ്റങ്ങൾ ഉണ്ടാക്കി. സവർണമേധാവിത്വത്തിന്റെ പാരമ്പര്യത്തിൽനിന്ന് നിയമപരമായി മോചനം പ്രാപിച്ചുവെങ്കിലും കേരളീയജനതയ്ക്ക് ജീവിതത്തിന്റെ എല്ലാ മേഖലകളിൽ നിന്നും വൈദികാധിപത്യത്തിന്റെ ചിഹ്നങ്ങളെയും സൂചനകളെയും ആചാരാനുഷ്ഠാനങ്ങളെയും ഒഴിവാക്കാൻ കഴിഞ്ഞില്ല. സമൂഹത്തിൽ വേരുകളാഴ്ത്തിയ അധീശസംസ്കാരവും വിശ്വാസപ്രമാണങ്ങളും അവയുടെ മൂല്യങ്ങളും സ്വാഭാവികമായും സിനിമ പോലുള്ള ജനപ്രിയമാധ്യമങ്ങളെയും സ്വാധീനിച്ചു. ചലച്ചിത്രം പോലുള്ള മാധ്യമങ്ങളിലെ സവർണസംസ്കാരത്തിന്റെ ചിത്രീകരണത്തെക്കുറിച്ച് കെ. ഗോപിനാഥൻ നിരീക്ഷിക്കുന്നതിങ്ങനെയാണ്, ഒരു ജനത എന്ന നിലയിൽ അവ നമ്മുടെ സാമൂഹ്യ-സാംസ്കാരിക തുടർച്ചകളിൽ ഗൗരവതരമായ വിള്ളലുകൾ സൃഷ്ടിക്കാറുണ്ട്. പരിവർത്തനത്തിന്റേതായ ഇത്തരം ഘട്ടത്തിലൂടെ കടന്നുപോവുന്ന സമൂഹങ്ങൾ അവയുടേതായ സമസ്യകളും ഉത്കണ്ഠകളും ഉല്പാദിപ്പിക്കുകയും ചെയ്യാറുണ്ട്. ഒരു സാമൂഹ്യവിഭാഗമെന്ന നിലയിൽ സവർണ-മധ്യവർഗ്ഗമാണ് ഈ സംഘർഷങ്ങളുടെയെല്ലാം എപ്പിസെന്റർ[1] (2005:50).

കേരളത്തിലെ ഫ്യൂഡൽ വ്യവസ്ഥയുടെ അപചയമാണ് എലിപ്പത്തായം ചിത്രീകരിച്ചത്. 1957 ലെ കമ്മ്യൂണിസ്റ്റ് മന്ത്രിസഭയിൽ ഭൂപരിഷ്കരണ ബിൽ വേണമെന്ന ആവശ്യം വരികയും അത് പിന്നീട് 1969 ൽ പാസാവുകയും 1970 ജനുവരി 1 ന് പ്രാബല്യത്തിൽ വരികയും ചെയ്തു. ഇതോടെ ജന്മിസമ്പ്രദായം നിയമപരമായി കേരളത്തിൽ അവസാനിച്ചുവെങ്കിലും അതിന്റെ ദുർഭൂതങ്ങൾ സവർണ്ണകുടുംബങ്ങളിൽ നിന്നും പുരുഷാധിപത്യ ഘടനയിൽ നിന്നും വിട്ടൊഴിഞ്ഞിരുന്നില്ല. സവർണജാതിമേധാവിത്വത്തിന്റെയും ജന്മി ഭൂവുടമാവ്യവസ്ഥയുടെയും ആശയലോകത്ത് ജീവിക്കുന്ന വ്യക്തിയാണ് ഉണ്ണിക്കുഞ്ഞ്. എലിപ്പത്തായം എന്ന വാക്ക് തകർച്ചയും ജീർണ്ണതയെയും വ്യഞ്ജിപ്പിക്കുന്നു. അധഃപതിച്ചുകൊണ്ടിരിക്കുന്ന ജന്മിത്വത്തിന്റെ പ്രതീകമായി ഉണ്ണിക്കുഞ്ഞും കുടുംബവും താമസിക്കുന്ന നാലുകെട്ടും അവിടുത്തെ വീട്ടുപകരണങ്ങളുമെല്ലാം നഷ്ടപ്രതാപത്തിന്റെ കണക്ക് പറയുന്നുണ്ട്. ഒറ്റപ്പെട്ടുകിടക്കുന്ന തുരുത്തുകളിൽനിന്ന് അത് കേരളീയസമൂഹമാകെ പടരുന്നു. പ്രണയമോ ജാതിക്ക് വെളിയിലുള്ള വിവാഹങ്ങളോ രണ്ടാം വിവാഹമോ പോലുമാകാത്ത രീതിയിൽ ജൻമിത്വത്തിന്റെ/നാടുവാഴിത്തത്തിന്റെ മൂല്യവ്യവസ്ഥ

കേരളത്തിൽ ഇന്നും തുടരുന്നുണ്ടെന്ന് കാണാവുന്നതാണ്.

രാജമ്മക്ക് വിവാഹകാര്യവുമായി വരുന്ന കേശമ്മാവനോട് എന്റെ ഉടപിറന്നോളെ കല്യാണം കഴിപ്പിക്കാൻ രണ്ടാംകെട്ടുകാരൻതന്നെ വേണോ?'എന്ന് ഉണ്ണിക്കുഞ്ഞ് ചോദിക്കുന്നു (സീൻ 142). സവർണ പാരമ്പര്യമൂല്യത്തെ മുറുകെപിടിക്കുന്ന കാരണവരുടെ സ്വരമാണ് അവിടെ കേൾക്കുന്നത്. ഗൾഫിൽപോയി പണം സമ്പാദിച്ച് വന്ന കറിയാമാപ്പിളയുടെ മകനായ മത്തായിക്കുട്ടിയോട് ആതിഥ്യമര്യാദയില്ലാതെ പെരുമാറുന്നത് ഉണ്ണിക്കുഞ്ഞിൽ ജൻമിത്വത്തിന്റെ മിഥ്യാഭിമാനം ഉറങ്ങുകിടക്കുന്നത് കൊണ്ടാണ്

സീൻ ഇരുന്നൂറ്റി എൺപത്തിയഞ്ച്

ഉണ്ണി പുറത്തേക്ക് വരുന്നില്ലെന്നുകണ്ട് മത്തായിക്കുട്ടി പൂമുഖത്തിരുന്ന് ഉള്ളിലേക്ക് വിളിച്ചുപറഞ്ഞു, ഉണ്ണിക്കുഞ്ഞേ, ഞാൻ മത്തായിക്കുട്ടിയാ, എന്നെ മനസ്സിലായിലെന്നാ തോന്നുന്നെ.

അതിനു മറുപടിയായി അയാൾ അറവാതിൽക്കൽ പ്രത്യക്ഷപ്പെട്ട് മത്തായിക്കുട്ടിയെ സൂക്ഷിച്ചുനോക്കി. എന്നിട്ട് സാധാരണമട്ടിൽ പറഞ്ഞു, 'മനസ്സിലാവുകയൊക്കെ ചെയ്തു. നേരെ കസേരക്കട്ടത്തേക്ക് പൂമുഖം കടന്ന് നിന്നു. മത്തായിക്കുട്ടി പതുക്കെ എഴുന്നേറ്റുനിന്നു. ഉണ്ണി കസേരയിൽ പോയിരുന്നു. കണ്ണാടിയെടുത്തണിഞ്ഞ് ദിനപത്രം കടഞ്ഞ് നിവർത്തെടുത്ത് പിടിച്ച് അതിൽ നോക്കിയിരുന്നു. എന്നിട്ട് ഇരുത്തി ചോദിച്ചു, അവധിക്കു വന്നതാണോ അതോ.......'

എഴുപതുകൾക്ക് ശേഷം ഗൾഫ് മലയാളികൾക്കുണ്ടായ വളർച്ചയും അവർ കേരളത്തിലൊഴുക്കിയ പണത്തിന്റെ അധികാരവും തിരിച്ചറിയാതെ പോയതുകൊണ്ടാണ് മത്തായിക്കുട്ടിയെ അംഗീകരിക്കാൻ ഉണ്ണിക്കുഞ്ഞിന് കഴിയാതെപോയത്. കുടുംബത്തിലെ അരക്ഷിതാവസ്ഥയിൽനിന്നും പ്രണയിയോടൊത്ത് ഒളിച്ചോടുന്ന ഇളയ സഹോദരിയെ അന്വേഷിക്കാനുള്ള മാനസികാവസ്ഥയോ ഉത്തരവാദിത്തമോ അയാൾക്കുണ്ടാവുന്നില്ല.

ചിത്രം ആരംഭിക്കുന്നത് തന്നെ പോയകാലത്തിന്റെ ഓർമ്മകൾ അയവിറക്കാനെന്നവണ്ണം വീടിന്റെ വിവിധ ഭാഗങ്ങളിലൂടെ ക്യാമറ ചലിപ്പിച്ച് ചത്ത ഘടികാരവും, തുരുമ്പിച്ച താക്കോലും, നെടുനീളൻ വാതിലുകളും, പ്രൗഢികൾ പേറുന്ന വീട്ടുപകരണങ്ങളും നിലവിളക്കും ഭരണികളും ദൃശ്യവൽക്കരിച്ചുകൊണ്ടാണ്. കേരളീയതയ്ക്ക് പുറംനാട്ടുകളിൽ തുറന്നുകിട്ടിയ വിപണിയെ ലാക്കാക്കുന്ന ടൂറിസം വകുപ്പുകാരുടെ കച്ചവടക്കണ്ണോടെയാണ് പല ചലച്ചിത്രകാരും കേരളീയാനുഭവങ്ങളെ

സമീപിക്കുന്നത്' എന്ന് ഒ.കെ. ജോണി നിരീക്ഷിച്ചത് ഇവിടെ പ്രസക്തമാണ് (2001:15). തറവാടിയുടെ രാത്രികാലങ്ങളിലെ പ്രതാപത്തിന്റെ കാവൽക്കാരനായിരുന്ന ടോർച്ച്ലൈറ്റിന് ചിത്രത്തിൽ വലിയ പ്രാധാന്യം കല്പിച്ചിട്ടുണ്ട്. ഏത് അടിയാത്തിപ്പെണ്ണിന്റെ മുഖത്തേക്കും തുറിച്ചുനോക്കാനാവുന്ന അധികാരവും കഴിവുമതിനുണ്ടായിരുന്നു. ആ അധികാരത്തിന്റെ ആത്മവിശ്വാസത്തിൽ വഴിപോക്കന്റെ മുഖത്തേക്ക് ടോർച്ചടിച്ചപ്പോൾ അയാളിൽനിന്നും ആളറിയാതെയാണെങ്കിലും ഉണ്ണി ചീത്ത കേൾക്കേണ്ടിവരുന്നു.

അഞ്ഞൂറ്റി ഏഴ് - മധ്യദൃശ്യം

സന്ധ്യ, ഒരു ടോർച്ചിന്റെ വട്ടവെളിച്ചം നനഞ്ഞ നാട്ടുവഴിയിലൂടെ മുന്നോട്ടുനീങ്ങി. താഴെനിന്നുയർന്ന് എതിരെ വന്നയാളിന്റെ മുഖത്തേക്ക് ഉയർന്നു മിന്നിയതും വന്നു പുലഭ്യം, പ്ഫ, പൊലയാടി മോനേ! മൊകത്തോട്ടാണോ ലൈറ്റടിക്കുന്നേ?'

അഞ്ഞൂറ്റിയെട്ട് - മധ്യസമീപദൃശ്യം

അരണ്ട വെളിച്ചത്തിൽ വിഷണ്ണനായി നിന്ന ഉണ്ണിയുടെ സമീപത്തേക്ക് നടന്നടുത്തുകൊണ്ട് നാട്ടുകാരൻ അതിയശയിച്ചു, "ങ്ഹാ! ഉണ്ണിക്കുഞ്ഞായിരുന്നോ? അടിയിപ്പം പറ്റിപ്പോയേനേല്ലോ!

ആ നേരിടലിന്റെ അപമാനം മറച്ച് ഉണ്ണി ഒതുങ്ങി എതിർവരമ്പത്തേക്ക് മിണ്ടാതെ നടന്നുപോയി. ടോർച്ച് തെളിക്കാൻ പോലും കൂട്ടാക്കാതെ നാട്ടുകാരൻ തിരിഞ്ഞുനിന്ന് ഉണ്ണിയുടെ പോക്ക് ശ്രദ്ധിച്ചു. അല്പം അകലെചെന്ന് ഉണ്ണി തിരിഞ്ഞുനോക്കി, ഭയാശങ്കകളോടെ.

കാലം മാറിയതും സമൂഹം പുരോഗതിയിലേക്ക് വഴിമാറിയതൊന്നും അംഗീകരിക്കാത്തതുകൊണ്ടാണ് ഉണ്ണിക്കുഞ്ഞിന് ഇത്തരം അനുഭവങ്ങൾ നേരിടേണ്ടിവരുന്നത്. മരുമകനായ രവിക്കുട്ടനാണ് അയാളുടെ പ്രതാപത്തിന്റെ ചിഹ്നമായ ടോർച്ചിന്റെ ചില്ല് പൊട്ടിക്കുന്നത്. എണ്ണതേച്ച് മെയ്യഴക്കം വന്നതിനു ശേഷം മാത്രം കുളിക്കുകയും സ്വാദിഷ്ടമായ ഭക്ഷണം മാത്രം കഴിക്കുകയും ചെയ്യുന്ന ഉണ്ണിക്കുഞ്ഞ്, ജീരകവെള്ളം കൊടുക്കാത്തതിന്റെ പേരിൽ മൂത്തസഹോദരിയോട് ദേഷ്യം പ്രകടിപ്പിക്കുമ്പോൾ സുഖലോലുപതയിൽ കഴിഞ്ഞിരുന്ന ഒരു സമൂഹത്തിന്റെ പൊള്ളത്തരങ്ങളെക്കുറിച്ചോർത്ത് ചിരിയും സങ്കടവും പ്രേക്ഷകരിൽ ഒരുമിച്ചുണ്ടാവുന്നു. വീട്ടുപറമ്പിലെ തെങ്ങിൻതൈ പശു തിന്നുതീർക്കുന്നത് കണ്ടിട്ടും ഒന്നനങ്ങി അതിനെ ദൂരയാക്കാൻ ശ്രമിക്കാത്ത-കാലിൽ ചെളിപറ്റിയതുകൊണ്ടുമാത്രം കല്ല്യാണത്തിന് പോകാതെ തിരിച്ചു വീട്ടിലേക്ക് വരുന്ന-മുറ്റത്തെ തെങ്ങിൽ നിന്നും തേങ്ങ കട്ടുകൊണ്ടുപോവാൻ

കള്ളൻമാർ വന്നതറിഞ്ഞിട്ടും കട്ടിലിൽ നിന്നെഴുന്നേൽക്കാത്ത ഉണ്ണിക്കുഞ്ഞ് ചരിത്രത്തിൽ നിലനിന്നിരുന്ന നിഷ്ക്രിയരായിരുന്ന ഫ്യൂഡൽസവർണ്ണതയുടെ പ്രതിനിധാനമാണ്. ഫ്യൂഡലിസത്തിന്റെ തകർച്ചയുടെയും പുതിയൊരു സാമൂഹ്യാന്തരീക്ഷത്തിലേക്കുള്ള സമൂഹത്തിന്റെ വളർച്ചയുടെയും ഇടയിൽ ബാഹ്യലോകത്തിൽ നിന്ന് ഒറ്റപ്പെട്ട് സ്വയം തീർത്ത എലിപ്പത്തായത്തിൽപ്പെട്ടുപോകുന്ന ഉണ്ണി എന്ന കഥാപാത്രം മാറിവരുന്ന പരിതഃസ്ഥിതികളെ അതിജീവിക്കാനാവാത്ത ഫ്യൂഡൽപാരമ്പര്യത്തിന്റെ അവശിഷ്ടങ്ങളിലേക്ക് ഒളിച്ചുകടക്കാൻ ശ്രമിക്കുന്ന ഒരു മാനസികാവസ്ഥയുടെ പ്രതിനിധിയാണ്' (വി.കെ. ജോസഫ്, 2010:183).

മലയാളികളുടെ യാഥാസ്ഥിതികമായ മൂല്യങ്ങൾ ഉറപ്പിച്ചുനിർത്താനും സ്ത്രീകളുടെ സ്വാതന്ത്ര്യത്തിൽ പരിമിതികൾ നിലനിർത്താനും സിനിമയിലെ ബിംബങ്ങൾ കാരണമാകുന്നുണ്ട്. രാജമ്മയെയും ശ്രീദേവിയെയും വ്യത്യസ്ത സ്വഭാവസവിശേഷതകളിലൂടെയാണ് അവതരിപ്പിച്ചിരിക്കുന്നത്. രാജമ്മ അടുക്കളയിലും വീട്ടിനകത്തും ജോലിചെയ്ത് സംതൃപ്തി കണ്ടെത്താൻ ശ്രമിക്കുമ്പോൾ, ശ്രീദേവി സൗന്ദര്യവർദ്ധക വസ്തുക്കളിലും ഫാഷനിലും താല്പര്യമുള്ളവളും വീടിന് പുറത്തുപോവാൻ താല്പര്യമുള്ളവളുമായി അവതരിപ്പിച്ചിരിക്കുന്നു. എലിപ്പത്തായമെടുത്ത് എണ്ണയിട്ട് എലിയെ പിടിക്കാനുള്ള തന്റേടം കാണിക്കുന്നത് ശ്രീദേവിയാണ്. ജീർണതയുടെ എലിപ്പത്തായമായി മാറുന്ന നാലുകെട്ടിൽനിന്ന് ശ്രീദേവി രക്ഷപ്പെടുന്നുവെങ്കിൽ, എലിപ്പത്തായത്തിൽ കുടുങ്ങിപ്പോവുകയാണ് രാജമ്മ. ഉണ്ണിയാകട്ടെ എലിപ്പത്തായത്തിൽ കുടുങ്ങിപ്പോയ എലിയായി മാറുന്നു.

താഴ്ന്നജാതിക്കാരിയായ മീനാക്ഷിയെ കശ്ശുവണ്ടി മോഷ്ടിക്കുന്നവളും പുരുഷനെ വശീകരിക്കുന്നവളുമായാണ് ചിത്രീകരിച്ചിരിക്കുന്നത്. 'വരേണ്യസൗന്ദര്യബോധത്തെ തൃപ്തിപ്പെടുത്തുന്ന, അവരുടെ സംസ്കാരിക പാരമ്പര്യങ്ങൾ സാമാന്യവൽക്കരിക്കുന്ന കാഴ്ചകളിലൂടെ ഒരേ വർഗ്ഗത്തിന്റെ ജീവിതപരിസരങ്ങൾ മാത്രം കാഴ്ചയിൽ നിറഞ്ഞുനിൽക്കുകയും പാർശ്വവൽക്കരിക്കപ്പെട്ട കീഴാള/ഇതര ജീവിതമുദ്രകൾ അമർന്നുപോവുകയും ചെയ്യുന്നിടത്താണ് കാഴ്ച പ്രശ്നവൽക്കരിക്കുന്നത്'.(കെ.പി. ജയകുമാർ, 102).

മാറിവരുന്ന സാമൂഹ്യബന്ധങ്ങൾ നിലനിന്നിരുന്ന ഫ്യൂഡലിസത്തെ അഴിച്ചുപണിയുമ്പോൾ കുടുംബങ്ങളിലും ബന്ധങ്ങളിലും ഉണ്ടാകുന്ന മാറ്റങ്ങളെ അതേസ്ഥാപനങ്ങൾ എങ്ങനെയെല്ലാം നിലനിർത്താൻ ശ്രമിക്കുന്നു എന്നതിനുമുള്ള ഉത്തരമായി 'എലിപ്പത്തായം'മാറുന്നുണ്ട്. അധികാരത്തിന്റെ ബലതന്ത്രം സ്വയം നിർമ്മിക്കുന്ന നിസ്സഹായത അധികാരത്തിന്റെ തന്നെ മറ്റൊരു സ്വഭാവമായി പ്രകടിപ്പിക്കുകയായിരുന്നു ഈ ചിത്രത്തിലൂടെ സംവിധായകൻ.

> വരേണ്യതയുടെ അധികാരനഷ്ടവുമായി ബന്ധമുള്ള കലാമൂല്യവാദത്തിന്റെ പിന്തുടർച്ചയാണ്, മലയാള കുലീനതയുടെ സാമൂഹ്യപശ്ചാത്തലത്തിൽ നിന്നുയർന്നുവന്ന അടൂർ ഗോപാലകൃഷ്ണൻ തന്റെ കലാ-സിനിമാഖ്യാനങ്ങളെ വികസിപ്പിച്ചത്. ചരിത്രത്തിന്റെ പിന്നാമ്പുറങ്ങളിലേക്കും വിസ്മൃതികളിലേക്കും നീങ്ങിയ ഫ്യൂഡൽപരിസരത്ത് നിന്നാണ് അടൂരിന്റെ എലിപ്പത്തായം ജൻമംകൊള്ളുന്നത്.
>
> (ഡോ. ജോസ് തങ്കച്ചൻ, 2018:43).

കഥാപുരുഷൻ

ആധുനികത ഉൾക്കൊള്ളുന്നുവെങ്കിലും പരമ്പരാഗത ഫ്യൂഡൽ വ്യവസ്ഥയ്ക്ക് അനുകൂലമായി പൂർണമായും അതിനെ ഒഴിവാക്കാനാവാത്ത അവസ്ഥയാണ് കഥാപുരുഷൻ പ്രതിനിധാനം ചെയ്യുന്ന കുടുംബത്തിലും കാണുന്നത്. കേരളീയ സാമൂഹ്യ രാഷ്ട്രീയ ജീവിതത്തിൽ നാലുദശകങ്ങളിൽ (1938-1980) വന്ന മാറ്റങ്ങളെ, അപചയത്തെ, മൂല്യച്യുതിയെ പരിശോധിക്കുന്ന ചലചിത്രമാണ് കഥാപുരുഷൻ. സിനിമയുടെ ആദ്യഘട്ടത്തിൽ സ്വാതന്ത്ര്യസമരവും ഗാന്ധിജിയുടെ വധവും രണ്ടാംഘട്ടത്തിൽ കാർഷികബന്ധ മാറ്റങ്ങളും ഭൂപരിഷ്കരണ നിയമവും പ്രതിപാദിക്കുന്നു. നക്സൽ തീവ്രവാദ രാഷ്ട്രീയപ്രസ്ഥാനത്തിന്റെ പ്രവർത്തനങ്ങളാണ് മൂന്നാമത്തെ ഘട്ടത്തിൽ വിവരിക്കുന്നത്. അടിയന്തരാവസ്ഥയും അതിനെത്തുടർന്നുണ്ടായ മാറ്റങ്ങളും അവസാനഘട്ടത്തിൽ വിവരിക്കുന്നു.

ഈ ചരിത്ര-രാഷ്ട്രീയ-സാമൂഹ്യമാറ്റങ്ങളുടെ പശ്ചാത്തലത്തിൽ ജീവിക്കുന്ന ഒരു വ്യക്തിയുടെ ജീവിതകഥയാണ് കഥാപുരുഷൻ.

ആഢ്യത്വം നശിച്ച ജൻമിതറവാട്ടിൽത്തന്നെയാണ് ഈ കഥയും നടക്കുന്നത്. അമ്മയും മകനും മകളും കഥാപുരുഷനായ ചെറുമകനും ഉൾപ്പെട്ട കുടുംബത്തിലൂടെയാണ് ചലച്ചിത്രകാരൻ കഥപറയുന്നത്. തന്റെ ബാല്യകാലവുമായി കഥാപുരുഷന്റെ ദൃശ്യപശ്ചാത്തലങ്ങൾക്കും പ്രമേയസ്വീകരണത്തിലും ബന്ധമുണ്ടെന്ന് അടൂർ ഒരു അഭിമുഖത്തിൽ പറഞ്ഞിട്ടുണ്ട്.

> സർവ്വോപരി നിങ്ങളെപ്പറ്റിയും നിങ്ങളുടെ അനുഭവങ്ങളെപ്പറ്റിയും നിങ്ങളുടെ പ്രശ്നങ്ങളെപ്പറ്റിയും ധർമ്മസങ്കടങ്ങളെപ്പറ്റിയുമാവാം നിങ്ങളുടെ രചന. നിങ്ങളുടെ ഇഷ്ടാനിഷ്ടങ്ങളും മുൻവിധികളെയും സഹിഷ്ണുതകളെയും ആശ്രയിച്ചിരിക്കും നിങ്ങൾക്ക് മറ്റുള്ളവരോട് പറയാനുള്ള എന്തും. ചിലപ്പോൾ നിങ്ങൾ അതേക്കുറിച്ച് ബോധവാനായിരിക്കണമെന്നില്ല. പക്ഷേ അതാണ് സത്യം.
>
> (2011:36)

അടൂരിൽ ഫ്യൂഡൽ ആഭിമുഖ്യം ഉറങ്ങിക്കിടക്കുന്നുണ്ടെന്ന് ഇത്തരം ഏറ്റുപറച്ചിലുകൾ പിൻബലമേകുന്നുണ്ട്. അമ്മയും മകനും മകളും കഥാപുരുഷനായ ചെറുമകനും ഉൾപ്പെട്ട കുടുംബവൃത്തത്തിലൂടെയാണ് ചലച്ചിത്രകാരൻ കഥപറയുന്നത്. പിറവിയിൽ കാലുകൾ ആദ്യം പുറത്തുവന്ന കഥാനായകൻ കുഞ്ഞുണ്ണിയുടെ ജീവിതത്തിലൂടെയാണ് കഥാപുരുഷൻ വളരുന്നത്. കുടുംബജോത്സ്യൻ കുട്ടിയുടെ ജാതകം പരിശോധിച്ച് ഒട്ടും ശോഭനമല്ലാത്ത ഭാവി പ്രവചിക്കുന്നു. കുഞ്ഞുണ്ണിയുടെ മാതാപിതാക്കൾ വേർപിരിഞ്ഞവരാണ്. അവന്റെ അമ്മ മിക്കപ്പോഴും രോഗശയ്യയിലാണ്. താവഴിയിലെ മുത്തശ്ശി അവന് സ്നേഹവാത്സല്യങ്ങളും സംരക്ഷണവും നൽകുന്നു. എങ്കിലും പിതൃവാത്സല്യം കിട്ടാത്തതിന്റെ നഷ്ടബോധം അവൻ അനുഭവിച്ചിരുന്നു. ആ വിടവ് നികത്തിയിരുന്നത് കാര്യസ്ഥൻ വേലുച്ചാരായിരുന്നു. വേലക്കാരിയായ ജാനമ്മയുടെ മകൾ മീനാക്ഷി കുഞ്ഞുണ്ണിയെ ആദരിക്കുകയും സംരക്ഷിക്കുകയും ചെയ്യുന്നു. ക്ഷയിച്ചുകൊണ്ടിരിക്കുന്ന തറവാടിന്റെ പശ്ചാത്തലത്തിൽ കേരളത്തിലെ സാമൂഹ്യപശ്ചാത്തലം അനാവരണം ചെയ്യുന്ന അടൂർ പതിവുരീതികളിൽ നിന്ന് വ്യതിചലിക്കുന്നില്ല.

നായർ തറവാടുകളും അതിലെ നായകന്റെ കാഴ്ചപ്പാടുമാണ് കേരളീയരുടെ സാമാന്യമായ മാതൃകയെന്ന് വരുത്തിത്തീർക്കുകയായിരുന്നു കഥാപുരുഷനിലൂടെ അടൂർ ചെയ്തത്. സവർണ്ണ/മേലാള പ്രത്യയശാസ്ത്രമാണ് അദ്ദേഹത്തെ ചൂഴ്ന്ന് നിന്നിരുന്നത്. കുഞ്ഞിന്റെ ജനനത്തോടെ

അവന്റെ ജാതകം എഴുതിക്കുന്ന ഏർപ്പാട് ഉയർന്ന ജാതിയിൽ മാത്രം കണ്ടിരുന്ന ആചാരമാണ്. ഒരു നേരത്തെ ആഹാരത്തിനു വകയില്ലാത്ത അധഃസ്ഥിതരെ സംബന്ധിച്ചിടത്തോളം ജാതകം ഗണിക്കലിൽ പ്രസക്തിയുണ്ടായിരുന്നില്ല. കഥാപുരുഷനിലെ ആദ്യഭാഗത്തെ പതിനഞ്ചോളം സീനുകൾ ജോത്സ്യരുടെ പ്രശ്നംവെയ്ക്കലാണ്.

നാല് - സമീപദൃശ്യം

കത്തിച്ചുവെച്ച നിലവിളക്ക്

ജോത്സ്യർ ഉരുവിടുന്ന ശ്ലോകം ഉയർന്നുകേട്ടു

' ഓം ഹരിശ്രീ ഗണപതയേ നമഃ

സൂര്യാദി സർവഗ്രഹദ്ഭ്യോ നമഃ -'

അഞ്ച് മധ്യദൂരദൃശ്യം

വിളക്കിനഭിമുഖമായി അമ്മൂമ്മയും അവർക്കു വശംതിരിഞ്ഞ് ജോത്സ്യരും ഇരുന്നു. ജോത്സ്യർ തുടർന്നു, അഭിവാദ്യം ഗുരുനാഥാ ഗണേശം ശ്രേഷ്ഠം ദേവതാം...'

സീൻ 6,7,8,13,14..... ജോത്സ്യരുടെ ശ്ലോകങ്ങൾ(2012:944)

മനുഷ്യൻ ശാസ്ത്രീയയുക്തിയിൽ ജീവിക്കാൻ ആരംഭിച്ചിട്ട് നാളുകളേറെയായെങ്കിലും മതപരമായ ചടങ്ങുകളും വിശ്വാസങ്ങളും ഏറെ ശക്തിയോടെ തിരിച്ചുവന്നുകൊണ്ടിരിക്കുന്നതിന് ദൃശ്യമാധ്യമങ്ങളും അവയുടെ പ്രത്യയശാസ്ത്രവും കാരണമാകുന്നുണ്ട്.

കഥാപുരുഷനിലെ കഥാപശ്ചാത്തലം തിരുവിതാംകൂറിലെ നായർ തറവാടും പരിസരവുമാണ്. അവിടുത്തെ വിശാലമായ നെൽപ്പാടവും വയൽവരമ്പും കവുങ്ങിൻതോപ്പും അമ്പലക്കുളവും അതിനുചുറ്റുമുള്ള പരിസരങ്ങളുമാണ് കേരളീയതയുടെ യഥാർത്ഥ മുഖമുദ്രകളെന്ന് അടൂർ ആവർത്തിച്ചുറപ്പിക്കുന്നു. കൂട്ടത്തിൽ രണ്ട് ആനകളുടെ പ്രൗഢിയുണ്ടായിരുന്ന തറവാടിന്റെ അഭിമാനം കാത്തുസൂക്ഷിക്കാൻ അത്രയൊന്നും ഓജസ്സില്ലെങ്കിലും ഒരു വയസ്സനാനയും പാച്ചുപ്പിള്ളയെന്ന പാപ്പാനും കുടുംബത്തിൽത്തന്നെയുണ്ട്. ആനപാപ്പാൻ സ്വന്തം കുഞ്ഞുങ്ങളോട് ഒരിക്കൽപ്പോലും സ്നേഹത്തോടെ സംസാരിക്കുന്നില്ല. അതേസമയം കുഞ്ഞുണ്ണിയോട് വളരെ ഭവ്യതയോടും സ്നേഹത്തോടെയും സംസാരിക്കുന്നുമുണ്ട്. തറവാടിന്റെ പോയകാല സമൃദ്ധി ഓർമ്മിപ്പിക്കുംവിധം അത്യാവശ്യം കൃഷിയും നടക്കുന്നുണ്ട്. സന്ധ്യാവേളകളിലെ രാമായണം വായനയും തൂശനിലയിൽ സദ്യവട്ടത്തോടുകൂടിയുള്ള ഊണും പഴയപ്രതാപത്തെ വിളിച്ചോതുന്ന ചിത്രപ്പണികളുള്ള കട്ടിലുകളും, അടുക്കളപാത്രങ്ങളും (കിണ്ടി, ഓട്ടുമോന്ത, നെയ്ഭരണി, ചെമ്പുകലം, ഉരുളി, ചിക്കപലക, ഒരുങ്ങുമേശ, ഓട്ടുവിളക്ക്...) പടിപ്പുരയും പൂമുഖവും ചേർന്നുള്ള നാലുകെട്ടും നായർ/നമ്പൂതിരി വിഭാഗങ്ങൾക്കിടയിൽ മാത്രം നിലവിലുണ്ടായിരുന്ന മരണാനന്തര ചടങ്ങുകളുമെല്ലാം സവർണകേരളത്തിന്റെ ബാക്കിപത്രങ്ങളാവുന്നു.

ജൻമി-നാടുവാഴിത്ത മൂല്യങ്ങൾ പേറുന്നവരാണ് കഥാപുരുഷനിലെ സ്ത്രീകഥാപാത്രങ്ങളായ കുഞ്ഞുണ്ണിയുടെ അമ്മയും അമ്മൂമ്മയും മീനാക്ഷിയുമൊക്കെയെന്ന് കാണാനാവുന്നുണ്ട്. സ്ത്രീകൾ അടുക്കളയിലും അന്തഃപുരത്തിലും മാത്രമൊതുങ്ങേണ്ടതാണെന്ന പാരമ്പര്യസങ്കല്പമാണ് കുഞ്ഞുണ്ണിയുടെ അമ്മയ്ക്കുള്ളത്. ധാരാളം പുസ്തകങ്ങൾ വായിക്കുന്ന വിദ്യാസമ്പന്നയായ സ്ത്രീ ആണെങ്കിലും തന്റെ ഭർത്താവിന് മറ്റൊരു ബന്ധം ഉണ്ടെന്നറിഞ്ഞിട്ടും പ്രതികരിക്കാനോ സ്വന്തമായൊരു ജീവിതം തെരഞ്ഞെടുക്കുവാനോ അവർ ശ്രമിക്കുന്നില്ല. വീടിന്റെ അകത്തളങ്ങളിൽ മാത്രമായി സ്വന്തം ഗ്രഹപ്പിഴയെ മനസാവരിച്ച്, രോഗിണിയായി അവർ മരിക്കുന്നു. ജാനമ്മയും മീനാക്ഷിയുമടങ്ങുന്ന കീഴാളജീവിതങ്ങളുടെ മുഴുവൻ അധ്വാനവും തറവാടിന് വേണ്ടി വിനിയോഗിക്കുന്നുണ്ടെങ്കിലും ഒരു സുപ്രഭാതത്തിൽ ഒന്നുമല്ലാത്തവരായി ഇറങ്ങേണ്ടിവരുന്നു. അമ്മൂമ്മ സ്നേഹത്തോടുകൂടിയാണ് പലപ്പോഴും പെരുമാറുന്നതെങ്കിലും തറവാട്ടമ്മയുടെ അധികാരം പലപ്പോഴും പ്രകടമാക്കുന്നുണ്ട്. സ്ത്രീ എന്നും കുടുംബത്തിനകത്ത് പുരുഷന്റെ തീരുമാനത്തിന്റെ ഫലം അനുഭവിക്കേണ്ടവളാണെന്ന കാഴ്ചപ്പാടുണ്ടാക്കുന്നതിൽ സിനിമ കാരണമാവുന്നു.

നായർതറവാട്ടുകളിലെ സ്ത്രീകൾ മാത്രം അണിഞ്ഞിരുന്ന മേൽക്കുപ്പായവും മുണ്ടും പ്രായമായ തറവാട്ടമ്മമാർ അണിയാറുണ്ടായിരുന്ന മുണ്ടും നേര്യതുമാണ് കുഞ്ഞുണ്ണിയുടെ അമ്മയുടെയും അമ്മൂമ്മയുടെയും വേഷം. വേലക്കാരിയായ ജാനമ്മയ്ക്ക് ബ്ലൗസും മുണ്ടും, അവരുടെ കുട്ടികളായ മീനാക്ഷി, വനജാക്ഷി എന്നിവർക്ക് പ്രായക്രമമനുസരിച്ച് പെറ്റിക്കോട്ടും, മേൽകുപ്പായമില്ലാത്ത പാവാടയുമാണ് വേഷം. നവോത്ഥാനത്തിന് ശേഷം രൂപപ്പെട്ട ജനാധിപത്യ പൊതുമണ്ഡലം ജാതി-മത സംഘടനകളാൽ കലുഷിതമായിക്കൊണ്ടിരിക്കുന്ന കാലത്തെയാണ് ഈ സിനിമകൾ ദൃശ്യവൽക്കരിച്ചത്. ഫ്യൂഡൽ പാരമ്പര്യത്തിന്റെ ചിഹ്നങ്ങൾ സിനിമകളിൽ ആവർത്തിച്ച് പ്രതിനിധീകരിക്കപ്പെടുന്നത് കേരളത്തെക്കുറിച്ച് പുറംനാട്ടുകളിൽ വ്യാജമായ ഒരു ദൃശ്യബോധം സൃഷ്ടിക്കപ്പെടുന്നതിന് കാരണമാകുന്നു. കേരളീയതയെന്നത് കലീനമായ സങ്കല്പമായി പരുവപ്പെടുന്നു. അന്ധവിശ്വാസങ്ങളും മതാത്മകചിഹ്നങ്ങളും വൻലാഭം കിട്ടുന്ന കച്ചവടച്ചരക്കാക്കാൻ ഇത്തരം കലീനവൽക്കരണം കാരണമാവുന്നു.

കേരളത്തിലെ കമ്മ്യൂണിസ്റ്റ്പ്രസ്ഥാനം, ഗാന്ധിജിയുടെ മരണം, കമ്മ്യൂണിസ്റ്റ് ഭരണം, ഭൂപരിഷ്കരണനിയമം തുടങ്ങിയ സാമൂഹ്യപരിണാമങ്ങളും ചരിത്രമുഹൂർത്തങ്ങളും കുഞ്ഞുണ്ണിയുടെ വൈയക്തികാനുഭവത്തിലൂടെയാണ് ദൃശ്യാവിഷ്കാരം ചെയ്തിരിക്കുന്നത്. ഭൂപരിഷ്കരണ ബിൽ പാസ്സാവുകയും കുഞ്ഞുണ്ണിയുടേതടക്കമുള്ള ജൻമികുടുംബങ്ങളുടെ മേൽക്കോയ്മ നഷ്ടമാവുകയും ചെയ്യുന്നു. ഈ ഘട്ടങ്ങളിലൊക്കെയും വിക്ക് എന്ന ശാരീരികപ്രശ്നം അടയാളപ്പെടുത്തുന്നതുപോലെ, ഒരു പ്രാരംഭതടസ്സത്തോടെയാണ് അയാൾ പ്രതിസന്ധികളെ നേരിടുന്നത്. അതായത് ഈ പ്രതിസന്ധികളെല്ലാം അയാളെ ഭാഗികമായി മാത്രമേ സ്പർശിച്ചിട്ടുള്ളൂ എന്ന സൂചനയും കിട്ടുന്നുണ്ട്. ഫ്യൂഡലിസത്തിൽനിന്നും ആധുനികതയിലേക്കുള്ള സമൂഹത്തിന്റെ പരിവർത്തനത്തിൽ ആശങ്കപ്പെടുന്ന ഒരു മനസ്സും കുഞ്ഞുണ്ണി പ്രകടിപ്പിക്കുന്നുണ്ട്.

മൂന്നൂറ്റി അമ്പത്തിമൂന്ന് - ദൂരദൃശ്യം

വലിയവീടിന്റെ വരാന്തയിൽ, ഇരുട്ടിലെ തുരുത്തുപോലെ നിന്ന ചിമ്മിനിവെളിച്ചത്തിൽ കുഞ്ഞുണ്ണിയും മീനാക്ഷിയും അവരുടെ ഏകാന്തസ്വകാര്യതയിലിരുന്നു.

നിമിഷങ്ങളുടെ നിശബ്ദത കഴിഞ്ഞ് മീനാക്ഷി അതിശയിച്ചു

"എത്രപേര് വന്നുപോയ വീടാണിത്"

കുഞ്ഞുണ്ണി, ഗൃഹാതുരതയുടെ ബാധ വിട്ടുപോന്ന ഒരുവനെപ്പോലെ

പറഞ്ഞു, തുരുമ്പിച്ച ചോരുന്ന, യാത്രക്കാരുപേക്ഷിച്ച, മുങ്ങാൻപോകുന്ന ഒരു വലിയ കപ്പൽ'

അവൾ യോജിച്ചു

"നമ്മൾ ഇതിനുള്ളിൽ എലികളെപ്പോലെ...'

അവരിരുവരും ആലോചിച്ചിരുന്നുപോയി.(2012:1035)

മധ്യവർഗ്ഗ സവർണനായകനായ കുഞ്ഞുണ്ണിയുടെ ജനനം മുതൽ യൗവനം വരെയുള്ള നാല്പതു വർഷക്കാലത്തെ ചരിത്രവും അതിന്റെ പരിണാമങ്ങളുമാണ് കഥാപുരുഷൻ. ദേശരാഷ്ട്രത്തെ സംബന്ധിച്ച വ്യാകുലതകൾ പേറുന്നുണ്ടെന്ന് നടിക്കുമ്പോഴും ആത്യന്തികമായി സിനിമ സവർണ വൈയക്തിക ജീവിത ചിത്രണം മാത്രമായി ചുരുങ്ങിപോവുന്നു. പട്ടിണിയും രോഗവും മൂലം കഷ്ടതയനുഭവിക്കുന്ന കീഴാള-അവർണ്ണ ജീവിതങ്ങളെ സംബന്ധിച്ച് വ്യാകുലപ്പെടാനോ അവരുടെ പ്രശ്നങ്ങളെ ദൃശ്യപരിധിയ്ക്കകത്ത് കൊണ്ടുവരാനോ ഈ സിനിമകൾക്ക് സാധിച്ചിട്ടില്ല. വർത്തമാനകാല പ്രശ്നങ്ങളുടെ യാഥാർത്ഥ്യങ്ങളിൽ നിന്ന് ഭൂതകാലത്തിന്റെ ഗൃഹാതുരത്വത്തിലേക്ക് പ്രേക്ഷകരെ കൊണ്ടുപോവാനും സവർണചിഹ്നങ്ങളിലൂടെയും സൂചനകളിലൂടെയും വ്യാജമായ കേരളീയ പരിവേഷം നിർമ്മിച്ചെടുക്കുന്നതിലും ഈ സിനിമകളുടെ സ്വാധീനമുണ്ട്.

ദൃശ്യങ്ങൾ സവിശേഷരൂപത്തിലാണ് സാമൂഹിക പ്രവർത്തനങ്ങളെയും പ്രത്യയശാസ്ത്രങ്ങളെയും പ്രതിഫലിപ്പിക്കുന്നത്. യഥാർത്ഥ സൗന്ദര്യശാസ്ത്രാനുഭവങ്ങളിൽ നിന്നും ജനങ്ങളെ തടയുന്നതിനും വ്യാജമായ ഭൗതികപരിസരം സൃഷ്ടിക്കുന്നതിനും ചലചിത്രം പോലുള്ള മാധ്യമങ്ങൾ കാരണമാകുന്നു. അധീശവർഗ്ഗ-സവർണമൂല്യങ്ങൾ സ്ഥാപിച്ചെടുക്കുന്നതിൽ ഇത്തരം സിനിമകൾ വഴിവെക്കുന്നുണ്ട്. ചിഹ്നങ്ങൾക്ക് നമ്മുടെ ചിന്തയിൽ സ്വാധീനം ചെലുത്താൻ കഴിയും. പ്രത്യേക ചരിത്ര സന്ദർഭത്തിൽ അവതരിക്കപ്പെടുന്ന നിശ്ചിത ആശയങ്ങൾ വ്യക്തിമനസ്സിനെ പ്രത്യേകരീതിയിൽ പാകപ്പെടുത്തുന്നുണ്ട്. വ്യക്തിയുടെ ദൈനംദിന ജീവിതദുരന്തങ്ങളിലൂടെ സാമൂഹ്യചരിത്രത്തെ നിർവചിക്കുന്ന ഇത്തരം സിനിമകൾ ജാതി-ജൻമിവ്യവസ്ഥയുടെ മർദ്ദകസ്വഭാവങ്ങളെ സാധൂകരിക്കാനാണ് ശ്രമിക്കുന്നത്. വർത്തമാനകാല സമൂഹം നേരിടുന്ന പ്രശ്നങ്ങൾക്ക് പരിഹാരം പാരമ്പര്യങ്ങളിലേക്കുള്ള മടക്കമാണെന്ന തത്വത്തിലേക്ക് സമൂഹത്തിനെ എത്തിക്കുന്ന സിനിമകൾ സമകാലീനപ്രശ്നങ്ങളുടെ നേർക്ക് ബോധപൂർവ്വം കണ്ണടയ്ക്കുന്നു.

സവർണ ബിംബങ്ങളും പശ്ചാത്തലവും അധീശത്വ ചിഹ്നങ്ങളായി പരിണമിക്കുന്നതിലൂടെ പ്രേക്ഷകരെ കപടാവബോധത്തിലേക്ക്

നയിക്കാനും അരാഷ്ട്രീയവാദികളാക്കാനും ഇത്തരം സിനിമകൾ ഇടയാക്കുന്നു. പഴയകാലത്തെ മഹത്വവൽക്കരിക്കുവാനും യഥാർത്ഥ കേരളത്തിന്റെ ആത്മാവ് ഫ്യൂഡൽഗൃഹങ്ങളിലാണെന്നുമുള്ള ആശയമാണ് ഇത്തരം സിനിമകൾ വിനിമയം ചെയ്യുന്നത്. കീഴാളജാതിയെ ഒരു യാഥാർത്ഥ്യമായി പരിഗണിക്കാൻ ഈ സിനിമകൾ ശ്രമിച്ചിട്ടില്ല. ഭരണകൂടത്തിന്റെയും രാഷ്ട്രത്തിന്റെയും സേവനമേഖല യിൽ നിന്നും സാമ്പത്തിക ഘടനയിൽ നിന്നും ദളിതരെ തീണ്ടാപ്പാടകലെ തന്നെ നിലനിർത്തുന്നു. പ്രത്യേക ന്യൂനപക്ഷത്തിന്റെ വികാരവിചാരങ്ങൾക്ക് അമിതപ്രാധാന്യം നൽകി അത് ബഹുഭൂരിപക്ഷത്തിന്റെ പ്രശ്നങ്ങളാണെന്നമട്ടിൽ അവതരിപ്പിക്കുന്നതിലൂടെ സവർണ അധീശ കാഴ്ചപ്പാടുകൾ നിലനിർത്തുന്നതിനും വ്യാജമായ കേരളീയതാ സങ്കല്പം സൃഷ്ടിച്ചെടുക്കുന്നതിനുമുള്ള ശ്രമങ്ങളായിരുന്നുവെന്നും തിരിച്ചറിയപ്പെടുന്നു.

കുറിപ്പുകൾ

1. എപിസെന്റർ - ഉൽഭവം

ദൃശ്യഭാഷയുടെ പ്രത്യയശാസ്ത്രം

സാധാരണ വ്യവഹാരഭാഷയുമായി ബന്ധമുള്ള ചലച്ചിത്രഭാഷ പ്രതീകാത്മകമായ ചിഹ്നനിർമ്മിതിയാണ്. പ്രേക്ഷകർക്ക് അർത്ഥസൂചന നൽകാൻ കഴിയുന്ന നിർമ്മിതിയെന്ന നിലയിൽ ഭാഷാസദൃശമായ ആശയവിനിമയസാധ്യത സിനിമയ്ക്കുണ്ട്. സിനിമയും ഭാഷയും തമ്മിൽ വളരെ വ്യക്തമായ സാദൃശ്യങ്ങൾ കണ്ടെത്താൻ കഴിയുമെന്ന് സെമിയോളജിസ്റ്റുകൾ അഭിപ്രായപ്പെടുന്നു.

> സാഹിത്യഭാഷയിൽ പ്രത്യക്ഷപ്പെടുന്ന ബിംബാവലികൾ അർത്ഥസഞ്ചയങ്ങളിലേക്കെത്തുന്നതുപോലെ ചിത്രീകരിക്കപ്പെടുന്ന ദൃശ്യബിംബങ്ങളും അവയുടെ ക്രമബദ്ധമായ അടുക്കുകളും സിനിമ പ്രകടിപ്പിക്കുന്ന അർത്ഥവിശേഷങ്ങളുടെ വായനയായി പരിണമിക്കുന്നു.'
>
> (സി.ജെ. ജോർജ്,2001:)

സിനിമ പ്രേക്ഷകന്റെ വായനയെ നിയന്ത്രിക്കാനുതകുന്ന ചില രൂപഘടനകൾ സാധ്യമാക്കുന്നു. ഒരുപക്ഷേ, ക്യാമറയ്ക്കുപരിയായി നിന്നുകൊണ്ട് ശക്തമായ ആഖ്യാതാവെന്ന നിലയിലോ, ക്യാമറ സ്വയം തന്നെയോ കഥാപാത്രങ്ങളുടെ വീക്ഷണകോണിനെ പ്രത്യേക ചട്ടക്കൂടിലൊതുക്കി വ്യാഖ്യാനിക്കുന്നുണ്ടെന്നു കോളിൻ മക്കാബെ(1980:126) അഭിപ്രായപ്പെടുന്നു. ഇത്തരം കാഴ്ച പ്രേക്ഷകനെ പ്രത്യേകതലത്തിലേക്കെത്തിക്കുന്നു. ആഖ്യാനത്തിന്റെ സവിശേഷതകൾ മനസിലാക്കാൻ കഴിയുന്നതുപോലെ തന്നെ പ്രേക്ഷകനു സിനിമയിലെ ഷോട്ടുകളും സീക്വൻസുകളുമുൾക്കൊള്ളുന്ന പ്രത്യേകതകൾ തിരിച്ചറിയുന്നതിനും കഴിയുന്നുണ്ടെന്നത് യാഥാർത്ഥ്യമാണ്. പുതിയ ദൃശ്യപരിചരണ രീതികളും വിനിമയ സാധ്യതകളും പുതിയൊരു സാംസ്കാരിക പരിസരത്തിലേക്കാണ് സമൂഹത്തെ നയിക്കുന്നത്. സിനിമ നിർമ്മിച്ചെടുക്കുന്ന ഈ പുതിയ സംസ്കാരവുമായി സമൂഹം സമരസപ്പെടുന്നത്

നിരന്തരപരിചയത്തിലൂടെയാണ്. ദൃശ്യസാക്ഷരതയ്ക്ക് സാംഗത്യമുണ്ടാവുന്നത് ഈ പശ്ചാത്തലത്തിലാണ്.

ഇമേജുകളും അവയുടെ പ്രതിനിധാനങ്ങളും അടിസ്ഥാനമാക്കുമ്പോൾ വിഭിന്ന സംസ്കാരിക പരിസരങ്ങളിലുള്ള പ്രേക്ഷകരിൽ ഒരേ ദൃശ്യം വ്യത്യസ്തങ്ങളായ ഇന്ദ്രിയാനുഭവമാണ് സൃഷ്ടിക്കുന്നതെന്ന് കാണാൻ കഴിയും. ചലച്ചിത്രത്തിൽ ദൃശ്യം എന്നുപറയുന്നത് സംവിധായകന്റെ കാഴ്ചപ്പാടാണ് അയാളുടെ അനുഭവവും രാഷ്ട്രീയവും ദൃശ്യത്തെ സ്വാധീനിക്കുന്നു. ക്യാമറ ഉപയോഗിച്ച് ചിത്രീകരിക്കുന്ന ഷോട്ടുകളാണ് ദൃശ്യങ്ങൾ. പ്രേക്ഷകരിലേക്ക് ഫലപ്രദമായ ആശയവിനിമയം സാധ്യമാക്കുന്നത് ഇത്തരം ഷോട്ടുകളുടെ സമാഹാരങ്ങളാണ്. ഭാവനയിലൂടെ വ്യത്യസ്ത ദൃശ്യങ്ങളെ കൂട്ടിയോജിപ്പിക്കുവാനും അവ തമ്മിലുള്ള ബന്ധത്തെയോ, സംഘർഷത്തെയോ സാധ്യമാക്കുവാനും കഴിയുമ്പോഴാണ് അവ ഇമേജുകളെന്നറിയപ്പെടുന്ന ദൃശ്യബിംബങ്ങളായിത്തീരുന്നത്. മറ്റു ജന്തുക്കളെ അപേക്ഷിച്ച് വിശേഷബുദ്ധിയുള്ള മനുഷ്യന് ഓരോ ദൃശ്യത്തിന്റെയും നേരിട്ടുള്ള അർത്ഥത്തിലുപരി വ്യംഗ്യമായ പല അർത്ഥങ്ങളും നിർവ്വഹിക്കാനാവുന്നു'(ജിതേഷ്. ടി, 2014:28). സാധാരണ ട്രാഫിക്ക് സിഗ്നലുകളും നിറങ്ങളും ഉദാഹരണങ്ങളാണ്.

ദൃശ്യബിംബങ്ങളിലൂടെ നമ്മുടെ ജീവിതയാഥാർത്ഥ്യത്തെ നിഷേധിക്കുകയോ, അംഗീകരിക്കുകയോ ആണ് സിനിമ ചെയ്യുന്നത്. സിനിമയിൽ ഉപയോഗിച്ചിരിക്കുന്ന ചിഹ്നങ്ങളും ഇമേജുകളും (പ്രതിനിധാനങ്ങൾ) നാം പരിചയിച്ച ലോകത്തെ നോക്കിക്കാണാൻ നമ്മെ സഹായിക്കുന്നു. സാധാരണ ജീവിതത്തെയും അതിന്റെ അർത്ഥതലങ്ങളെയും വൈരുദ്ധ്യങ്ങളെയും തിരിച്ചറിയാൻ സഹായിക്കുന്ന ഇമേജുകളും ചിഹ്നങ്ങളും സ്ക്രീനിൽ മാറിമാറി വരികയും നമ്മുടെ ബോധമണ്ഡലത്തിലേക്ക് ബാഹ്യലോകത്തിന്റെ തുടർച്ചയും സജീവതയും അനുഭവങ്ങളായി എത്തുകയും ചെയ്യുന്നു. പ്രതിനിധീകരിക്കുന്ന യാഥാർത്ഥ്യവുമായി പ്രേക്ഷകൻ താദാത്മ്യം പ്രാപിക്കുന്നു. ക്യാമറയുടെ സാങ്കേതികത്വത്തിലൂടെ വിവിധരീതിയിൽ കാഴ്ചയെ പുനഃസൃഷ്ടിക്കാൻ സിനിമയ്ക്ക് കഴിയും. സിനിമയിലെ പക്ഷപാതങ്ങൾ ദൃശ്യങ്ങളിലൂടെ പുറത്തുവരുന്നത് സാങ്കേതികത്വത്തിന്റെ സഹായത്താലാണ്. പ്രത്യേകതരം ക്യാമറാചലനങ്ങൾ, കഥാപാത്രങ്ങളുടെ നോട്ടങ്ങൾ, നിറം, കോമ്പോസിഷൻ, സമതുലനം, ശബ്ദത്തിന്റെയും നിശബ്ദതയുടെയും ഉപയോഗം തുടങ്ങിയ ഘടകങ്ങളെല്ലാം ദൃശ്യഭാഷയുടെ സൗന്ദര്യത്തെ നിർണ്ണയിക്കുന്നു.

ദൃശ്യഭാഷയിലൂടെയാണ് ചലച്ചിത്രകാരൻ ജീവിതത്തെ പുനഃസൃഷ്ടിക്കുന്നത്. ഉചിതവും ശക്തവുമായ ദൃശ്യഭാഷയിലൂടെ

ആവിഷ്ക്കരിക്കപ്പെടുമ്പോൾ ആഖ്യാനത്തിന് അർത്ഥപ്രാപ്തി കൈവരുന്നു. ചലച്ചിത്രകാരന്റെ കലാമികവ് ദൃശ്യത്തെ ഉപയോഗിക്കു വാനുള്ള കഴിവിനെ ആശ്രയിച്ചിരിക്കുന്നു. സിനിമ കാണുമ്പോൾ ലഭിക്കു ന്ന ദൃശ്യവിവരങ്ങളെ അടിസ്ഥാനമാക്കി പ്രേക്ഷകർ കഥ നിർമ്മിച്ചെടു ക്കുകയാണ് ചെയ്യുന്നത്. വാക്കുകൾക്കും വാചകങ്ങൾക്കും ഇടയിലുള്ള തും അപ്പുറത്തുള്ളതുമായ അർത്ഥതലങ്ങൾ ദൃശ്യഭാഷയുൾക്കൊള്ളുന്നു. ബുദ്ധിശക്തിക്കും അവബോധത്തിനും അതിൽ സ്ഥാനമുണ്ട്. ഓരോ ചലച്ചിത്രവും നമ്മോടാവശ്യപ്പെടുന്നത് ഇന്ദ്രിയങ്ങൾ ട്യൂൺചെയ്ത്വെ യ്ക്കാനും തന്ന വിവരങ്ങളിലൂടെയും ഊഹിക്കാനുള്ള കഴിവിന്റെയും അടി സ്ഥാനത്തിൽ ഒരു കഥ ഉണ്ടാക്കിയെടുക്കാനുമാണ് (ജിനേഷ്കുമാർ, 2014:38). ഫ്ളാഷ്ബാക്ക്, ഫ്ളാഷ് ഫോർവേർഡ്, കഥയ്ക്കുള്ളിൽ കഥ, കഥാപാത്രങ്ങളെക്കൊണ്ട് കഥപറയിക്കൽ തുടങ്ങിയ ആഖ്യാനതന്ത്ര ങ്ങൾ സംവിധായകൻ സ്വീകരിക്കാറുണ്ട്. പരമ്പരാഗതരീതിയിൽ കഥയ്ക്ക് പൂർണ്ണവിരാമമിടാതെ പറഞ്ഞതിലേറെ പറയാനുണ്ടെന്ന് തോന്നിപ്പി ച്ചുകൊണ്ടാണ് അടൂരിന്റെ സിനിമകൾ അവസാനിക്കുന്നത്.

ദൃശ്യഭാഷയുടെ സങ്കേതങ്ങളെ വിദഗ്ധമായി ഉപയോഗിച്ചിട്ടുള്ള സംവിധായകനാണ് അടൂർ ഗോപാലകൃഷ്ണൻ. അദ്ദേഹത്തിന്റെ സ്വയംവരം, എലിപ്പത്തായം, കൊടിയേറ്റം, അനന്തരം, വിധേയൻ തുടങ്ങിയ സിനിമകൾ ചലചിത്രഭാഷയുടെ സൂക്ഷ്മസാധ്യതകളെ സാക്ഷാത്കരിച്ച സൃഷ്ടികളാണ്. ചലച്ചിത്രത്തിന്റെ ദൃശ്യ-ശബ്ദഘടകങ്ങ ൾക്കോരോന്നിനും പ്രാധാന്യം കൊടുത്ത് സ്വതസിദ്ധമായ ഒരു ചലച്ചി ത്രരചനാ പദ്ധതി രൂപപ്പെടുത്താൻ അദ്ദേഹത്തിന് കഴിഞ്ഞിട്ടുണ്ട്.

സ്വയംവരം

'സ്വയംവര'ത്തിലെ ആദ്യപകുതിയിലെ ആഖ്യാനരീതി യാഥാ ർത്ഥ്യവും അതീതയാഥാർത്ഥ്യവും വേർതിരിച്ചറിയാനാവത്തവിധം ഇടകലർന്നതാണ്. ആദ്യത്തെ നാല്പത്തിയാറ് സീനുകൾ നായികാ നായകന്മാർ മറ്റ് യാത്രക്കാരോടൊപ്പം ബസ്സിൽ യാത്ര ചെയ്യുന്നതും ബസ്സിനുള്ളിലെ ദൃശ്യങ്ങളുമാണ് ക്രമീകരിച്ചിരിക്കുന്നത്. ഈ ബസ് യാത്ര ഒരു പ്രതീകമായി മാറുന്നുണ്ട്. കാല്പനിക പ്രണയത്തിന്റെ മൂല്യ സങ്കല്പമായി കരുതുന്ന മിഥ്യാഭിനിവേശത്തിൽനിന്നും ആധുനികതയുടെ വർത്തമാനത്തിന്റെ യാഥാർത്ഥ്യത്തിലേക്കുള്ള പരിവർത്തനമായി ഈ രംഗത്തെ വായിച്ചെടുക്കാം. ബസ്സരംഗം അവസാനിക്കുന്നത് റോഡിലെ സ്റ്റോപ് സിഗ്നലിൽ ആണെന്നതിന് പ്രത്യേകതയുണ്ട്. സ്വപ്നങ്ങളുടെയും ഭ്രമകല്പനകളുടെയും അവസാനമാണതെന്ന് സൂചന തരുന്നു. ഇവിടെ

സ്റ്റോപ് സിഗ്നൽ കാല്പനികതയിൽ നിന്നും യഥാർത്ഥജീവിതത്തിലേക്ക് പ്രവേശിച്ച കഥാപാത്രങ്ങളുടെ വർത്തമാന അവസ്ഥയുടെ പ്രതിനിധാനമായി മാറുന്നു. ക്ഷണികവും നശ്വരവുമായ വർത്തമാനാവസ്ഥ ശ്രദ്ധാകേന്ദ്രമാകുന്നതാണ് ആധുനികതയുടെ ഒരു സവിശേഷതയെന്ന് ബോദ്‌ലയർ നിരീക്ഷിക്കുന്നുണ്ട് (1972:128). അവരുടെ ആദർശങ്ങൾ പരീക്ഷിക്കപ്പെടുന്നതിന്റെയും അവ ഒത്തുതീർപ്പുകൾക്ക് വിധേയമാക്കപ്പെടുന്നതിന്റെയും സൂചനയായി ഇത് മാറുന്നുണ്ട്. തുടർന്നുവരുന്ന സീനിൽ (സീൻ:47) ഹോട്ടലിലെ ലിഫ്റ്റിൽ കയറി മുകളിലത്തെ നിലയിലേക്ക് പ്രവേശിക്കുന്ന വിശ്വത്തെയും സീതയെയും കാണുന്നു. ആധുനികതയുടെ ഫലമായുണ്ടായ വ്യവസായവൽക്കരണത്തിന്റെ ചിഹ്നങ്ങളായാണ് ലിഫ്റ്റും, ഹോട്ടൽമുറിയുമെല്ലാം കടന്നുവരുന്നത്.

ആധുനികകാലത്തേക്ക് പ്രവേശിക്കുന്ന കേരളത്തിലെ യുവജനത അനുഭവിച്ച സംഘർഷങ്ങളെ അടയാളപ്പെടുത്താൻ ചിത്രത്തിന് സാധിച്ചിട്ടുണ്ട്. ഹോട്ടൽമുറിയിലെത്തിയ രണ്ടാംനാൾ സീതയ്ക്ക് ധാർമ്മികതയുടെ സംഘർഷം അനുഭവപ്പെടുന്നുണ്ട്. അവരുടെ ഹോട്ടൽമുറിക്ക് പുറത്തുകൂടി ഒരു ഭജനസംഘം കടന്നുപോകുന്നു. ആ ദമ്പതികളുടെ സ്വകാര്യഇടത്തിന്റെ അടിത്തറയെ ചോദ്യംചെയ്യുന്നതിന്റെ പ്രതീകമായി ഭജനസംഘം മാറുന്നു (സീൻ അറുപത്തിമൂന്ന്). ഒരു താലിച്ചരട് കഴുത്തിലുണ്ടാകേണ്ടതിന്റെ ആവശ്യകതയെക്കുറിച്ച് സീത ബോധവതിയാകുന്നു. ചെണ്ടയും ചേങ്ങിലയും താളാത്മകമായി മുഴക്കിക്കൊണ്ടുള്ള ഭജനസംഘങ്ങളുടെ ഘോഷയാത്ര ആ ദമ്പതികൾ താമസിക്കുന്ന ഹോട്ടലിന് മൂന്നാംനിലയിലെ മുറിക്കുതാഴെയുള്ള റോഡിലെ പതിവുകാഴ്ചയാണെങ്കിലും അവരുടെ ശാരീരിക സംയോഗത്തിനും ആത്മീയ ഔന്നത്യത്തിനുമിടയിൽ ഒരു സമവാക്യം രൂപപ്പെടുന്നുണ്ട്.

ജീവിതത്തിന്റെ നശ്വരതയേയും അനിവാര്യതകളേയും യാദൃച്ഛികതകളേയും ദൃശ്യവൽക്കരിക്കുന്ന രംഗങ്ങൾ തുടർന്നുവരുന്നു. സ്വപ്നത്തിന്റെയും യാഥാർത്ഥ്യത്തിന്റെയും പ്രതീതികൾ തോന്നിപ്പിക്കുന്ന തരത്തിൽ വരാനിരിക്കുന്ന കാലത്തിൽ സംഭവിക്കുന്ന വേർപാടിന്റെ സൂചനകളാവിഷ്കരിക്കുന്ന ദൃശ്യങ്ങൾ മികച്ച കലാബോധത്തിന്റെ ഉദാഹരണങ്ങളായി മാറുന്നു.

നൂറ്റിനാല് - സമീപദൃശ്യം

ഒരു ഇുക്കാംപാറയുടെ ഗർത്തത്തിലേക്ക് തിര ആഞ്ഞടിച്ചു. അതിന്റെ ഒച്ച അവിടമാകെ മാറ്റൊലികൊണ്ടു.

നൂറ്റിയഞ്ച് - മധ്യദൃശ്യം

വിശ്വം ഉത്സാഹപൂർവ്വം ആ ത്തുക്കാംപാറയുടെ അടിയറ്റത്തുള്ള ആഴക്കുഴിയിലേക്ക് നടന്നിറങ്ങുകയായി. ഇടയ്ക്കയാൾ തിരിഞ്ഞുനോക്കുമ്പോൾ അരുത് എന്ന് സീത കൈവീശി വിലക്കി.

എന്നാൽ അയാൾ ഒരുൾവിളിയാലെന്നപോലെ താഴേക്ക് തിരക്കിട്ടു നീങ്ങി.

നൂറ്റിയാറ് - മധ്യദൃശ്യം

കടലിലേക്ക് കുത്തനെയിറങ്ങുന്ന ഇടുക്കുകുഴി ലക്ഷ്യമാക്കി വിശ്വം നീങ്ങുകയാണ്. അങ്ങ് പിന്നിൽ മുകളിൽ കരയിൽ നിന്ന് സീത വിളിക്കുന്നതും വിലക്കുന്നതുമൊന്നും ഇപ്പോൾ അയാൾ ശ്രദ്ധിക്കുന്നില്ല.

നൂറ്റിയൊമ്പത് - സമീപദൃശ്യം

ഒരു വൻതിര വന്ന് അടിയിലെ ഗുഹപോലെയുള്ള പാറയിടുക്കിൽ ആഞ്ഞടിച്ചു. അവിടമാകെ നുരയും പതയും തിളച്ചുപൊങ്ങി.

നൂറ്റിപ്പത്ത് - സമീപദൃശ്യം

വിശ്വം ഇപ്പോഴും ഇറക്കം ഇറങ്ങുകയാണ്. പിന്നിൽ സീത കാഴ്ചയിൽ നിന്ന് മറഞ്ഞിരിക്കുന്നു.

നൂറ്റിപ്പതിനൊന്ന് - മധ്യദൂരദൃശ്യം

മുകളിൽ, കരയ്ക്ക് ഇപ്പോൾ സീത മാത്രം, അവൾ വർദ്ധിച്ച പരിഭ്രമത്തിൽ എന്തോ വിളിച്ചുപറയുകയും കൈ ഇളക്കുകയും ഒക്കെ ചെയ്യുന്നുണ്ട്. പക്ഷേ, വിശ്വം ഇപ്പോൾ ദൃശ്യപഥത്തിലില്ല.(2012:43)

ആധുനികത സൃഷ്ടിച്ച നാഗരികമനുഷ്യന്റെ സംഘർഷങ്ങളും കൃത്രിമത്വങ്ങളും ആവിഷ്കരിക്കാൻ ദൃശ്യങ്ങളിലൂടനീളം സംവിധായകൻ ശ്രമിച്ചിട്ടുണ്ട്. പത്രമാഫീസ്, പാരലൽ കോളേജ്, ഈറർച്ചമിൽ, അംബാസിഡർകാർ, ഗൾഫിൽ നിന്നുള്ള സാധനങ്ങൾ കടത്തിക്കൊണ്ടുവരുന്ന സ്മഗ്ലർവാസു എന്നിങ്ങനെ കേരളത്തിന്റെ അറുപതുകൾക്ക് ശേഷമുള്ള ചരിത്രപശ്ചാത്തലം അടയാളപ്പെടുത്തുന്നതിനുള്ള പ്രതിനിധാനങ്ങളായി ദൃശ്യങ്ങൾ സ്വയം മാറുന്നു. വിശ്വനാഥൻ അക്കാലത്തെ വിദ്യാസമ്പന്നരായ-സർഗാത്മകഹൃദയങ്ങളുടെ പ്രതിനിധിയാകുന്നു. വിശ്വത്തിന്റെ മരണശേഷം അയാളെഴുതിയ നിർവൃതി എന്ന നോവലിന്റെ കീറിയ താളുകളിലേക്ക് ക്യാമറകണ്ണുകൾ എത്തുന്നുണ്ട്. സർഗാത്മകതയെ കീറിക്കളയുകയോ മൃതിയിലേക്ക് നയിക്കുകയോ ചെയ്യുന്ന സാമൂഹ്യസാഹചര്യങ്ങളുടെ വിമർശനമായും ഈ ദൃശ്യങ്ങളെ വായിക്കാനാവും. എഴുത്തുകാരനാവാൻ മോഹിച്ച്, ട്യൂട്ടോറിയൽ കോളേജിൽ കുറച്ചുകാലം അധ്യാപകനായി കഴിഞ്ഞ്, പിന്നീട്

തടിക്കടയിൽ കണക്കെഴുത്തുകാരനായി ജീവിക്കുമ്പോഴും ഒടുവിൽ അയാൾക്ക് കിട്ടിയ ജോലി മറ്റൊരാൾക്ക് നഷ്ടപ്പെട്ടതാണെന്നോ, അലഞ്ഞുതിരിയുന്ന മറ്റൊരാളുടെ അന്നമാണ് തന്റെ ആഹാരമെന്നോ ഉള്ള ചിന്തകളൊന്നും വിശ്വനെ അലട്ടുന്നില്ല. എത്രയോ വർഷങ്ങളായി താൻ തടിമില്ലിൽ പണിയെടുക്കുകയായിരുന്നുവെന്നും മുതലാളി അന്യായമായിട്ടാണ് തന്നെ പിരിച്ചുവിട്ടതെന്നും പറയുന്നവനോട് തുടക്കത്തിൽ വിശ്വത്തിന് കരുണ തോന്നുന്നുണ്ടെങ്കിലും തന്റെ ജീവിതസാഹചര്യമോർത്ത് നിമിഷനേരത്തിനുള്ളിൽ അത് അസ്തമിക്കുന്നു.

ഒഴിവുകഴിവുകൾ പറഞ്ഞു തന്റെ അവസ്ഥയെ ന്യായീകരിക്കുന്ന വിശ്വം പ്രശ്നങ്ങളെ അടിസ്ഥാനതലത്തിൽ നോക്കിക്കാണാൻ മടിക്കുന്ന ഒത്തുതീർപ്പുകളിലേക്ക് നീങ്ങുന്ന ആധുനിക യുവത്വത്തിന്റെ പ്രതിനിധിയാണ്. കേരളത്തിലെ പുരോഗമനരാഷ്ട്രീയ ശക്തികൾ തന്നെ പുരോഗമനവാഞ്ഛകളെ കൈയ്യൊഴിയുകയും ഒത്തുതീർപ്പുകളിലേക്ക് നീങ്ങുകയും ചെയ്ത ഒരു ചരിത്രപശ്ചാത്തലത്തെ അടയാളപ്പെടുത്തുന്നതിനായി സ്വയംവരത്തിലെ ദൃശ്യങ്ങളെ ക്രമീകരിക്കുന്നതിന് അടൂരിന് കഴിഞ്ഞിട്ടുണ്ട്. മൂല്യങ്ങളും സർഗാത്മകതയും വിട്ടുവീഴ്ചകളും നഷ്ടമായ സമൂഹത്തിൽ അരാഷ്ട്രീയതയും ഉപഭോഗതൃഷ്ണയും കൊണ്ട് ആഘോഷമാകുന്ന മധ്യവർഗ്ഗ കേരളീയ സമൂഹത്തിന്റെ രൂപപ്പെടലും ചലച്ചിത്രം അടയാളപ്പെടുത്തുന്നു.

കൊടിയേറ്റം

ശങ്കരൻകുട്ടിയുടെ ജീവിതത്തെ പ്രതീകവൽക്കരിക്കുന്ന ധാരാളം ദൃശ്യഖണ്ഡങ്ങൾ 'കൊടിയേറ്റ'ത്തിൽ കാണാൻ കഴിയും. മരത്തിന്റെ മുകളിൽ തങ്ങിയിരിക്കുന്ന പട്ടവും, ശങ്കരൻകുട്ടിയുടെയും കുട്ടികളുടെയും

പരിശ്രമത്തിന്റെ ഫലമെന്നോണം ചരടിൽ നിന്ന് വേർപെട്ട് ലക്ഷ്യമില്ലാതെ പറക്കുന്ന പട്ടവും ശങ്കരൻകുട്ടിയുടെ ലക്ഷ്യബോധമില്ലാത്ത ജീവിതത്തിന്റെ പ്രതിനിധാനമാവുന്നു (സീൻ നൂറ്റിമുപ്പത്തിയഞ്ച് - നൂറ്റി അറുപത്തിയൊമ്പത്). ഒടുവിൽ ആറ്റിലെ വെള്ളത്തിൽ വീണ് പട്ടം നനഞ്ഞുകുതിരുന്നു. ഉത്സവാരംഭത്തിൽ ആരംഭിച്ച് ഉത്സവക്കലാശത്തിൽ അവസാനിക്കുന്ന രൂപഘടനയാണ് ചിത്രത്തിനുള്ളത്. ഉത്സവത്തിന്റെ ഭാഗമായുള്ള കതിനവെടിയോടെയാണ് കൊടിയേറ്റം ആരംഭിക്കുന്നത്. ചിത്രം അവസാനിക്കുന്നതും ഉത്സവത്തിന്റെ പശ്ചാത്തലത്തിലാണ്.

ശാന്തമ്മയുടെ (ശങ്കരൻകുട്ടിയുടെ ഭാര്യ) വീടിനടുത്തുള്ള അമ്പലത്തിൽ ഉത്സവത്തിന് കൊടിയേറി. പെൺകുട്ടികൾ താലപ്പൊലിയേന്തി നിൽക്കുന്നു. ചുറ്റുവിളക്കുകളും, നെറ്റിപ്പട്ടം കെട്ടിയ ഗജവീരൻമാരും, താളത്തിൽ വീശുന്ന വെഞ്ചാമരവും, ചെണ്ടമേളവും ഒക്കെയായി എഴുന്നള്ളത്ത് നടക്കുന്നു. തുടർന്ന് കഥകളിക്കുള്ള കേളികൊട്ട് ആരംഭിച്ചു. അരങ്ങിൽ തിരശ്ശീല നിവർന്നു. പിന്നീട് രംഗത്തുകാണുന്നത് ശങ്കരൻകുട്ടിയേയും ശാന്തമ്മയേയുമാണ്.

എണ്ണൂറ്റി അമ്പത്തിരണ്ട് - സമീപദൃശ്യം

ശാന്തമ്മ മുറിക്കുള്ളിൽ കുഞ്ഞിനെ തൊട്ടിലാട്ടി ഉറക്കിക്കൊണ്ടുനിന്നു. അമ്പലത്തിൽ നിന്ന് എമ്പ്രാതിരിയുടെ കഥകളിപ്പദം കേട്ടുകൊണ്ടിരുന്നു.

"രാകാധിനാഥ രുചിരഞ്ജിത നിശയാം

ഏകാകിനീ ചരസ്സി കാളി കളവാണീ.....'

എണ്ണൂറ്റി അമ്പത്തിമൂന്ന് - സമീപദൃശ്യം

മെല്ലെ ആട്ടിക്കൊണ്ടിരുന്ന തൊട്ടിലിൽ കുഞ്ഞ് ഉറക്കമായിക്കഴിഞ്ഞു.

എണ്ണൂറ്റി അമ്പത്തിനാല് - സമീപദൃശ്യം

ശാന്തമ്മ മെല്ലെ തൊട്ടിൽവിട്ട്, തിരിഞ്ഞ് ജനാലയ്ക്കരികിലേക്ക് നീങ്ങി. അവിടെ വച്ചിരുന്ന വിളക്കിന്റെ തിരിതാഴ്ത്തി ഉറക്കത്തിനുള്ള മുന്നോടിയായി മുടി അഴിച്ചിട്ടു ചിക്കി. അപ്പോൾ പുറത്തുനിന്ന് ആരോ മുരടനക്കുന്നതുകേട്ടു.

മുറ്റത്തെ ഇരുട്ടിൽ ശങ്കരൻകുട്ടിയെ കഷ്ടിച്ചു കണ്ടു. വാതിൽക്കലേക്കു വന്ന ശാന്തമ്മയും ശങ്കരൻകുട്ടിയും ഒന്നും പറയാതെ അങ്ങനെതന്നെ അല്പം നിന്നു. ഇടയ്ക്ക് അവരുടെ നോട്ടങ്ങൾ കൂട്ടിമുട്ടും. പിന്നെ ലജ്ജാപൂർവ്വം ഒഴിയും. കഥകളിപ്പാട്ട് കേട്ടുകൊണ്ടിരുന്നു.

"നീല നിചോളന നിന്നുതമെങ്കിലും

ചാലവേ കാണുന്ന ചാരുതരമംഗം'

തുടർന്നുള്ള ദൃശ്യങ്ങളിൽ ശൃംഗാരം പുരണ്ട സംഭാഷണങ്ങളും ആംഗ്യങ്ങളും തുടരുന്നു.

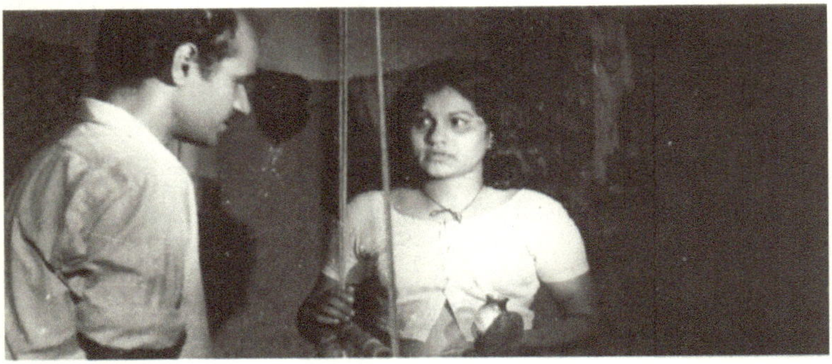

എണ്ണൂറ്റി അറുപത്തിയഞ്ച് - മധ്യദൃശ്യം

ആകാശത്തിൽ ഒരമിട്ട് ഉയർന്നുപൊട്ടി പ്രഭവിതറി. അതിനുമേൽ ശാന്തമ്മയുടെ പൊട്ടിക്കരച്ചിൽ ചിതറി. വീണ്ടും മറ്റൊരമിട്ട്. മൂന്നാമതും നാലാമതും അഞ്ചാമതും അമിട്ടുകൾ ആകാശത്തിൽ ഉത്സവാഘോഷം നടത്തി. തുടരെപ്പൊട്ടുന്ന കമ്പക്കെട്ടിന്റെ ശബ്ദഘോഷങ്ങൾ പശ്ചാത്തലത്തിൽ തുടരവേ അഭിനേതാക്കളുടെയും സാങ്കേതികപ്രവർത്തകരുടെയും ശീർഷകങ്ങൾ ഓരോന്നായി തെളിഞ്ഞുമാറി (313)

കഥകളിയുടെ പശ്ചാത്തലഭംഗി സൃഷ്ടിച്ചുകൊണ്ടാണ് ശങ്കരൻകുട്ടിയുടെയും ശാന്തമ്മയുടെയും പുനഃസമാഗമം അടൂർ ആവിഷ്കരിച്ചിട്ടുള്ളത്. ഉത്സവവേദിയിൽ നിന്നും കഥകളിയുടെ പാട്ട് മുറുകുമ്പോൾ ശങ്കരൻകുട്ടി ശാന്തമ്മയ്ക്ക് പുടവ കൈമാറുന്നു. ഒരു പൊട്ടിക്കരച്ചിലോടെ അവൾ പുടവ ഏറ്റുവാങ്ങുന്നു. ഉത്സവത്തിന്റെ പരിസമാപ്തി അറിയിച്ചുകൊണ്ടുള്ള കമ്പക്കെട്ടും, പൂത്തിരികളും കൊണ്ട് അന്തരീക്ഷം ദീപ്തവും ശബ്ദമുഖരിതവുമാകുന്നു. പുതിയ ജീവിതത്തെ പ്രതീക്ഷയോടെ വരവേൽക്കുന്നതിനുവേണ്ടിയാണ് ശങ്കരൻകുട്ടി ശാന്തമ്മയ്ക്ക് പുടവ നൽകി വീണ്ടും തന്റെ ജീവിതത്തിലേക്ക് ക്ഷണിക്കുന്നത്. കുടുംബത്തിന്റെ കെട്ടുറപ്പ് സമൂഹത്തിന്റെയും ദേശത്തിന്റെയും നിലനിൽപ്പിനാധാരമാണെന്ന പൊതുബോധത്തെ ഉറപ്പിക്കുവാൻ കൊടിയേറ്റത്തിന്റെ അവസാനദൃശ്യങ്ങൾ ശ്രമിച്ചിട്ടുണ്ട്. സ്ത്രീകളുടെ സംരക്ഷണോത്തരവാദിത്തവും അവരുടെ ജീവിതത്തിന്റെ നിർണയാവകാശവും പുരുഷന്റെ കടമയാണെന്ന് ശാന്തമ്മയെ സുരക്ഷിതമായ കൈകളിലേക്ക് തിരിച്ചേൽപ്പിക്കുന്നതിലൂടെ സംവിധായകൻ ഉറപ്പിച്ചെടുക്കുന്നു.

എലിപ്പത്തായം

എലിപ്പത്തായത്തിലെ ദൃശ്യങ്ങളെ സവിശേഷരീതിയിലാണ് അടൂർ സന്നിവേശിപ്പിച്ചിരിക്കുന്നത്. ചിത്രത്തിന്റെ ആംഗലപരിഭാഷ റാറ്റ്ട്രാപ് എന്നാണ് (എലിക്കെണി). എലികൾ കഥാപാത്രങ്ങളെപ്പോലെ ചലച്ചിത്രത്തിൽ പ്രത്യക്ഷപ്പെടുന്നുണ്ട്. ഇവയെ കെണിയിൽപ്പെടുത്തി വെള്ളത്തിൽ മുക്കിക്കൊല്ലുന്ന ദൃശ്യങ്ങളുമുണ്ട്. എന്നാൽ കെണിയിലകപ്പെട്ടതുപോലെ ബുദ്ധിമുട്ടനുഭവിക്കുന്ന മനുഷ്യരുടെ കഥയാണ് എലിപ്പത്തായം. ചിലർ രക്ഷപ്പെടുന്നു, ചിലർ കെണിയിൽ വീണ്ടും വീണ്ടും കുടുങ്ങിപ്പോവുന്നു. വ്യവസ്ഥയുടെ കെണിയിൽ ചലനമില്ലാതെ കുടുങ്ങി, ജഡാവസ്ഥയിലാവുന്ന-നിർജീവാവസ്ഥയിൽ തുടരുന്ന ഉണ്ണിക്കുഞ്ഞിനെപോലുള്ള കഥാപാത്രങ്ങൾ മാറ്റങ്ങളെ സ്വീകരിക്കാൻ തയ്യാറാവാത്ത ജനതയുടെ പ്രതീകമായി മാറുന്നു.

ഫ്യൂഡൽ അവശേഷിപ്പുകളുടെ ദൃശ്യങ്ങളിലൂടെയാണ് എലിപ്പത്തായം ആരംഭിക്കുന്നത്. തൂക്കുവിളക്ക്, സപ്രമഞ്ചക്കട്ടിൽ, ചീനഭരണി, നാലുകെട്ട്, നെടുംപുര, പൂമുഖം, ഓട്ടുവിളക്ക്, നടുമുറ്റം, അകത്തളം, മച്ചു തറച്ച അറമുറികൾ, ചത്ത ഘടികാരം, പ്രമാണിക്കസേര എന്നിങ്ങനെ തറവാടിന്റെ പ്രൗഢിയെ ഓർമ്മിപ്പിക്കുന്ന വസ്തുക്കളുടെ ദൃശ്യങ്ങളിലൂടെ ആ കാലഘട്ടത്തിലേക്ക് പ്രേക്ഷകരെ കൂട്ടിക്കൊണ്ടുപോകുന്നു. എന്നെ എലികടിച്ചേ'എന്ന ഉണ്ണിക്കുഞ്ഞിന്റെ നിലവിളിയിലേക്കാണ് ഈ ദൃശ്യങ്ങൾ അവസാനിക്കുന്നത് (സീൻ:19). എലിയെ ഓടിക്കുന്ന രംഗങ്ങൾ, എലികടിച്ച പാട് എവിടെയെന്ന് പരിശോധിക്കുന്ന ദൃശ്യങ്ങൾ, എലിയെ കുടുക്കുന്നതിനായി കെണിയിൽ തേങ്ങാപ്പൂളുകൾ കെട്ടിവെക്കുന്ന ദൃശ്യങ്ങൾ എന്നിങ്ങനെ പോകുന്നു തുടർന്നുവരുന്ന സീനുകൾ. എലിക്കെണിയൊരുക്കുന്നത് പുരോഗമനപരമായി ചിന്തിക്കുന്ന ശ്രീദേവിയാണ്. തങ്ങളെല്ലാം ഒരു കെണിയിൽപ്പെട്ടുകിടക്കുകയാണെന്ന് ശ്രീദേവിക്കും രാജമ്മയ്ക്കുമറിയാം. എന്നാൽ അതിൽ നിന്നും കുതറിയോടാൻ ശ്രീദേവിക്കുമാത്രമേ കഴിയുന്നുള്ളൂ. അവൾ കാമുകനോടൊപ്പം ഒളിച്ചോടുന്നു. സ്വന്തം ദുഃഖങ്ങളെ മനസ്സിലൊളിപ്പിച്ചു കഴിയുന്ന വ്യക്തിത്വമാണ് രാജമ്മയുടേത്. ചലച്ചിത്രത്തിന്റെ ഒടുവിൽ രോഗിണിയായ രാജമ്മയെ നാട്ടുകാർ ആ വീട്ടിൽ നിന്നും പുറത്തേക്ക് ചികിത്സയ്ക്കായി കൊണ്ടുപോവുന്നുണ്ട്. രാജമ്മയുടെ പരിചരണത്തിലുള്ള അഭാവം ഉണ്ണിക്കുഞ്ഞിന്റെ സ്ഥിതി വഷളാക്കുന്നു. മൂത്തസഹോദരി അയാളുടെ അധികാരത്തെ ചോദ്യം ചെയ്തുകൊണ്ടാണ് തറവാട്ടിൽ താമസമാക്കുന്നത്. എലിയെ പിടിക്കാനായി ഓടിക്കുന്ന ആദ്യരംഗത്തെ ഉണ്ണിക്കുഞ്ഞിനെ

പിടികൂടാനുള്ള അവസാനരംഗങ്ങളോടു ബന്ധിപ്പിക്കുന്നത് പശ്ചാത്തലസംഗീതത്തിന്റെ സഹായത്തോടെയാണ്.

അഞ്ഞൂറ്റി എൺപത്തിമൂന്ന് - സമീപദൃശ്യം

കിടക്കയിൽ വീണ ഉണ്ണി അവിടെക്കിടന്ന് അണച്ചു. അയാൾ പിന്നെ സ്വപ്നാടനത്തിലെന്നപോലെ പതുക്കെ തലതിരിച്ചു. അങ്ങോട്ടും പിന്നെ ഇങ്ങോട്ടും.

അഞ്ഞൂറ്റി എൺപത്തിനാല് - അതിസമീപദൃശ്യം

അയാൾ ഒരാലസ്യത്തിലേക്ക് വഴുതിവീഴുകയാണ്. പെട്ടന്ന് ഒരൊച്ച കേട്ടു. എലിപ്പത്തായം ഉരുണ്ടുവീണതുപോലെ. അയാൾ ഞെട്ടിവിരണ്ട് നിലത്തേക്ക് തിരിഞ്ഞുനോക്കി.

അഞ്ഞൂറ്റി എൺപത്തിയഞ്ച് - സമീപദൃശ്യം

എലിപ്പത്തായം അപ്പോൾ വീണിട്ടെന്നപോലെ കിടുകിടെ വിറച്ച് ശബ്ദമുണ്ടാക്കിക്കൊണ്ടു കിടന്നു. പിന്നെ ശാന്തമായി.

അറുനൂറ്റിപതിനാല് - സമീപദൃശ്യം

ചിമ്മിനിവിളക്ക്

അറുനൂറ്റിപതിനഞ്ച് - മധ്യദൃശ്യം

ഉണ്ണി അവശതയാർന്നുകിടന്നു. നിശബ്ദതയുടെ നിമിഷങ്ങൾ ഉച്ചത്തിൽ ഒരാഘാതശബ്ദം. ഉണ്ണി നിലവിളിയോടെ ഞെട്ടിവിരണ്ടെഴുന്നേറ്റു.

അറുനൂറ്റിപ്പതിനാറ് - സമീപദൃശ്യം

അറവാതിൽ ഒരു ഭീകരശബ്ദത്തോടെ പറിഞ്ഞുപൊളിഞ്ഞുവീണു.

അറുനൂറ്റിപതിനേഴ് - അതിസമീപദൃശ്യം

ടോർച്ച് തെളിയിക്കപ്പെട്ടു.

അറുനൂറ്റിപതിനെട്ട് - സമീപദൃശ്യം

ആദ്യം ഉണ്ണിയും അയാൾക്കുപിന്നാലെ അക്രമികളും അകത്തളത്തിലേക്കുള്ള വാതിൽപ്പടി കടന്നുചാടി.

അറുനൂറ്റിപത്തൊമ്പത് - മധ്യദൃശ്യം

തളത്തിലെ വരാന്തയിൽ ഉണ്ണി വിരണ്ടോടി. പിന്നാലെ മറ്റുള്ളവരും.

അറുനൂറ്റി ഇരുപത് - മധ്യദൂരദൃശ്യം

ഉണ്ണി ഇപ്പോൾ തെക്കേതളത്തിൽ വാതിൽപഴുതു നോക്കി ഓടുകയാണ്.

അറുനൂറ്റി ഇരുപത്തിയൊന്ന് - മധ്യദൃശ്യം

നാട്ടുകാർ സപ്രമഞ്ചക്കട്ടിലും ചാടിക്കടന്ന് അയാൾക്കുപിന്നാലെ ഓടി.

അറുനൂറ്റി ഇരുപത്തിയെട്ട് - സമീപദൃശ്യം

ഉടലും തലയും വേർപെട്ട ഒരു നിലവിളക്ക് നിലത്തുരുണ്ടു

അറുനൂറ്റി ഇരുപത്തിയൊമ്പത് - അതിസമീപദൃശ്യം

തളത്തിൽ നിന്ന് മുൻവശത്തേക്കുള്ള വാതിലിന്റെ ഇരുസാക്ഷകളും ഒച്ചപ്പാടോടെ തുറക്കപ്പെട്ടു.

അറുനൂറ്റി മുപ്പത് - മധ്യദൃശ്യം

മച്ചിൽനിന്നു തൂക്കപ്പെട്ട എണ്ണയും തിരിയുമില്ലാത്ത തൂക്കുവിളക്കിൽ ഒരു പാറ്റ ചത്തുമലർന്നുകിടന്നു. താഴെ നിലത്ത് അവശനായി വീണുകിടന്ന ഉണ്ണിയെ രണ്ടുമൂന്നുപേർ ചേർന്ന് കയ്യിൽ തൂക്കിയുയർത്തി.(2012:437)

തുടച്ചുനീക്കേണ്ട ജീർണ്ണതകളെ - നിഷ്ക്രിയതകളെക്കുറിച്ച് ഈ ദൃശ്യങ്ങളിലൂടെ അടൂർ വിശദമാക്കുന്നുണ്ട്. വെള്ളത്തിൽ മുക്കിയ ഉണ്ണിക്കുഞ്ഞ് കൂപ്പിയ കൈകളുമായി മുകളിലേക്ക് നോക്കുന്ന അവസാന രംഗം സംവിധായകന് കഥാനായകനോടുള്ള സഹതാപത്തിന്റെ വ്യംഗ്യസൂചകമായി കാണാവുന്നതാണ്. എലിപ്പത്തായത്തിലെ ദൃശ്യങ്ങളെ സവിശേഷരീതിയിലാണ് അടൂർ സന്നിവേശിപ്പിച്ചിരിക്കുന്നത്. പല ദൃശ്യമുഹൂർത്തങ്ങളും രണ്ടുവട്ടം കടന്നുവരുന്നുണ്ട്. ഒരേ ദൃശ്യങ്ങൾ ആവർത്തിക്കുമ്പോൾ അവയ്ക്ക് ചില പ്രത്യേകതകളുണ്ടെന്ന് കണ്ടെത്താനാവും. വീടിന് മുകളിലൂടെ പറക്കുന്ന വിമാനത്തിന്റെ ശബ്ദബിംബം ആദ്യം വരുന്നത് ശ്രീദേവി എലിപ്പത്തായം വെള്ളത്തിൽ മുക്കുമ്പോഴാണ് (മുന്നൂറ്റിയാറ് - മധ്യദൃശ്യം). മൂന്നുവട്ടം കെണിയിൽ കുടുങ്ങുന്ന എലികളെ കാണിക്കുന്നുണ്ടെങ്കിലും രണ്ടുവട്ടം മാത്രമേ അവയെ

കുളത്തിൽ മുക്കിക്കൊല്ലുന്നതായി കാണിക്കുന്നുള്ളൂ. ആദ്യവട്ടം എലിയെ മുക്കിക്കൊല്ലുന്ന ശ്രീദേവിയിൽനിന്ന് ക്യാമറ കണ്ണാടിക്കുമുന്നിലെ ഉണ്ണിക്കുഞ്ഞിലേക്ക് തിരിയുന്നു. രണ്ടാംവട്ടം ശ്രീദേവി എലിക്കെണി എലിയോടൊപ്പം വെള്ളത്തിൽ താഴ്ത്തുമ്പോൾ പായൽമൂടിയ കുളത്തിൽ ഓളങ്ങൾ അലതല്ലുന്നു. അടുത്തദൃശ്യം ശ്രീദേവി വീട്ടിൽനിന്ന് കിണറ്റിൻകരയിലേക്ക് ഓടുന്നതും ആകാശംനോക്കി മുന്നോട്ട് നീങ്ങുന്നതുമാണ് (മുന്നൂറ്റിയേഴ് - മധ്യദൂരദൃശ്യം). മൂന്നാംവട്ടം എലിക്കെണിയുമായി നിൽക്കുന്ന ശ്രീദേവിയിൽനിന്നും കട്ട്ചെയ്ത് കാണിക്കുന്നത് മുഖം കഴുകുന്ന രവിക്കുട്ടനിലേക്കാണ്. ഉണ്ണിക്കുഞ്ഞിന്റെ എണ്ണതേപ്പിന്റെ രംഗവും ആവർത്തിക്കുന്നു. കേശോമ്മാവൻ മൂത്തവളായ രാജമ്മയ്ക്ക് കല്യാണാലോചനയുമായി വന്നിരിക്കുമ്പോൾ മത്തായിക്കുട്ടി ഇളയവൾക്ക് പെർഫ്യൂം കൊണ്ടുവരുന്ന ദൃശ്യവും ശ്രദ്ധേയമാണ്. രണ്ടിടത്തും ഉണ്ണിക്കുഞ്ഞ് ആഢ്യത്വത്തിന്റെ പേരിൽ അവരെ അപമാനിക്കുന്നു. ചിത്രത്തിന്റെ അവസാനം മഴപെയ്യുകൊണ്ടിരിക്കുന്ന വീടിനെ മുകളിൽനിന്ന് പകർത്തുന്ന ദൃശ്യങ്ങളിലും സമാനത കാണാൻ കഴിയും.

ഉണ്ണിക്കുഞ്ഞ് കത്രികകൊണ്ട് തന്റെ നരച്ച മേൽമീശ മുറിച്ചുകളയുന്ന ദൃശ്യം മനുഷ്യായുസ്സിന്റെ സൂക്ഷ്മാവിഷ്കരണമായി മാറുന്നുണ്ട് (സീൻ 86-90). അശ്രദ്ധമായി മുറിഞ്ഞുപോകുന്ന ഒരു കറുത്തരോമം അയാളെ വിഷാദവാനാക്കുന്നു. യൗവനത്തെ തിരിച്ചുപിടിക്കാൻ ഓരോ മനുഷ്യനിലുമുള്ള ആഗ്രഹത്തിന്റെ പ്രതീകമായി ഈ രംഗത്തെ വായിച്ചെടുക്കാം. കാലത്തിന്റെ അനിവാര്യതകളെ തടുക്കുവാൻ മനുഷ്യന് ആവില്ലെന്നതിന്റെ സൂചകമായും ഈ ദൃശ്യം മാറുന്നുണ്ട്. സ്ത്രീകളോട് മുഖത്തുനോക്കി സംസാരിക്കാൻപോലും ധൈര്യം കാണിക്കാത്ത ഉണ്ണിക്കുഞ്ഞിൽ ഉറങ്ങിക്കിടക്കുന്ന ലൈംഗികതൃഷ്ണതകളിലേക്കുള്ള സൂചകങ്ങളായി പത്രപരസ്യത്തിലെ 'യുവത്വത്തിന്റെ പ്രസരിപ്പ്' എന്ന ചിത്രത്തിലുള്ള അയാളുടെ കൗതുകം ദൃശ്യപ്പെടുത്തിയിട്ടുണ്ട്. പരസ്യവും വിപണനവും ആധുനിക മുതലാളിത്തത്തിന്റെ വ്യവഹാരങ്ങളാണ്. ആധുനികതയിലാണ് വിപണിയെ ലക്ഷ്യമിട്ടുകൊണ്ടുള്ള മാധ്യമബോധം പിറവിയെടുക്കുന്നത്. എല്ലാകാലത്തും നിലനിൽക്കുന്ന ലൈംഗികതൃഷ്ണതകളിലേക്കും വിലക്കുകളിലേക്കും ലൈംഗികതയെ കച്ചവടവൽക്കരിക്കുന്ന സ്വദേശ-വിദേശ കമ്പോള മൂലധനശക്തികളെ പ്രതിനിധീകരിക്കുന്ന ചിഹ്നമായി ഈ പരസ്യത്തെ വിലയിരുത്താവുന്നതാണ്. ആധുനികതയുടെ പശ്ചാത്തലത്തിൽ ലൈംഗികസ്വാതന്ത്ര്യത്തെ നിഷേധിക്കുന്ന ഇന്ത്യൻ യാഥാസ്ഥിതിക സമൂഹത്തിന്റെ-ലൈംഗികസദാചാരത്തിന്റെ നിയമങ്ങൾക്കു വിധേയനായി ആഗ്രഹങ്ങൾ ഒതുക്കിജീവിക്കുന്ന

വ്യക്തികളുടെ പ്രതിനിധിയായി ഉണ്ണിക്കുഞ്ഞിനെ സൃഷ്ടിച്ചെടുക്കാൻ സംവിധായകന് കഴിഞ്ഞിട്ടുണ്ട്. കുടുംബത്തിലെ യാഥാസ്ഥിതിക കാഴ്ചപ്പാടിനെ തന്റെ പ്രവൃത്തികളിലൂടെ ധിക്കരിക്കുന്ന ശ്രീദേവിയുടെ മുറിയിലുള്ള ആധുനിക സൗന്ദര്യവർദ്ധകവസ്തുക്കൾ പുതിയ വ്യവസ്ഥക ളോടുള്ള അവളുടെ ആഭിമുഖ്യത്തെ സൂചിപ്പിക്കുന്നുണ്ട്. ചുവപ്പ്സാരിയും ബ്ലൗസും ഇഷ്ടപ്പെടുന്ന ശ്രീദേവി മാറാലപിടിച്ച ആ വ്യവസ്ഥിതിയെ എതിർക്കുന്ന ചുവപ്പിന്റെ (വിപ്ലവത്തിന്റെ) പ്രതീകമായി കമ്മ്യൂണിസ്റ്റ് ആശയങ്ങളുടെ വക്താവായി മാറുന്നുണ്ട്.

മുഖാമുഖം

1984-ൽ പ്രദർശനത്തിനെത്തിയ'മുഖാമുഖം' ശ്രീധരൻ എന്ന കഥാ പാത്രത്തിന്റെ ജീവിതത്തെ അടിസ്ഥാനമാക്കി ഇടതുപക്ഷ പ്രസ്ഥാന ത്തിന്റെ വളർച്ചയും തളർച്ചയും വിവരിക്കുന്നു. ചിത്രം തുടങ്ങുന്നത് ഒരു ഓട് നിർമ്മാണശാലയുടെ വിവരണങ്ങളോടുകൂടിയാണ്. കളിമണ്ണ് സംഭരിക്കുന്നതുമുതൽ അച്ചിൽ ഓടിന്റെ രൂപം പശപ്രായത്തിൽ വാർന്നുവീഴുംവരെ സൂക്ഷ്മമായി ക്യാമറ ദൃശ്യങ്ങളെ പകർത്തിയിട്ടുണ്ട്. കെട്ടുവള്ളത്തിൽനിന്നും ചെളിക്കട്ട തടിക്കുട്ടയിൽ നിറച്ച് തൊഴിലാളി കൾ തലയിൽവെച്ച് ഫാക്ടറിയിൽ എത്തുന്നതും, അവിടെനിന്ന് ഈ ചെളി യന്ത്രത്തിലൂടെ ഓടായി രൂപാന്തരം പ്രാപിക്കുന്നതും വിവിധ ദൃശ്യങ്ങളിലൂടെ ഫോക്കസ് ചെയ്യുന്നു.

കാർഷികവ്യവസ്ഥയിൽ നിന്നും വ്യവസായവൽക്കരണത്തിലേ ക്കുള്ള സമൂഹത്തിന്റെ മാറ്റങ്ങളും ആധുനികകാലത്തിന്റെ യാന്ത്രിക പുനരുല്പാദനത്തിന്റെയും അവസ്ഥകളെക്കുറിച്ച് പ്രേക്ഷകരെ ബോധ്യ പ്പെടുത്തിക്കൊണ്ടാണ് ചലച്ചിത്രം ആരംഭിക്കുന്നത്. ഫാക്ടറി, കൂലി ത്തൊഴിലാളികൾ, യന്ത്രസാമഗ്രികൾ, അധ്വാനശേഷി, ഉല്പന്നങ്ങൾ ഇവയെല്ലാം ആധുനികതയുടെ അടയാളങ്ങളായി സൂചിതമാകുന്നുണ്ട്. ഫാക്ടറിയും വ്യവസായവുമായി ബന്ധപ്പെട്ടാണ് മുതലാളി/തൊഴിലാളി, വേല/കൂലി തുടങ്ങിയ ദ്വന്ദ്വങ്ങൾ ഉടലെടുക്കുന്നത്. തൊഴിലാളികളും യന്ത്രങ്ങളും അധ്വാനിച്ചുകൊണ്ടിരിക്കുന്ന ദൃശ്യത്തിൽ നിന്നും ക്യാമറ ഒരു സമരരംഗത്തിലേക്കാണ് ഫോക്കസ് ചെയ്യുന്നത്.

ഇരുപത്തിയാറ് - സമീപദൃശ്യം

അരിവാളും ചുറ്റികയും അടയാളമുള്ള ചെങ്കൊടി, പശ്ചാത്തലത്തിൽ ഉയർന്നുനിൽക്കുന്ന പുകക്കുഴലുകളെ അപ്പോൾ ഭാഗികമായും ചിലപ്പോൾ മുഴുവനായും മറച്ചുകൊണ്ട് കാറ്റിൽ ഇളകിയാടുന്നു. ഒപ്പം തൊഴിലാളികളുടെ സംഘംചേർന്നുള്ള വിളികൾ മുഴങ്ങി. ഇങ്കിലാബ് സിന്ദാബാദ്, പിരിച്ചുവിട്ടവരെ

തിരിച്ചെടുക്കുക.

തുടർന്ന് സമരരംഗത്ത് കാണുന്നത് രക്തഹാരങ്ങൾ അണിഞ്ഞ് ഏതാനുംപേർക്കിടയിൽ ഇരിക്കുന്ന നേതാവ് ശ്രീധരനെയാണ്.

കേരളത്തിലെ ചെറിയൊരു പട്ടണത്തിൽ നടന്ന ഫാക്ടറി സമരത്തിന്റെ പശ്ചാത്തലത്തിൽ വ്യവസായികവിപ്ലവവും അതിന്റെ ഭാഗമായുള്ള സാമൂഹ്യപരിതോവസ്ഥകളും അവതരിപ്പിക്കുകയാണ് 'മുഖാമുഖത്തിലൂടെ അടൂർ ചെയ്തത്. കഥ നടക്കുന്നത് മൂന്ന് കാലഘട്ടത്തിലൂടെയാണ്, ഒന്ന് 1955 ന മുമ്പുള്ള കാലഘട്ടം, രണ്ട്, 1955 നും 1965 നും ഇടയിലുള്ള കാലഘട്ടം, മൂന്ന് 1965 ന ശേഷമുള്ള കാലഘട്ടം. ഇരുപത്തിയെട്ടാം ദൃശ്യത്തിലാണ് ശ്രീധരനെ നാം ആദ്യം കാണുന്നത്. അഞ്ഞൂറ്റി എൺപതുവരെയുള്ള ദൃശ്യങ്ങൾ ശ്രീധരനെ അറിയാൻ ശ്രമിക്കുന്നതിന്റെ സൂചനകളാണ്. ഒരു വ്യക്തിയും അയാളുടെ ഇമേജും തമ്മിലുള്ള അനിവാര്യമായ സംഘട്ടനത്തിന്റെ കഥയാണ് മുഖാമുഖം. തോറ്റമായി തുടങ്ങിയ മുദ്രാവാക്യങ്ങളിലൂടെ സമൂഹമനഃസാക്ഷിയിൽ ഒളിഞ്ഞിരിക്കുന്ന ശ്രീധരൻ എന്ന വിപ്ലവകാരിയെ ചികയുകയാണ് സംവിധായകൻ. ഓർമ്മകളെ കൂട്ടുപിടിച്ചുകെട്ടിപ്പടുക്കുന്ന ഇമേജ് ഒരുവശത്തും, ഇമേജിനെ വെല്ലുവിളിക്കുന്ന വ്യക്തിയുടെ യാഥാർത്ഥ്യം മറുവശത്തും കിടക്കുന്നു. തിരോധനത്തോടെ വളരാൻ തുടങ്ങുന്ന ശ്രീധരൻ എന്ന ഇമേജ് ക്രമേണ ജീവിക്കുന്ന ശ്രീധരനേക്കാൾ വലുതാകുന്നു. തുടർന്ന് ഇമേജിൽ നിന്നിറക്കിക്കൊണ്ടുവന്ന വ്യക്തിയുടെ രൂപം നിരാശപ്പെടുത്തുന്നതായിരുന്നു. കാരണം, അയാൾ അവരിൽനിന്നും വ്യത്യസ്തനായിരുന്നില്ല. ഇനിയൊരിക്കലും സമൂഹത്തിന് ഊർജ്ജം പകരാനാവാത്ത ആ യാഥാർത്ഥ്യത്തെ ഉൾക്കൊള്ളാൻ സമൂഹത്തിനാവുന്നില്ല. കാലം യാഥാർത്ഥ്യത്തെ മറച്ചിട്ട പ്രതിനിധാനങ്ങളെ അവതരിപ്പിച്ചുകൊണ്ടിരിക്കുകയാണ്. എന്നാൽ ഇത്തരം പ്രതിനിധാനങ്ങളും നശിച്ചുകൊണ്ടിരിക്കുന്ന കാഴ്ചകളാണ് നാം കണ്ടുകൊണ്ടിരിക്കുന്നത്. പവിത്രമായ ഒരു ഇമേജ് അതിന്റെ ഒറിജിനലിന്റെ സാന്നിധ്യത്തിൽ എപ്രകാരമാണ് തകർന്നുവീഴുന്നതെന്ന് കാണുന്നു.

'*മുഖാമുഖത്തിലെ* സഖാവ് ശ്രീധരൻ കമ്മ്യൂണിസ്റ്റ് പ്രസ്ഥാനത്തിന്റെ പ്രതിനിധാനമാണ്. ജനങ്ങളോടൊപ്പം നിൽക്കുന്ന, തൊഴിലാളികൾക്കുവേണ്ടി സമരം ചെയ്യുന്ന ശ്രീധരൻ, ജനതയ്ക്കുവേണ്ടി നിലകൊള്ളുന്ന കമ്മ്യൂണിസ്റ്റ് പ്രസ്ഥാനം തന്നെയാണ്. ഒളിവിൽ പോകുന്ന സഖാവ് ശ്രീധരൻ ജനതയിൽനിന്നും അകന്നുപോകുന്ന പ്രസ്ഥാനമാണ്. മദ്യപാനിയായ സഖാവിലൂടെ മിഥ്യയായ മോഹവലയങ്ങളിലേക്ക്

ആകർഷിക്കപ്പെടുന്ന പ്രസ്ഥാനത്തെയാണ് അടൂർ പ്രതിനിധീകരിച്ചത്. നവോത്ഥാനവും പിന്നാലെവന്ന വിമോചനസമരവും കൂട്ടുകക്ഷി ഭരണസംവിധാനവും ഉഴുതുമറിച്ച കേരളത്തിന്റെ രാഷ്ട്രീയ സാംസ്കാരികഭൂമികയിലെ ജീവിതത്തെ യാഥാർത്ഥ്യബോധത്തോടെ ആവിഷ്കരിച്ച മുഖാമുഖം ഇടതുപക്ഷ പ്രസ്ഥാനത്തിന്റെ എതിർപ്പുകൾക്ക് പാത്രമായിട്ടുണ്ട്.

അനന്തരം

കഥപറച്ചിലിന്റെ ആദിമധ്യാന്തപൊരുത്തത്തെ അപനിർമ്മിച്ചു കൊണ്ടാണ് അടൂർ 'അനന്തര'ത്തിന്റെ ദൃശ്യശില്പം ഒരുക്കിയിരിക്കുന്നത്. പ്രധാനകഥാപാത്രം അജയൻ സ്വന്തം ജീവിതത്തെ മാറിനിന്ന് അപഗ്രഥിക്കുന്നതായാണ് സിനിമയുടെ ആഖ്യാനഘടന. അജയന്റെ ആത്മഗതത്തോടൊപ്പം അവനെക്കൂടി ഉൾപ്പെടുത്തുന്ന രംഗങ്ങളാണ് ചിത്രത്തിലുള്ളത്. അജയന്റെ മാനസികാവസ്ഥയ്ക്കനുസരിച്ചാണ് ദൃശ്യങ്ങൾ ഫ്രെയിമിൽ നിറയുന്നത്. കഥപറച്ചിലിന്റെ ഒന്നാംഘട്ടത്തിൽ തന്റെ പേരും കഥാപശ്ചാത്തലവും പറഞ്ഞ് മറ്റു കഥാപാത്രങ്ങളിലേക്കും കഥയിലേക്കും നേരിട്ട് പ്രവേശിക്കുകയാണ് അജയൻ. ചലച്ചിത്രത്തിന്റെ ആഖ്യാനവഴക്കങ്ങൾക്കുമാത്രം സംവേദനം ചെയ്യാനാവുന്ന ദൃശ്യപരിചരണമാണ് അടൂർ അനന്തരത്തിൽ സ്വീകരിച്ചിട്ടുള്ളതും സങ്കീർണ്ണമനോഘടനയുള്ള യുവാവ് ആത്മഭാഷണത്തിലൂടെ തന്റെ ജീവിതത്തെ വിശകലനം ചെയ്യുകയാണ്. ഒന്നിനും ഒരുറപ്പുമില്ലാത്ത കഥാമുഹൂർത്തങ്ങളും ആശങ്കാകുലമായ പ്രതിപാദനരീതികളും കൊണ്ട് ശ്ലഥബിംബങ്ങളുടെ തുടർച്ചയായ സാഹിത്യത്തിന്റെ ഭാവനകളോട് ഈ ആഖ്യാനരീതി സാദൃശ്യം പുലർത്തുന്നു. അയുക്തികവും യാദൃശ്ചികതകൾ നിറഞ്ഞതുമായ ജീവിതപ്രയാണത്തിന്റെ പ്രതിനിധാനമായി കഥ മാറുന്നു. മനുഷ്യമനസ്സിന്റെ സങ്കീർണ്ണഘടനാ സ്വരൂപത്തെ അഭിസംബോധന ചെയ്യുന്നതിലുപരി സൃഷ്ടിപ്രക്രിയെകുറിച്ചുള്ള അന്യാപദേശമായി മാറാൻ ഇതിവൃത്തത്തിന് കഴിയുന്നുണ്ട്. ആഖ്യാനത്തെക്കുറിച്ചുള്ള ആഖ്യാനമായി പരിണമിക്കാൻ കഴിയുന്നിടത്ത് ആധുനികമനുഷ്യന്റെ സ്വത്വപ്രതിസന്ധികളുടെ മാനങ്ങൾക്കപ്പുറത്തേക്ക് സഞ്ചരിക്കാനും അനന്തരത്തിന്റെ ആഖ്യാനത്തിന് കഴിയുന്നുണ്ട്.

മതിലുകൾ

പ്രതീകങ്ങളും ചിഹ്നങ്ങളും ഉപയോഗിച്ച് കലാപരമായി രൂപപ്പെടുത്തിയ ആഖ്യാനമാണ് *മതിലുകൾ* എന്ന സിനിമ. മതിൽ, ജയിൽ, പൂന്തോട്ടം, തടവറ, ഉണങ്ങിയ കമ്പ് എന്നിവയൊക്കെ വ്യത്യസ്തങ്ങളായ

അർത്ഥങ്ങൾ സൃഷ്ടിച്ചെടുക്കാവുന്ന ദൃശ്യബിംബങ്ങളായി സിനിമയിൽ ആഖ്യാനം ചെയ്തിട്ടുണ്ട്. മതിലെന്നബിംബം സ്വാതന്ത്ര്യത്തിനും സ്ത്രീപുരുഷാകർഷണത്തിനും തടസ്സം സൃഷ്ടിക്കുന്നുവെന്ന യാഥാർത്ഥ്യത്തെ ചിത്രീകരിക്കുന്നു. ആകാശത്തിനും ഭൂമിക്കുമിടയിൽ സൃഷ്ടിക്കപ്പെട്ടിരിക്കുന്ന മതിൽ വ്യക്തിക്കും സമൂഹത്തിനുമിടയിലുള്ള മതിലായിമാറുന്നു.

ബഷീറിന്റെ നോവലിനെ ആസ്പദമാക്കിയാണ് മതിലുകൾ ദൃശ്യവൽക്കരിച്ചത്. നോവലിലെ പ്രഥമപുരുഷ ആഖ്യാനത്തിനുപകരം കഥപറയുന്ന ആളിനെ തന്നെ സിനിമയിൽ മുഖ്യകഥാപാത്രമാക്കിയിരിക്കുന്നു. സാഹിത്യരൂപത്തിൽ ഭൂതകാലത്തെ പുനഃസൃഷ്ടിക്കാൻ ശ്രമിച്ചപ്പോൾ സിനിമയിൽ വർത്തമാനകാലത്തിലാണ് സംഭവങ്ങൾ നടക്കുന്നത്. ബഷീറിന്റെ കൃതികളിലെ സംഭാഷണചാരുതയും, പ്രമേയപരിചരണരീതിയും സിനിമയുടെ ആവിഷ്കാരത്തിന് വെല്ലുവിളിയാണ്. സിനിമയുടെ സൗന്ദര്യതലങ്ങൾക്കനുസരിച്ച് അവയെ പുതുക്കിപ്പണിയാൻ അടൂർ ശ്രമിച്ചിട്ടുണ്ട്. എഴുത്തുകാരനായതുകൊണ്ടുതന്നെ ബഷീറിനെ അധികാരവർഗ്ഗം ബഹുമാനിച്ചിരുന്നു എന്നതിന്റെ ദൃശ്യസൂചനകൾ സിനിമയിൽ ധാരാളമുണ്ട്. ആദ്യരംഗങ്ങളിൽ പോലീസ് ലോക്കപ്പിൽ കിടക്കുന്ന ബഷീറിന് എഴുതാനായി ഇൻസ്പെക്ടർ വെള്ളക്കടലാസുകൾ അഴിക്കുള്ളിലൂടെ കൊടുക്കുന്നത് കാണാവുന്നതാണ്.

നൂറ്റി എഴുപത്തിയേഴ് - സമീപദൃശ്യം

അനിയൻ ജയിലർ തൊപ്പിയൂരി നിലത്തുവെച്ചു. അപ്പോൾ ബഷീർ തുടർന്നു പറയുന്നതുകേട്ടു, "അല്പം ദുർമേദസ്സുണ്ട്. അതുകളയണം'.

നൂറ്റിഎഴുപത്തിയെട്ട് - മധ്യദൃശ്യം

അവരിരുവരും അപ്പുറവുമിപ്പുറവുമിരുന്നു. ബഷീർ ചേർത്തു. "പിന്നെ ചെറിയതോതിൽ ഞാനൊരു ഫയൽവാനാണല്ലോ?'

അനിയൻ ജയിലർ അതുകേട്ടു ചിരിച്ചു.

നൂറ്റി എൺപത് - സമീപദൃശ്യം

അനിയൻ ജയിലർ, "മിനിഞ്ഞാന്ന് ഇത് കൊണ്ടുപോയിട്ട് ഒരുപാട് പേർ വായിച്ചു. ഞാൻ വായിച്ചശേഷം എന്റെ ഭാര്യ, പിന്നെ സൂപ്രണ്ട്, അദ്ദേഹത്തിന്റെ ഭാര്യ, ഡിമാൻഡ് കൂടിക്കൊണ്ടേയിരിക്കുന്നു'.

ബഷീറാകെ ആഹ്ലാദവാനായി. അനിയൻ ജയിലർ തുടർന്നുപറയുന്നതുകേട്ടു, "ഇനിയത് കൈവിട്ടുപോകരുതെന്നു കരുതി ഞാൻ രാവിലെ ഇങ്ങ് കൊണ്ടുപോണതാ'

നൂറ്റി എൺപത്തിരണ്ട് - സമീപദൃശ്യം

അനിയൻ ജയിലർ, "കടലാസ് സ്റ്റോക്കുണ്ടോ?'

നൂറ്റി എൺപത്തിമൂന്ന് - സമീപദൃശ്യം

ബഷീർ, "ഇല്ല. അനിയൻ കൊടുത്തയച്ചതെല്ലാം തീർന്നു. കുറഞ്ഞത് ഒരു ടൺ പേപ്പറുകളുടെയെങ്കിലും വേണം'.

നൂറ്റി എൺപത്തിനാല് - സമീപദൃശ്യം

അനിയൻ ജയിലർ, ചിരിച്ച്, "ഏറ്റു. പക്ഷേ, ഒരു കണ്ടീഷൻ. അതു മുഴുവൻ എഴുതിത്തീർക്കണം (2012:754)

ഈ പ്രവൃത്തി നിയമവിരുദ്ധമാണെന്ന് ഇൻസ്പെക്ടർക്കറിയാം. എഴുത്തുകാരനോടുള്ള ബഹുമാനവും മാതൃരാജ്യത്തിനുവേണ്ടി തൂലിക ചലിപ്പിക്കുന്ന ബഷീറിനോടുള്ള സ്നേഹവുമാണ് അയാളെ ഇതിനു പ്രേരിപ്പിക്കുന്നത്. എഴുത്തിന്റെ അധികാരത്തെയും ശക്തിയെയും കുറിച്ചുള്ള വിനിമയമായും ഈ ദൃശ്യങ്ങൾ മാറുന്നുണ്ട്. സെൻട്രൽ ജയിലിലേക്കു ബഷീറിനെ കൊണ്ടുപോകുമ്പോൾ പോലീസുകാരൻ, അനുവാദം ചോദിച്ച് വിലങ്ങുവെക്കുന്ന രംഗം മറ്റൊരുദാഹരണമാണ് (ഇരുപത്തിയെട്ട് - സമീപദൃശ്യം). ആശുപത്രി ഓഡർലി രാമൻകുട്ടി തേയിലയും പഞ്ചസാരയും കൊടുക്കുന്നതും ആരാധനയുടെ ഫലമായിട്ടാണ്. കൊളോണിയൽ ആധുനികതയുടെ കാലത്താണ് ഇന്ത്യയിൽ പുതിയ പീനൽകോഡും ശിക്ഷാരീതികളും നടപ്പിലാവുന്നത്. കോടതിയും ജയിലുമെല്ലാം ഇതിന്റെ ഭാഗമാണ്. കോടതിയുടെ ശിക്ഷാവിധിക്കുശേഷമാണ് ബഷീർ ജലിലിലെത്തുന്നത്. കുറ്റക്കാരനെന്ന് സംശയാതീതമായി തെളിഞ്ഞിരിക്കുന്നതിനാൽ, പീനൽകോഡ് 111 ാം വകുപ്പ് പ്രകാരം രണ്ടുകൊല്ലം കഠിനതടവും ആയിരം രൂപ പിഴയൊടുക്കുവാനും, പിഴയൊടുക്കിയില്ലെങ്കിൽ ആറുമാസം കൂടി കഠിനതടവിനും ശിക്ഷിച്ചിരിക്കുന്നു (718,സീൻ 25). കോടതിയിൽ പിഴകൊടുത്ത് ശിക്ഷയിൽ നിന്ന് ഇളവ് സമ്പാദിക്കുന്ന നടപടി പണമുള്ളവന് മാത്രം ലഭിക്കുന്ന ആനുകൂല്യമാണ്. കോടതിവിധിന്യായങ്ങളിൽ കാണുന്ന സമ്പന്നപ്രത്യയശാസ്ത്രത്തിന്റെ സൂചനയാകാൻ ഈ രംഗത്തിന് കഴിയുന്നുണ്ട്.

മതിലുകളിൽ സംഭാഷണങ്ങളിലൂടെ മാത്രം ആവിഷ്കരിക്കപ്പെടുന്ന ഒരു കഥാപാത്രമാണ് നാരായണി. പതിനാല് വർഷത്തെ കഠിനതടവിന് ശിക്ഷിക്കപ്പെട്ടാണ് നാരായണി ജയിലിലെത്തിയത്. എന്നാൽ ഒരിക്കൽപോലും ബഷീറിനും നാരായണിക്കും നേരിൽക്കാണാനാവുന്നില്ല. മന്ദമായ ചലനങ്ങളിലൂടെയും സമീപദൃശ്യങ്ങളിലൂടെയുമാണ് ചിത്രത്തിലെ ഷോട്ടുകൾ ക്രമീകരിച്ചിരിക്കുന്നത്. ദൂരദൃശ്യങ്ങൾ കുറവാണ്. അധികാരത്തിന്റെയും സ്വാതന്ത്ര്യത്തിന്റെയും കഥയാണ് സിനിമയെന്ന

സൂചന ലോക്കപ്പ്മുറിയുടെ മുന്നിൽ നിൽക്കുന്ന പോലീസുകാരന്റെ നിശ്ചലമായ ഷോട്ടിൽനിന്നുതന്നെ കിട്ടുന്നു. സമീപദൃശ്യങ്ങളുടെ ആവർത്തനത്തിലൂടെ അധികാരത്തിന്റെയും സ്വാതന്ത്ര്യത്തിന്റെയും അവസ്ഥകളെ കൂടുതൽ അടുത്തറിയാൻ സഹായിക്കുന്നു. മതിലുകൾ സിനിമയിലുടനീളം അധികാരത്തിന്റെ പ്രതിനിധാനമായി മാറുന്നു. ഷോട്ടുകളുടെ ദൈർഘ്യം കൂട്ടി കഥാപാത്രങ്ങളുടെ ചലനം മന്ദഗതിയിലാക്കാൻ ശ്രദ്ധിച്ചിട്ടുണ്ട്. ആദ്യ ദിവസം ജയിലിൽ നിന്ന് ഭക്ഷണമൊന്നും ലഭിക്കാതെ തടവുമുറിയിൽ ഭിത്തിയിൽ ചാരിയിരിക്കുന്ന ബഷീറിനെ ഉയർന്നദൃശ്യത്തിലൂടെ കാണിച്ചിരിക്കുന്നു. ഭരണകൂടത്തിന്റെ അധികാരത്തിനുമുന്നിൽ വ്യക്തിയുടെ നിസ്സഹായതയും വിധേയത്വവുമാണ് ഈ ദൃശ്യത്തിലൂടെ സൂചിതമാവുന്നത്. ജയിൽമോചിതനായ ബഷീർ പെൺജയിലിന്റെ നേർക്കുനോക്കുമ്പോൾ ഉയർന്നുപൊങ്ങുന്ന ഉണങ്ങിയ ചുള്ളിക്കൊമ്പ് തനിക്കു ലഭിച്ച സ്വാതന്ത്ര്യത്തിലും ദുഃഖത്തിന്റെ അംശം മാത്രമാണെന്ന് അയാൾ തിരിച്ചറിയുന്നു.

സ്വാതന്ത്ര്യത്തിനുവേണ്ടി പോരാടിയതിനാലാണ് ബഷീർ ജയിലിലടക്കപ്പെടുന്നത്. ഭരണകൂടത്തിന്റെ അധികാരസ്ഥാപനമാണ് ജയിൽ. പട്ടാളം, കോടതി, പോലീസ് എന്നിവയെല്ലാം അതിന്റെ ഭാഗമാണ്. വിദ്യാഭ്യാസം, മതം, സാംസ്കാരികസ്ഥാപനങ്ങൾ എന്നിവയെല്ലാം പ്രത്യയശാസ്ത്രപരമായ അധികാരസ്ഥാപനങ്ങളാണ്. ഭരണകൂടം ജനങ്ങളുടെമേൽ (സ്വാതന്ത്ര്യസമരസേനാനികൾ) അധികാരം സ്ഥാപിക്കാൻ ജയിലിനെ ഉപയോഗപ്പെടുത്തുന്നു. തൊഴിൽ, ആരോഗ്യം, വിദ്യാഭ്യാസം, സേവനം തുടങ്ങിയ മേഖലകളിൽനിന്ന് പിൻവലിഞ്ഞ് ഭരണകൂടം കേവലം മർദ്ദനോപകരണം മാത്രമായി ഒതുങ്ങിപ്പോവുന്ന കാലത്തെ അടയാളപ്പെടുത്തുകയായിരുന്നു അടൂർ. ആധുനികതയുടെ പ്രധാന സവിശേഷതയാണ് ശാസ്ത്രസാങ്കേതിക വികാസവും വ്യവസായിക പുരോഗതിയും. പ്രകൃതിയെ കീഴടക്കിക്കൊണ്ടാണ് ഈ ഒരു ലക്ഷ്യത്തിലേക്ക് മനുഷ്യർ എത്തിച്ചേർന്നത്. കാടുകൾ വെട്ടിത്തെളിച്ചും നദികളും മലകളും പുഴകളും നശിപ്പിച്ചുമാണ് അവർ മുന്നേറിയത്. മതിലുകളിലെ നായകൻ ജയിൽമുറ്റത്ത് മനോഹരമായ പൂന്തോട്ടം ഒരുക്കുന്നുണ്ട്. ഇത് തനിക്ക് ആസ്വദിക്കാൻ വേണ്ടിയല്ല, ലോകത്തിനുവേണ്ടി ജനങ്ങൾക്കുവേണ്ടി പ്രകൃതിയെ അണിയിച്ചൊരുക്കുവാനാണ് ബഷീർ ശ്രമിക്കുന്നത്. മതിലുകളിൽ കാണുന്ന പൂന്തോട്ടം പ്രണയത്തിന്റെയും സ്വാതന്ത്ര്യത്തിന്റെയും സ്നേഹത്തിന്റെയും അടയാളമാകുന്നു. മറ്റുള്ളവർക്കുവേണ്ടി പ്രകൃതിയെ സംരക്ഷിക്കുന്ന മാനവികതയുടെ ആദർശതലത്തിലേക്കാണ് മതിലുകളിലെ ദൃശ്യങ്ങൾ നയിക്കുന്നത്.

ദൃശ്യ-ശബ്ദ സന്നിവേശം അടൂർ സിനിമകളിൽ

പ്രകൃതിയിലെ നേരിയ ശബ്ദത്തെപ്പോലും നാടകീയമായ രീതിയിൽ ഉപയോഗിക്കുന്നതിൽ അടൂർ ശ്രദ്ധിച്ചിട്ടുണ്ട്. സ്വാഭാവിക ശബ്ദങ്ങളെ കൃത്യതയോടെയും ക്രിയാത്മകവുമായി കൊടിയേറ്റത്തിൽ സ്വീകരിച്ചിട്ടുണ്ടെന്ന് കാണാം. പശ്ചാത്തല സംഗീതമില്ലാത്ത സിനിമ എന്ന പ്രത്യേകത കൊടിയേറ്റത്തിനുണ്ട്. എന്നാൽ സ്വാഭാവികമായ ദൃശ്യ ശബ്ദ വിന്യാസത്തിലൂടെ വൈകാരികവും ആത്മസംഘർഷവുമൊക്കെ സൃഷ്ടിക്കാൻ കഴിയുമെന്ന് കൊടിയേറ്റം' തെളിയിച്ചിട്ടുണ്ട്. അലഞ്ഞുതിരിയുന്നനായ ഒരു രൂപകമായി ആഖ്യാനത്തിൽ പലപ്പോഴും കടന്നുവരുന്നുണ്ട്. ദിവസങ്ങൾക്കുശേഷം വീട്ടിലേക്ക് തിരിച്ചെത്തുന്ന ശങ്കരൻകുട്ടിയോട് ശാന്തമ്മച്ചേച്ചി പോയി'എന്ന് പറയുന്ന അയലത്തെ പെൺകുട്ടിയുടെ മറുപടിയോടൊപ്പം അകലെയെവിടെയോനിന്ന് മോങ്ങുന്ന പട്ടിയുടെ ശബ്ദവും ഒരുമിച്ച സന്നിവേശിപ്പിക്കുന്നതിലൂടെ ശങ്കരൻകുട്ടിയുടെ ഭൗതികവും മാനസികവുമായ അവസ്ഥയെ മനോഹരമായി ആവിഷ്കരിക്കുവാൻ അടൂരിന് കഴിഞ്ഞിട്ടുണ്ട്. തന്റെ സിനിമകളിലെ നിശബ്ദതയുടെ താളത്തെക്കുറിച്ച് അടൂർ ഇങ്ങനെ സമർത്ഥിക്കുന്നു,

> നിശ്ശബ്ദതയും ഒരു ശബ്ദവിശേഷം തന്നെയാണ്. മുന്നും പിന്നും ശബ്ദങ്ങൾ അതിരുനിന്നെങ്കിലേ അതിനു നിലനില്പുള്ളൂ. എന്നുമാത്രമല്ല, പലപ്പോഴും നിശ്ശബ്ദതയുടെ നിയോഗം പിന്നാലെ വരുന്ന ശബ്ദത്തിന്റെ ഉള്ളും ഊക്കും പെരുപ്പിക്കുക കൂടിയാണ്. അതുകൊണ്ട്, നീണ്ട നിശ്ശബ്ദതയ്ക്കുശേഷം സംഭാഷണമോ ശബ്ദവിശേഷങ്ങളോ ഉപയോഗിക്കുന്നത് വേണ്ടത്ര ആലോചിച്ചും ശ്രദ്ധിച്ചും വേണമെന്നു ചുരുക്കം.
>
> (അടൂർഗോപാലകൃഷ്ണൻ, 2004:45)

അനവധി ശബ്ദങ്ങളുടെ നടുവിലാണ് നാം ജീവിക്കുന്നത്. പ്രകൃതിയും പക്ഷിമൃഗാദികളും മനുഷ്യനും യന്ത്രങ്ങളും വാഹനങ്ങളും എല്ലാംചേർന്ന് ശബ്ദങ്ങളുടെ പെരുപ്പം ഉണ്ടാക്കിക്കൊണ്ടിരിക്കുന്നു. എന്നാൽ അവയ്ക്കൊന്നും ചെവികൊടുക്കാൻ നമുക്ക് സമയമില്ല. ഈ സന്ദർഭത്തിലാണ് ശബ്ദത്തിന്റെ അർത്ഥവത്തായ പ്രയോഗംകൊണ്ട് സൃഷ്ടിയുടെ സൗന്ദര്യത്തെ അടൂർ പൂരിപ്പിക്കുന്നത്. എലിപ്പത്തായത്തിൽ രവിക്കുട്ടൻ (മരുമകൻ) ആട്ടുകട്ടിലിൽ ഇരുന്നാടുന്നതിന്റെ ശബ്ദം ഉണ്ണിക്കുഞ്ഞിനെ അലോസരപ്പെടുത്തുന്നു. വിമാനത്തിന്റെ ശബ്ദം, പക്ഷികൾ, പട്ടി, കാലൻകോഴി, കീടങ്ങൾ എന്നിവയുടെയെല്ലാം ശബ്ദങ്ങൾ

വിദഗ്ധമായി ഈ സിനിമയിൽ ഉപയോഗിച്ചിട്ടുണ്ട്. മഴത്തുള്ളികൾ ഇറയത്ത് വീഴുന്ന ഗ്ളും-ഗ്ളും ശബ്ദം സാന്ദർഭികമായ ദുഃഖഭാവം എലിപ്പത്തായത്തിലെ ദൃശ്യത്തിന് നൽകുന്നു. മലയാളിയുടെ ജീവിതത്തിന്റെ ഭാഗമായ പക്ഷികളും മൃഗങ്ങളും അവരുടെ ശബ്ദങ്ങളുമൊക്കെ അടൂർ സിനിമകളിലെ കഥാപാത്രങ്ങളാവുന്നു.

'മതിലുകളിൽ പശ്ചാത്തലസംഗീതം സന്ദർഭങ്ങൾക്കുയോജിച്ച രീതിയിൽ ഉപയോഗിക്കാൻ അടൂരിന് കഴിഞ്ഞിട്ടുണ്ട്. സെൻട്രൽ ജയിലിൽ നായകൻ പ്രവേശിക്കുമ്പോൾ ചീവിടുകളുടെ ശബ്ദം പശ്ചാത്തലത്തിൽ കേൾക്കുന്നുണ്ട്. പിറ്റേദിവസം പ്രഭാതം ചിത്രീകരിക്കുമ്പോൾ പക്ഷികളുടെയും അണ്ണാരക്കണ്ണന്റെയും ശബ്ദങ്ങൾ കേൾക്കുന്നു. പൂന്തോട്ടത്തിലെ പൂക്കളുമായി ബഷീർ സല്ലപിക്കുമ്പോൾ ഓടക്കുഴൽ, വീണ എന്നിവ കലർന്ന സംഗീതം പശ്ചാത്തലത്തിൽ വരുന്നുണ്ട്. തടവുമുറിയുടെ കോലായിലൂടെ ഒറ്റയ്ക്ക് ഉലാത്തുമ്പോഴുള്ള ബഷീറിന്റെ മാനസികാവസ്ഥയെ അതിനു യോജിക്കുന്ന സംഗീതമുപയോഗിച്ച് ആവിഷ്കരിക്കുന്നുണ്ട്.

ദൃശ്യ-ശബ്ദ മാതൃകകളുടെ സന്നിവേശം കൊണ്ട് നിർമ്മിതമാവുന്ന സാംസ്കാരിക ഉല്പന്നമാണ് സിനിമ. അത് പ്രക്ഷേപണം ചെയ്യുന്ന ആശയങ്ങൾ ചുറ്റുമുള്ള ലോകത്തെയാണ് അഭിസംബോധന ചെയ്യുന്നത്. മനുഷ്യഭാവത്തിന്റെ വ്യത്യസ്ത ആഖ്യാനങ്ങളാണ് അത് ദൃശ്യപ്പെടുത്തുന്നത്. സമൂഹത്തിന്റെ ഉല്പാദനപ്രക്രിയയിൽ പങ്കുവഹിക്കുന്നതോടൊപ്പം സാംസ്കാരികാവസ്ഥകളെയും സ്ഥാപനങ്ങളെയും ഊട്ടിയുറപ്പിക്കുന്നതിനും സിനിമകാരണമാവുന്നുണ്ട്. ദൃശ്യത്തിനകത്ത് ഉപയോഗിക്കുന്ന പ്രത്യേകതരം അടയാളങ്ങളായ സങ്കേതങ്ങൾ സിനിമയുടെ സന്ദേശമെന്തെന്നു വ്യക്തമാക്കുന്നവയാണ്. സാന്ദർഭികമായ കൂട്ടിച്ചേർക്കലുകൾ, സൂചനകൾ എന്നിവ സിനിമയെന്ന മാധ്യമത്തെ പുതിയതും വ്യത്യസ്തവുമായ ആവിഷ്ക്കരണ രീതികളിലേക്കു നയിക്കുന്നു. കേവലം കഥപറച്ചിലോ വിനോദിപ്പിക്കലോ മാത്രമല്ല ചലച്ചിത്രത്തിന്റെ കലാപരമായ ദൗത്യം. ആഖ്യാനകലകളുടെ ബഹുസ്വരതയെ ഏറ്റെടുത്ത് പ്രക്ഷേപണം ചെയ്യുമ്പോഴാണ് അത് ആധുനികമാവുന്നത്. നിലവിലുള്ള സംവേദനശീലങ്ങളെ പരീക്ഷണാത്മകമായി സമീപിക്കുമ്പോഴാണ് പുതിയകാലത്തിന്റെ സൃഷ്ടികൾ ഉണ്ടാകുന്നത്. കഥയും നാടകവും സംഗീതവും ചിത്രമെഴുത്തുമെല്ലാം കൂടിച്ചേർന്നാണ് സിനിമ എന്ന കലാസൃഷ്ടി ജന്മമെടുക്കുന്നത്. ചുറ്റുമുള്ള യാഥാർത്ഥ്യത്തെ യാന്ത്രികമായി ആലേഖനം ചെയ്താൽ അത് കലാസൃഷ്ടിയാവില്ല. സ്രഷ്ടാവിന്റെ

സൗന്ദര്യബോധവും ഭാവനയും അനുഭവപശ്ചാത്തലവും കൂട്ടിക്കലർത്തി നിശ്ചിതകാലത്തെ പുനഃസൃഷ്ടിക്കുകയാണ് (representation) സംവിധായകൻ ചെയ്യുന്നത്. പ്രസ്തുത സംസ്കാരത്തിൽ സ്വീകാര്യമായ പ്രതിനിധാനങ്ങളിലൂടെ മാത്രമേ അതത് സംസ്കാരത്തിന്റെ ചരിത്രം പുനരാവിഷ്കരിക്കാൻ കഴിയൂ. കമ്പോള ഉല്പന്നമെന്ന നിലയിൽ നിന്നും വിനോദോപാധിയെന്ന നിലയിൽ നിന്നും ഉയർന്ന് അതിടപെടുന്ന സംസ്കാരത്തിന്റെ-കാലത്തിന്റെ അടയാളപ്പെടുത്തലുകളായി ചലച്ചിത്രം സ്ഥാനപ്പെടുന്നത് അപ്പോഴാണ്.

ഉപസംഹാരം

അടൂർ ഗോപാലകൃഷ്ണന്റെ സ്വയംവരം (1972) മുതൽ പിന്നെയും (2016) വരെയുള്ള പന്ത്രണ്ട് സിനിമകളിലെ ദൃശ്യപ്രതിനിധാനങ്ങളെ കേരളീയാധുനികതയുടെ രൂപീകരണ പശ്ചാത്തലവുമായി ബന്ധപ്പെടുത്തി വിശകലനം ചെയ്യുവാനാണ് ഈ പഠനത്തിൽ ശ്രമിച്ചത്. പ്രതിനിധാനം എന്ന പരികല്പനയുടെ സൈദ്ധാന്തികവും സാങ്കേതികവുമായ ജ്ഞാനിമങ്ങളെ വിശകലനം ചെയ്തുകൊണ്ട് ആധുനികതയുടെ കേരളീയപശ്ചാത്തലത്തെക്കുറിച്ച് വിശകലനം ചെയ്തിട്ടുണ്ട്. പതിനെട്ടാം നൂറ്റാണ്ടിൽ ബ്രിട്ടീഷ് ഭരണം ഇന്ത്യയിൽ വേരോടിയതോടെ കൊളോണിയലിസത്തിന്റെ നൻമ-തിൻമകൾ കേരളീയ ജീവിതത്തിലും പ്രതിഫലിച്ചു. കേരളത്തിന്റെ പരമ്പരാഗത സാമൂഹിക വ്യവസ്ഥകളെയും സാമ്പത്തികബന്ധങ്ങളെയും മുതലാളിത്ത താല്പര്യങ്ങൾക്കിണങ്ങുന്നവിധത്തിൽ പുനഃക്രമീകരിക്കാൻ കൊളോണിയൽ ഭരണകൂടത്തിന് കഴിഞ്ഞു. ഇംഗ്ലീഷ് വിദ്യാഭ്യാസം, അച്ചടി, കോടതി, വ്യവസായവൽക്കരണം എന്നീ സ്ഥാപനങ്ങളുടെ രംഗപ്രവേശവും നവോത്ഥാന ആശയങ്ങളുടെ പ്രചാരണവും കേരളം ആധുനികവൽക്കരണത്തിലേക്ക് പ്രവേശിക്കുവാൻ കാരണമായി. ആധുനികത സൃഷ്ടിച്ചെടുത്ത പുതിയ ലോകാവബോധത്തിന്റെ ഭാഗമായി മലയാളിയുടെ പൊതുകാഴ്ചപ്പാടിലും വ്യവഹാരങ്ങളിലും ഘടനാപരവും വൈകാരികവുമായ മാറ്റങ്ങളുണ്ടായി.

പ്രതീക്ഷയുടെയും ആശങ്കയുടെയും സമ്മിശ്രമായ അനുഭവമാണ് ഇരുപതാം നൂറ്റാണ്ടിന്റെ ഉത്തരാർദ്ധം കേരളീയജീവിതത്തിന് നൽകിയത്. ജൻമിത്തത്തിന്റെ തകർച്ചയും വിപ്ലവപാർട്ടികളുടെ സ്വാധീനവും സാമൂഹികമായി അടിച്ചമർത്തപ്പെട്ട വിഭാഗങ്ങളിൽ പുതിയ

അവബോധം സൃഷ്ടിച്ചു. ഇത് കേരളീയ സമൂഹത്തിന്റെ നിർണായക പരിഷ്കരണങ്ങൾക്കും പിന്നോക്കവിഭാഗങ്ങളുടെ ഉയിർത്തെഴുന്നേൽപ്പിനും കാരണമായി.

ഭൂപരിഷ്കരണ നിയമം, ഫ്യൂഡലിസത്തിന്റെ തകർച്ച, അണുകുടുംബത്തിന്റെ ഉദയം, തൊഴിലില്ലായ്മ, നഗരവൽക്കരണം, പ്രവാസജീവിതം, ഉപഭോഗതല്പരത തുടങ്ങി മലയാളിയുടെ ഭൗതികസാഹചര്യത്തെ മാറ്റിത്തീർത്ത സാമൂഹികാവസ്ഥയോട് കേരളത്തിലെ ജനങ്ങൾ സമരസപ്പെടുന്ന ചരിത്രസന്ദർഭമാണത്. സാഹിത്യത്തിലെന്നപോലെ സിനിമയിലും വ്യക്തിയുടെ ആന്തരികതയ്ക്കും വൈകാരിക അനുഭവങ്ങൾക്കും പ്രാധാന്യം കൈവന്നു. ജീവിതത്തെ അപഗ്രഥിക്കുവാനും അതിനുപറ്റാതെ വരുമ്പോൾ ജീവിതത്തിൽ നിന്ന് ഒളിച്ചോടാനുമുള്ള വിരുദ്ധചോദനകൾ ആധുനികത ഉൾക്കൊള്ളുന്നുണ്ട്. സൗന്ദര്യത്തിന്റെ ഏത് ആവിഷ്കാരത്തെയും അംഗീകരിക്കുവാനും രൂപകത്തിന്റെയോ പ്രതിനിധാനത്തിന്റെയോ ഭാഷയിലൂടെ സ്വസാന്നിധ്യം അറിയിക്കുവാനും ആധുനികതയ്ക്ക് കഴിഞ്ഞു. നഗരകേന്ദ്രീകൃത ജീവിതം വ്യക്തികളിൽ ഭൗതികപരിണാമങ്ങൾ ഉണ്ടാക്കി. അതോടൊപ്പം ഗ്രാമീണതയുടെ നിഷ്കളങ്കത ഗൃഹാതുരത്വത്തോടെ വേട്ടയാടിത്തുടങ്ങി. ജൻമിത്വത്തിന്റെ തകർച്ച നിലവിലുള്ള സാമൂഹികാവസ്ഥയെ തകിടം മറിച്ചു. ജൻമിയോ തൊഴിലാളിയോ അല്ലാതിരുന്ന ജനവിഭാഗങ്ങൾ ഇതിന്റെ ഫലമായി സമ്പത്തിന്റെയും ഭൂമിയുടെയും അവകാശികളായി. രാഷ്ട്രീയമായ ഇച്ഛാശക്തിയും പുതിയ സംഘടിതവർഗങ്ങൾക്കു കൈക്കലാക്കുവാൻ കഴിഞ്ഞു. തൊഴിലാളികൾക്കിടയിൽ പെട്ടെന്നു മാറ്റമൊന്നുമുണ്ടായില്ലെങ്കിലും അവകാശങ്ങളെക്കുറിച്ചുള്ള ബോധവും മെച്ചപ്പെട്ട വേതനവ്യവസ്ഥകളും ജീവിതസാഹചര്യങ്ങളും അവർക്കും വന്നുചേർന്നു. എന്നാൽ കൂട്ടുകുടുംബങ്ങളിലെയും പഴയ തറവാടുകളിലെയും അംഗങ്ങളിൽ പലരും പുതിയ സാമൂഹികക്രമത്തിൽ ആരുമല്ലാതായിത്തീർന്നു.

തറവാടുകളിലെ തകർച്ച തൊഴിൽതേടിയുള്ള ദേശാന്തര സഞ്ചാരങ്ങളിലേക്കും പ്രവാസങ്ങളിലേക്കുമാണ് നയിച്ചത്. അനാഥത്വത്തിന്റെയും നഷ്ടബോധത്തിന്റെയും അശാന്തികൾ മധ്യവർഗത്തിലെ യുവാക്കളെ അസ്വസ്ഥമാക്കി. പുത്തൻ സമ്പന്നവർഗ്ഗങ്ങളുടെ ഉദയം കാർഷികവൃത്തിയുപേക്ഷിച്ച് ലാഭകരമായ മറ്റു ധനാഗമനമാർഗ്ഗങ്ങൾ തേടാനുള്ള പ്രേരണ ഉണ്ടാക്കി. വ്യവസായവൽക്കരണത്തിന്റെയും നഗരവൽക്കരണത്തിന്റെയും സാമൂഹികക്രമത്തിലേക്ക് കേരളം ചുവടുവെക്കുന്നത് ഈ സന്ദർഭത്തിലാണ്. സ്ത്രീപുരുഷബന്ധം, പ്രണയം,

വിവാഹം, ലൈംഗികത, കുടുംബം, സദാചാരബോധം, വ്യക്തി-സമൂഹ ബന്ധങ്ങൾ തുടങ്ങിയവയെക്കുറിച്ച് പുതിയ കാഴ്ചപ്പാടുകൾ ഉടലെടുക്കുന്നതും ഇവയെ സ്ഥാപനവൽക്കരിക്കുവാനുള്ള അധികാരശ്രമങ്ങളും നടന്നു. കേരളീയാധുനികത അതിൽ അന്തർലീനമായിരിക്കുന്ന ജാതീയ പ്രത്യയശാസ്ത്രം, ലിംഗവിവേചനം, മധ്യവർഗപരത തുടങ്ങിയ വൈരുധ്യങ്ങളെ ഉൾക്കൊണ്ടിരുന്നു. ഈ വൈരുധ്യങ്ങളെ നിലനിർത്തിക്കൊണ്ടാണ് ആധുനികകേരളത്തിന്റെ ജീവിതക്രമങ്ങൾ വികസിച്ചുവന്നത്. ആധുനികതയുടെ പശ്ചാത്തലത്തിലാണ് പ്രണയം സമൂഹചിന്തയിലും സംസ്കാരത്തിലും ഒരു വ്യവഹാരവിഷയമായി കടന്നുവരുന്നത്. നവോത്ഥാനത്തിന്റെ ഭാഗമായുണ്ടായ വ്യക്തിബോധത്തിന്റെയും സ്വതന്ത്രചിന്തയുടെയും തുടർച്ചയിലാണ് പ്രണയത്തിന് സാമൂഹികാസ്തിത്വം ലഭിക്കുന്നത്. ശാസ്ത്രീയചിന്തയും സാംസ്കാരികവും-സാമൂഹികവുമായ വികാസങ്ങളും വ്യക്തിയെക്കുറിച്ചുള്ള പരമ്പരാഗതകാഴ്ചപ്പാടുകളെ പുതുക്കിയെടുത്തു. വ്യക്തികളുടെ സാമ്പത്തികസ്വാതന്ത്ര്യത്തിനും സ്വയംനിർണ്ണയാവകാശത്തിനും പുതിയ സാഹചര്യങ്ങൾ വഴിയൊരുക്കി.

ആത്മബോധത്തോടൊപ്പം മറ്റൊരുസ്വത്വത്തെ തിരിച്ചറിയുവാനും അംഗീകരിക്കുവാനും കഴിയുമ്പോഴാണ് പ്രണയത്തിന് സാംഗത്യമുണ്ടാവുന്നത്. പ്രണയത്തിന് ആദർശത്തിന്റെ മാനം കൈവരുന്നതും വിപ്ലവത്തോടടുക്കുന്നതും ആധുനികതയോടെയാണ്. വ്യക്തിയുടെ സ്വതന്ത്രമായ തെരഞ്ഞെടുപ്പിന്റെ സാധ്യതയായിട്ടാണ് അടൂരിന്റെ കഥാപാത്രങ്ങൾ പ്രണയത്തെക്കണ്ടത്. മലയാള സിനിമ അതുവരെ വ്യവഹരിച്ചുവന്ന രീതികളിൽനിന്നും വ്യതിചലിച്ച് സമകാലിക ഇതിവൃത്തത്തെ യഥാതഥമായി അവതരിപ്പിച്ചു എന്നതാണ് സ്വയംവരത്തിന് ചലച്ചിത്രചരിത്രത്തിലുള്ള സ്ഥാനം. രണ്ടാം പഞ്ചവത്സരപദ്ധതിയുടെ ഭാഗമായുണ്ടായ വ്യാവസായികമായ കുതിച്ചുചാട്ടവും നഗരവൽക്കരണവും അതിന്റെ ഫലങ്ങളും വലിയതോതിൽ അഭിമുഖീകരിച്ചിരുന്ന കാലമാണ് അറുപതുകൾക്കുശേഷമുള്ള കാലഘട്ടം. പുത്തൻ സാമ്പത്തികനയങ്ങളും ജീവിതപരിസരങ്ങളും കേരളീയജീവിതം എപ്രകാരമാണ് സ്വീകരിച്ചു എന്നതിന്റെ അടയാളപ്പെടുത്തലാകുവാൻ അടൂരിന്റെ സിനിമകൾക്കായിട്ടുണ്ട്. അതുവരെയുണ്ടായിരുന്ന കാല്പനികപ്രണയത്തിൽനിന്നും ജീവിതത്തിന്റെ കടുത്ത യാഥാർത്ഥ്യം അഭിമുഖീകരിക്കുന്ന പ്രണയത്തെയാണ് സ്വയംവരം അവതരിപ്പിച്ചത്. പ്രണയത്തിനുവേണ്ടി വിട്ടുവീഴ്ചകൾക്ക് നായികാനായകൻമാർ തയ്യാറാവുന്നുണ്ടെങ്കിലും നായകന്റെ പെട്ടന്നുള്ള മരണത്തിലൂടെ ജീവിതത്തിന്റെ തിക്തമായ മുഖമാണ് സ്വയംവരം അടയാളപ്പെടുത്തിയത്. സമൂഹത്തിന്റെ

ഒഴുക്കിനെതിരെ നീന്താൻശ്രമിക്കുന്നവർ ജീവിതപരാജയം സ്വയം ഏറ്റുവാങ്ങുന്നുവെന്ന പ്രഖ്യാപനവും കൂടി സിനിമ വിനിമയം ചെയ്യുന്നുണ്ട്. കൊടിയേറ്റം, അനന്തരം, മതിലുകൾ, കഥാപുരുഷൻ, നിഴൽക്കുത്ത് എന്നീ സിനിമകളിലെ പ്രണയസങ്കല്പവും വ്യവസ്ഥകളോട് സമരസപ്പെടുന്ന രീതിയിലാണ് അവതരിപ്പിച്ചിരിക്കുന്നതെന്നു കാണാനാവും. എന്നാൽ നാലുപെണ്ണുങ്ങൾ, ഒരു പെണ്ണും രണ്ടാണും, പിന്നെയും എന്നീ സിനിമകളിൽ പ്രണയംകൊണ്ട് പ്രതിരോധിക്കുന്ന കഥാപാത്രങ്ങളെ കാണാനാവുന്നുണ്ട്. സാമൂഹിക നിയമത്തിന്റെ മതിൽക്കെട്ടും അധികാരവർഗ്ഗത്തിന്റെ ഉരുക്കുമുഷ്ടിയും പ്രണയത്തിന് എന്നും ഭീഷണിയാണെങ്കിലും പ്രണയംകൊണ്ട് ലോകത്തെ ചോദ്യം ചെയ്യാനും പുരുഷാധിപത്യലോകത്തെ നിസഹായരാക്കുവാനും ഈ സിനിമകളിലൂടെ അടൂരിന്റെ സ്ത്രീകഥാപാത്രങ്ങൾക്ക് കഴിഞ്ഞിട്ടുണ്ട്.

ആധുനികതയുടെ വക്താക്കളായി കേരളീയർ മാറിയെങ്കിലും സ്ത്രീ-പുരുഷ തുല്യത എന്ന ആശയത്തെ സർവാത്മനാ സ്വീകരിക്കാൻ കേരളീയസമൂഹത്തിന് ഇന്നും കഴിഞ്ഞിട്ടില്ല. ദാമ്പത്യം, കുടുംബം, സ്ത്രീത്വം, ലൈംഗികത, സദാചാരം തുടങ്ങിയ സങ്കല്പങ്ങളെക്കുറിച്ച് പുതിയ കാഴ്ചപ്പാടും നിർവചനങ്ങളും അടൂരിന്റെ സിനിമകൾ ആവിഷ്കരിക്കുന്നുണ്ട്. കേരളീയ കുടുംബഘടനയിൽ നിലനിൽക്കുന്ന പുരുഷാധിപത്യവും സാമ്പത്തിക അധികാരവ്യവസ്ഥയെയും അടിസ്ഥാനമാക്കിയാണ് അടൂർ സിനിമകളിലെ കുടുംബവും പ്രവർത്തിക്കുന്നത്. വിവാഹം സ്ത്രീക്ക് സംരക്ഷണവും സ്നേഹവും നൽകുന്നുവെന്നത് പൊതുവിലുള്ള കാഴ്ചപ്പാടാണ്. വിവാഹമെന്ന സ്ഥാപനത്തിന് സ്ത്രീവിരുദ്ധഭാവമാണുള്ളതെന്ന് അടൂർ തന്റെ ചിത്രങ്ങളിലൂടെ സാക്ഷ്യപ്പെടുത്തുന്നു. സ്ത്രീയുടെ സ്വാതന്ത്ര്യത്തെ ഹനിക്കുന്ന വ്യവസ്ഥയായിട്ടാണ് വിവാഹത്തെ വ്യവഹരിച്ചിരിക്കുന്നത്. സീതയ്ക്കും (സ്വയംവരം) സരോജിനിക്കും (കൊടിയേറ്റം) കുമാരി(കന്യക)ക്കും കുഞ്ഞുപെണ്ണിനും (ഒരു നിയമലംഘനത്തിന്റെ കഥ) മൊക്കെ നഷ്ടമാവുന്നത് സമൂഹത്തിലും കുടുംബത്തിലും അനുഭവിച്ചുവന്നിരുന്ന സ്വാതന്ത്ര്യമാണ്. വിവാഹിതയായി പുരുഷനുകീഴിൽ സ്വന്തം ആഗ്രഹങ്ങൾ അടിയറവെച്ച് ജീവിക്കുന്നവൾ ഉത്തമകുടുംബിനിയും വ്യവസ്ഥയെ ധിക്കരിക്കുന്നവൾ വഴിപിഴച്ചവളുമായി മുദ്രകുത്തപ്പെടുന്നു. അവിവാഹിതനായ ഒരാൾക്ക് വിവാഹിതനാവാനുള്ള സ്വാതന്ത്ര്യമുണ്ട്. എന്നാൽ ഒരു വിവാഹിതന് അവിവാഹിതനായിരിക്കുക എന്ന സ്വാതന്ത്ര്യം വിവാഹത്തോടെ നഷ്ടമാവുന്നു. ഉത്തരവാദിത്തമുള്ള ജീവിതത്തിലേക്കുള്ള ശങ്കരൻകുട്ടിയുടെ ജീവിതത്തിന്റെ കൊടിയേറ്റം ആവിഷ്കരിക്കുമ്പോൾ മലയാളിയുടെ പൊതുബോധത്തെ തൃപ്തിപ്പെടുത്തുന്ന കാഴ്ചയായി അത്

പരിണമിക്കുന്നു. വിവാഹത്തിലൂടെ സ്ത്രീയുടെ പൂർണ്ണ ഉത്തരവാദിത്തം ആധുനികസമൂഹം പുരുഷന് കല്പിച്ചുകൊടുത്തിരിക്കുന്നു. പുരുഷനാൽ സംരക്ഷിക്കപ്പെടേണ്ടവളും ഭരിക്കപ്പെടേണ്ടവളുമാണ് സ്ത്രീ എന്ന കാഴ്ചപ്പാടിന് മാറ്റം വരുത്തുവാൻ ആധുനികവിദ്യാഭ്യാസം നേടിയ സമൂഹത്തിന് ഇതുവരെ കഴിഞ്ഞിട്ടില്ല. കുടുംബത്തിന്റെ സാമൂഹികപദവി പാവനമാണെന്നും പുരുഷൻ/അച്ഛൻ എന്ന അധികാരകേന്ദ്രം കുടുംബത്തിനകത്ത് തീരുമാനങ്ങൾ കൈക്കൊള്ളേണ്ട മൂർത്തരൂപമാണെന്നുമുള്ള പൊതുബോധ്യങ്ങളെ സാധൂകരിക്കുന്നതാണ് അടൂരിന്റെ സിനിമകൾ. സാമൂഹ്യമായ പ്രശ്നങ്ങളിൽ നിന്നും ഒതുങ്ങി വ്യക്തിയുടെ സ്വകാര്യപ്രശ്നങ്ങളിലേക്ക് കേന്ദ്രീകരിക്കുന്ന മാതൃകകളാണ് സ്വയംവരം, കൊടിയേറ്റം, അനന്തരം, മുഖാമുഖം, എലിപ്പത്തായം എന്നീ സിനിമകളിലെല്ലാം കാണാനാവുന്നത്.

ദാമ്പത്യ-കുടുംബ-ലൈംഗികജീവിതത്തെക്കുറിച്ചുള്ള മലയാളിയുടെ സങ്കല്പങ്ങളെയും കർതൃത്വങ്ങളെയും ഒരേസമയം സാധൂകരിക്കുവാനും പുനർനിർമ്മിക്കാനും അടൂർ ശ്രമിച്ചിട്ടുണ്ട്. കുടുംബത്തിന്റെ കെട്ടുറപ്പ് സമൂഹത്തിന്റെയും ദേശത്തിന്റെയും നിലനില്പിനെ ആധാരമായിട്ടാണ് മലയാളികൾ കാണുന്നത്. കുടുംബത്തിൽ നിന്നുമാണ് സ്ത്രീയുടെ വിധേയത്വവും അടിമത്തവും തുടങ്ങുന്നതെന്ന് സ്വയംവരത്തിലെയും കൊടിയേറ്റത്തിലെയും നാലുപെണ്ണുങ്ങളിലെയുമൊക്കെ ദൃശ്യങ്ങൾ വെളിപ്പെടുത്തുന്നു. സ്ത്രീകളുടെ സംരക്ഷണോത്തരവാദിത്തം പുരുഷന്റേതാണെന്ന് വരുത്തിത്തീർക്കുന്നതിന് സിനിമ കാരണമാവുന്നുണ്ട്. പിതൃപിന്തുടർച്ചാക്രമത്തിലൂന്നിയ മലയാളിയുടെ ഉത്കണ്ഠയെ പൂരിപ്പിച്ചുകൊണ്ടാണ് ശങ്കരൻകുട്ടിയെ ഉത്തരവാദിത്തമുള്ള ഭർത്താവാക്കിമാറ്റിയെടുക്കുന്നത്. മധ്യവർത്തി കുടുംബത്തിലെ പരമ്പരാഗത കാഴ്ചപ്പാടിനെ നിലനിർത്താനുള്ള ശ്രമം സ്വയംവരത്തിലും കാണുന്നുണ്ട്. ഗൃഹനാഥൻ, ഭർത്താവ്, അച്ഛൻ തുടങ്ങിയ അധികാരമാതൃകകൾ പുരുഷൻമാർക്ക് കല്പിച്ചുകൊടുക്കുമ്പോഴും ഉപഭോഗവസ്തുവെന്ന നിലയിൽ മാത്രം ഒതുങ്ങേണ്ടവളല്ല സ്ത്രീയെന്ന ആഹ്വാനവും അടൂർ നൽകുന്നുണ്ട്. കുടുംബഘടനയിലെ തകർച്ച വ്യക്തിരൂപവൽക്കരണത്തെയും അതിലൂടെ സമൂഹത്തെയും ഏതൊക്കെ രീതിയിൽ സ്വാധീനിക്കുമെന്നാണ് അനന്തരത്തിലൂടെ ആഖ്യാനം ചെയ്തത്. സമൂഹത്തിന്റെയും രാഷ്ട്രത്തിന്റെയും വളർച്ചയുടെ ഗുണവും ആഴവും നിർണയിക്കുന്നത് കുടുംബങ്ങളിൽ നിന്നാണെന്ന് ഇതിലെ ദൃശ്യങ്ങൾ സ്ഥാപിച്ചെടുക്കുന്നുണ്ട്. കുടുംബത്തിലെ അംഗങ്ങൾതമ്മിലുള്ള സ്നേഹം, കടപ്പാട്, ബാധ്യത തുടങ്ങിയവ സമൂഹരൂപീകരണത്തിൽ നിർണായകമാണെന്ന് കഥാപുരുഷനും

സ്ഥാപിക്കാൻ ശ്രമിക്കുന്നുണ്ട്. വ്യക്തിയെ രൂപപ്പെടുത്തുന്നതിൽ കുടുംബവും ചുറ്റുപാടുകളും എത്രത്തോളം സ്വാധീനം ചെലുത്തുന്നു എന്നതിന്റെ ദൃശ്യവിനിമയമാണ് കഥാപുരുഷനും മുന്നോട്ടുവെച്ചത്. വിദ്യാസമ്പന്നയായ കുഞ്ഞുണ്ണിയുടെ അമ്മ (കഥാപുരുഷൻ) ജീവിതത്തിലെ പ്രതിസന്ധികളെ അഭിമുഖീകരിക്കാൻ കഴിയാത്തവളാണ്. സ്ത്രീയെന്നും കുടുംബത്തിനകത്ത് പുരുഷന്റെ തീരുമാനത്തിന്റെ ഫലം അനുഭവിക്കേണ്ടവളാണെന്ന കാഴ്ചപ്പാടുണ്ടാക്കുന്നതിൽ ഈ സിനിമയും പങ്കുവഹിച്ചിട്ടുണ്ട്. മധ്യവർഗ്ഗ സവർണനായകനായ കുഞ്ഞുണ്ണിയുടെ ജനനം മുതൽ യൗവനം വരെയുള്ള നാല്പതുവർഷക്കാലത്തെ കേരളത്തിന്റെ ചരിത്രവും അതിന്റെ പരിണാമങ്ങളുമാണ് കഥാപുരുഷൻ ആഖ്യാനം ചെയ്തത്.

വ്യക്തിയുടെ പശ്ചാത്തലത്തിൽ സമൂഹത്തെ ചിത്രീകരിക്കാൻ ആരംഭിച്ചതോടെയാണ് ആധുനികമായ സാമൂഹ്യചുറ്റുപാടുകളെക്കുറിച്ച് വിശാലമായി ചിന്തിക്കാനും ആഴത്തിൽ പഠിക്കാനും സിനിമയെന്ന മാധ്യമം വിഷയമായി മാറിയത്. വ്യക്തികളും അവരുടെ മനോഭാവങ്ങളുമാണ് അടൂരിന്റെ സിനിമകളിലെ പ്രധാന പ്രതിപാദ്യവസ്തു. വ്യക്തി ഒരേസമയം ആൾക്കൂട്ടമെന്നപോലെ ആൾക്കൂട്ടത്തിലെ ഏകാകിയുമാണ്. കുടുംബവും സമൂഹവും ഒരേ വ്യക്തിമനസ്സിന്റെ വ്യത്യസ്തതലങ്ങളെ മാറിമാറി സ്പർശിക്കുകയും അതെല്ലാം കൂടിച്ചേർന്ന ഒരനുഭവലോകത്തിന്റെ അവകാശിയാക്കിത്തീർക്കുകയും ചെയ്യുന്നു. സമൂഹത്തിന്റെ ഇടപെടലുകൾ വ്യക്തിയെ ഏതൊക്കെരീതിയിൽ രൂപാന്തരപ്പെടുത്തുന്നു എന്ന് അനന്തരവും, കഥാപുരുഷനും, മുഖാമുഖവുമൊക്കെ സാക്ഷ്യപ്പെടുത്തുന്നുണ്ട്. ഫ്യൂഡൽ മധ്യവർഗപുരുഷനിൽ അധിഷ്ഠിതമായ പുരുഷസങ്കല്പമാണ് അടൂരിൽ മുന്നിട്ടുനിൽക്കുന്നതെന്ന അദ്ദേഹത്തിന്റെ സിനിമകൾ വ്യക്തമാക്കുന്നു.

ലൈംഗികതയെ സംബന്ധിച്ച് വിപരീതമായ ആശയങ്ങളാണ് ആധുനികത മുന്നോട്ടുവെച്ചത്. സ്ത്രീലൈംഗികതയെ മുൻപത്തേക്കാളധികം ശക്തിയോടെ നിയന്ത്രിക്കുവാനാണ് ആധുനികസമൂഹം ശ്രമിച്ചത്. അധിനിവേശ നീതിന്യായവ്യവഹാരങ്ങൾ നിർമ്മിച്ച ചാരിത്ര്യം, ദാമ്പത്യം, ലൈംഗികത തുടങ്ങിയവയെക്കുറിച്ചുള്ള സങ്കല്പത്തിന്റെ അടിസ്ഥാനത്തിലാണ് വിവാഹം, വിവാഹപ്രായം, വിവാഹമോചനം എന്നിവ സംബന്ധിച്ച നിയമങ്ങൾ പ്രാബല്യത്തിൽ വരുന്നത്. ലൈംഗികവേഴ്ചകളെ സാധാരണം/അസാധാരണം എന്നിങ്ങനെ വേർതിരിക്കാനും സ്ത്രീലൈംഗികതയ്ക്കുമേൽ നിയന്ത്രണങ്ങൾ കല്പിക്കുവാനും

ഇത്തരം നിയമങ്ങൾ കാരണമായി. സ്ത്രീ, ലൈംഗികത, സദാചാരം എന്നിവയെക്കുറിച്ച് അടൂർ അവതരിപ്പിച്ച ദൃശ്യപ്രതിനിധാനങ്ങൾ പ്രസ്തുതകാലത്തിലെ സമൂഹം സാമാന്യമായി അഭിമുഖീകരിച്ച പ്രതിസന്ധികളായിരുന്നു. ഒരേ സിനിമയിൽത്തന്നെ സ്ത്രീത്വത്തിന്റെ വിരുദ്ധഭാവങ്ങളെ ഉത്തമ/അധമ നായികാസങ്കല്പത്തെ അടൂർ അവതരിപ്പിക്കുന്നുണ്ട്. സീതയ്ക്ക് അപരമായി ശൂർപ്പണഖയെ രാമായണം അവതരിപ്പിക്കുന്നതുപോലെ പതിവ്രതയും ഉത്തമനാരീസങ്കല്പവും ഒരുഭാഗത്തും മറുവശത്ത് വ്യവസ്ഥയെ ചോദ്യം ചെയ്യുന്ന സ്ത്രീകളെയും അടൂർ അവതരിപ്പിക്കുന്നുണ്ട്. ആധുനികസമൂഹം സ്ത്രീത്വത്തെ രൂപപ്പെടുത്തുന്നതിൽ സ്വീകരിച്ച വിരുദ്ധനിലപാടുകൾ തന്നെയാണ് അടൂർസിനിമകളിലും കാണാനാവുന്നത്. സംബന്ധവും ബഹുഭാര്യത്വവും നിലനിന്നിരുന്ന കേരളീയ ഫ്യൂഡൽവ്യവസ്ഥയിൽനിന്നും സമൂഹം പരിണമിച്ചപ്പോഴും സ്ത്രീപുരുഷബന്ധങ്ങളെക്കുറിച്ചുള്ള പുരുഷകേന്ദ്രീകൃതമൂല്യങ്ങളെ പരിഷ്കരിക്കുവാനോ ഇത്തരം ബന്ധങ്ങളെ ജനാധിപത്യവൽക്കരിക്കുവാനോ കേരളീയാധുനികതയ്ക്ക് കഴിഞ്ഞിട്ടില്ല. പുരുഷകേന്ദ്രീകൃതസദാചാരലോകം ലൈംഗികതയെ കപടവും നിശിതവുമായ വ്യവസ്ഥയിലൊതുക്കിനിർത്താൻ ശ്രമിക്കുമ്പോഴും പങ്കാളിയെ തെരഞ്ഞെടുക്കുന്നത് മുതൽ ജീവിതപരിസരം ചിട്ടപ്പെടുത്തുന്നതിൽ വരെ സ്വാതന്ത്ര്യം അനുഭവിക്കുന്ന സ്ത്രീമാതൃകകളെ അടൂർ തന്റെ സിനിമകളിൽ പ്രതിനിധീകരിച്ചിട്ടുണ്ട്. ലൈംഗികതയെ സംബന്ധിച്ച് സമൂഹം പുലർത്തുന്ന ഭീതിയും ഉത്കണ്ഠകളും വിശകലനം ചെയ്യുന്ന ആഖ്യാനങ്ങളായി ഈ ചലച്ചിത്രങ്ങൾ മാറുന്നുണ്ട്.

പുരുഷന്റെ ബലഹീനതകളെ-ദൗർബല്യങ്ങളെ ചിത്രീകരിക്കുമ്പോഴും പെൺകരുത്തിനെ തിരിച്ചറിയാനും സ്ത്രൈണസ്വത്വത്തെ തിരിച്ചുപിടിക്കാനും പ്രതികൂലജീവിതസാഹചര്യങ്ങളെ അതിജീവിക്കാനും അടൂർ തന്റെ സ്ത്രീകഥാപാത്രങ്ങളെ പ്രാപ്തരാക്കിയിട്ടുണ്ട്. നാലുപെണ്ണുങ്ങളിലും, ഒരു പെണ്ണും രണ്ടാണിലും, പിന്നെയും തുടങ്ങിയ സിനിമകളിൽ പെൺകരുത്തിന്റെ പ്രതീകങ്ങളെ അവതരിപ്പിച്ചുകൊണ്ട് സ്ത്രീശക്തിയെ ഉയർത്തിക്കൊണ്ടുവരാൻ ശ്രമിച്ചിട്ടുണ്ട്. ശരീരവും ലൈംഗികതയും മറ്റുള്ളവരുടെ പ്രതികരണങ്ങളെ മാത്രം ആശ്രയിച്ചല്ല നിലനിൽക്കുന്നതെന്നും അവരവരുടെ വ്യക്തിസ്വത്വവുമായി ഇടകലർന്നാണ് രൂപപ്പെടുന്നതെന്നും പങ്കിയമ്മയും ദേവിയും കുമാരിയുമൊക്കെ തെളിയിക്കുന്നു. മലയാളികളുടെ സദാചാരസങ്കല്പത്തിലെ പ്രശ്നങ്ങളാണ് പങ്കിയമ്മ എന്ന കഥാപാത്രത്തിലൂടെ അവതരിപ്പിച്ചിട്ടുള്ളത്. ഭർത്താവിനും കുടുംബത്തിനും വേണ്ടി സ്വജീവിതം ഹോമിക്കുന്ന ഭാര്യ എന്ന പൊതുകാഴ്ചപ്പാടിന് പുറത്തുനിൽക്കുന്നവളാണ് പങ്കി. പുരുഷന്

കീഴ്പ്പെട്ടിരിക്കുന്ന സ്ത്രീകളിൽനിന്നും വ്യത്യസ്തമായി സ്വയം തിരിച്ചറിയപ്പെടുന്ന പെണ്ണായി പങ്കി മാറുന്നു. സ്ത്രീത്വം നൈസർഗ്ഗികമാണെന്നും അത് ചരക്കുവൽക്കരിക്കേണ്ടതല്ലെന്നും അവർ തെളിയിക്കുന്നു. കുടുംബം എന്ന സ്ഥാപനത്തിന് വെളിയിൽ നിൽക്കുന്ന ബന്ധങ്ങളെ ചോദ്യം ചെയ്യുന്ന സമൂഹത്തിന് നേരെയുള്ള വെല്ലുവിളിയാണ് പങ്കിയമ്മയെപോലുള്ള കഥാപാത്രം.

കേരളത്തിലെ വികസന-സാമ്പത്തിക-സാംസ്കാരിക ചർച്ചകളിലെല്ലാം മധ്യവർഗ്ഗത്തിന്റെ ആശങ്കകളാണ് പങ്കുവയ്ക്കപ്പെടുന്നത്. ഉയർന്ന ആയുർദൈർഘ്യം, സാക്ഷരത, രാഷ്ട്രീയ അവബോധം, കുറഞ്ഞ ജനനമരണനിരക്ക് എന്നിവയാണ് കേരളത്തിലെ വികസനത്തിന്റെ മാതൃകയായി ഉയർത്തിക്കാണിക്കുന്നത്. ഈ മധ്യവർഗ്ഗത്തെയാണ് കേരളത്തിന്റെ വികസനത്തിന്റെയും സംസ്കാരത്തിന്റെയും മാനദണ്ഡമാക്കാൻ മുഖ്യധാരാമാധ്യമങ്ങളും ഭരണകൂടങ്ങളും ഉയർത്തിക്കാട്ടാറുള്ളത്. എന്നാൽ കേരളത്തിലെ എല്ലാവിഭാഗം ജനങ്ങളും ഈ പ്രതിനിധീകരണത്തിൽ ഉൾപ്പെടാറില്ലെന്നതാണ് യാഥാർത്ഥ്യം. ആധുനികതയുടെ പശ്ചാത്തലത്തിലും അതിന് ശേഷവും മലയാളത്തിൽ ഉണ്ടായ ഭൂരിഭാഗം ചലച്ചിത്രങ്ങളുടെയും ഇതിവൃത്തപരിസരങ്ങൾ ഇവിടുണ്ടായ നവോത്ഥാനപാരമ്പര്യത്തിന് വിരുദ്ധമായതാണെന്ന് കണ്ടെത്താൻ കഴിയും. നമ്പൂതിരി/നായർ തറവാടുകളും അവരുടെ ജീവിതപ്രശ്നങ്ങളുമാണ് അടൂരിന്റെ മിക്ക സിനിമകളിലെയും പശ്ചാത്തലമെന്ന് കാണാനാവും. കേരളത്തിലെ ജാതി-അധികാര-വ്യവസ്ഥയ്ക്കെതിരെ ഇവിടെ നടന്നിട്ടുള്ള സമരചരിത്രങ്ങളും അതിന്റെ ഭാഗമായുണ്ടായ നവോത്ഥാനചിന്തകളും മലയാളി എന്ന സമൂഹം രൂപപ്പെടാൻ വലിയ സ്വാധീനം ചെലുത്തിയിട്ടുണ്ട്. ഇത്തരം പ്രബുദ്ധതയുടെ ഭാഗമായിട്ടാണ് സവർണ്ണൻ/അവർണ്ണൻ എന്ന തിരിച്ചറിവ് മലയാളികൾക്കിടയിൽ ഉണ്ടാവുന്നത്. എന്നാൽ മലയാളി കർതൃത്വത്തിന്റെ കേന്ദ്രീകൃതരൂപമായി കാണുന്നത് സവർണപ്രത്യയശാസ്ത്രങ്ങളും മൂല്യങ്ങളുമാണ്. അടൂരിന്റെ സിനിമകളിലെ മലയാളിപ്രതിനിധാനവും സവർണനായകരെ കേന്ദ്രീകരിച്ചുള്ളതുതന്നെയാണെന്ന് ഉറപ്പിച്ചുപറയാനാവും.

വരേണ്യതയുടെ അധികാരനഷ്ടവുമായി ബന്ധപ്പെടുന്ന കലാമൂല്യമാണ് അടൂരും പിന്തുടരുന്നതെന്ന് എലിപ്പത്തായവും കഥാപുരുഷനും സാക്ഷ്യപ്പെടുത്തുന്നു. നായർതറവാടുകളിലെ നായകൻമാരുടെ ജീവിതമാണ് ഈ സിനിമകളിലെ കഥാതന്തു. സവർണമേധാവിത്വത്തിന്റെ പാരമ്പര്യത്തിൽനിന്ന് നിയമപരമായി മോചനം പ്രാപിച്ചുവെങ്കിലും

കേരളീയജനതയ്ക്ക് ജീവിതത്തിന്റെ എല്ലാ മേഖലകളിൽ നിന്നും വൈദികാധിപത്യത്തിന്റെ ചിഹ്നങ്ങളെയും സൂചനകളെയും ആചാരാനുഷ്ഠാനങ്ങളെയും ഒഴിവാക്കാൻ കഴിഞ്ഞിട്ടില്ലെന്നതിന് രണ്ടുസിനിമകളും ദൃഷ്ടാന്തമാകുന്നുണ്ട്. സമൂഹത്തിന്റെ താഴേക്കിടയിലുള്ളവരുടെ ജീവിതപ്രശ്നങ്ങളും അവരുടെ കലാവിഷ്കാരങ്ങളും പ്രതിരോധങ്ങളും രണ്ടാംകിട എന്നനിലയിലാണ് പലപ്പോഴും ചലചിത്രങ്ങളിൽ ആവിഷ്കരിക്കപ്പെട്ടത്. വരേണ്യസൗന്ദര്യബോധത്തെ തൃപ്തിപ്പെടുത്തുന്ന അവരുടെ സാംസ്കാരിക പാരമ്പര്യശീലങ്ങളെ സാമാന്യവൽക്കരിക്കുന്ന കാഴ്ചകളിലൂടെ സവർണതയുടെ പ്രതിനിധാനങ്ങളാവുകയായിരുന്നു നമ്മുടെ ദൃശ്യസംസ്കാരം. ഇന്ന് കേരളീയത എന്ന് കേൾക്കുമ്പോൾ കുലീനത്വമുള്ള ഏതാനും ചിഹ്നങ്ങളാണ് വിദേശികളുൾപ്പെടെയുള്ളയാളുകളുടെ മനസ്സിൽ രൂപപ്പെടുന്നത്. ഇത്തരം വ്യാജബിംബങ്ങൾ സൃഷ്ടിച്ചെടുത്തതിൽ മുഖ്യധാരാചലചിത്രങ്ങളെപ്പോലെതന്നെ നമ്മുടെ ക്ലാസിക്ക് സിനിമകളും വലിയ പങ്കാണ് വഹിച്ചിട്ടുള്ളതെന്ന് പറയാനാവും. ദേശരാഷ്ട്രത്തെ സംബന്ധിച്ച വ്യാകുലതകൾ പേറുന്നുണ്ടെന്ന് നടിക്കുമ്പോഴും ആത്യന്തികമായി സിനിമ സവർണവൈയക്തിക പ്രതിനിധാനമായി ചുരുങ്ങിപ്പോവുന്നു. പട്ടിണിയും രോഗവും ഭൂമാഫിയകളുടെ കൈയ്യേറ്റങ്ങളും മൂലം കഷ്ടതയനുഭവിക്കുന്ന അരികുവൽക്കരിക്കപ്പെട്ടവരുടെ ജീവിതങ്ങളെ സംബന്ധിച്ച് വ്യാകുലപ്പെടാനോ അവരുടെ പ്രശ്നങ്ങളെ ദൃശ്യപരിധിയിലേക്ക് കൊണ്ടുവരാനോ അടൂർഗോപാലകൃഷ്ണന്റെ സിനിമകൾക്ക് സാധിച്ചിട്ടില്ല. വർത്തമാനകാലപ്രശ്നങ്ങളുടെ യാഥാർത്ഥ്യങ്ങളിൽ നിന്ന് ഭൂതകാലത്തിന്റെ ഗൃഹാതുരത്വത്തിലേക്ക് പ്രേക്ഷകരെ കൊണ്ടുപോവുകയും സവർണനായകന്റെ വൈയക്തികപ്രശ്നങ്ങളുടെ ആഖ്യാനങ്ങളായി ഇത്തരം സിനിമകൾ ഒതുങ്ങിപ്പോവുകയുമാണെന്ന് കാണാനാവും.

സമൂഹത്തിന്റെ പൊതുസ്വീകാര്യതയിൽ നിന്ന് വേറിട്ടുനിൽക്കുന്ന സ്വന്തം മനോരാജ്യത്ത് മാത്രം വിഹരിക്കുന്ന കഥാപാത്രങ്ങളെയാണ് അടൂർ അവതരിപ്പിച്ചത്. അജയനെപ്പോലെ ഏകാന്തതയും അന്തർമുഖത്വവും അനുഭവിക്കുന്നവരോ ശങ്കരൻകുട്ടിയെപ്പോലെ മാനസികവളർച്ചയെത്താത്തവരോ പട്ടേലരെപോലെ സ്വന്തം താല്പര്യങ്ങളെ മാത്രം മുഖവിലക്കെടുക്കുന്നവരോ ഉണ്ണിക്കുഞ്ഞിനെപ്പോലെ മാറ്റത്തെ സ്വീകരിക്കാത്തവർ എന്നിങ്ങനെ പോകുന്നു അടൂരിന്റെ കഥാപാത്രങ്ങൾ. വ്യക്തിത്വവ്യതിയാനം (personality deviation) ഏറിയോ കുറഞ്ഞോ ഇവരെല്ലാവരും അനുഭവിക്കുന്നുണ്ട്. പ്രക്ഷുബ്ധമായ മനസ്സിന്റെ ഉടമകളാണ് ഇവരോരുരുത്തരുമെന്ന് കാണാം. ഫ്യൂഡൽപശ്ചാത്തലത്തിൽ

വലിയ തറവാട്ടിൽ ഏകാകിയായി ജീവിക്കേണ്ടിവന്ന അടൂരിന്റെ തന്നെ സംഘർഷാത്മകമായ മനസ്സിന്റെ ആവിഷ്കാരമാണ് ഈ കഥാപാത്ര ങ്ങളിലെല്ലാം ആരോപിക്കപ്പെട്ടതെന്ന് കാണാവുന്നതാണ്.

ആധുനികമായ ചിന്താപദ്ധതികളോട് അനുഭാവംപുലർത്തു മ്പോൾത്തന്നെ പാരമ്പര്യവ്യവസ്ഥകളെ നിരാകരിക്കാനും അദ്ദേഹ ത്തിന് കഴിയുന്നില്ല. അതുകൊണ്ട്തന്നെ കേരളീയാധുനികതയുടെ വിശാലമായ പാരിപ്രേക്ഷ്യങ്ങളെ പങ്കുപറ്റുവാനോ അത്തരം പ്രതിനി ധാനങ്ങളുടെ വക്താവാകുവാനോ അദ്ദേഹത്തിന്റെ സിനിമകൾക്ക് കഴിഞ്ഞിട്ടില്ലെന്ന് പറയാം. ഫ്യൂഡൽ ജീവിതാനുഭവങ്ങൾ അടൂരിനെ വലിയരീതിയിൽ സ്വാധീനിച്ചിട്ടുണ്ട്. ഫ്യൂഡലിസത്തിൽനിന്നും ഒരുപാട് മൂല്യങ്ങൾ മലയാളികൾ പഠിക്കാനുണ്ടെന്ന് അടൂർ വ്യക്തമാക്കിയിട്ടുണ്ട്. മനുഷ്യർതമ്മിലുള്ള സ്നേഹം, ബന്ധം ഇതൊക്കെ ഫ്യൂഡൽമൂല്യത്തി ന്റെ ഭാഗമായിരുന്നുവെന്ന് അദ്ദേഹം പറയുന്നു. പരസ്പരം പരിഗണന യില്ലാത്ത വ്യക്തികളായി ഇന്നത്തെ തലമുറ മാറിയിരിക്കുന്നുവെന്നും തുടർന്ന് അദ്ദേഹം നിരീക്ഷിക്കുന്നുണ്ട്. ഫ്യൂഡൽ ജീവിതപശ്ചാത്തലം അദ്ദേഹത്തിന്റെ സിനിമകളിൽ ബോധപൂർവ്വമോ അല്ലാതെയോ പ്രകടമാവുന്നുണ്ട്. ഫ്യൂഡൽകാലത്ത് വരേണ്യവിഭാഗം മാത്രം കണ്ടാ സ്വദിച്ച കഥകളിയുടെ സ്വാധീനം അദ്ദേഹത്തിന്റെ ആഖ്യാനത്തിലും പ്രമേയത്തിലും സ്വാധീനിച്ചിട്ടുണ്ട്. ആധുനികതയുടെ ദൃശ്യമാധ്യമങ്ങളിൽ സവിശേഷമായ സിനിമയുടെ ആവിഷ്കാരത്തിലും നാടകവുമായി അദ്ദേഹത്തിനുള്ള വൈകാരികബന്ധത്തിന്റെ കാഴ്ചപ്പാടുകൾ കാണാ വുന്നതാണ്. ആശയങ്ങൾ കൈമാറാൻ ദൃശ്യങ്ങൾമാത്രം ഉണ്ടായാൽ പോരെന്ന തോന്നലുണ്ടാവുന്നത് നാടകസംസ്കാരത്തിന്റെ സ്വാധീന ത്താലാണ്. ദൃശ്യവലുപ്പത്തെയും (image size), ദൃശ്യവിന്യാസത്തെയും (composition) തെരഞ്ഞെടുക്കുന്നതിലും നാടകം സ്വാധീനിച്ചിട്ടുണ്ട്.

മലയാളിയുടെ ദൈനംദിന ജീവിതത്തെ നിർണയിക്കുന്നത് ആധു നിക-മുതലാളിത്ത മൂല്യങ്ങളാണെങ്കിലും അവരുടെ പൊതുബോധത്തെ ഭരിക്കുന്നത് ഫ്യൂഡൽമൂല്യങ്ങൾ ആണെന്ന വൈരുധ്യമാണ് അടൂർസി നിമകൾ സാക്ഷ്യപ്പെടുത്തുന്നത്. അതിജീവനത്തിന് ആധുനികതയുടെ മൂല്യങ്ങളെ പിന്തുടരുമ്പോഴും കേരളീയരുടെ പൊതുജീവിതവീക്ഷണ ങ്ങളെ സ്വാധീനിക്കുന്നത് ഫ്യൂഡൽമൂല്യങ്ങളാണ്. ഭൂപരിഷ്കരണവും കീഴാളമുന്നേറ്റവും തകർത്ത ഫ്യൂഡൽ സംസ്കാരത്തിന്റെ സ്ഥാനത്ത് ബദൽ ഉല്പാദനബന്ധങ്ങൾ രൂപപ്പെടുത്താൻ കേരളീയ ആധുനികതയ്ക്ക് കഴിഞ്ഞിട്ടില്ല. ആധുനികമായ ജീവിതസന്ദർഭത്തിൽ ജീവിക്കുമ്പോഴും

മൂല്യസങ്കല്പങ്ങളിൽ ഫ്യൂഡൽപാരമ്പര്യത്തിൽ അകപ്പെട്ടുപോയ മലയാളിജീവിതത്തിന്റെ പ്രതിനിധാനപാഠങ്ങൾ അടൂർസിനിമകളിൽ കണ്ടെത്താനാവും.

സമൂഹത്തിൽ നിലനിൽക്കുന്ന യാഥാർത്ഥ്യങ്ങളെ ഓർമ്മപ്പെടുത്തുകയും പുനരുൽപ്പാദിപ്പിക്കുകയുമാണ് സിനിമയിലെ പ്രതിനിധാനങ്ങൾ. സാമൂഹിക-സാംസ്കാരിക വ്യവഹാരങ്ങളെ സൂക്ഷ്മതലത്തിൽ ഇത്തരം പ്രതിനിധാനങ്ങൾ ഉൾക്കൊള്ളുന്നു. യഥാർത്ഥലോകത്തെ വക്രീകരിച്ച് ദൃശ്യവൽക്കരിക്കുന്ന സിനിമ യാഥാർത്ഥ്യത്തിന്റെ സ്വീകാര്യരൂപങ്ങളെയാണ് പുനരുൽപ്പാദിപ്പിക്കുന്നത്. പുതിയ കുടുംബസങ്കല്പത്തെ ഉൾക്കൊള്ളുമ്പോഴും പരമ്പരാഗതസങ്കല്പങ്ങളെ നിലനിർത്താനുള്ള വ്യക്തിസംഘർഷങ്ങളെ സിനിമകൾ ആവിഷ്കരിക്കുന്നു. അധമബോധം അനുഭവിക്കുന്നവരും ദൗർബല്യമുള്ളവരുമായ നായകകഥാപാത്രങ്ങളെ മുഖ്യധാരയിൽ കൊണ്ടുവന്നതിലൂടെ നിലവിലുള്ള സിനിമാസങ്കല്പത്തെ അദ്ദേഹം പൊളിച്ചെഴുതി. എന്നാൽ സമകാലിക കേരളീയ രാഷ്ട്രീയവ്യവസ്ഥ കീഴാള പാർശ്വവൽകൃത ജനവിഭാഗങ്ങളെക്കൂടി ഉൾക്കൊള്ളുന്നുണ്ട്. ജാതിയുടെ ശ്രേണീപരത ഇല്ലാതാവുകയും അവയുടെ സാമൂഹികപ്രയോഗങ്ങൾ മാറിവരികയും ചെയ്തിട്ടുണ്ടെങ്കിലും ജാതിബന്ധങ്ങളുടെ പുനർനിർവചനമോ, പുനഃക്രമീകരണമോ സിനിമയിൽ വരുന്നില്ല.

ആധുനികത സൃഷ്ടിച്ച നഗര/ഗ്രാമജീവിതങ്ങളുടെ ആവിഷ്കാരങ്ങളായി അടൂർസിനിമകൾ പ്രതിനിധീകരിക്കപ്പെട്ടെങ്കിലും കേരളത്തിലെ സാമൂഹിക-രാഷ്ട്രീയ സന്ദർഭങ്ങളുടെ സത്യസന്ധമായ ദൃശ്യാഖ്യാനങ്ങളായിത്തീരുവാൻ ഈ സിനിമകൾക്ക് കഴിഞ്ഞിട്ടില്ല. നിലനിൽക്കുന്ന സാംസ്കാരികമൂല്യങ്ങളെ ഊട്ടിയുറപ്പിക്കുന്ന പ്രത്യയശാസ്ത്ര ഉപകരണങ്ങളായി ഈ സിനിമകൾ മാറിയിട്ടുണ്ട്. യഥാർത്ഥകേരളത്തിന്റെ പ്രതിനിധാനങ്ങളിൽ നിന്നും വ്യതിചലിക്കുന്ന രാഷ്ട്രീയ-സാമൂഹികാവസ്ഥകളെയാണ് അടൂർസിനിമകൾ അനാവരണം ചെയ്യാൻ ശ്രമിച്ചത്. പാശ്ചാത്യനാടുകളിൽ ആധുനികത വളർന്നുവന്നത് മുതലാളിത്തം തകർത്ത നാടുവാഴിത്ത വ്യവസ്ഥിതിക്ക് മുകളിലാണ്. എന്നാൽ ഇന്ത്യയിൽ, പ്രത്യേകിച്ച് കേരളത്തിൽ ഫ്യൂഡൽനാടുവാഴിത്ത വ്യവസ്ഥിതിക്ക് മുകളിലാണ് ആധുനികത വേരുപിടിച്ചത്. കേരളത്തിലെ സാമൂഹ്യജീവിതത്തിന്റെയും സാംസ്കാരിക കാഴ്ചപ്പാടുകളുടെയും വേരുകൾ നാടുവാഴിത്തത്തിൽ കുടുങ്ങിക്കിടക്കുകയാണെന്ന് നമ്മുടെ ചലച്ചിത്രങ്ങളും അവയിലെ ദൃശ്യപ്രതിനിധാനങ്ങളും വെളിപ്പെടുത്തുന്നു.

അതുകൊണ്ട് ഫ്യൂഡൽതാൽപര്യങ്ങളും പ്രത്യയശാസ്ത്രങ്ങളും കേരളീയ രുടെ സാംസ്കാരിക വിനിമയങ്ങളിൽ നിന്ന് ഒഴിവാക്കാനായിട്ടില്ലെന്ന് പറയാം.

ദൃശ്യ-ശബ്ദബിംബങ്ങളുടെ സന്നിവേശംകൊണ്ട് ക്രമീകരിക്കപ്പെട്ട താണ് അടൂരിന്റെ സിനിമകൾ. ദൃശ്യപരിചരണത്തിൽ സ്വതസിദ്ധമായ ആഖ്യാനരീതി ആദ്യ സിനിമ മുതൽത്തന്നെ അടൂർ സ്വീകരിച്ചിട്ടുണ്ട്. ആധുനികതയുടെ ഫലമായുണ്ടായ വ്യവസായവൽക്കരണത്തിന്റെയും നാഗരികതയുടെയും ചിഹ്നങ്ങൾ സ്വയംവരത്തിൽത്തന്നെ ദൃശ്യവ ൽക്കരിച്ചിട്ടുണ്ട്. കേരളത്തിലെ പുരോഗമനരാഷ്ട്രീയശക്തികൾതന്നെ പുരോഗമനാശയങ്ങളെ നിരാകരിക്കുകയും ഒത്തുതീർപ്പുകളിലേക്ക് നീങ്ങുകയും ചെയ്ത ചരിത്രപശ്ചാത്തലത്തെ അടയാളപ്പെടുത്താൻ സ്വ യംവരത്തിലെ ദൃശ്യങ്ങളിലൂടെ സംവിധായകന് കഴിഞ്ഞിട്ടുണ്ട്. കൊടി യേറ്റത്തിന്റെ ദൃശ്യപരിചരണത്തിലൂടെയും ആധുനികകേരളത്തെയും ആധുനിക കുടുംബസങ്കൽപ്പത്തെയും പുനരാവിഷ്കരിക്കുകയായിരുന്നു അടൂർ. സമ്പത്തിന്റെ വിനിമയാധികാരത്തിലൂടെയും പിതൃത്വത്തിന്റെ അധികാരമുറപ്പിക്കുന്നതിലൂടെയും ആണത്തത്തെ (Muscularity) നിർമ്മിക്കുകയായിരുന്നു ഈ ചലച്ചിത്രം. നവോത്ഥാനകേരളം സാമ്പ്ര ദായികമായ വ്യവസ്ഥകളിൽനിന്നും അന്ധവിശ്വാസങ്ങളിൽനിന്നും മോചിതരായെങ്കിലും ഫ്യൂഡൽ/അധികാരമനോഭാവങ്ങൾ കേരളീയസ മൂഹത്തിൽ പലമാനങ്ങളിൽ നിലനിൽക്കുന്നതായി എലിപ്പത്തായവും കഥാപുരുഷനുമൊക്കെ സാക്ഷ്യപ്പെടുത്തുന്നുണ്ട്. ഫാക്ടറിയും, അധ്വാനി ക്കുന്ന തൊഴിലാളികളും, അവരുടെ സമരങ്ങളും, യന്ത്രങ്ങളുമുൾക്കൊ ള്ളുന്ന വ്യവസായികകേരളത്തിന്റെ പശ്ചാത്തലത്തിൽ ദൃശ്യപ്പെടുന്ന മുഖാമുഖം ആധുനികത വ്യക്തിയെ എന്നപോലെ പ്രസ്ഥാനത്തെയും അപചയപ്പെടുത്തിയതെങ്ങനെയെന്ന് ചിത്രീകരിച്ചു. ചലച്ചിത്രത്തിന്റെ ആഖ്യാനവഴക്കങ്ങൾക്കുമാത്രം സംവേദനം ചെയ്യാനാവുന്ന ദൃശ്യപരിച രണത്തിലൂടെ ആധുനികസാഹിത്യത്തിന്റെ പ്രതിപാദനരീതിയുമായി അനന്തരം സാമ്യപ്പെടുന്നുണ്ട്. ദൃശ്യബിംബങ്ങളുടെ ക്രമീകരണത്തി ലൂടെ മനോഹരമായ ചലച്ചിത്രാനുഭവം പ്രദാനം ചെയ്ത മതിലുകൾ ബഷീർകൃതിയുടെ സംവേദനപരിസരവും കടന്ന്, സവിശേഷമായ വിനിമയതലത്തിലേക്ക് പ്രേക്ഷകരെ നയിക്കുന്നുണ്ട്. കൊളോണിയൽ ആധുനികതയുടെ ഫലങ്ങളായ കോടതി, പീനൽകോഡ്, ജയിൽ, ശിക്ഷാരീതികൾ, പോലീസ്, അധികാരം തുടങ്ങിയ സ്ഥാപനങ്ങളുടെ സാന്നിധ്യം സ്വാതന്ത്ര്യം എന്ന അവസ്ഥയെ പ്രതിസ്ഥാനത്തു നിർത്തു ന്നതായി ചിത്രം അനുഭവപ്പെടുത്തുന്നു.

അടൂർസിനിമകളുടെ സാങ്കേതികമികവിനെക്കുറിച്ച് കൂടുതൽ പഠനങ്ങൾ നടത്തേണ്ടിയിരിക്കുന്നു. ആഖ്യാനപരിചരണത്തെക്കുറിച്ച് ചർച്ചചെയ്യുമ്പോൾ പ്രസ്തുത സിനിമകളിലെ കലാമികവിനെക്കുറിച്ചുള്ള വിശകലനം സമഗ്രമായ അന്വേഷണപരിധിയിൽപ്പെട്ടിട്ടില്ല. മലയാളസിനിമയ്ക്ക് പുതിയ സൗന്ദര്യസങ്കല്പം കാഴ്ചവെച്ച കലാസിനിമയെക്കുറിച്ചും അത്തരം സിനിമകളുടെ സാധ്യതകളെക്കുറിച്ചും പുതിയ ഗവേഷണങ്ങൾ ഉണ്ടാവേണ്ടതുണ്ട്.

ഗ്രന്ഥ, ലേഖനസൂചി

അഴീക്കോട് ജി., 2012, ചിത്രകല : ചരിത്രവും പ്രസ്ഥാനങ്ങളും, കോട്ടയം : എൻ. ബി. എസ്.

അൻവർ അബ്ദുള്ള. 2008. *അലിഗഢിൽ ഒരു പശു*, കോട്ടയം: ഡി.സി. ബുക്സ്.

അനിൽ, കെ.എം. (എഡി). 2017. *സംസ്ക്കാരനിർമ്മിതി*, കോഴിക്കോട്: പ്രോഗ്രസ് പബ്ലിക്കേഷൻ.

അരവിന്ദൻ വല്ലച്ചിറ, 1996. *ചലച്ചിത്രസംസ്കാരം*, സൈൻ പബ്ലിക്കേഷൻ, തൃശ്ശൂർ.

- - - , 2014 സിനിമ വീഡിയോ ടെക്നിക്, കോട്ടയം, ഡി. സി. ബുക്സ്.

ഉമർ തറമേൽ (ഡോ.) 2016. *കാഴ്ചയുടെ ഹെയർപിൻ വളവുകൾ*, ചലചിത്ര പഠനങ്ങൾ : നാഷ്ണൽ ബുക്സ്, കോട്ടയം.

ഐസക് സി.എ. 2011. *കേരളീയ നവോത്ഥാനം, കേരളസംസ്കാര പഠനങ്ങൾ*, പന്മന രാമചന്ദ്രൻനായർ(എഡി.), കോട്ടയം: കറന്റ് ബുക്സ്.

ഐജാസ് അഹമ്മദ്, 2010. *പ്രത്യയശാസ്ത്രം* സത്യൻ. പി.പി. (വിവ.), കോഴിക്കോട്: പ്രോഗ്രസ് പബ്ലിക്കേഷൻസ്.

ഓഷോ രജനീഷ്. 2001. *പ്രണയത്തിന്റെ രഹസ്യങ്ങൾ*, (വിവ.) മൂസക്കുട്ടി പാപ്പിയോൺ: കോഴിക്കോട്.

കാരശ്ശേരി. എം.എൻ. 2003. *ബഷീറിന്റെ പൂങ്കാവനം*, ഡി.സി. ബുക്സ്,

കോട്ടയം.

കുഞ്ഞിക്കണ്ണൻ വാണിമേൽ. 2010. *സിനിമയും മനസ്സും*, തിരുവനന്ത പുരം: കേരള ഭാഷാ ഇൻസ്റ്റിറ്റ്യൂട്ട്.

കുറുപ്പ്, കെ.കെ.എൻ. 1982. *ആധുനിക കേരളം*, തിരുവനന്തപുരം: കേരള ഭാഷാ ഇൻസ്റ്റിറ്റ്യൂട്ട്.

ഗണേഷ്, കെ.എൻ. 1997. *കേരളത്തിന്റെ ഇന്നലെകൾ*, തിരുവനന്ത പുരം: കേരളസാംസ്കാരിക പ്രസിദ്ധീകരണ വകുപ്പ്. കേരള സമൂഹ പഠനങ്ങൾ.

- - - , 2002, കേരള സമൂഹ പഠനങ്ങൾ, പത്തനംതിട്ട: പ്രസക്തി ബുക്സ്.

ഗോപിനാഥൻ. കെ. 2002. *സിനിമയുടെ നോട്ടങ്ങൾ*, കോഴിക്കോട്: മാതൃഭൂമി ബുക്സ്.

ഗോപിനാഥൻ. 2005. സിനിമയും സംസ്കാരവും, തൃശ്ശൂർ: കറന്റ്ബു ക്സ്.

ഗോപാലകൃഷ്ണൻ ആട്ടൂർ, 2004. സിനിമാനുഭവം, കോഴിക്കോട്: മാതൃഭൂമി ബുക്സ്.

- - - , 2008. സിനിമയുടെ ലോകം, തിരുവനന്തപുരം: കേരള ഭാഷാ ഇൻസ്റ്റിറ്റ്യൂട്ട്.

- - - , 2012. *അടൂരിന്റെ പതിനൊന്ന് തിരക്കഥകൾ*. കോട്ടയം: ഡി.സി. ബുക്സ്

- - - , 2014. *തിരഞ്ഞെടുത്ത ലേഖനം*, തൃശ്ശൂർ: കറന്റ് ബുക്സ്.

ഗോവിന്ദപ്പിള്ള പി. 1992, സാഹിത്യം അധോഗതിയും പുരോഗതിയും, തിരുവനന്തപുരം: ചിന്തപബ്ലിക്കേഷൻ.

ഗിരീഷ്, പി. എം. 2014. അധികാരവും ഭാഷയും, കോഴിക്കോട്: ഐ ബുക്സ്.

ഗീത. പി. 2006. *പ്രണയം ലൈംഗികത അധികാരം*, തൃശ്ശൂർ: കറന്റ് ബുക്സ്.

ഗൗതമൻ ഭാസ്കരൻ. 2005. *അടൂർ ഗോപാലകൃഷ്ണൻ* സിനിമയിൽ ഒരു ജീവിതം, കോഴിക്കോട്: മാതൃഭൂമി ബുക്സ്.

ജയകുമാർ, കെ.പി. 2014. *ജാതിവ്യവസ്ഥയും മലയാള സിനിമകളും*,

കോഴിക്കോട്:ഒലിവ് ബുക്സ്.

ജയിംസ്. ജി. 2009. *സാഹിത്യവും സിനിമയും ഒരു ചിഹ്നശാസ്ത്ര പഠനം*, കൊല്ലം: പാം പബ്ലിക്കേഷൻസ്.

ജയറാം. സി. എസ്. 2003. *സമകാലീന സൗന്ദര്യശാസ്ത്രം*, കോട്ടയം:ഡി. സി ബുക്സ്.

ജിതേഷ് ടി. 2014. *ചലച്ചിത്രസിദ്ധാന്തങ്ങൾ*, തിരുവനന്തപുരം: കേര ഭാഷാ ഇൻസ്റ്റിറ്റ്യൂട്ട്.

ജിനേഷ് കുമാർ എരമം. 2014. *നവോത്ഥാനമൂല്യങ്ങളും മലയാള സിനിമയും*, തിരുവനന്തപുരം: കേരള ഭാഷാഇൻസ്റ്റിറ്റ്യൂട്ട്.

ജോർജ്ജ്, കെ.എം. (എഡി).1998. *ആധുനിക മലയാളസാഹിത്യ ചരിത്രം പ്രസ്ഥാനങ്ങളിലൂടെ*, കോട്ടയം:ഡി.സി ബുക്സ്.

ജോസ് തങ്കച്ചൻ(എഡി). 2018. കാഴ്ചയുടെ കല, തിരുവനന്തപുരം: റെയ്വൻ പബ്ലിക്കേഷൻസ്.

ജോസഫ് വി. കെ., 2013, *കാഴ്ച്ചയുടെ സംസ്ക്കാരവും പൊതുബോധ നിർമ്മിതിയും*, കോട്ടയം : എൻ. ബി. എസ്.

ജോസ് കെ. മാനുവൽ. 2004. *സിനിമയുടെ പാഠങ്ങൾ വികലനവും വീക്ഷണവും*, തൃശ്ശൂർ: കറന്റ് ബുക്സ്.

- - - , 2005, സിനിമയിലെ ശരീര ഭാഷ, കോട്ടയം : ഡി. സി. ബുക്സ്.

- - -, തിരക്കഥാസാഹിത്യം : സൗന്ദര്യവും പ്രസക്തിയും, കോട്ടയം: ഡി. സി. ബുക്സ്.

ജോർജ്ജ് സി.ജെ. (എഡി) 1996. *ആധുനികാനന്തര സാഹിത്യ സമീപനങ്ങൾ*, തൃശ്ശൂർ: ബുക്ക് വേം.

ജോണി, ഒ.കെ. 2001. *സിനിമയുടെവർത്തമാനം*, കോഴിക്കോട്: ഒലിവ് ബുക്സ്.

തരകൻ, കെ.എം. 1974. *പാശ്ചാത്യസാഹിത്യതത്വശാസ്ത്രം*, കോട്ടയം: എൻ.ബി.എസ്.

- - -, 1980, ആധുനിക സാഹിത്യ ദർശനങ്ങൾ, കോട്ടയം : ഡി. സി. ബുക്സ്.

തോമസ് എം. എഫ്, 2015, അടൂരിന്റെ ചലച്ചിത്ര യാത്രകൾ, കോട്ടയം : കറന്റ് ബുക്സ്.

ദിവാകരൻ, ആർ. വി. എം. 2017. സി*നിമയുടെ കാവ്യശാസ്ത്രം*, കോട്ടയം:

എൻ.ബി.എസ്.

ദേവിക ജെ., 2015, ചന്തപ്പെണ്ണും കുലസ്ത്രീതിയും ഉണ്ടായതെങ്ങനെ, തൃശ്ശൂർ, കേരളശാസ്ത്ര സാഹിത്യപരിഷത്ത്.

നമ്പൂതിരി. എൻ.എം. 2008. *മലബാർപഠനങ്ങൾ*, സാമൂതിരിനാട്, തിരുവനന്തപുരം:കേരള ഭാഷാ ഇൻസ്റ്റിറ്റ്യൂട്ട്.

നീലൻ.2007. *സിനിമയുടെ ഇടങ്ങൾ*, കോഴിക്കോട്: മാതൃഭൂമി ബുക്സ്.

പവിത്രൻ. പി. 2000. ആധുനികതയുടെ കുറ്റസമ്മതം, കോട്ടയം: സാഹിത്യ പ്രവർത്തകസഹകരണ സംഘം.

പോക്കർ. പി.കെ. 1998. *കേരളീയതയുടെ വർത്തമാനം സാംസ്കാരിക വിമർശനം*, കോഴിക്കോട്: പാപ്പിയോൺ.

- - -, 2015, ലൂയി അൽത്തൂസർ, കോട്ടയം : എൻ. ബി. എസ്.

ബാലകൃഷ്ണൻ പി. കെ. 2004, കേരളീയതയും മറ്റും, കോട്ടയം : ഡി. സി. ബുക്സ്.

ബിജു, 2013, സിനിമയുടെ യാത്രകൾ, കോഴിക്കോട് : മാതൃഭൂമി ബുക്സ്.

മധു ഇറവങ്കര, 2002, കാലത്തിന്റെ അടരുകൾ, കോട്ടയം : എൻ. ബി. എസ്.

മുരളീകൃഷ്ണ. 2008. *സിനിമ വീഡിയോ ടെക്നിക്ക്*, കോട്ടയം: ഡി.സി. ബുക്സ്.

മുകുന്ദൻ. എം. 1983. *എന്താണ് ആധുനികത*, കോഴിക്കോട്: പൂർണ്ണ പബ്ലിക്കേഷൻസ്.

രാജുനാരായണൻ. എം.സി. 2015. *സിനിമ വേറിട്ടകാഴ്ചകൾ*, തിരുവനന്തപുരം: കേരള ഭാഷാ ഇൻസ്റ്റിറ്റ്യൂട്ട്

രാജശേഖരൻ. പി.കെ. 2006. ഏകാന്ത നഗരങ്ങൾ, കോട്ടയം: ഡി.സി. ബുക്സ്.

രാമകൃഷ്ണൻ, ഇ. വി. 1992, *അക്ഷരവും ആധുനികതയും*, കോട്ടയം : എൻ. ബി. എസ്.

രാമൻ കുട്ടി കെ. വി., 1989, *ആധുനിക മലയാള സിനിമ*, തിരുവനന്തപുരം : കേരള ഭാഷാ ഇൻസ്റ്റിറ്റ്യൂട്ട്.

രാമനുണ്ണി കെ. പി., 2006, *ക്രിമിനൽ കുറ്റമാകുന്ന രതി*, കോഴിക്കോട് : ~ഒലീവ് ബുക്സ്.

രവീന്ദ്രൻ പി. പി., 2017, *ആധുനികതയുടെ പിന്നാമ്പുറം*, കോട്ടയം : എൻ. ബി. എസ്.

- - -, 2002, *സംസ്ക്കാര പഠനം ഒരു ആമുഖം*, കോട്ടയം: ഡി. സി. ബുക്സ്.

രാജേഷ് എം. ആർ., 2012, *ഇന്ത്യൻ സിനിമയുടെ വർത്തമാനം*, തിരുവനന്തപുരം : ചിന്ത പബ്ലിക്കേഷൻസ്,

രാജശേഖരൻ തോട്ടം, 2010, സിനിമ കലയും ജീവിതവും, തിരുവനന്തപുരം : തോട്ടം ബുക്സ്.

രവീന്ദ്രൻ, 2007, സിനിമ സമൂഹം പ്രത്യയശാസ്ത്രം, കോഴിക്കോട്, മാതൃഭൂമി ബുക്സ്.

രാജീവൻ. ബി. 2009. വാക്കുകളും വസ്തുക്കളും, കോട്ടയം: ഡി.സി. ബുക്സ്.

രാധാകൃഷ്ണൻ. പി.എസ്. 2016. *സംസ്ക്കാരദേശീയതയുടെ ചലച്ചിത്ര പാഠങ്ങൾ*, തിരുവനന്തപുരം: ചിന്ത പബ്ലിഷേഴ്സ്.

രാധിക സി. നായർ. 2001. *സമകാലികസാഹിത്യസിദ്ധാന്തം*, കോട്ടയം: ഡി.സി. ബുക്സ്

രാമചന്ദ്രൻ. ടി.കെ. 2006. *കാഴ്ചയുടെ കോയ്മ*, കോഴിക്കോട്: മാതൃഭൂമി ബുക്സ്.

രാമചന്ദ്രൻ. ജി.പി. 2009. *മലയാളസിനിമ*, ദേശം, ഭാഷ, സംസ്കാരം, തിരുവനന്തപുരം:കേരളഭാഷ ഇൻസ്റ്റിറ്റ്യൂട്ട്.

രാമകൃഷ്ണൻ. ഇ.വി. 1992. *അക്ഷരവും ആധുനികതയും*, കോട്ടയം: എൻ. ബി.എസ്.

ലിനീഷ്. എം. 2008. *ആധുനികതയുടെ സഞ്ചാരപഥങ്ങൾ*, തേഞ്ഞിപ്പാലം: ആർദ്ര ബുക്സ്.

ലോഗൻ വില്യം. 2008. *മലബാറിന്റെ ചരിത്രം*, കോഴിക്കോട്: മാതൃഭൂമി ബുക്സ്.

വെങ്കിടേശ്വരൻ സി. എസ്., 2011, മലയാള സിനിമാ പഠനങ്ങൾ, കോട്ടയം : ഡി. സി. ബുക്സ്.

വിജയൻ, എം.എൻ. (ജന: എഡി). 2000. നമ്മുടെ സാഹിത്യം നമ്മുടെ സമൂഹം, തൃശ്ശൂർ: കേരള സാഹിത്യ അക്കാദമി.

വിജയകൃഷ്ണൻ. 1984. *ചലച്ചിത്രത്തിന്റെ പൊരുൾ, തിരുവനന്തപുരം: കേരള ഭാഷാ ഇൻസ്റ്റിറ്റ്യൂട്ട്.*

- - -, 1987, മലയാള സിനിമയുടെ കഥ, തിരുവനന്തപുരം : കേരള സംസ്ഥാന ചലച്ചിZത്ര വികസന കോർപ്പറേഷൻ.

- - -, 2006, ബർഗ്മാൻ : വിശ്വസം എന്ന പീഡ, കോഴിക്കോട്, സൈൻ ബുക്സ്.

- - - 2001, ചലച്ചിത്രത്തിന്റെ സമീക്ഷ, തിരുവനന്തപുരം : കേരള ഭാഷാ ഇൻസ്റ്റിറ്റ്യൂട്ട്.

വിജയകുമാർ മേനോൻ. 2003. *ഭാരതീയകല ഇരുപതാം നൂറ്റാണ്ടിൽ*, കോട്ടയം: ഡി.സി. ബുക്സ്.

വേണുഗോപാലൻ, എം. (എഡി). 2006. കേരളം *ലൈംഗികത ലിംഗനീതി*, തിരുവനന്തപുരം: സൈൻ ബുക്സ്.

ശങ്കരൻ നമ്പൂതിരിപ്പാട്, 1948. *കേരളം മലയാളികളുടെ മാതൃഭൂമി*, തിരുവനന്തപുരം: ചിന്ത പബ്ലിഷേഴ്സ്.

- - - , 1951, കേരളചരിത്രവും സംസ്ക്കാരവും : ~ഒരു മാർക്സിസ്റ്റ് വിഷയം, തിരുവനന്തപുരം : ചിന്താപബ്ലിക്കേഷൻസ്.

ഷാജി ജേക്കബ്. 2014. *പൊതുമണ്ഡലവും മലയാള ഭാവനയും*, കണ്ണൂർ: കൈരളി ബുക്സ്.

സച്ചിദാനന്ദൻ. 1993. *അൽത്തൂസറുടെ കലാദർശനം സൗന്ദര്യവും അധികാരവും*, കോഴിക്കോട്: മൾബറി ബുക്സ്.

സജീഷ്. എൻ.പി. 2007. *തിരമലയാളത്തിന്റെ അവസ്ഥാന്തരങ്ങൾ*, തിരുവനന്തപുരം: കേരള ഭാഷാ ഇൻസ്റ്റിറ്റ്യൂട്ട്.

സന്തോഷ് മാനിച്ചേരി. 2012. *ശരീരി പരസ്യങ്ങളിലെ ശരീര ജീവിതം*, കോതമംഗലം: സൈകതം.

സാബുശങ്കർ. 2008. *സിനിമയുടെ സൗന്ദര്യശാസ്ത്രത്തിന് ഒരാമുഖം*, കോട്ടയം: നാഷണൽ ബുക്സ്റ്റാൾ.

സുനിൽ പി. ഇളയിടം. 2009. *ദമിതം*, കേരള ഭാഷാ ഇൻസ്റ്റിറ്റ്യൂട്ട്, തിരുവനന്തപുരം.

സുനിൽ പി. ഇളയിടം. 2014. *മലയാളിയുടെ അദൃശ്യസഞ്ചാരങ്ങൾ, കേരളീയ നവോത്ഥാനം ചില വീണ്ടുവിചാരങ്ങൾ*, ബിനീഷ് പുതുപ്പണം (എഡി.), കോഴിക്കോട്: വിദ്യാർത്ഥി പബ്ലിക്കേഷൻസ്.

സുകുമാരൻ വി. 2011. *സ്ത്രീഎഴുത്തും വിമോചനവും*, ചിന്ത പബ്ലിഷേഴ്സ്,

തിരുവനന്തപുരം.

സോമശേഖരൻ. 2010. കേരളപ്പഴമ ഒരു ചരിത്ര സഞ്ചാരം, തൃശ്ശൂർ: കേരളസാഹിത്യ അക്കാദമി.

സോമൻ. പി. 2006. *ആധുനികതയുടെ സൗന്ദര്യശാസ്ത്രം*, തിരുവനന്തപുരം: ചിന്ത പബ്ലിഷേഴ്സ്.

Adorno, Theoder.1991. The Culture Industry, London : Routledge.

Althusser, Louis.1971. Lenin and Philosophy, London : New Leftbooks.

- - - , 1984. Essays on Ideology, London: Versa

- - - , 1979. For Marx, Versa, London.

Beauvoir, Simone de. 1987. Women and Creativity, London: Oxford

Chandra, Shefali. 2012. The Sexual Life of English, London: Duke University Press.

Cheriyan V. K. 2017, India's Film Society Movement : The Journey and its Impact, New Delhi : Sage Publication.

Chrisjenks. 1995. Visual Culture, London:Routledge

Childs, Peter 2008. Modernism, London:Routledge

Culler, Jonathan. 1982. On Deconstruction; Theory and Crticism after Sructuralism. Newyork: Cornell University Press. Engels, Fredric. 1983. The Origin of the Family, Private Property and the State, Penguin Books

Foucault, Michel. 1994. The Order of Things; An Archeology of Human Science, New York: Pantheon books.

Goldman, Emma. 2000. Marriage and Love, Alexandria, America.

Hall, Stuart. 2010. Representation; Cultural Representation and Signifying Practices, London: Sage Publication.

Heath, Stephen.1981. Narrative Space in Question of Cinema, London: Mac Millan.

Hood, John W. 2009. The Essential Mistry : Major Film Makers of Indian Art film, Hyderabad : Orient Longman.

Jeffry, Robin. 2010. Indias Newspaper Revolution: Capitalism, Politics and the Indian, Language Press, London: Oxford.

Maccabe, Collin.1980. Godard- images, Sounds, Politics, London: Macmillion.

Metz , Christian 1968. Film Language: A Semiotics of the Cinema, New York:Oxford Press.

Meena T. Pillai (Dr.) 2010. Becoming Women Unwrapping Feminintying Malayalam Cinema, New Delhi: Orient Black Swan.

Mills, Sara. 2003. Michel Foucault, NewYork: Routledge.

- - - , 2004. Discourse, London: Routledge.

Rabate, Jean-Michel (Ed.) 2013, A Handbook of Modernism Studies, West Sussex : Wiley Blackwell.

Said, Edward. 1987. Orientalism Western Conceptions of the Orient, New York.

Shobe R Elizabeth. 2000. Behavioral Neuroscience, Stockton: University Press.

Uberoi, Patricia. 1996. When is a Marriage not a Marriage, Social Reform, Sexuality and the State, New Delhi: Sage.

William, Raymond 1989. The politics of Modernism, London : Verso.

ആനുകാലികങ്ങൾ

അന്തൂപ് കെ. ആർ. 2023, ഫിലിം സൊസൈറ്റി പ്രസ്ഥാനം കേരളത്തിൽ, ചരിത്രവും രാഷ്ട്രീയവും, മലയാളം റിസർച്ച് ജേർണൽ, വാല്യം 16, ലക്കം 2, മെയ് - ആഗസ്റ്റ്, പുറം 6212-6241.

അജ്ജു. കെ. നാരായണൻ (എഡി), 2017. താക്കോൽവാക്കുകൾ (ആധുനികത/ പി. രവീന്ദ്രൻ), ഭൂമിമലയാളം റിസർച്ച് ജേണൽ, ആലുവ: യു.സി. കോളേജ്.

ജനീറോവിനോ, 2013, ന്യൂജനറേഷൻ സിനിമകളും കീഴാള സ്ത്രീകളും, മലയാളം വാരിക, മെയ് 31, ലക്കം 1, പുറം 23-29.

ജോസഫ് വി. കെ. 2019, (അഭിമുഖം/അട്ടൂർ) കല മനുഷ്യപക്ഷത്ത് നിൽക്കണം, ദേശാഭിമാനി വാരിക, ആഗസ്റ്റ് 18, പുസ്തകം 51, ലക്കം 14, പുറം 8-23.

മധുപാൽ, 2016 (അഭിമുഖം/അട്ടൂർ) ആത്മകഥാപരമാണ് എന്റെ എല്ലാ സിനിമകളും. ഭാഷാപോഷിണി, സപ്തംബർ, പുസ്തകം 94, ലക്കം 23, പുറം 7-13.

രവി മേനോൻ, 2015, അനന്തരം സംഗീതമുണ്ടായി, മാതൃഭൂമി, ആഗസ്റ്റ്, ലക്കം 21, പുസ്തകം, 94, പുറം 9-15.

രാജീവൻ ബി., 1993, ആധുനികതയുടെ പരിണാമം, ഭാഷാപോഷിണി, പുസ്തകം 90, ലക്കം 22, പുറം 22-23.

വേണു കെ. ബി. 2007, (അഭിമുഖം/അട്ടൂർ), ഇന്നും പ്രസക്തമായ ഇന്നലകളെയാണ് ഞാൻ അവതരിപ്പിക്കുന്നത്. ഡിസംബർ 3, മാധ്യമം, പുസ്തകം 91, ലക്കം 28, പുറം 35-39.

വിജയകുമാർ വി. 2013, ചരിത്രത്തെ ചലച്ചിത്രമാക്കിയ മാസ്റ്റർ, മാതൃഭൂമി, ഡിസംബർ, പുസ്തകം 91, ലക്കം 39, പുറം 52-65.

സുരേന്ദ്രൻ, പി. കെ. 2024, നിരന്തരം മരിക്കുകയും പുനർജ്ജനിക്കുകയും ചെയ്യുന്ന സിനിമ, സമകാലിക മലയാളം, പുസ്തകം 27, ലക്കം 50, പുറം

ഷീബ കെ. എം., 2014, അടുക്കളയിൽ നിന്ന് അരങ്ങത്തേക്കും തിരിച്ചും ആധുനികത മലയാളിയുടെ കുടുംബ നിർമ്മിതികൾ, സംഘടിത, ഒക്ടോബർ, വാല്യം 4 ലക്കം 4, പുറം 50-57.

വെബ്സൂചി

http://.utharakalam.com/2017/01/08/18002.html.

www.orukappuchaya.blogspot.com/2018/07/blog-post_25.html?m=0

ഗവേഷണപ്രബന്ധം

സത്യൻ. എം - *മലയാളസിനിമയും ലിംഗരാഷ്ട്രീയവും, തെരഞ്ഞെടുത്ത സിനിമകളെ ആസ്പദമാക്കിയുള്ള പഠനം, കോഴിക്കോട് സർവ്വകലാശാല,*

മലയാളം പിഎച്ച്.ഡി. പ്രബന്ധം, 2017.

ബാബുമോൻ ഇടംപാടം - *ആഖ്യാനവും പ്രതിനിധാനവും, ജനപ്രിയമലയാളസിനിമകളെ മുൻനിർത്തിയുള്ള പഠനം*, മഹാത്മാഗാന്ധി സർവ്വകലാശാല, 2014.

www.ingramcontent.com/pod-product-compliance
Lightning Source LLC
LaVergne TN
LVHW090344051026
849518LV00006B/2039
* 9 7 8 9 3 5 5 1 7 6 8 7 5 *